ಸ್ವಪ್ನ ಸಂಭ್ರಮ

ಸಾಯಿಸುತೆ

ಸುಧಾ ಎಂಟರ್‌ಪ್ರೈಸಸ್
ನಂ. 761, 8ನೇ ಮುಖ್ಯರಸ್ತೆ, 3ನೇ ಬ್ಲಾಕ್,
ಕೋರಮಂಗಲ, ಬೆಂಗಳೂರು – 560 034

Swapna Sambrama (Kannada): a social novel written by
Smt. Saisuthe; published by Sudha Enterprises, # 761, 8th Main,
3rd Block, Koramangala, Bangalore - 560 034.

ಮೊದಲನೆಯ ಮುದ್ರಣ   :   1988

ಎರಡನೆಯ ಮುದ್ರಣ   :   2010

ಮೂರನೆಯ ಮುದ್ರಣ   :   2020

ಬೆಲೆ   :   ರೂ. 140

ಉಪಯೋಗಿಸಿದ ಕಾಗದ   :   70 ಜಿ.ಎಸ್.ಎಂ. ಮ್ಯಾಪ್‌ಲಿಥೋ

ಪುಟಗಳು   :   168

ಮುಖಪುಟ ವಿನ್ಯಾಸ   :   ಶ್ರೀ ಚಂದ್ರನಾಥ ಆಚಾರ್ಯ

ಹಕ್ಕುಗಳು   :   ಲೇಖಕಿಯವರದು

ಸಗಟು ಮಾರಾಟಗಾರರು
ವಸಂತ ಪ್ರಕಾಶನ
360, 10ನೇ 'ಬಿ' ಮುಖ್ಯರಸ್ತೆ, 3ನೇ ಬ್ಲಾಕ್,
ಜಯನಗರ, ಬೆಂಗಳೂರು – 560 011
ದೂರವಾಣಿ : 080–22443996
email : vasantha_prakashana@yahoo.com
website: www.vasanthaprakashana.com

ಅಕ್ಷರ ಜೋಡಣೆ :
ವಿರಾಟ್ ಆ್ಯಡ್ಸ್

ಮುದ್ರಣ :
ರೀಗಲ್ ಪ್ರಿಂಟರ್ಸ್

ಮುನ್ನುಡಿ

ನಾನು ನೋಡಿದ ಒಂದು ಕುಟುಂಬ, ಪಂಕ್ತಿಗಳು 'ಸ್ವಪ್ನ ಸಂಭ್ರಮ' ಕಾದಂಬರಿ ರೂಪಕ್ಕೆ ಬರಲು ಕಾರಣವಾಯಿತು. ಮನುಷ್ಯ ಎಲ್ಲಿಂದ.....ಎಲ್ಲಿಗೆ ಪಯಣಿಸುವಾಗ ಮುಖವಾಡದ ಅಗತ್ಯವಿದೆ. ಅದನ್ನ ವಾಸ್ತವ ಕಳಚಿದಾಗ, ಅಲ್ಲಿ ಕಂಡಿದ್ದು ಬೇರೊಂದು ರೂಪ.

ಈಗಾಗಲೇ ನನ್ನ ಹಲವಾರು ಕಾದಂಬರಿಗಳನ್ನು ಪುನರ್ ಮುದ್ರಿಸಿರುವ ಸುಧಾ ಎಂಟರ್‌ಪ್ರೈಸಸ್‌ನ ಶ್ರೀ ಕೆ.ಎಸ್. ಮುರಳಿಯವರು ಅತ್ಯಂತ ಆಸಕ್ತಿಯಿಂದ, ಅಚ್ಚುಕಟ್ಟಾಗಿ ಮುದ್ರಿಸಿ ನಿಮ್ಮ ಮುಂದೆ ಇಟ್ಟಿದ್ದಾರೆ.

ಮೊದಲ ಧನ್ಯವಾದಗಳು ಅವರಿಗೆ ಸಂದಾಯವಾಗತಕ್ಕದ್ದು. ನಿರಂತರವಾಗಿ ನನ್ನ ಬರವಣಿಗೆಗೆ ಸ್ಫೂರ್ತಿಯಾಗಿರುವ ಓದುಗರಿಗೆ ಧನ್ಯವಾದಗಳು.

ಇನ್ನೊಂದು ವಿಷಯ ಮೆಚ್ಚಿಗೆ ಮಹಾಪೂರದಲ್ಲಿ ಮಿಂದ 'ಬಾಡದ ಹೂ' ಕಾದಂಬರಿ ಕೆಲವರ ಬದುಕಿಗೆ ಸ್ಫೂರ್ತಿ, ಅಂಥದೊಂದು ಹೇಮಳ ಪಾತ್ರ ನಿಮ್ಮ ಇನ್ನೊಂದು ಕಾದಂಬರಿಯಲ್ಲಿ ಇರಲೀಯೆಂದು ಎಷ್ಟೋ ಓದುಗರು ಹೇಳಿದ್ದಾರೆ. ಮುಂದೆ ಪ್ರಕಟವಾಗುವ 'ಸಮನ್ವಿತ' ಕೂಡ 'ಬಾಡದ ಹೂ'ವಿನ ಹೇಮಳಷ್ಟೇ ನಿಮಗೆ ಮೆಚ್ಚಿಗೆಯಾಗಬಹುದು !

– ಸಾಯಿಸುತೆ

"ಸಾಯಿಸದನ"
12, 2ನೇ ಮುಖ್ಯರಸ್ತೆ, 2ನೇ ಅಡ್ಡರಸ್ತೆ,
ಮಾರುತಿನಗರ, ಕೋಗಿಲೆ ಕ್ರಾಸ್, ಯಲಹಂಕ
ಓಲ್ಡ್ ಟೌನ್, ಬೆಂಗಳೂರು – 560064.
ದೂ: 080–23195445
Email: saisuthe1942@gmail.com

ನಮ್ಮಲ್ಲಿ ದೊರೆಯುವ ಸಾಯಿಸುತೆಯವರ
ಇತರ ಕಾದಂಬರಿಗಳು

ಕಾರ್ತೀಕದ ಸಂಜೆ
ನಾ ನಿನ್ನ ಧ್ಯಾನದೊಳಿರಲು
ಸುಪ್ರಭಾತದ ಹೊಂಗನಸು
ಕರಗಿದ ಕಾರ್ಮೋಡ
ಹೃದಯ ರಾಗ
ಅಮೃತಸಿಂಧು
ಬಣ್ಣದ ಚುಂಬಕ
ಸ್ವರ್ಣ ಮಂದಿರ
ಶ್ರೀರಸ್ತು ಶುಭಮಸ್ತು
ಗಂಧರ್ವಗಿರಿ
ಶುಭಮಿಲನ
ಸಪ್ತಪದಿ
ಚೈತ್ರದ ಕೋಗಿಲೆ
ಬೆಳ್ಳಿದೋಣಿ
ವಿವಾಹ ಬಂಧನ
ಮಂಗಳ ದೀಪ
ಡಾ|| ವಸುಧಾ
ಮುಂಜಾನೆಯ ಮುಂಬೆಳಕು
ಸೊಬಗಿನ ಪ್ರಿಯದರ್ಶಿನಿ
ರಾಗಬೃಂದಾವನ
ಬಿಳಿ ಮೋಡಗಳು
ಅನುಬಂಧದ ಕಾರಂಜಿ
ಮಿಂಚು
ನಾಟ್ಯಸುಧಾ
ಪಸರಿಸಿದ ಶ್ರೀಗಂಧ
ಬೆಳದಿಂಗಳ ಚೆಲುವೆ
ವರ್ಷಬಿಂದು
ಸಪ್ನ ಸಂಭ್ರಮ
ನನ್ನ ಭಾವ ನಿನ್ನ ರಾಗ
ಸುಮಧುರ ಭಾರತಿ
ಮೌನ ಆಲಾಪನ
ಮತ್ತೊಂದು ಬಾಡದ ಹೂ
ಶಿಶಿರದ ಇಂಚರ
ಮುಂಗಾರಿನ ಹುಡುಗಿ
ಸಾಮಗಾನ
ಕಡಲ ಮುತ್ತು
ಆಡಿಸಿದಳು ಜಗದೋದ್ಧಾರನಾ
ಪಂಚವಟಿ
ಶ್ಯಾನುಭೋಗರ ಮಗಳು
ಮೂಡಿ ಬಂದ ಶಶಿ
ಜನನೀ ಜನ್ಮಭೂಮಿ
ಬಿರಿದ ನೈದಿಲೆ
ಶರದೃತುವಿನ ಚಂದ್ರ
ಮೋಹನ ಮುರಳಿ ಕರೆಯಿತು
ಮುಗಿಲ ತಾರೆ
ಅಗ್ನಿದಿವ್ಯ
ಧವಳ ನಕ್ಷತ್ರ
ಕಲ್ಯಾಣಮಸ್ತು
ದಂತದ ಗೊಂಬೆ
ಸುಭಾಷಿಣಿ
ಮಮತೆಯ ಸಂಕೋಲೆ
ಮಂತ್ರಾಕ್ಷತೆ
ಸಪ್ತಧಾರೆ
ಹೇಮಂತದ ಸೊಗಸು
ಬೆಳಕಿನ ಹಣತೆ
ಗ್ರೀಷ್ಮದ ಸೊಬಗು
ಗ್ರೀಷ್ಮ ಋತು
ಪ್ರಿಯ ಸಖೀ
ಚಿರಬಾಂಧವ್ಯ
ಅಗ್ನಿದಿವ್ಯ
ಆಶಾಸೌರಭ
ಗಿರಿಧರ

ಶ್ರೀವಾಸ್ತವ ಆಫೀಸ್ ಛೇಂಬರ್ ಪ್ರವೇಶಿಸಿದ ಮೇಲೆ ಕ್ಷಣವಾದರೂ ಫೋನ್ ಅವರನ್ನ ಸುಮ್ಮನೆ ಇರಲು ಬಿಡಲಿಲ್ಲ "ಕಂಗ್ರಾಟ್ಸ್, ಕಂಗ್ರಾಜುಲೇಷನ್" ಗೆಳೆಯರು, ಪರಿಚಿತರು, ಸಮಾಜದ ಬೇರೆ ಬೇರೆ ವರ್ಗದ ಪ್ರತಿಷ್ಠಿತರು ಶುಭ ಕೋರುತ್ತಿದ್ದರು. ಕೆಲವರು ಫೋನಿನಲ್ಲಿಯೇ ಅವರ ನವಿರಾದ ದಾಂಪತ್ಯ ಜೀವನದ ಬಗ್ಗೆ ಪ್ರಶ್ನಿಸತೊಡಗಿದಾಗ ತುಂಡರಿಸಿದರು. "ಸರಿ, ಫ್ರೀಯಾಗಿ ಸಿಕ್ಕಾಗ ಈ ವಿಷಯಗಳನ್ನು ಹಂಚಿಕೊಳ್ಳೋಣ" ಎಂದು ಉಸಿರನ್ನ ದಬ್ಬಿದರು. ಆದರೆ ಮತ್ತೆ ಮತ್ತೆ ಪುನರಾವರ್ತನೆ ಅರ್ಧ ಗಂಟೆಯೊಳಗೆ ಅವರ ತಲೆ ಬಿಸಿಯಾಗಿಹೋಯಿತು. ಹೆಚ್ಚು ಸಮಾಧಾನವಾಗಿ ಇರುತ್ತಿದ್ದವರು ಇಂದು ತಾಳ್ಮೆ ಕಳೆದುಕೊಳ್ಳುವ ಮಟ್ಟಕ್ಕೆ ಹೋದರು.

ಬೆಲ್ ಒತ್ತಿದವರು ಸೀಲಿಂಗ್ ಕಡೆ ದೃಷ್ಟಿ ಹಾಯಿಸಿದರು. "ಯೆಸ್, ಸರ್..." ಅತ್ಯಂತ ನವಿರಾದ ಸ್ವರ, ಮಾತು ಕೂಡ ಸಂಗೀತದಂತೆ. ಮತ್ತೆ ಫೋನ್ ಸದ್ದಾದಾಗ ಅದರ ಪಾಡಿಗೆ ಅದನ್ನ ಬಿಟ್ಟು "ಇವತ್ತು ಕಾಲ್‌ಗಳನ್ನೆಲ್ಲ ನೀನೇ ಅಟೆಂಡ್ ಮಾಡು, ಅವರಿಗೆಲ್ಲ ಉತ್ತರಿಸೋ ಜವಾಬ್ದಾರಿ ನಿಂದೇ. ವಿವರ ಗುರುತು ಹಾಕು ನಾಳೆ ಅವಕಾಶ ಸಿಕ್ಕಾಗ ನಾನು ಇಂದಿನ ಸೇಡು ತೀರಿಸ್ಕೋಬೇಕು" ನಕ್ಕರು. ಎಂದಿನ ಆಹ್ಲಾದ ನಗೆ ಅಲ್ಲವೆನಿಸಿತು ಅವಳಿಗೆ.

ರೋಮಾ ಗೊಂಬೆಯಂತೆ ನಿಂತಳು ಈ ಆಫೀಸ್‌ನಲ್ಲಿ ಕೆಲಸಕ್ಕೆ ಜಾಯಿನ್ ಆಗಿ ವರ್ಷಗಳೇ ಉರುಳಿಹೋಗಿತ್ತು ಶ್ರೀವಾಸ್ತವ ಸಂಯಮದ, ನಸುನಗೆಯ ಅದ್ಭುತ ವ್ಯಕ್ತಿಯೆಂದು ಅವಳಿಗೆ ಗೊತ್ತು.

ಫೋನ್ ಸದ್ದಾದಾಗ ಎತ್ತಿದಳು. "ಹಲೋ..., ಡಿಯರ್..." ಮೇಡಮ್ ಸ್ವರ. "ಸಾರಿ ಮೇಡಮ್... ನಾನು ರೋಮಾ, ಈಗತಾನೇ ಬಾಸ್ ಹೊರಗಡೆ ಹೋದ್ರೂ" ಎದೆಯ ಮೇಲೆ ಕೈಯಿಟ್ಟುಕೊಂಡಳು. "ಓ..." ಅಚಲಾ ದನಿ ಅಲ್ಲಿಗೆ ನಿಂತಿತು ಆಫೀಸ್ ಛೇಂಬರ್‌ನಿಂದ ಶ್ರೀವಾಸ್ತವ ಹೊರಗೆ ಹೋಗಬೇಕಾದರೂ ಹೆಂಡತಿಗೆ ತಿಳಿಸುತ್ತಿದ್ದರು. ಎಂಥ ಅರ್ಜೆಂಟ್ ಸಂದರ್ಭಗಳಲ್ಲಿಯೂ ಮರೆತಿದ್ದಿಲ್ಲ. "ನಾನು ಫೋನ್ ಮಾಡ್ದ ವಿಷಯ ತಿಳಿಸು" ರಿಸೀವರ್ ಇಟ್ಟ ಸದ್ದು ಕೇಳಿದ ಮೇಲೆಯೇ ರೋಮಾ ಫೋನ್ ಇಟ್ಟಿದ್ದು.

ಶ್ರೀವಾಸ್ತವ ಆಫೀಸ್ ಛೇಂಬರ್ ಹೊಕ್ಕ ಮೇಲೂ ಗಂಡ, ಹೆಂಡತಿಯರ ನಡುವೆ ಕನಿಷ್ಟ ಒಂದೆರಡು ಬಾರಿಯಾದರೂ ಸಂಭಾಷಣೆ ನಡೆಯುತ್ತಿತ್ತು ಅವರಿಬ್ಬರ ಅನ್ಯೋನ್ಯತೆಗೆ ಯಾರಾದರೂ ಹೊಟ್ಟೆಕಿಚ್ಚು ಪಡಬಹುದಿತ್ತು ಕೆಲವರು ನಗಾಡುತ್ತಿದ್ದರು. ಆದರೆ ಅಂಥ ಮಧುರ ಮೈತ್ರಿ ತಮಗೆ ಲಭ್ಯವಿಲ್ಲವಲ್ಲ ಎಂದೂ ಪುರುಷರು – ಸ್ತ್ರೀಯರು ಕೂಡ ನೊಂದುಕೊಳ್ಳುತ್ತಿದ್ದರು.

ಇಂದು ಶ್ರೀವಾಸ್ತವ ತಾನೇ ಡ್ರೈವಿಂಗ್ ಮಾಡುತ್ತಿದ್ದರು. ಮನಸ್ಸು ನಿಗೂಢತೆಯ ನಡುವೆ ಹುದುಗಿಹೋಗಿತ್ತು ಗುಡ್ಡ ನದಿ, ಝುಳ ಝುಳ ಹರಿಯುವ ಸ್ಫಟಿಕದಂಥ ನೀರು, ಗಿಡಮರಗಳಿಂದ ಬೀಸಿ ಬರುವ ತಣ್ಣನೆಯ ಗಾಳಿ, ದೂರದಲ್ಲೆಲ್ಲೊ ವೀಣೆಯ ಝೇಂಕಾರದ ನಾದ ಅವರ ಮನ ಅದರಲ್ಲಿ ವಿಹರಿಸಿತು.

ಗಕ್ಕನೆ ಅವರ ಕಾರು ನಿಂತಿತು. ಆಗಬಹುದಾದ ಪ್ರಮಾದವನ್ನ ಕೈಗಳು ನಿಯಂತ್ರಿಸಿ ತಪ್ಪಿಸಿದ್ದವು.

"ಸಾರಿ, ಸರ್..." ಬೈಕ್‌ನವನು ಕ್ಷಮೆ ಯಾಚಿಸಿದಾಗ ಬರೀ ತಲೆದೂಗಿದರು. "ಎಷ್ಟು ಎಚ್ಚರವಾಗಿದ್ರೂ ಸಾಲ್ದು ಗಾಡ್ ಬ್ಲೆಸ್ ಯು' ಕಾರು ಸ್ಟಾರ್ಟ್ ಮಾಡಿದರು. ಹೆಂಡತಿ ಅಚಲಾ ಜೊತೆ ಹೊರಟಾಗ ಮಾತ್ರ ಕೆಲವೊಮ್ಮೆ ಅವರು ಡ್ರೈವ್ ಮಾಡುತ್ತಿದ್ದರು. ನಾಲ್ಕಾರು ಬಿಜಿನೆಸ್‌ಗಳಲ್ಲಿ ಮುಳುಗಿಹೋಗಿರುವವನ ಮನ ಎಂದೂ ಶಾತವಾಗಿರ ದೆಂದು ಅವರ ಅನಿಸಿಕೆ. ಮನಸ್ಸು ಬದಲಾಯಿಸಿದರು.

ವಾಚ್‌ಮನ್ ಸೆಲ್ಯೂಟ್ ಹೊಡೆದು ಗೇಟು ತೆಗೆಯಲು ಓಡಿದಾಗಲೇ ತಾವು ಮನೆ ತಲುಪಿದ್ದೀವಿ ಎನ್ನುವ ಅರಿವು ಉಂಟಾಗಿದ್ದು. ಸ್ಥಿಮಿತ ತಪ್ಪಿದ ಮನ, ಕ್ಷೋಭೆ ಗೊಂಡ ಮಿದುಳು–ಅಚ್ಚ ಹಸುರಿನ ಪ್ರದೇಶವೆಲ್ಲ ಬಟ್ಟ ಬಯಲಿನಂತೆ ಗೋಚರಿಸಿತು.

ಬಾಗಿಲ ಬಳಿಗೆ ಬಂದ ಅಚಲಾ ನಾಲ್ಕು ಮೆಟ್ಟಲು ಹಾರಿಯೇ ಧಾವಿಸಿದ್ದು. "ಕಂಗ್ರಾಜುಲೇಷನ್." ಆಕೆ ಮದುವೆಯಾದ ಹೆಣ್ಣಿನಂತೆ ನಾಚಿದಾಗ ನಸುನಕ್ಕರು. "ಸೇಮ್ ಫಾರ್‌ಯು. ತಮ್ಮ ಸ್ವರದಲ್ಲಿ ಉತ್ಸಾಹ ಮೂಡಿಬಂದದ್ದು ಅರಿವಿಗೆ ಬಂದಾಗ ಆಶ್ಚರ್ಯಗೊಂಡರು. ಅಚಲಾ ನೋಟವೆತ್ತಿ ಶ್ರೀವಾಸ್ತವರ ಕಣ್ಣುಗಳಲ್ಲಿ ಇಣುಕಿದರು ನಿಶ್ಚಲವಾಗಿತ್ತು. ಅತ್ಯಂತ ಶಾಂತವಾಗಿದ್ದವು. "ಆಫೀಸ್‌ಗೆ ಫೋನ್ ಮಾಡಿದ್ದೇ..." ಮೌನವಾಗಿ ಗೋಣಾಕಿದರು.

ಈ ದಿನ ತಮ್ಮ ಮನಸ್ಸಿನ ಸ್ಥಿತಿ ಚೆನ್ನಾಗಿಲ್ಲವೆಂದು ಅವರಿಗೆ ಅರಿವಾಯಿತು. ನಗಲೂ ಕೂಡ ಪ್ರಯಾಸಪಡಬೇಕಿತ್ತು

ಮಡದಿಯ ಕೈಹಿಡಿದು ಮೃದುವಾಗಿ ಅಮುಕಿದರು "ಇಲ್ಲೇ ಎಷ್ಟೊತ್ತು ನಿಂತಿರೋಣ?" ಎಚ್ಚರಿಸಿದರು. ಅಚಲಾ ತಲೆ ತಗ್ಗಿತು. ಗಂಡನ ಕೈಹಿಡಿದೇ ಒಳನಡೆದರು.

ನಾಲ್ಕು ಸಂಸ್ಥೆಯವರು ಸೇರಿ ಏರ್ಪಡಿಸಿದ್ದ 'ಬೆಸ್ಟ್ ಪೇರ್' ಸ್ಪರ್ಧೆಯಲ್ಲಿ ಜಯಗಳಿಸಿದ್ದರು ಶ್ರೀವಾಸ್ತವ ದಂಪತಿಗಳಿಬ್ಬರು. ಜಿಲ್ಲೆಯ ಪ್ರಖ್ಯಾತ ವೈದ್ಯರು, ಪತ್ರಿಕಾ

ಪ್ರತಿನಿಧಿಗಳು, ಪ್ರತಿಷ್ಠಿತರು, ಸಾಹಿತಿಗಳು ಇದ್ದ ಕಮಿಟಿ ಇವರನ್ನು ಆಯ್ಕೆ ಮಾಡಿ ತಮ್ಮ ಶುಭಾಶಯವನ್ನು ಕಳಿಸಿದ್ದರು; ಇದೊಂದು ಅಪೂರ್ವ ಸ್ಪರ್ಧೆ, ಸ್ಪರ್ಧಿಗಳು ನವವಸಂತ ದವರಲ್ಲ ಮದುವೆಯಾಗಿ ಇಪ್ಪತ್ತು ವರ್ಷ ಸಂದ ಜೋಡಿಗಳು, ದೈಹಿಕ, ಮಾನಸಿಕ, ಶೈಕ್ಷಣಿಕ, ಸಾಮಾಜಿಕ ನಿಲುವುಗಳಲ್ಲಿನ ಒಲವನ್ನ ಗುರ್ತಿಸಿಯೇ ಸ್ಪರ್ಧಿಗಳನ್ನು ಆಯ್ಕೆ ಮಾಡಿದ್ದರು. ಇದೊಂದು ಪ್ರತಿಷ್ಠಿತ ಸ್ಪರ್ಧೆಯೆನಿಸಿತ್ತು.

ಅಚಲಾ ಖುಷಿಯಾಗಿದ್ದರು. ಫೋನ್‌ನಲ್ಲಿ ಅಭಿನಂದನೆಯ ಸುರಿಮಳೆ,. ಅದನ್ನು ಶ್ರೀವಾಸ್ತವರೊಂದಿಗೆ ಹೇಗೆ ಹಂಚಿಕೊಂಡರೂ ಕಡಿಮೆಯೆನಿಸಿತು.

ಟೈ ಗಂಟು ಸಡಲಿಸುತ್ತ "ಶ್ರೀ... ನಿಮ್ಗೆ! ಸಂತೋಷ ಅನ್ನಿಸಿಲ್ವಾ?" ಮಡದಿಯ ಪ್ರಶ್ನೆಗೆ ನಸುನಕ್ಕರು. ಎಲ್ಲೋ ಹುದುಗಿದ್ದ ವೇದನೆ ಕ್ಷಣ ಹೊರಳಾಡಿ ತನ್ನ ಇರುವನ್ನೇ ನೆನಪಿಸಿತು "ಯಾಕಿಲ್ಲ! ಐಯಾಮ್ ರಿಯಲಿ ಹ್ಯಾಪಿ. ಆದರೆ ಇಂಥ ಒಂದು ಸ್ಪರ್ಧೆಯಲ್ಲಿ ಜಯಗಳಿಸುವ ಅಗತ್ಯವಿತ್ತಾ ಎನ್ನುವುದೇ ನನ್ನ ಪ್ರಶ್ನೆ." ತನ್ಮಯತೆಯಿಂದ ಅಚಲಾ ಅವರ ಕಡೆಗೆ ನೋಡಿದರು.

ಅಂದಿನದೇ ಚೆಲುವು, ವಯಸ್ಸಿನ ಪ್ರಭಾವದಿಂದ ಕಣ್ಣುಗಳ ಸುತ್ತ ಕಪ್ಪುಹಬ್ಬಿ ಯೌವನದ ಹೊಳಪು ಕಮ್ಮಿಯಾದಂತೆ ಕಂಡರೂ ಸ್ನಿಗ್ಧತೆ ಇನ್ನೂ ಹೆಚ್ಚಿತ್ತು. ಕ್ಷಣ ಮೈಮರೆಸಿತು. 'ಆ ಮುಖದ ನಗು ಎಂದೂ ಬಾಡಬಾರದು' ಹರಿದುಬಂದ ದನಿ ಎಚ್ಚರಿಸಿದಾಗ ಮುಖವನ್ನು ಬೊಗಸೆಯಲ್ಲಿಡಿದು ಹಣೆಗೆ ಚುಂಬಿಸಿದರು.

"ನನ್ನ ಪರವಾಗಿ ಕಂಗ್ರಾಟ್ಸ್.." ಬಿಚ್ಚಿದ ಟೈಯನ್ನು ಹ್ಯಾಂಗರಿಗೆ ಹಾಕಿ ಉಡುಪು ಬದಲಾಯಿಸಿದರು. ಈಗ ಅವರಿಗೆ ಏಕಾಂತ ಬೇಕೆನಿಸಿತು. ಅದನ್ನ ಬಾಯಿಬಿಟ್ಟು ಹೇಳಲು ಸಾಧ್ಯವೇ?

ಬಾಲ್ಕನಿಯಲ್ಲಿ ನಿಂತು ದೂರದವರೆಗೂ ನೋಟ ಹರಿಸಿದರು. ಸುತ್ತಲಿನ ಪ್ರದೇಶವು ಕೂಡ ಅತ್ಯಂತ ಪ್ರಶಾಂತವಾಗಿ ಕಾಣುತ್ತಿತ್ತು ಎದೆಯಲ್ಲಿನ ಸಣ್ಣ ಉರಿಯ ಪ್ರಜ್ವಲನೆ ಪ್ರತಿ ಸೆಕೆಂಡಿಗೂ ಹೆಚ್ಚುತ್ತ ಹೋದಂತೆ ಕಂಡಿತು. ಅದರ ರಭಸ, ಆವೇಗಕ್ಕೆ ಬೆಚ್ಚಿದರು. ಸಾಗರದಲ್ಲಿ ಉಕ್ಕೇರುವ ಅಲೆಗಳಿಗೆ ಒಡ್ಡು ಕಟ್ಟುವುದು ಕಷ್ಟವೆನಿಸಿತು.

ಮೃದುವಾದ ಕೈ ತೋಳನ್ನ ಸ್ಪರ್ಶಿಸಿದಾಗಲೇ ಶ್ರೀವಾಸ್ತವ ಎಚ್ಚರಗೊಂಡಿದ್ದು. "ಯಾಕೋ ಒಂದು ತರಹ ಇದ್ದೀರಾ" ಅಚಲಾ ಸ್ವರದಲ್ಲಿ ಆತಂಕ ಇಣುಕಿದಾಗ ತುಟಿ ಯಂಚಿನಲ್ಲಿ ನಗು ತುಳುಕಿಸಿದರು. "ಏನಿಲ್ಲ..." ಹೇಳಿಕೊಳ್ಳುವುದು ಏನೂ ಇಲ್ಲವೆನಿಸಿತು "ಒಂದ್ನಿಮ್ಷ..." ಒಳಗೆ ನಡೆದು ಫೋನ್‌ನ ಬಳಿಹೋಗಿ ಕೂತು ರಿಸೀವರ್ ಎತ್ತಿದರು. ಅಂಗೈ ಒದ್ದೆಯಾಯಿತೇ ವಿನಃ ಡಯಲ್ ತಿರುಗಿಸುವುದು ಅವರಿಂದಾಗಲಿಲ್ಲ. ನಾರ್ಮಲ್ ಸ್ಥಿತಿಯಲ್ಲೇ ಇದ್ದ ಎದೆಯಬಡಿತ ಒಂದೇಸಮನೆ ಏರುತ್ತಿತ್ತು. ನಿಂತು ಹೋಗಬಹುದೆಂಬ ಭಯ ಮೂಡಿದಾಗ ಆಸೆಯೊಂದು ಮಿಂಚಿ ಮರೆಯಾಯಿತು.

ರಿಸೀವರನ್ನು ನಿಧಾನವಾಗಿ ಹುಕ್ ಮೇಲಿಟ್ಟು ಹಿಂದಕ್ಕೆ ಒರಗಿ ಕಣ್ಮುಚ್ಚಿದರು.

ಕಣ್ಮುಂದೆ ಚಿತ್ರಗಳು ಬಿಚ್ಚಿಕೊಳ್ಳುವುದಕ್ಕೆ ಮುನ್ನ ಫೋನ್ ಸದ್ದಾಯಿತು. ಅದನ್ನು ಎತ್ತಿದ್ದು ಅಚಲಾ.

"ಹಲೋ, ಪರಶುರಾಮ ಪತ್ರಿಕೆ ಎಡಿಟರ್ ಗೋಕುಲ್..." ಅಚಲಾ ಮುಖದ ಮೇಲೆ ಬೆಳದಿಂಗಳು ಹರಡಿತು. ಮೌತ್ ಪೀಸ್‌ಗೆ ಕೈ ಅಡ್ಡಹಿಡಿದು ಶ್ರೀವಾಸ್ತವರತ್ತ ತಿರುಗಿದರು. "ಪರಶುರಾಮ ಪತ್ರಿಕೆಯನ್ನು ನಮ್ಮನ್ನ ಸಂದರ್ಶನ ಮಾಡೋಕೆ ಬಯಸ್ತಾರೆ, ಆಗ್ಲೆ ಒಂದ್ಸಲ ಫೋನ್ ಬಂದಿತ್ತು" ಎಂದಾಗ ತಲೆಯಾಡಿಸಿ ರಿಸೀವರ್ ತೆಗೆದುಕೊಂಡರು. ಶುಭ ಹಾರೈಕೆಗಳ ನಂತರ ಒಂದೆರಡು ನಿಮಿಷಗಳ ಮಾತುಕತೆಯ ನಂತರವೇ ಅವರು ಸಂದರ್ಶನದ ವಿಷಯ ಮುಂದಿಟ್ಟಿದ್ದು ಒಪ್ಪಿಕೊಳ್ಳುವುದು ಅನಿವಾರ್ಯವಾಗಿತ್ತು. "ಓಕೇ... ಟುಮಾರೋ ಅಟ್ ಸೆವನ್ ಟ್ವೆಂಟಿ" ಫೋನಿಟ್ಟರು. ಇಷ್ಟವಿರಲಿ ಬಿಡಲಿ, ಸಮಾಜದ ಮಧ್ಯೆ ಬದುಕುವ ಮನುಷ್ಯ ಕೆಲವು ಕಡ್ಡಾಯಗಳಿಗೆ ಒಳಗಾಗಬೇಕು. ಇದು ವಿಧೇಯಕವಿರಬಹುದು, ವ್ಯಕ್ತಿಯ ಒಳಿತಿಗಿರಬಹುದು ಅಥವಾ ಸಮಾಜದ ಏಳು–ಬೀಳುಗಳಿಗೆ ಇದು ಅನಿವಾರ್ಯವಿರಬಹುದು ಕೆಲವೆಮ್ಮೆ ಶಿಕ್ಷೆಯೂ ಆಗಬಹುದು. ಬದುಕು ಒಂದು ವರ್ತುಲದೊಳಗೆ!

ಎಷ್ಟೋ ಹೊತ್ತು ಹಾಗೆಯೆ ಕೂತಿದ್ದರು. ಸದಾ ಬಿಜಿಯಾಗಿಯೇ ಜನರ ನಡುವೆ ಇರಲು ಬಯಸುವ ಮನ ಇಂದು ಏಕಾಂತವನ್ನ ಅಪೇಕ್ಷಿಸುತ್ತಿತ್ತು ಆಫೀಸ್ ಬಿಟ್ಟರೇ ಸದಾ ಅಚಲಾ ಅವರ ಪಕ್ಕದಲ್ಲಿಯೇ ಇರುತ್ತಿದ್ದರು. ಪಾರ್ಟಿ, ಸಭೆ ಸಮಾರಂಭ ಪ್ರತಿಯೊಂದಕ್ಕೂ ಜೋಡಿಯಾಗಿಯೇ ಹೋಗುತ್ತಿದ್ದುದು. ಕೆಲವರಂತೂ ಹುಬ್ಬೇರಿಸುತ್ತಿದ್ದರು. ಇಂಥ ಅನ್ಯೋನ್ಯತೆ, ಮದುವೆಯಾದ ಇಪ್ಪತ್ತು ವರ್ಷಗಳ ನಂತರವು ಹೇಗೆ ಸಾಧ್ಯವಾಯಿತು? ಅವರ ಪ್ರಶ್ನೆಗಳಿಗಂತೂ ಉತ್ತರ ಸಿಕ್ಕುವುದು ಸಾಧ್ಯವಿರಲಿಲ್ಲ.

ಟೀ ತಂದ ಅಚಲಾ ಅಲ್ಲಿಯೇ ಕೂತರು. ಅವರಂತು ಇಂದು ಸಂಭ್ರಮದಿಂದ ಇದ್ದರು. ಶ್ರೀವಾಸ್ತವ ಅಂಥ ವ್ಯಕ್ತಿ ಯಾವ ಹೆಣ್ಣಿಗಾದರೂ ಹೆಮ್ಮೆಪಡುವಂಥ ಗಂಡನೇ.

"ನೀವು ತುಂಬ ಖುಷಿಯಾಗಿರಬೇಕಿತ್ತು!" ಟೀ ಬೆರೆಸಿ ಗಂಡನ ಕೈಗಿತ್ತರು ಶ್ರೀವಾಸ್ತವ ಮುಗುಳ್ನಗೆಯೊಂದಿಗೆ ಹಣೆಗೆ ಮುತ್ತಿಕ್ಕುತ್ತಿದ್ದ ಕೂದಲನ್ನ ಹಿಂದಕ್ಕೆ ತಳ್ಳಿದರು. "ಯಾಕೆ? ಮದುವೆಯ ಹಿಂದಿನ ಉದ್ದೇಶವೇ ಗಂಡು, ಹೆಣ್ಣಿನ ಅನ್ಯೋನ್ಯತೆ, ಪ್ರಾಮಾಣಿಕತೆ; ನಮ್ಮಲ್ಲಿ ಅತಿಶಯವಾದದ್ದು ಏನಿದೆ?" ಎಂದಾಗ ಅಚಲಾ ಬೆಚ್ಚಿಬಿದ್ದರು. ಆಕೆಯ ಮಾತನ್ನ ಎಂದೂ ಹೀಗಳೆಯುತ್ತಿರಲಿಲ್ಲ ಅಂಥ ಸಂದರ್ಭಗಳು ಬಂದಾಗ ಶ್ರೀವಾಸ್ತವ ಮೌನ ವಹಿಸುತ್ತಿದ್ದರು. ಇದು ಇಪ್ಪತ್ತು ವರ್ಷದಿಂದ ನಡೆದುಬಂದ ರೀತಿ. ಇಂದು ಪ್ರಥಮವಾಗಿ ಪ್ರತಿಕ್ರಿಯಿಸಿದ್ದರು.

ನಿಧಾನವಾಗಿ ಟೀ ಕುಡಿದಿಟ್ಟರು. ನ್ಯೂನತೆ ಅವರನ್ನು ಆವರಿಸಿತ್ತು. ಎಷ್ಟೋ ಉತ್ಸಾಹ ತುಂಬಿಕೊಳ್ಳಬೇಕೆಂದರೂ ಸಾಧ್ಯವಿಲ್ಲವಾಯಿತು. ಈಗ ತಮಗಿಂತ ಹೆಂಡತಿಯ ಬಗ್ಗೆ ಯೋಚಿಸಿದರು.

ಬಗ್ಗಿ ಕೆನ್ನೆ ಸವರಿದರು "ಕ್ವಿಕ್, ಬೇಗ ರೆಡಿಯಾಗು..." ಕಣ್ಣಲ್ಲಿ ಹೊಳಪನ್ನು ತುಳುಕಾಡಿದರು. ಈ ಏಕಾಂತದಿಂದ ಬೇರೆಡೆಗೆ ಹೋಗುವುದು ಅವರಿಗೆ ಬೇಕಿತ್ತು.

ಸಂಭ್ರಮದಿಂದ ಅಚಲಾ ಉಡುಪು ಬದಲಾಯಿಸಿಕೊಂಡು ಬಂದರು. ಎಂದಿನಂತೆ ಆಕೆಯ ಕಣ್ಣಿನಲ್ಲಿ ಕಣ್ಣಿಟ್ಟು ಹೊಗಳುವುದಾಗಲಿ, ಮೋಹಕವಾಗಿ ನೋಡುವುದಾಗಲಿ ಶ್ರೀವಾಸ್ತವರಿಂದಾಗಲಿಲ್ಲ.

ಡ್ರೈವರ್‌ಗೆ ಬೇಡವೆಂದು ಸನ್ನೆ ಮಾಡಿ ತಾವೇ ಹೋಗಿ ಕಾರಿನಲ್ಲಿ ಕೂತರು. 'ಅಚಲಾ, ಈಗ ನೀನು ಬರಬೇಡ, ಒಂಟಿಯಾಗಿ ಹಳೆಯದನ್ನು ನೆನಪಿಸಿಕೊಳ್ಳುವ ಆಸೆ' ಎಂದು ಹೇಳಬೇಕೆಂದುಕೊಂಡರೂ ಅವರಿಂದಾಗಲಿಲ್ಲ. ನೋಟವನ್ನು ಪಾಟಿನಲ್ಲಿ ಅರಳಿನಿಂತ ಗುಲಾಬಿ ಹೂಗಳತ್ತ ಹರಿಸಿದರು. ಮನ ಮುದಗೊಂಡಿತು. 'ನಂಗೆ ಹೂ ಅಂದರೆ ಇಷ್ಟ ಎಂಥ ಅಲೌಕಿಕ ಸೌಂದರ್ಯ ಅದರದು' ತೂರಿಬಂದ ಮಾತು ದಟ್ಟವಾಗಿ ಅವರ ಮಿದುಳಿನಲ್ಲಿ ನಿಂತಿತು. 'ಷೂರ್...' ತಲೆದೂಗಿದರುಅವರ ತುಟಿಯಂಚಿನಲ್ಲಿ ಅತ್ಯಂತ ಮಧುರವಾದ, ಮೋಹಕವಾದ, ಆಕರ್ಷಕವಾದ ನಗುವೊಂದು ಹಾದು ಹೋಯಿತು. ತಂಗಾಳಿ ತೀಡಿ ಆಹ್ಲಾದವನ್ನುಂಟುಮಾಡಿತು.

ಅಚಲಾ ಬಂದು ಕೂತ ನಂತರವೂ ಅವರು ಯಾವುದೋ ಸ್ಥಿತಿಯಲ್ಲಿದ್ದರು ಅಲ್ಲಿ ಹೃದಯ ಪ್ರಾಮುಖ್ಯತೆ ವಹಿಸಿತ್ತು.

"ಹೋಗೋಣ..." ಅಚಲಾ ಸ್ವರಕ್ಕೆ ಎಚ್ಚೆತ್ತರು. ಕಾರಿನ ಚಕ್ರಗಳು ಮುಂದಕ್ಕೆ ಉರುಳಿದವು. "ಎಲ್ಲಿಗೆ ಹೋಗೋಣ? ಮನೆಯಲ್ಲಿದ್ರೆ ಫೋನ್ ಕಾಲ್‌ಗಳು ನಮ್ಮನ್ನ ನೆಮ್ದಿಯಾಗಿರೋಕೆ ಬಿಡೋಲ್ಲ" ನಿಶ್ಚಿಂತೆಯಿಂದ ಶ್ರೀವಾಸ್ತವ ಹೇಳಿದರೆ ಅಚಲಾ ವ್ಯಾಕುಲಚಿತ್ತರಾದರು. ಹೆಮ್ಮೆ ತರುವ ವಿಷಯದ ಬಗ್ಗೆ ಇಷ್ಟೊಂದು ನಿರ್ಲಿಪ್ತತೆಯೆ!

ಪೂರ್ತಿ ಅರಿತವರಂತ ಉಸುರಿದರು ಅಚಲು: "ನೀವು ಎಂದಿನಂತಿ ನಿಮ್ಮ ಮಿದುಳು, ಮನಸ್ಸು ಎಲ್ಲೂ ಇದೆ." ಸತ್ಯವೆನಿಸಿದರೂ ಒಪ್ಪಿಕೊಳ್ಳುವುದಲೂ ಸಾಧ್ಯವಿರಲಿಲ್ಲ.

"ನೋ.. ನೋ... ಹಾಗಲ್ಲ. 'ಗುಡ್ ಪೇರ್' ಸೆಲಕ್ಷನ್ ಕಮಿಟಿಯ ಜನರ ಬಗ್ಗೆ ಯೋಚಿಸ್ತಾ ಇದ್ದೆ. ಇಂಥ ಸ್ಪರ್ಧೆ ಅಗತ್ಯವಿತ್ತೇ? ಅವರಾಗಿ ಸ್ಪರ್ಧಿಗಳನ್ನು ಕೂಡ ಸೆಲೆಕ್ಟ್ ಮಾಡಿಕೊಂಡು ತೀರ್ಪು ನೀಡಿದ ಬಗ್ಗೆ ತಮಾಷೆಯೆನಿಸಿದೆ" ಅಚಲಾ ಮುಕ್ತವಾಗಿ ನಕ್ಕುಬಿಟ್ಟರು. ಅವರಿಗೆ ತಮ್ಮ ದಾಂಪತ್ಯ ಜೀವನದ ಬಗ್ಗೆ ಅಪಾರವಾದ ಹೆಮ್ಮೆ ಇತ್ತು ಇದೊಂದು ಸುಂದರವಾದ ನಾವೆ... ಯಾವ ಭಯಂಕರ ಅಲೆಗಳೂ ಕೂಡ ಇದನ್ನ ಅಲುಗಿಸಲಾರವು.

ಕಾರಿನಲ್ಲೇ ನಾಲ್ಕು ಸುತ್ತು ಹೊಡೆಸಿದರೂ ಎಲ್ಲಿಯೂ ನಿಲ್ಲಿಸಲಿಲ್ಲ ಶ್ರೀವಾಸ್ತವ. ಅವರೆದೆಯಲ್ಲಿ ಭಯಂಕರವಾದ ತೂಫಾನು ಎದ್ದಿತ್ತು. ನಿರಂತರ ಪ್ರಕ್ಷುಬ್ಧ ಸ್ಥಿತಿ. ಅದನ್ನು ಮೆಟ್ಟಿ ತೀರಾ ಶಾಂತವಾಗಿರುವುದು ಅವರಿಗೆ ಕಷ್ಟವೆನಿಸಿತು.

"ಫ್ಲೀಸ್, ಎಲ್ಲಾದ್ರೂ ಒಂದೆಡೆ ನಿಲ್ಸಿ" ಕಂಗೆಟ್ಟು ಕೂಗಿದರು ಅಚಲಾ. "ಮನೆಗೆ ಹೋಗ್ಬಿಡೋಣ, ತುಂಬ ಹೊತ್ತು ಕಾರಿನಲ್ಲಿ ಕಳೆಯೋಕೆ ನಂಗಿಷ್ಟವಿಲ್ಲ ಬಂದ ಫೋನ್‌ಗಳ್ನ ನಾನು ರಿಸೀವ್ ಮಾಡ್ಕೊತೀನಿ."

ಬೇಸರದಿಂದ ಹಣೆಯೊತ್ತಿದರು ಶ್ರೀವಾಸ್ತವ. "ಸಾರಿ, ಬಾಬ... ಇವತ್ತು ಮೂಡಿ ಯಾಗ್ಬಿಟ್ಟೆ" ಕಾರನ್ನು ವೇಗವಾಗಿ ಓಡಿಸಿದರು.

ಶ್ರೀ ಎಲೆಕ್ಟ್ರಾನಿಕ್ಸ್ ದೊಡ್ಡ ಸಂಸ್ಥೆ ಅದಕ್ಕೆ ತನ್ನದೇ ಆದ ವರ್ಚಸ್ಸು ಇತ್ತು ರಾಷ್ಟ್ರದಲ್ಲಿ. ಹಿಂದೆ ಭವ್ಯ ಇತಿಹಾಸವಿದ್ದರೂ ಕೆಟ್ಟ ಗಳಿಗೆಗಳು ಇತ್ತು. ಆದರೆ ಶ್ರೀವಾಸ್ತವ ಶಿಸ್ತಿಗೆ ಇನ್ನೊಂದು ಹೆಸರು ಎನ್ನುವಂತೆ ಕೆಲಸ ಮಾಡುತ್ತಿದ್ದರು. ಅದರ ಪ್ರಗತಿಯ ಅಡಿಯಲ್ಲಿ ಒಂದು ಮಧುರವಾದ ಕತೆ ಸತ್ತುಹೋಗಿತ್ತು.

* * *

ದೊಡ್ಡ ಸಮಾರಂಭ, ಆಯ್ಕೆಯಾದ ಮೂರು ಜೋಡಿಗಳನ್ನು ಸನ್ಮಾನಿಸುವ ಅಮೋಘ ದಿನ ಫಂಕ್ಷನ್ ಇದ್ದಿದ್ದು ಸಂಜೆ ಆರು ಗಂಟೆಗೆ. ಅಚಲಾಗೆ ಬೆಳಗಿನಿಂದಲೇ ಸಂಭ್ರಮ.

"ಇವತ್ತೊಂದು ದಿನ ಮನೆಯಲ್ಲಿರಿ" ಬೆಳಿಗ್ಗೆ ಆಫೀಸ್‌ಗೆ ಹೊರಟಾಗ ಅಚಲಾ ಹೇಳಿದರು. ಶ್ರೀವಾಸ್ತವ ಕುಸಿದಂತೆ ಕೂತರು. ಬೆರಗುಕಣ್ಣುಗಳಿಂದ ಹೆಂಡತಿಯ ಕಡೆ ನೋಡಿದರು. "ನಂಗೆ ಆಶ್ಚರ್ಯ! ಯಾಕೆ ಎಕ್ಸೈಟ್ ಆಗ್ತೀಯಾ! ಸಭೆ, ಸಮಾರಂಭಗಳು ನಮ್ಮೇನು ಹೊಸದಲ್ಲ. ಕಾಲೇಜಿನಲ್ಲಿ ಓದುತ್ತಿದ್ದಾಗ ನೂರಾರು ಬಹುಮಾನಗಳನ್ನ ಪಡೆದ ದಿಟ್ಟೆ, ಗೋಲ್ಡ್ ಮೆಡಲ್ ಪಡೆದ ವಿದ್ಯಾರ್ಥಿ. ಇದನ್ನ ಕೂಡ ಈಸಿಯಾಗಿ ತಗೋ! ಸಂಜೆ ಆರಕ್ಕೆ ನಡ್ಯೋ ಸಮಾರಂಭಕ್ಕಾಗಿ ಇಡೀ ಒಂದುದಿನ ವೇಸ್ಟ್..." ತಮಗೆ ಇರುವ ಉತ್ಸಾಹದಲ್ಲಿ ಕಾಲು ಭಾಗವಾದರೂ ಗಂಡನಿಗೆ ಇಲ್ಲವೆನ್ನದ ಸಂಗತಿ ಅರಿವಾದಾಗ ಅಚಲಾ ಮನ ದುಗುಡಗೊಂಡಿತು.

"ನಿಮ್ಮಿಷ್ಟ..." ಹಿಂದಕ್ಕೆ ಹೊರಟಾಗ ಕೈಹಿಡಿದು ನಿಲ್ಲಿಸಿದರು. "ನೋ... ನೋ... ನೀನು ಬೇಡಾಂದ್ರೆ ನಾನು ಹೋಗೋದೇ ಇಲ್ಲ. ಯಾವ ಉದ್ದೇಶ ಇಟ್ಟುಕೊಂಡು ಈ ಅವಾರ್ಡ್ ಅನೌನ್ಸ್ ಮಾಡಿದರೋ... ಅದು ಸಾರ್ಥಕವಾಗ್ಬೇಕು." ಮಾತಿಗಿಂತ ಕಣ್ಣು ಹೆಚ್ಚು ಸಾಂತ್ವನ ನೀಡಿದವು ಆಕೆಗೆ. ಅಚಲಾ ಸಂತುಷ್ಟಗೊಂಡರು. ಗಂಡನ ಎದೆಯಲ್ಲಿ ತಲೆ ಇಟ್ಟರು. ಶ್ರೀವಾಸ್ತವರ ಕೈ ಮೃದುವಾಗಿ ಹೆಂಡತಿಯ ಬೆನ್ನ ಮೇಲಾಡಿತು. ಸಂತೃಪ್ತಿಯ ಬದುಕು!

ಪಿಎಗೆ ಫೋನ್ ಮಾಡಿ ತಿಳಿಸಿ ಮನೆಯಲ್ಲೇ ಉಳಿದರು. ಅಚಲಾ ಹೇಳಿದ್ದನ್ನ ಕೇಳಿದರು. ನಕ್ಕದ್ದನ್ನ ಸ್ವೀಕರಿಸಿದರು. ಕ್ಷಣಕ್ಷಣಗಳನ್ನ ಲೆಕ್ಕ ಹಾಕಿಯೇ ಅವರು ಕಳೆಯ ಬೇಕಾಯಿತು.

"ಈ ಸೂಟು ಹಾಕ್ಕೊಳ್ಳಿ" ತಿಳಿ ನೀಲಿಗೆ ಜೇನು ಬೆರೆತ ಬಣ್ಣ. "ಯೆಸ್ ಮೇಮ್ ಸಾಬ್" ಸಮ್ಮತಿ ಸೂಚಿಸಿದರು. ಹೆಂಡತಿಯ ಆಜ್ಞೆಗೆ ಶಿರಸಾವಹಿಸಿದರು. "ನನ್ನ ಉಡುಪು ಮಾತ್ರವಲ್ಲ, ನಿನ್ನ ಸೀರೆಯ ಆಯ್ಕೆ ಕೂಡ ಇಂದು ನಿನ್ನದೇ" ಹುರಿದುಂಬಿಸಿ ಕಳಿಸಿದರು. ಸುಸ್ತೆನ್ನಿಸಿತು. ಶ್ರೀವಾಸ್ತವ ಸೋಫಾಗೆ ಒರಗಿದಂತೆಯೇ ಕಣ್ಮುಚ್ಚಿದರು.

ಅವರು ತುಂಬು ಆರೋಗ್ಯವಂತರು, ಶ್ರೀಮಂತರಿಗೆ ಕಾಡುವ ಬಿ.ಪಿ, ಷುಗರ್ ಕೂಡ ಅವರ ಬಳಿಯಲ್ಲಿ ಸುಳಿದಿರಲಿಲ್ಲ. 'ಪರ್‌ಫೆಕ್ಟ್‌ಲಿ ಹೆಲ್ತಿಮ್ಯಾನ್' ಫ್ಯಾಮಿಲಿ ಡಾಕ್ಟರ್ ಮೆಚ್ಚಿಗೆಯಿಂದ ನುಡಿಯುತ್ತಿದ್ದರು. ಸದಾ ಬಿಜಿಯಾಗಿರುತ್ತಿದ್ದ ಮನುಷ್ಯ ಹಸನ್ಮುಖಿ ಯಾಗಿರುತ್ತಿದ್ದುದೇ ಹೆಚ್ಚು. ಎಂತಹ ಸಮಸ್ಯೆ ಬಿಜಿನೆಸ್‌ನಲ್ಲಿ ಎದುರಾದಾಗಲೂ ಸಮಾಧಾನವಾಗಿಯೇ ಇರುತ್ತಿದ್ದ ಅಸಮಾನ್ಯ, ಯೌವನ, ಐಶ್ವರ್ಯವಿದ್ದಾಗಲೂ ಆಲ್ಕೋಹಾಲ್‌ನ ಹತ್ತಿರ ಸೇರಿಸುತ್ತಿರಲಿಲ್ಲ. ಕೈಗೆಟುಕುವಂಥ ಸುಂದರಿಯರು ದಯಾ ಶಿಕ್ಷೆಗಾಗಿ ಕಾದರೂ ಅತ್ತ ಕಣ್ಣು ಹಾಯಿಸದ ಸಂಯಮಿ, ಹೊಳಪಿನ ಕಣ್ಣುಗಳಲ್ಲಿ ಸದಾ ಇರುತ್ತಿದ್ದುದು ಮಾರ್ದವತೆ ವಿನಹ, ಮಾದಕತೆಯಲ್ಲ.

ಅಚಲಾ ಬಂದು ಶ್ರೀವಾಸ್ತವರ ಮುಂದೆ ನಿಂತರು. "ಹೇಗಿದ್ದೀನಿ?" ಜೇನು ತುಂಬಿಕೊಂಡ ಸ್ವರ, "ಫಂಟಾಸ್ಟಿಕ್" ಕಣ್ಣರಳಿಸಿದರು. "ಹೋಗೋಣ.." ಎಂದಿನಂತೆ ಬಳಿಗೆ ಎಳೆದುಕೊಳ್ಳಲಿಲ್ಲ ಸಂಶಯ ಮೂಡದಿದ್ದರೂ ಶ್ರೀವಾಸ್ತವರಲ್ಲಿನ ಬದಲಾವಣೆ ಅಚಲಾಗೆ ಸ್ಪಷ್ಟವಾಯಿತು. ಆದರೂ ತುಟ ತೆರೆಯಲಿಲ್ಲ.

ಸುಂದರವಾದ ಅನನ್ಯ ಸಮಾರಂಭ, ಝಗಝಗಿಸುವ ವಿದ್ಯುತ್‌ದೀಪಗಳು ಮೂರು ಜೋಡಿಗಳು ನೆರೆದವರ ಕಣ್ಣರಳಿಸಿದರು. ಮದುವೆಯಾಗಿ ಇಪ್ಪತ್ತು ವರ್ಷ ವಾದರೂ ಶ್ರೀವಾಸ್ತವರನ್ನ ಇಂದಿಗೂ ಯುವಕರ ಸಾಲಿನಲ್ಲಿಯೇ ನಿಲ್ಲಿಸಬಹುದಾಗಿತ್ತು ಮುಂದೆ ಕ್ರಾಪ್‌ನಲ್ಲಿ ಮೂಡಿದ ಒಂದು ನಾಲ್ಕು ಬೆಳ್ಳಿಯ ಕೂದಲು ಕೂಡ ಹೆಚ್ಚು ಶೋಭಾಯಮಾನವಾಗಿತ್ತು.

ಆಯ್ಕೆ ಕಮಿಟಿಯ ಸದಸ್ಯರೆಲ್ಲ ಒಕ್ಕೊರಲಿನಿಂದ ಹೊಗಳಿದರು. ಇದುವರೆಗೆ ಅರಿವಿಗೆ ಬರದ ಎಷ್ಟೋ ವಿಷಯಗಳು ಗೊತ್ತಾದವು. ಅವರ 5.8 ಅಡಿ ಎತ್ತರ ಅಚಲಾರ 5.4ಗೆ ಹೆಚ್ಚು ಸಾಮ್ಯವೆಂದು, ಆಕೆಯ ಹಾಲಿನ ಬಿಳುಪು ಬಣ್ಣಕ್ಕೆ ಶ್ರೀವಾಸ್ತವ ಅವರ ನಸುಕೆಂಪು ಬಣ್ಣ ಹೆಚ್ಚು ಹೊಂದಿಕೆಯಾಗುತ್ತದೆಯಂದು, ಎಪ್ಪತ್ತು ಪೌಂಡ್ ಇರುವ ಅವರ ದೃಢವಾದ ಮೈಕಟ್ಟಿಗೆ ಐವತ್ತೆರಡು ಪೌಂಡ್ ತೂಕವಿರುವ ಅಚಲಾ ಜೋಡಿ ಅಪರೂಪವೆಂದು ಹೊಗಳಿದರು.

ಅವರುಗಳು ಒಟ್ಟೊಟ್ಟಿಗೆ ಚಲನಚಿತ್ರ, ಪಾರ್ಟಿಗಳಿಗೆ ಬರುತ್ತಿದ್ದರಿಂದ ಅವರುಗಳ ಸ್ವಭಾವ, ಆಸೆ ಆಕಾಂಕ್ಷೆಗಳು ಒಂದೇ ಎಂದು ಸಾರುವುದರ ಜೊತ ಅಚಲಾ, ಶ್ರೀವಾಸ್ತವ ರವರ ಈ ತುಂಬು ಆರೋಗ್ಯವನ್ನ ಪ್ರಶಂಸಿಸಿದರು.

ಈ ಹೊಗಳಿಕೆಯ ನಡುವೆ ಮೇಲ್ಮುಖಕ್ಕೆ ಹೆಚ್ಚು ಹಸನ್ಮುಖರಾಗಿ ಕಂಡರೂ ಶ್ರೀವಾಸ್ತವ ಒಳಗೆ ಕುಗ್ಗಿಹೋಗತೊಡಗಿದರು. ಈಗ ಅವರಿಗೆ ತಾನೊಬ್ಬ ಪ್ರತಿಭಾವಂತ

ಪಾತ್ರ ಇಷ್ಟವಿಲ್ಲದಿದ್ದರೂ, ಅಭಿನಯದಲ್ಲಿ ತನಗೆ ಯಾವ ಪ್ರಶಸ್ತಿ ನೀಡಿದರೂ ಕಡಿಮೆ ಯೆನಿಸಿತು. ತುಂಬ ಹರ್ಷ ಚಿತ್ತರಾಗಿದ್ದರು ಅಚಲಾ.

ಸದಾ ಹಾವು, ಮುಂಗುಸಿಗಳ ತರಹ ಕಚ್ಚಾಡುತ್ತಲೋ, ಶೀತಲ ಯುದ್ಧದಲ್ಲಿ ತನ್ಮಯರಾಗಿಯೋ, ಬೇರೆ ಹೆಣ್ಣುಗಳ ಜೊತೆ ಓಡಾಡುವ ಗಂಡಸರ ಸಂಖ್ಯೆ ಜಾಸ್ತಿ ಇರುವ ಈಗಿನ ಸ್ಥಿತಿಯಲ್ಲಿ ಶ್ರೀವಾಸ್ತವ ಒಬ್ಬ ಅಪರೂಪದ ವ್ಯಕ್ತಿಯಾಗಿ ಕಂಡರು.

'ಶಿವ, ಪಾರ್ವತಿಯ ದೊಡ್ಡ ವಿಗ್ರಹದ ಜೊತೆ ಗಂಧದ ರಾಮ' ಸೀತೆಯ ವಿಗ್ರಹವನ್ನ ಕೊಟ್ಟು ಸನ್ಮಾನಿಸಿದರು. ಜಗದ ದಂಪತಿಗಳಾದ ಶಿವ, ಪಾರ್ವತಿ ಹೆಣ್ಣು ಗಂಡಿನ ಸಂಬಂಧಕ್ಕೆ ಆದರ್ಶಪ್ರಾಯರಾದರೆ, ರಾಮ ಸೀತೆ ಒಂದು ಅಪೂರ್ವ ಉದಾಹರಣೆಯೆನಿಸಿದ್ದರು ಪ್ರೀತಿಗೆ.

ಮನೆಗೆ ಬಂದಾಗ ಶ್ರೀವಾಸ್ತವ ಹೆಚ್ಚು ಗಂಭೀರವಾಗಿದ್ದರು. ಬಟ್ಟೆ ಬದಲಾಯಿಸಿ ದವರೇ ಹಾಸಿಗೆ ಸೇರಿದರು.

"ಗುಡ್ ನೈಟ್, ಅಚಲಾ... ಸ್ವೀಟ್ ಡ್ರೀಮ್ಸ್" ಬಹಳ ವರ್ಷದಿಂದ ವಾಡಿಕೆಯಿಂದ ಹೇಳುತ್ತಿದ್ದ ಮಾತುಗಳು, ಅಚಲಾ ಉತ್ಸಾಹ ಕುಗ್ಗಿತು. ಈ ಇಡೀ ರಾತ್ರಿ ತಮ್ಮ ಬದುಕಿನ ಸವಿ ನಿಮಿಷಗಳನ್ನೆಲ್ಲ ನೆನಪು ಮಾಡಿಕೊಳ್ಳಬೇಕೆಂಬ ಆಸೆ ಆಸೆಯಾಗಿಯೇ ಉಳಿಯಿತು. ಕಾಡುವ ಹೆಣ್ಣಲ್ಲ.

* * *

ಶ್ರೀವಾಸ್ತವ ಡಿಗ್ರಿ ಮುಗಿಸಿದ ದಿನಗಳು, ಪದೇಪದೇ ಒತ್ತಾಯದ ಆಮಂತ್ರಣ ವೀಯುತಿದ್ದ ಪತ್ರ ಬಂದೇಬಂತು. 'ಹೇಗೂ ಒಂದು ಘಟ್ಟಮುಗಿದಂತಾಗಿದೆ. ಈಗ್ಲಾದ್ರೂ ಈ ಬಡವನನ್ನ ನೆನಪು ಮಾಡಿಕೊಂಡು ಒಮ್ಮೆ ಬಾ' ಭಾಸ್ಕರನ ನೆನಪಾದಾಗ ಅವನೆದೆಯಲ್ಲಿ ಸ್ನೇಹದ ತರಂಗಗಳು ಎದ್ದವು. ಜೊತೆಯಲ್ಲಿ ಮೂರು ವರ್ಷ ಕಲಿತವರ ನಡುವೆ ನೂರು ವರ್ಷದ ಆತ್ಮೀಯತೆ, ಸ್ನೇಹ ಮೇಳೈಸಿತ್ತು ಸೋದರರಲ್ಲೂ ಕೂಡ ಅಂಥ ಸಲಿಗೆ ಕಮ್ಮಿ ಮಧ್ಯಮ ದರ್ಜೆಯ ಕುಟುಂಬಕ್ಕೆ ಸೇರಿದ ಭಾಸ್ಕರನನ್ನ ಎಂದೂ ಇನ್‌ಫಿರಿಯಾರಿಟಿ ಕಾಂಪ್ಲೆಕ್ಸ್ ಕಾಡಿದ್ದೇ ಇಲ್ಲ, ಸುಲಭವಾಗಿ ಬೆರೆತುಹೋಗುತ್ತಿದ್ದ ಸರಳ ವ್ಯಕ್ತಿ. ತನ್ನ ಮನೆಯ ಎಸಿ ಕೋಣೆಯನ್ನ ಮರೆತು ಭಾಸ್ಕರನ ಹಾಸ್ಟೆಲ್‌ಕೋಣೆಗೆ ಬಂದು ಜೊತೆಜೊತೆಯಾಗಿ ವ್ಯಾಸಂಗ ಮಾಡುತ್ತಿದ್ದ ಶ್ರೀವಾಸ್ತವ, ಅವರಿಬ್ಬರ ಸ್ನೇಹಕ್ಕೆ ಅಡ್ಡಿ ಮಾಡುವಂಥ ಸಣ್ಣ ಜನ ಅವರುಗಳ ನಡುವೆ ಬರಲೇ ಇಲ್ಲ. ತೀರಾ ಅಮೂಲ್ಯವೆನ್ನು ವಂತೆ ದಿನಗಳು ಕಳೆದುಹೋಗಿದ್ದುವು.

"ಭಾಸ್ಕರನನ್ನ ನೋಡ್ಕೊಂಡ್ಬರ್ತೀನಿ" ಹೊರಟಾಗ ಅವನ ತಾಯಿ ಅಡ್ಡ ಮಾತು ಹಾಕಿದರು. "ಈಗ ಯಾಕೆ? ನಿನ್ನ ಮದ್ವೆಗೆ ಅವನನ್ನೇ ಕರ್ಸಿಕೊಳ್ಳೋಣ. ಅದನ್ನ ಕೇಳುವ ಸ್ಥಿತಿಯಲ್ಲಿ ಅವನಿರಲೇ ಇಲ್ಲ. ಎಂದಿನ ಮದ್ವೆಗೋ ಇಂದಿನ ಪ್ರಯಾಣ ಕ್ಯಾನ್ಸಲ್ ಮಾಡ್ಲಾ? ಅವನನ್ನ ನೋಡೇ ಎರಡ್ವರ್ಷ ಆಯ್ತು ಈಗ ಹೋಗ್ಲೇ ಹೋಗ್ಬೇಕು."

ಅವನ ತಂದೆ ಸಮ್ಮತಿಸಿದರೂ ಒಂದು ಮಾತು ಹೇಳಲು ಮರೆಯಲಿಲ್ಲ. "ನಿಮ್ಮಮ್ಮ ನಿನ್ಮದ್ವೆ ಮಾಡೋಕೆ ಇಷ್ಟಪಟ್ಟಿದ್ದಾಳೆ. ಅದ್ರ ಹಿಂದ ನೂರು ಕಾರಣಗಳು ಇರ್ಬಹ್ದು. ಮುಖ್ಯವಾಗಿ ಸೊಸೆ ಮನೆಗೆ ಬರ್ಬೇಕು ಅನ್ನೋ ಅಭಿಲಾಷೆನೇ ಜಾಸ್ತಿ' ಅವರ ಮಾತಿಗೆ ನಕ್ಕುಬಿಟ್ಟ ಸದ್ಯಕ್ಕೆ ಅಂಥ ಇಚ್ಛೆ ಇರಲಿಲ್ಲ ತಂದೆಯ ಬೇಡಿಕೆಯಂತೆ ವಿದ್ಯಾಭ್ಯಾಸ ನಿಲ್ಲಿಸಿ ಶ್ರೀ ಎಲೆಕ್ಟ್ರಾನಿಕ್ಸ್ ಬಗ್ಗೆ ಗಮನ ಹರಿಸಲು ಸಮ್ಮತಿಸಿದ್ದರೂ ಈ ಒತ್ತಾಯಕ್ಕೆ ಕಟ್ಟುಬೀಳಲು ಸಿದ್ಧನಾಗಲಿಲ್ಲ "ಎಕ್ಸ್‌ಕ್ಯೂಸ್ ಮಿ... ಪಪ್ಪ' ಹೊರಗೆ ಹೋಗಿದ್ದ.

ಬೆಳಿಗ್ಗೆಯೇ ತನ್ನ ಸಣ್ಣಪುಟ್ಟ ಲಗೇಜನ್ನೆಲ್ಲ ಕಾರಿಗೆ ತುಂಬಿದ್ದ "ನಾನು ಹದಿನೈದು ದಿನ ಬರೋಲ್ಲ. ಮಧ್ಯೆ ಡಿಸ್ಟರ್ಬ್ ಮಾಡ್ಬೇಡಿ' ದೃಢವಾಗಿ ಹೇಳಿದ್ದ ಮಗ. ಭಾಸ್ಕರನ ಮಧ್ಯೆ ಇದ್ದ ಗೆಳೆತನ ಅವರಿಗೆ ಗೊತ್ತಿದ್ದರಿಂದ ಸುಮ್ಮನಾಗಿದ್ದರು. ಕಾಲೇಜು, ಓದು, ಗೆಳೆಯರ ನಡುವೆ ಹಕ್ಕಿಯಂತೆ ಹಾರಾಡಿದ್ದ. ಅವನೆಂದೂ ಮನೆಯ ಬಗ್ಗೆ ಚಿಂತಿಸಿರಲಿಲ್ಲ.

ನವಿಲಿನ ಹಳ್ಳಿ ತಲುಪಿದಾಗ ಅವನಿಗೆ ಸ್ವರ್ಗ ತಲುಪಿದಂತಾಗಿತ್ತು ಮೈನ್ ರೋಡಿನಲ್ಲಿಯೇ ಕಾದುನಿಂತಿದ್ದ ಭಾಸ್ಕರನನ್ನ ನೋಡಿದಕೂಡಲೇ ಅರಿವಾಗದಂತೆ ಬ್ರೇಕ್ ತುಳಿದಿದ್ದ ಗೆಳೆಯ ಈಗ ಪ್ರೌಢನಂತೆ ಕಂಡ. ತೊಟ್ಟಿದ್ದಿದ್ದು ತುಂಬು ತೋಳಿನ ಬಿಳಿಯ ಷರಟು ಮತ್ತು ಉಟ್ಟಿದ್ದಿದ್ದು ಅದೇ ಬಣ್ಣದ ಪಂಚೆ ಮುಖದಲ್ಲಿ ಗಾಂಭೀರ್ಯ, ತೆಳು ಮೀಸೆ ಈಗ ಸ್ವಲ್ಪ ದಪ್ಪಗಾಗಿತ್ತು ಹಿಂದಿನ ಮುಖದ ಬಿಳುಪು ಬಣ್ಣ ನಸುಕೆಂಪಿಗೆ ತಿರುಗಿತ್ತು. ಎರಡು ವರ್ಷದಲ್ಲಿ ಎಷ್ಟೊಂದು ಬದಲಾವಣೆ.

ಕಾರಿನಿಂದ ಇಳಿದವನು ಧಾವಿಸಿದ, "ಭಾಸ್ಕರ..." ಅವನ ಬಾಹುಗಳಲ್ಲಿ ಹುದುಗಿ ಹೋದ. ಎರಡು ನಿಮಿಷ ಯಾರ ಬಾಯಿಂದಲೂ ಮಾತುಗಳು ಹೊರಡಲಿಲ್ಲ ಗಾಳಿ ಕೂಡ ಆ ಸಮಯ ಅತ್ಯಂತ ಸ್ನೇಹಮಯವಾಗಿ, ಹಿತವಾಗಿ ಬೀಸಿತು.

ಆ ಸ್ಥಿತಿಯಿಂದ ಮೊದಲು ಹೊರಬಂದವನು ಭಾಸ್ಕರ, "ಅಪರೂಪಕ್ಕೆ ಬಂದ ನಿನ್ನ ಹೆಚ್ಚು ಹೊತ್ತು ಇಲ್ಲಿ ನಿಲ್ಲಿಸೋಕೆ ಇಷ್ಟಪಡೋಲ್ಲ" ಬೆನ್ನು ತಟ್ಟಿದ. ಆ ಕ್ಷಣ ಶ್ರೀವಾಸ್ತವ ನಿಂದ ಮಾತಾಡಲಾಗಲಿಲ್ಲ.

ಕಾರು ಮಡ್ಡು ರೋಡಿಗೆ ಇಳಿದರೂ ಸರಾಗವಾಗಿ ಹರಿದುಹೋಗಿ ತೋಟದ ಮನೆಯ ಮುಂದೆ ಇಳಿಯಿತು. ಸುತ್ತಲೂ ತೆಂಗು, ಅಡಿಕೆಯ ಮರಗಳು, ಸ್ವಲ್ಪ ದೂರದಲ್ಲಿ ಕಾಣುವ ಬಾಳೆ ತೋಟ, ಅಚ್ಚಹಸುರಿನ ಸ್ವರ್ಗ, ಮಣ್ಣಿನ ಸುವಾಸನಾಮಯ ಸ್ಥಳ. ಇಲ್ಲಿ ಪ್ರಕೃತಿ ಶ್ರೀಮಂತವಾಗಿತ್ತು.

ಡೋರ್ ತಳ್ಳಿಕೊಂಡು ಇಳಿದ ಭಾಸ್ಕರ ನಗುತ್ತಾ "ಇನ್ನ ಇಳೀಬಹ್ದು. ನಿನ್ನ ಕಾರಿಗೂ ಕೂಡ ಬಿಸಿಲು ಸೋಕೋಲ್ಲ" ಎಂದ. ಸ್ಟೀರಿಂಗ್ ವೀಲ್ ಮೇಲೆ ಮೃದುವಾಗಿ ಬೆರಳಾಡಿಸಿ ಕೆಳಗಿಳಿದ ಶ್ರೀವಾಸ್ತವ ಸುತ್ತಲೂ ನೋಟ ಹರಿಸಿದ. ಸಿಟಿಗಳಲ್ಲಿ ಬೀಸುವ ಕಲುಷಿತ ಗಾಳಿಗಿಂತ ಇಲ್ಲಿಯ ಗಾಳಿ ಮುಕ್ತವಾಗಿ, ಆಹ್ಲಾದಕರವಾಗಿ ಬೀಸುತ್ತಿತ್ತು 'ಫೆಂಟಾಸ್ಟಿಕ್. ಯು ಆರ್ ಲಕ್ಕೀ, ಜೀವನಪೂರ್ತಿ ಇಲ್ಲೇ ಇದ್ದುಬಿಡಬೇಕೆನಿಸುತ್ತೆ'

ಉದ್ಗರಿಸಿದ. ಭಾಸ್ಕರ ನುಣ್ಣಗೆ ನಕ್ಕ. ಗೆಳೆಯನ ಶ್ರೀಮಂತಿಕೆಯ ಬಗ್ಗೆ ಅವನಿಗೆ ಗೊತ್ತು.'ಹಾಗೇ ಮಾಡ್ಬಹುದ್ದು, ಈಗ್ಬಾ..." ಕೈ ಹಿಡಿದು ಕರೆದೊಯ್ದ.

ಮಂಗಳೂರು ಹೆಂಚಿನ ಅಚ್ಚುಕಟ್ಟಾದ ಮನೆ. ಒಳಗಿನ ಆಸನಗಳು ಹಳೆಯ ಮರವಾಗಿದ್ದರೂ ಹೆಚ್ಚು ಸುಂದರವಾಗಿತ್ತು. ಸಿಮೆಂಟನ ರೆಡ್ ಆಕ್ಸೈಡ್ ಮಾಡಿಸಿದ ನೆಲ ಫಳಫಳ ಹೊಳೆಯುತ್ತಿತ್ತು ಗೋಡೆಯ ಮೇಲೆ ರವಿವರ್ಮರ ದೇವರುಗಳ ಚಿತ್ರಗಳು ರಾರಾಜಿಸುತ್ತಿದ್ದವು. ಇನ್ನೊಂದು ಕಡೆ ರಾಷ್ಟ್ರನಾಯಕರ ಚಿತ್ರಗಳು ಕೂಡ ಇದ್ದವು. ಅದು ಭಾಸ್ಕರನ ಸೆಲೆಕ್ಷನ್ ಎಂದುಕೊಂಡ. ಅಂತೂ ಅವನಿಗೆ ಅಂದವಾದ ಮನೆಯೆನಿಸಿತು. ಹೊಸ ಬಗೆಯ ವಾತಾವರಣ ಅವನಲ್ಲಿ ನವೋತ್ಸಾಹವನ್ನು ಮೂಡಿಸಿತು.

"ಸದ್ಯಕ್ಕೆ ಈ ಕೋಣೆ ನಿನ್ನ ಉಪಯೋಗಕ್ಕೆ" ಕೋಣೆಗೆ ಕರೆದೊಯ್ದು "ಇನ್ನಷ್ಟು ಅನ್ಕೂಲತೆ ಮಾತ್ರ ನಾನು ಮಾಡಿಕೊಡ್ಲಾರೆ" ಛೇಡಿಸಿದ. ರಪ್ಪನೆ ಬಿತ್ತು ಬೆನ್ನ ಮೇಲೆ ಒಂದು ಗುದ್ದು. "ಯೂ ಈಡಿಯಟ್... ಇಂಥ ವಾತಾವರಣದಲ್ಲಿದ್ದು ಈ ಮಾತುಗಳನ್ನ ಅಭ್ಯಾಸ ಮಾಡಿದ್ಯಾ" ಕೋಪ ಪ್ರದರ್ಶಿಸಿದ.

ಬಟ್ಟೆ ಬದಲಾಯಿಸಿ ಸ್ನಾನ ಮಾಡಿ ಬರುವವೇಳೆಗೆ ಬಿಸಿಬಿಸಿ ಕಾಫೀ ರೆಡಿಯಾಗಿತ್ತು. ಮಾತಾಡದೆ ಕುಡಿದು ಮುಗಿಸಿ ಭಾಸ್ಕರನತ್ತ ನೋಡಿ ಪಕ್ಕದಲ್ಲಿದ್ದ ಟವಲನ್ನ ಅವನ ಮುಖದ ಮೇಲೆಸೆದ ಶ್ರೀವಾಸ್ತವ "ಮೊದ್ಲು ನಿಮ್ಮ ಮನೆಯವ್ರನ್ನ ಪರಿಚಯ ಮಾಡ್ಸು. ಇನ್ನಷ್ಟು ಹೊತ್ತು ನನ್ನ ಕ್ಯೂರಿಯಾಸಿಟಿಯನ್ನ ಕಾಯ್ದಿಡೋದ್ಬೇಡ" ಎಂದ.

ಭಾಸ್ಕರನ ಮುಖದ ಮೇಲೆ ಕ್ಷಣ ವ್ಯಥೆಯ ನೆರಳಾಡಿತು. ಹೊರಗೆಹೋದವನು ಸುಕನ್ಯನ ಜೊತೆಯಲ್ಲಿ ಕರೆತಂದ. "ಇವ್ಳು ನನ್ನ ಶ್ರೀಮತಿ..." ಎಂದಕೂಡಲೇ ಷಾಕ್ ತಗುಲಿದಂತೆ ಶ್ರೀವಾಸ್ತವ ಮೇಲೆದ್ದ ಕ್ಷಣ ಬಿರುಗಾಳಿಯ ಮಧ್ಯೆ ಓಲಾಡಿದಂತಾಯಿತು. "ನಮಸ್ಕಾರ..." ಕೈಜೋಡಿಸಿದವನು ದುರುದುರನೆ ಭಾಸ್ಕರನ ಕಡೆ ನೋಡಿದ. ಅವನ ಅವಡುಗಳು ಬಿಗಿದುಕೊಂಡವು. ಕಣ್ಣುಗಳು ಕೆಂಪಗಾದವು, ನಿಲ್ಲದೆ ಹೊರಗೆ ಹೋದ. ಇದನ್ನು ಭಾಸ್ಕರ ನಿರೀಕ್ಷಿಸಿಯೇ ಇದ್ದ. "ಸುಕನ್ಯ ನೀನ್ಹೋಗಿ ತಟ್ಟೆ ಹಾಕು, ಅವ್ನಿಗೆ ತಿಳಿಸದೇ ಮದ್ವೇ ಆದೇಂತ ಅವ್ನ ಕೋಪ, ಕರ್ಕೊಂಡ್ಬರ್ತೀನಿ" ಎಂದು ಅವನನ್ನು ಹಿಂಬಾಲಿಸಿದ.

ಕಾರಿನಲ್ಲಿ ಕೂತ ಶ್ರೀವಾಸ್ತವ ಸ್ಟಾರ್ಟ್ ಮಾಡಿದ, "ಛಿ ನಾನು ಬರಲೇಬಾರ್ದಿತ್ತು!" ಹಲ್ಮುಡಿ ಕಚ್ಚಿಡಿದು ಕೋಪ ನುಂಗಿದ ಓಡಿಬಂದ ಭಾಸ್ಕರ ಕಾರಿಗೆ ಅಡ್ಡ ಬಂದ "ಪ್ಲೀಸ್, ಕೋಪ ಬೇಡ" ಶ್ರೀವಾಸ್ತವ ಒಂದಿಂಚು ಅಲುಗಾಡಲಿಲ್ಲ. ಬರುವಾಗಿನ ಉತ್ಸಾಹದ ಸ್ಥಳವನ್ನು ಕೋಪ ಆವರಿಸಿತ್ತು "ಸರಿ, ಮತ್ತೆ ನಾನು ತಪ್ಪು ಮಾಡೋಲ್ಲ. ಇಂಥ ಸ್ನೇಹಿತ ನಂಗೆ ಬೇಡ" ಕದಲಿದ ಅವನನ್ನ ಸಮಾಧಾನಿಸಿ ಕೆಳಗಿಳಿಸುವ ವೇಳೆಗೆ ಭಾಸ್ಕರನಿಗೆ ಸಾಕು ಸಾಕಾಯಿತು.

ಆತ್ಮೀಯವಾಗಿ ಅವನ ಕೈಹಿಡಿದುಕೊಂಡ. "ನಾನು ಮದ್ವೇ ಆಗೋ ಸಂತೋಷದಲ್ಲೇ ಇರ್ಲಿಲ್ಲ. ನನ್ತಂದೆ ಸಾಯೋಕೆ ಎರ್ಡು ದಿನ ಮುಂಚೆ ಮಾಡ್ದ ಮದ್ವೆ.

ಆಗ ನಾನು ಯಾರನ್ನೂ ಕರೆಯೋ ಸ್ಥಿತಿಯಲ್ಲಿ ಇರ್ಲಿಲ್ಲ. ಸಿಟಿಯ ವ್ಯಾಮೋಹದ ಹೆಣ್ಣನ್ನ ಎಲ್ಲಿ ಮದ್ವೆಯಾಗಿ ಹಳ್ಳಿನ ಬಿಡ್ತೀನೋ ಅನ್ನೋ ಭಯಕ್ಕೆ ನಂಗೆ ಮದ್ವೆ ಮಾಡಿದ್ರು" ಭಾರವಾದ ನಿಟ್ಟುಸಿರನ್ನು ದಬ್ಬಿದ. ಆಲಿಸಿದಂತೆ ಗಾಳಿ ಕೂಡ ಸ್ತಬ್ಧವಾಯಿತು ಆ ಕ್ಷಣ, ಕಣ್ಣಾರೆ ಕಂಡಿದ್ದ ಮರಗಿಡಗಳು ಕೂಡ ಆ ಕ್ಷಣ ತಲೆದೂಗಿದವು.

"ಅರ್ಧದಲ್ಲೇ ಕಾಲೇಜು ಓದು ನಿಂತುಹೋಯ್ತು. ಹೊಲ, ಗದ್ದೆ ತೋಟಗಳ ಜೊತೆ ಸುಕನ್ಯಳ ಜವಾಬ್ದಾರಿ ಕೂಡ ಹೊರೆಯಾಗಿ ಕಂಡಿತು. ಆಗ ಚಾರು ಇಲ್ಲದಿದ್ರೆ ಚೇತರಿಸಿಕೊಳ್ಳೋಕೆ ಸಾಕಷ್ಟು ಕಾಲ ಹಿಡಿಸ್ತಾ ಇತ್ತು" ತೋಡಿಕೊಂಡು ಎದೆ ಹಗುರ ಮಾಡಿಕೊಂಡ 'ಚಾರು' ಯಾರು? ಶ್ರೀವಾಸ್ತವನಲ್ಲಿ ಪ್ರಶ್ನೆ ಮೂಡಿದರೂ ಕೇಳಲಿಲ್ಲ.

ಊಟ ಮುಗಿಸಿ ಆರಾಮಾಗಿ ಮಲಗಿದ ಶ್ರೀವಾಸ್ತವ ನಿದ್ದೆ ಹತ್ತಿರ ಸುಳಿಯಲಿಲ್ಲ. ಭಾಸ್ಕರ ಬುದ್ಧಿವಂತ ವಿದ್ಯಾರ್ಥಿ. ಅವನ ಐ.ಕ್ಯೂ. ಕೂಡ ಜಾಸ್ತಿ ಇತ್ತು ಇಷ್ಟು ಗೆಳೆತನದ ನಡುವೆಯೂ ಮನೆ, ಮನೆತನ, ಮನೆಯವರ ಸುದ್ದಿಯನ್ನು ಹೇಳುತ್ತಿರಲಿಲ್ಲ. ಪಾಠ, ಪ್ರವಚನ, ಜೋಕ್ಸ್, ಹರಟೆಗೆ ಮಾತ್ರ ಸೀಮಿತವಾಗಿತ್ತು ಅವರುಗಳ ಕಾಲ. ಕೆಲವೊಮ್ಮೆ ಕುತೂಹಲ ವ್ಯಕ್ತಪಡಿಸಿದರೂ ತಳ್ಳಿಹಾಕುತ್ತಿದ್ದ. "ಹೇಳಿಕೊಳ್ಳೋಕ್ಕಿಂತ ನೀನು ನಾಲ್ಕು ದಿನ ನಮ್ಮ ಹಳ್ಳಿಗೆ ಬಂದು ಇದ್ದು ತಿಳಿದುಕೊಳ್ಳೋದೇ ಉತ್ತಮ. ಈ ಸಲ ವೆಕೇಶನ್‌ಗೆ ಹೋಗೋಣ" ಎನ್ನುತ್ತಿದ್ದ. ಆದರೆ ಯಾವುದೋ ತೊಂದರೆಗಳು ಅದನ್ನು ಮುಂದೂಡು ತ್ತಲೇ ಬರುತ್ತಿದ್ದವು. ಒಮ್ಮೆ ಟೆಲಿಗ್ರಾಮ್ ಹಿಡಿದು ಬಂದ ಭಾಸ್ಕರ "ಊರಿಗೆ ಹೋಗ್ತಾ ಇದ್ದೀನಿ. ಬಂದ್ಮಲೆ ಹೇಳ್ತೀನಿ" ಎಂದು ಹೇಳಿಹೋದವನು ತಿಂಗಳ ನಂತರ ಪತ್ರ ಬರೆದಿದ್ದ "ಸದ್ಯಕ್ಕೆ ನಾನು ಓದು ಮುಂದುವರಿಸೋಲ್ಲ. ನಾನೇ ಬಂದು ನಿನ್ನ ಮೀಟ್ ಮಾಡ್ತೀನಿ" ಆ ಪತ್ರದ ನಂತರ ಅವನು ಬರದಿದ್ದರೂ ಆಗಾಗ ಪತ್ರ ಬರೆಯುತ್ತಿದ್ದ ಕೆಲವೊಮ್ಮಶ್ರೀವಾಸ್ತವ ಹೋಗಿ ನೋಡಿ ಬರಬಹುದೆಂದುಕೊಂಡಿದ್ದರೂ ಕೆಟ್ಟ ಹಠ ಮನ ಹೊಕ್ಕಿತ್ತು "ಅವನೇ ಬರಲಿ. ಅವ್ನು ಇರೋದು ಇಂಗ್ಲೆಂಡ್, ಅಮೆರಿಕ ಏನೂ ಅಲ್ವಲ್ಲ" ಹೀಗೆಯೇ ದಿನಗಳು ಉರುಳಿದ್ದವು. ಆದರೆ ಪ್ರತಿ ಪತ್ರದಲ್ಲೂ ಶ್ರೀವಾಸ್ತವಗೆ ಆಹ್ವಾನವಿದ್ದೇ ಇರುತ್ತಿತ್ತು. ಈ ಸಲ ಹೊರಡುವ ನಿರ್ಧಾರವಂತೂ ದೃಢವಾಗಿತ್ತು.

ಕಿಟಕಿಯಿಂದ ತೂರಿ ಬರುತ್ತಿದ್ದ ತಣ್ಣನೆಯ ಗಾಳಿಗೆ ಜೋಂಪು ಹತ್ತಿತು. ಮಲಗಿ ಒಂದು ಗಂಟೆಯ ಕಾಲ ನಿದ್ರಿಸಿಬಿಟ್ಟ. ಎಚ್ಚರವಾದಾಗ ಜುಳುಜುಳು ಎನ್ನುವ ಮಂಜುಳ ನಾದದಂಥ ನಗು. ಎದ್ದು ಮೈ ಮುರಿದು ಏರ್ ಕಂಡೀಶನರ್ ಅಳವಡಿಸಿದ ಕೋಣೆಗಿಂತ ತಂಪಾದ ಸ್ವರ್ಗಾನುಭವ ಅವನಿಗೆ. ಮತ್ತೆ ಮಲಗಿದ್ದು. ಮಲಗುವುದು ಕೂಡ ಈಗ ಅತ್ಯಂತ ಸುಖವಾಗಿ ಕಂಡಿತು.

ಮುಚ್ಚಿದ ಬಾಗಿಲು ತಳ್ಳಿಕೊಂಡು ಭಾಸ್ಕರ ಬಂದ. "ರಾತ್ರಿವರ್ಗ್ಗೂ ನಿದ್ದೇನಾ ಕಂಟಿನ್ಯೂ ಮಾಡ್ತೀಯೇನೋ! ಒಂದಿಷ್ಟು ಕಾಫೀ ಹಾಕಿದ್ರೆ ಮಂಕೆಲ್ಲ ಹರಿದು ಗಾಡಿ ಚುರುಕಾಗುತ್ತೆ." ಕಾಫೀ ಲೋಟಗಳನ್ನ ಸ್ಟೂಲ್ ಮೇಲಿಟ್ಟು ಕೈಹಿಡಿದು ಎಬ್ಬಿಸಿದ "ಹಳ್ಳಿ ಸುತ್ತಮುತ್ತ ಸುಂದರವಾದ ಪ್ರದೇಶವಿದೆ. ವರ್ಷಪೂರ್ತಿ ಇಲ್ಲೇ ಉಳಿದ್ರೂ... ಪೂರ್ತಿ

ನೋಡೋಕ್ಕಾಗೋಲ್ಲ." ಕ್ಷಣ ಭಾವುಕನಾದ ಭಾಸ್ಕರ. ಪ್ರಕೃತಿಯ ಮಡಿಲು ಅವನಿಗಿಷ್ಟ. ಗಂಟೆಗಟ್ಟಲೆ ಒಂದೇ ಗಿಡವನ್ನು ನೋಡುತ್ತಿದ್ದ. ಯಾರಿಗೂ ಗೋಚರಿಸದ ವೈವಿಧ್ಯತೆ ಅವನಿಗೆ ಕಾಣುತ್ತಿತ್ತು ಅವನ ಪ್ರಕಾರ ಸುತ್ತಮುತ್ತಲು ನೋಡಲು ವರ್ಷಗಳೇ ಬೇಕು!

ಮುಖ ತೊಳೆದು ಇಬ್ಬರೂ ಮನೆಯಿಂದ ಹೊರಬಿದ್ದರು. ಓಡಿಬಂದ ಚಾರುಲತಾ ಭಾಸ್ಕರ್‌ಗೆ ಡಿಕ್ಕಿ ಹೊಡೆದಾಗ ಕಣ್ಣರಳಿಸಿದ ಶ್ರೀವಾಸ್ತವ. "ಇವ್ಳು ನನ್ನ ತಂಗಿ. ಇವ್ಳಿಗೆ ನಡ್ಯೋಕ್ಕಿಂತ ಓಡೋದೇ ಇಷ್ಟ. ಈ ಅಭ್ಯಾಸದಿಂದ ಆಗಾಗ ಡಾಮೇಜ್ ಆಗುತ್ತೆ" ಚಾರುಲತಾಳನ್ನು ಪರಿಚಯಿಸುತ್ತ ಅಕ್ಕರೆಯಿಂದ ನೋಡಿದ ಭಾಸ್ಕರ. "ನಮಸ್ಕಾರ..." ಎರಡೂ ಕೈಜೋಡಿಸಿದ, ಅವಳ ಕದಪುಗಳು ರಂಗಾಗಿದ್ದವು. ಮತ್ತೆ ಮನೆ ಕಡೆ ಓಡಿಯೇ ಬಿಟ್ಟಳು. ಜಿಂಕೆಯ ನೆನಪಾಯಿತು ಅವನಿಗೆ. ಇಂಥ ಒಂದು ತಂಗಿ ಇರುವ ವಿಷಯ ಭಾಸ್ಕರನೆಂದೂ ಅವನಿಗೆ ಹೇಳಿರಲಿಲ್ಲ.

ಮತ್ತೆ ಹೆಜ್ಜೆ ಹಾಕುತ್ತ ಭಾಸ್ಕರನೇ ಹೇಳಿದ, "ಫಸ್ಟ್ ಪಿ.ಯುಸಿ.ಗೆ ಸೇರ್ಕೊಂಡಿದ್ದಾಳೆ. ಅಪ್ಪ ಬದುಕಿದ್ದಿದ್ರೆ ಬಹುಶಃ ಇದು ಸಾಧ್ಯವಾಗ್ತಾ ಇರ್ಲಿಲ್ಲ. ಅವ್ರು ಆಗ್ಲೇ ವರಾನ್ವೇಷಣೆ ಷುರು ಮಾಡಿದ್ರು." ಮಧ್ಯೆ ಮಧ್ಯೆ ತನ್ನ ತಂಗಿಯ ಗುಣ, ಸ್ವಭಾವಗಳನ್ನು ಸಹಜವಾಗಿ ವಿಶ್ಲೇಷಣೆ ಮಾಡಿದ.

ಊರಿಗೆ ಮಧ್ಯ ಇದ್ದ ಕಂಬಸಾಲಿನ ಹಳೆಯ ಮನೆಗೂ ಕರೆದೊಯ್ದು ತೋರಿಸಿಕೊಂಡು ಬಂದ. ಅಲ್ಲಿ ಈಗ ಹಳೇ ಸಾಮಾನುಗಳು, ಮೂಟೆಗಳು ತುಂಬಿಕೊಂಡಿದ್ದುವು. ಅವರ ಮನೆ ಇದಕ್ಕೆ ಸ್ಮಾರಕವೆನ್ನುವಂತೆ ಕಂಡಿತು.

ಹೊರಬಂದ ಭಾಸ್ಕರ ದೂರದವರೆಗೂ ನೋಟ ಹರಿಸಿ ನಿಟ್ಟುಸಿರು ದಬ್ಬಿದ. "ಅವ್ರ ಪ್ರಕಾರ ಏನೂ ನಡೀಲಿಲ್ಲ. ಖರ್ಚಿಗೂ ವೆಚ್ಚಕ್ಕೂ ಸಮ ಸಮವಾಗಿಬಿಡ್ತಾ ಇದ್ದಿದ್ದರಿಂದ... ಅವೆರಡರ ಮಧ್ಯ ನಮ್ಮಪ್ಪ ಸವೆದುಹೋದ್ರು."

ಮತ್ತೆ ಇಬ್ಬರೂ ತೋಟದ ಕಡೆ ಹೆಜ್ಜೆ ಹಾಕಿದರು. ಊರಿನ ಹೊರಬದಿಯ ಮುಂಭಾಗಕ್ಕೆ ಇತ್ತು ತೋಟ, ಈಚೆಗೆ ಭಾಸ್ಕರನ ಸಂಸಾರ ಇಲ್ಲಿಗೆ ಬಂದಮೇಲೆ ಕಳವುಗಳ ಸಂಖ್ಯೆ ಕಮ್ಮಿ ಆಗಿತ್ತು ಎದುರಿಗೆ ಇರೋದರಿಂದ ಆಳುಗಳು ಕೂಡ ಮೈ ಬಗ್ಗಿಸಿ ಕೆಲಸ ಮಾಡುತ್ತಿದ್ದರು. ಒಂದಿಷ್ಟು ಲಾಭ ಕೂಡ ಕಾಣುವ ಹಾಗಿತ್ತು.

ರಾತ್ರಿಗೆ ಭರ್ಜರಿಯ ಔತಣದ ಊಟ ಬಡಿಸಿದಾಗ ಶ್ರೀವಾಸ್ತವ ಛೇಡಿಸಿದ. "ನಾನು ನಾಳೆ ಬೆಳಿಗ್ಗೆಯೇನು ಹೊರಡೋಲ್ಲ ಇನ್ನು ಹದಿನೈದು ದಿನ ಇರಬೇಕೂಂತಲೇ ಬಂದಿದ್ದು. ಇಂದೇ ಔತಣದ ಊಟ ಹಾಕಿದ್ದರ ಕರಾಮತ್ತು ಏನು?" ಪ್ರಶ್ನಿಸಿದಾಗ ಭಾಸ್ಕರ ನಕ್ಕುಬಿಟ್ಟಿದ್ದ "ಹದಿನೈದು ದಿನ ಯಾಕೆ, ವರ್ಷವಿದ್ರೂ ಅತ್ತಿಗೆ ನಾದಿನಿ ನಿಂಗೆ ಔತಣದ ಊಟ ಹಾಕೋ ಸಂಕಲ್ಪ ಮಾಡಿದ್ದಾರೆ. ಏನಾದ್ರೂ ಕರಾಮತ್ತು ಇದ್ದರೆ ಅವರದೇ" ಹುಳಿಯ ಪಾತ್ರ ಹಿಡಿದುಬಂದ ತಂಗಿಯ ಕಡೆ ನೋಡಿದ. ಬಟ್ಟಲಿಟ್ಟು ಓಡಿದಳು. ಹಣೆಗೆ ಕೈಯೊತ್ತಿದ. "ಇವ್ಳ ಓಡೋ ಆಸಕ್ತಿ ನೋಡಿದ್ರೆ ಒಳ್ಳೆ ಕೋಚ್‌ನ ಹಿಡ್ದು

ಟ್ರೈನಿಂಗ್ ಕೊಡಬೇಕೆನಿಸುತ್ತೆ. ಪಿ.ಟಿ. ಉಷಾ ಹಾಗೆ ಚಿನ್ನ ತರದಿದ್ರೂ ತಾಮ್ರವಾದ್ರೂ ನಿರೀಕ್ಷಿಸಬಹುದಿತ್ತು" ವಿಷಾದದ ನಟನೆ ಮಾಡಿದಾಗ ಶ್ರೀವಾಸ್ತವ ತನ್ನ ಸಜೆಷನ್ ಕೊಟ್ಟ "ಈಗ್ಲೂ ಕಾಲ ಮೀರಿಲ್ಲ ಅನ್ನಿಸುತ್ತೆ. ಸ್ವಲ್ಪ ಪ್ರಯತ್ನಪಟ್ರೂ ಒಳ್ಳೆ ಅಥ್ಲೆಟಿಕ್ ಮಾಡ್ಬಹ್ದು" ಮಾತುಗಳ ನಡುವೆ ಊಟ ಮುಗಿದಿದ್ದೇ ಗೊತ್ತಾಗಲಿಲ್ಲ. ಹೊಟ್ಟೆ ಭಾರವೆನಿಸಿದಾಗಲೇ ಅವರಿಗೆ ತಮ್ಮ ಊಟದ ಗತ್ತು ಅರಿವಾಗಿದ್ದು.

ಹಾಲಿನ ಮಧ್ಯೆ ಬಂದು ಇಬ್ಬರು ಕೂತಾಗ ಆಳು ಒಂದು ಚಿಪ್ಪು ಯಾಲಕ್ಕಿ ಬಾಳೆಹಣ್ಣು ತಂದಿಟ್ಟ ಶ್ರೀವಾಸ್ತವ ಕೈ ಮುಗಿದ. "ನಮ್ಮಮ್ಮನಿಗೆ ಬೇಗ ಸೊಸೆ ಬರ್ಬೇಕಂತೆ. ಯಾವುದಾದ್ರೂ ಹೆಣ್ಣು ಒಪ್ಪಿ ಮದ್ವೆ ಆಗೋವರೆಗಾದ್ರೂ ನನ್ನ ವೈಟ್‌ನ ಕಂಟ್ರೋಲ್ ನಲ್ಲಿಡೇಕು." ಚೇರಿಗೆ ಪೂರ್ತಿ ತಲೆಯಾನಿಸಿ ಕಣ್ಣುಮುಚ್ಚಿದ. ಮುಚ್ಚಿದ ರೆಪ್ಪೆಗಳ ಮುಂದೆ ಚಾರುಲತ ಸುಳಿದಳು. ಸುಂದರ ಹರಿಣಿಯ ಕಂಗಳು, 'ಬ್ಯೂಟಿಫುಲ್' ಮನ ಒತ್ತಿ ಹೇಳಿತು.

ಅರೆಗಣ್ಣು ತೆರೆದವನು ಬೇಸರಿಸಿದ. "ಮಾರಾಯ, ನಾನೇನಾದ್ರೂ ಅಪರೂಪದ ಗೆಸ್ಟಾ? ನೀನು ಬಿಟ್ಟು ನನ್ನೊಂದಿಗೆ ಮಾತಾಡೋ ಜನ ಇಲ್ಲ. ನಂಗೆ ಸಂಕೋಚ!" ಭಾಸ್ಕರ ನಗುತ್ತ ಎದ್ದು ಅವನ ಕ್ರಾಪ್ ಕೆದರಿದ "ಸ್ವಲ್ಪ ಪೇಷನ್ಸ್ ಇರಲಿ. ನೀನು ಹೆದರಿ ಓಡದಿದ್ರೆ ಸಾಕು. ನಾಳೆಯೆಲ್ಲ ಚಾರುನೋ, ಸುಕನ್ಯನೋ ನಿಂಗೆ ಕಂಪನಿ ಕೊಡ್ತಾರೆ. ನಂಗೆ ಒಂದಿಷ್ಟು ಬ್ಯಾಂಕಿನ ಕಲ್ಸ ಇದೆ" ಎಂದು ಅವನನ್ನು ಕೋಣೆಗೆ ಕರೆದೊಯ್ದು ಮಂಚದ ಮೇಲೆ ದಬ್ಬಿದ "ಹಾಯಾಗಿ ನಿದ್ದೆ ಮಾಡು. ಗುಡ್‌ನೈಟ್" – ಲೈಟಿನ ಸ್ವಿಚ್ ಆಫ್ ಮಾಡಿ ಹೊರಗೆ ನಡೆದ.

ಶ್ರೀವಾಸ್ತವ ಕಣ್ಮುಚ್ಚಿದ. ಮೋಡಗಳ ಮಧ್ಯೆ ಒಂದು ಸುಂದರವಾದ ಮುದ್ದು ಹುಡುಗಿ. ಸುಂದರ ಹೂ ಅರೆ ಬಿರಿದಂಥ ಮುಗುಳ್ನಗೆ ತುಟಿಗಳ ಮೇಲೆ. ಬೆಳಗಿನ ಇಬ್ಬನಿಯಲ್ಲಿ ತೊಯ್ದಂತಹ ಅಪರೂಪದ ಚೆಲುವೆ, 'ಚಾರುಲತ ಚಾರುಲತ...' ಮನ ಹತ್ತು ಸಲ ನುಡಿದು ಸುಖಿಸಿತು.

ರಾತ್ರಿ ಗಡದ್ದು ಊಟದ ಪರಿಣಾಮವೋ ಏನೋ ಶ್ರೀವಾಸ್ತವ ಎಚ್ಚರವಾದಾಗ ಎಂಟು ದಾಟಿಹೋಗಿತ್ತು ಆಗಲೇ ಬಿಸಿಲು ಚುರುಕಾಗಿತ್ತು ಸಂಕೋಚಿಸುತ್ತಲೇ ಮೇಲೆದ್ದಾಗ ಬಾಗಿಲು ತೆರೆಯಿತು.

"ನಿಮ್ಗೇ ಬೆಡ್ ಕಾಫೀ ಅಭ್ಯಾಸಾಂತ ಅಣ್ಣ ಹೇಳಿದ್ರು" ಚಾರುಲತ ಕಾಫೀ ಹಿಡಿದು ಬಂದಳು. "ಸದ್ಯಕ್ಕೆ ಆ ಅಭ್ಯಾಸದಲ್ಲಿ ಒಂದಿಷ್ಟು ಬದಲಾವಣೆ ಆಗಿದೆ. ಮುಖ ತೊಳ್ದು ಕುಡೀತೀನಿ. ಅಲ್ಲಿಟ್ಟುಬಿಡಿ" ಲಗುಬಗೆ ಹೊರಹೋಗಿ ಸೀದಾ ಅಡಿಗೆಮನೆಗೆ ಹೋದವನು ಹಣೆ ಗಟ್ಟಿಸಿಕೊಂಡು "ಸಾರಿ... ಸಾರಿ... ಒಂದಿಷ್ಟು ಬಾತ್‌ರೂಂ ತೋರಿಸಿಬಿಡಿ" ಎಂದಾಗ ಸುಕನ್ಯ ನಸು ನಕ್ಕು ಮೇಲೆದ್ದಳು. "ಬಿ ಕೇರ್‌ಫುಲ್... ಶ್ರೀಗೆ ಬೇಜಾರಾಗ್ದಂತೆ ನೋಡ್ಕೊಳ್ಳಿ. ಚಾರುನ ಬಿಟ್ಟರೇ ನನಗಿರೋ ಸ್ನೇಹಿತ, ಬಂಧು ಎಲ್ಲಾ ಅವನೊಬ್ನೆ" ಭಾಸ್ಕರ ಮಡದಿಗೆ ಎಚ್ಚರಿಸಿದ್ದ.

ಸುಕನ್ಯ ಬಾತ್‌ರೂಂ ತೋರಿಸಿದಾಗ ಅವನ ಜೋಂಪು ಇನ್ನ ಹರಿಯದ್ದು ಅವಳಿಗೆ ಅರಿವಾಗಿ ಮುಖ ಒಂದು ತರಹ ಮಾಡಿ ಕ್ಷಮೆ ಯಾಚಿಸಿದಳು.

"ಚಾರು ಎಬ್ಬಿಸಿಬಿಟ್ಳಾ? ನೀವಾಗಿ ಏಳೂವರ್ಗೂ ಎಬ್ಬಿಸಬಾರ್ದೂಂತ್ಲೇ... ಕಟ್ಟಪ್ಪಣೆ ಆಗಿತ್ತು. ಏನೂ ತಿಳ್ಕೊಬೇಡಿ" ಸುಕನ್ಯ ಮಾತುಗಳಿಗೆ ನಕ್ಕುಬಿಟ್ಟ."ಛೆ, ಏನಿಲ್ಲ. ನಾನಾಗೇ ಎದ್ದೆ" ಮುಖ ತೊಳೆಯಲು ಮುಂದಾದ.

ಚಾರುಲತ ಕಾಫೀ ಕಪ್‌ನ ಮೇಲೆ ಪ್ಲೇಟ್ ಮುಚ್ಚಿ ಅಲ್ಲಿಯೇ ಕೂತಳು "ಅವ್ನಿಗೆ ಕಾಫೀ ಕುಡಿದೇ ಬೆಳಗಾಗೋಲ್ಲ. ಡಿಕಾಕ್ಷನ್, ಹಾಲು ಹೊಸ್ದೇ ಇರ್ಬೇಕು. ಎರಡನೆ ಸಲ ಬಿಸಿ ಮಾಡ್ದ ಕಾಫೀ ಅವ್ನು ಕುಡ್ಯೋಲ್ಲ. ಶ್ರೀಗೆ ಫಿಲ್ಟರ್ ಕಾಫೀನೇ ಇಷ್ಟ. ಹೆಚ್ಚು ಸಕ್ಕರೆ ಬೆರೆಸೋದ್ಬೇಡ. ಡಿಕಾಕ್ಷನ್ ಹದ ಕೂಡ ಸರಿಯಾಗಿ ಇರ್ಲಿ. ಬೆರೆಸಿದ ಕೂಡ್ಲೇ ಕುಡ್ಯೋ ಹಾಗೆ ನೋಡ್ಕೊಳ್ಳಿ. ಅದರ ಮೇಲೆ ಪರೆ ತೇಲಿದರೆ ಅವ್ನು ವಾಂತಿ ಮಾಡ್ಕೋತಾನೆ" ಬೆಳಗಿನ ಕಾಫಿಯ ಬಗ್ಗೆ ಇದಿಷ್ಟು ವ್ಯಾಖ್ಯಾನ ನೀಡಿ ಹೋಗಿದ್ದ ಭಾಸ್ಕರ.

ಎರಡು ಮೂರು ಸಲ ಕಪ್ ಮುಟ್ಟಿನೋಡಿದ ಚಾರುಲತ ಬೇಸರದ ಮುಖ ಹೊತ್ತು ಒಳಗೊಯ್ದಳು. ಕಾಫೀದು ಕೂಡ ಅವಳಿಗೆ ಸಮಸ್ಯೆಯೆನಿಸಿತು.

ಟ್ರೇನಲ್ಲಿ ಆರು ಕಪ್ ಕಾಫಿ ಹಿಡಿದುಬಂದಾಗ ಮುಖದ ಒದ್ದೆಯೊತ್ತುತ್ತಿದ್ದ ಶ್ರೀವಾಸ್ತವ ವಿಸ್ಮಿತನಾದ.

"ಈ ಆರು ಕಪ್ ಕಾಫೀ ನಾನು ಕುಡೀಬೇಕಾ?" ಚಾರುಲತ ಸುಂದರವಾಗಿ ನಕ್ಕಳು, "ಬೇಡ, ನಿಮ್ಮ ರುಚಿಗೆ ಯಾವ ಕಪ್‌ನ ಕಾಫೀ ಸರಿಹೋಗುತ್ತೋ ಅದ್ನೇ ಕುಡೀರಿ." ಅವನಿಗೆ ತಮಾಷೆಯೆನಿಸಿತು.

ಒಂದು ಕಪ್‌ನ ತುಟಿಯ ಒಳಗೆ ಒಯ್ದವನೆ ಇಟ್ಟ. ಇನ್ನೊಂದು ಕಪ್‌ನಲ್ಲಿನ ಕಾಫೀಯನ್ನ ಸಿಪ್ ಮಾಡಿಟ್ಟ. ಕಡೆಗೆ ಯಾವ ಕಪ್‌ನಲ್ಲಿನ ಕಾಫಿಯನ್ನೂ ಕುಡಿಯಲಿಲ್ಲ.

"ಚೆನ್ನಾಗಿಲ್ವಾ?" ಸುಂದರ ರೆಪ್ಪೆಗಳು ಪಟಪಟನೆ ಬಡಿದುಕೊಂಡವು. "ಅಣ್ಣ, ಬೇಜಾರು ಮಾಡ್ಕೋತಾನೆ" ಮುಖ ಸಪ್ಪಗೆ ಮಾಡಿಕೊಂಡು ಹೊರಗೆಹೋದಾಗ ಒಂದು ಕಪ್ ಎತ್ತಿಕೊಂಡು ಕುಡಿದಿಟ್ಟ. "ಇಲ್ಲಿನ ಪರಿಸರದಷ್ಟು ಶುಭ್ರ, ಸುಂದರ, ಸೂಕ್ಷ್ಮ ಚಾರು. ಅವ್ಳ ನಗುವು, ಓಟ ಇಲ್ದಿದ್ರೆ ಈ ತೋಟದ ಜೀವಂತಿಕೆನೆ ಸತ್ತು ಹೋಗುತ್ತೆ" ಎಂದಿದ್ದ ಅರ್ಧಸ್ವರದಲ್ಲಿ ಭಾಸ್ಕರ. ಆ ಕ್ಷಣ ಅವನಿಗೂ ನಿಜವೆನಿಸಿತ್ತು. ಚಾರುಲತ ಬೆಳದಿಂಗಳಿನಂತೆ, ಶುಭ್ರ ಶ್ವೇತ ವಸನದಂತೆ. ತೀಡಿ ಬರುವ ಸಂಜೆಯ ಮಂದಾನಿಲದಂತೆ. ಕ್ಷಣ ಮೈ ಮರೆತುಬಿಟ್ಟ.

ಚಾರುಲತ ಮತ್ತೊಂದು ಟ್ರೇಯನ್ನ ಹೊತ್ತು ತಂದಳು. ಡಿಕಾಕ್ಷನ್, ಷುಗರ್, ಬಿಸಿ ಹಾಲು ಬೇರೆ ಬೆರಸೇ ಇದೆ. "ಪ್ಲೀಸ್, ನೀವೇ ಬೆರ್ಸಿಕೊಳ್ಳಿ" ಸ್ವರ ಅತ್ಯಂತ ಮೃದುವಾಗಿತ್ತು. ಕುಡಿದಿಟ್ಟ ಕಪ್‌ನ ಕಣ್ಣಿನಿಂದಲೇ ತೋರಿಸಿ. "ನಿಜವಾಗ಼್ೂ ಕಾಫೀ ಚೆನ್ನಾಗಿತ್ತು. ಶ್ರಮ ಅನಗತ್ಯ" ಎಂದರು. ಅವಳ ಕೈಯಲ್ಲಿನ ಟ್ರೇ ಕಿತ್ತು ಸ್ಟೂಲ್ ಮೇಲಿಟ್ಟು ತಾನೆ ಎರಡು ಕಪ್ ಬೆರೆಸಿದ "ಕುಡ್ದು ನೋಡಿ..." ಒಂದು ಗುಟುಕು ಕುಡಿದವನು ಮುಖ ಕಹಿ ಮಾಡಿದ...

ಬರೀ ಸಕ್ಕರೆಯ ಪಾನಕ. ಅವನಿಗೆ ಬೆರೆಸಿಯೇ ಅಭ್ಯಾಸವಿಲ್ಲ. ಆದರೆ ಚಾರುಲತ ಕುಡಿದಿಟ್ಟಳು. "ತುಂಬ ಚೆನ್ನಾಗಿದೆ" ಅಂದರೂ ಅವಳ ಕಣ್ಣುಗಳು ತುಂಟ ನಗೆ ಬೀರಿದವು. "ಸ್ನಾನ ಮುಗಿಸಿದ ಕೂಡ್ಲೇ ಬ್ರೇಕ್ ಫಾಸ್ಟ್ ರೆಡಿ" ಹೊರನಡೆದಳು.

ಉಪಾಹಾರದ ನಂತರ ಕ್ಯಾಮರ ಕುತ್ತಿಗೆಗೆ ಹಾಕಿಕೊಂಡು ಹೊರಟುನಿಂತಾಗ ಅವನಿಗೆ ಜೊತೆಯಾದದ್ದು ಚಾರುಲತ. ಅವರ ಹೊಲಗದ್ದೆಗಳನ್ನೆಲ್ಲ ತೋರಿಸುವ ವೇಳೆಗೆ ಅವನೇ ಸುಸ್ತಾದ. ಅವನ ಅಂದಾಜಿನ ಪ್ರಕಾರ ಹತ್ತು ಕಿಲೋ ಮೀಟರಾದರೂ ನಡೆದಿದ್ದ. ಕಾರು ಹತ್ತುವ ಜನಕ್ಕೆ ಕಾಲ್ನಡಿಗೆಯ ಪ್ರವಾಸ. ತಲೆಯ ಮೇಲೆ ಬಿಸಿಲಿನ ಪ್ರಕೋಪ. ಒಂದು ಮರದ ಕಡೆ ಸುಸ್ತಾದವನಂತೆ ಕೂತುಬಿಟ್ಟ. ಮುಖ, ಮೈ ಬೆವಿನಿಂದ ತೋಯ್ದು ಹೋಗಿತ್ತು.

ಚಾರುಲತ ಅಲ್ಲೇ ಬಂದುನಿಂತರೂ ಅವಳ ಕಣ್ಣೋಟ ಸುತ್ತಲೂ ಹರಿದಾಡು ತ್ತಿತ್ತು. "ಛೆ, ತುಂಬ ನಡೆದುಬಿಟ್ಟರಲ್ಲ." ಸಂತಾಪ ಸೂಚಿಸುವಂತೆ ಅವನತ್ತ ನೋಟ ಹರಿಸಿದಳು. ಹಣೆಯ ಬೆವರನ್ನ ಕರ್ಚೀಫ್‌ನಿಂದೊರೆಸುತ್ತಿದ್ದವನು ನೇರವಾಗಿ ನೋಡಿದ. ಕಣ್ಣುಗಳಲ್ಲಿ ಅದೇ ತುಂಟತನದ ಛಾಯೆ. ಅಣಕಿಸುವಂತಿತ್ತು ಅವಳ ಕಿರುನಗು. ಆದರೆ ಮಾತು ಬದಲಾಯಿಸಿದ. "ನಿಮ್ಮನ್ನ ಚಾರುಲತ ಅಂತ ಅಷ್ಟು ಮರ್ಯಾದೆಗಳನ್ನು ಕೊಟ್ಟು ಕೂಗೋದು ಬೇಸರ. ಸ್ವೀಟಾಗಿ ಚಾರು ಅಂತ್ಲೇ ಕೂಗ್ತೀನಿ" ಎಂದಾಗ ನಿರ್ಮಲ ವಾಗಿ ನಕ್ಕಳು. "ಹಾಗೇ ಕೂಗಿ, ಎಲ್ಲರೂ ಹಾಗೇ ಕೂಗೋದು, ಅಟೆಂಡೆನ್ಸ್ ನೋಡದಿದ್ರೆ ನನ್ಹೆಸರೇ ಭಾರ ಅಂದ್ಕೋತಾರೆ. ಅಣ್ಣ ಅತ್ತಿಗೆ, ಮಾತ್ರವಲ್ಲ ನನ್ನ ಫ್ರೆಂಡ್ಸ್‌ಗೆ ಕೂಡ ಹಾಗೆ ಕೂಗೋದು ಇಷ್ಟ" ತನ್ಮಯತೆಯಿಂದ ನುಡಿದಳು. ಕೊಂಕಿಲ್ಲದ, ಜುಳುಜುಳು ಹರಿಯುವ ಝರಿಯಂಥ ಮಾತುಗಳು ಅವಳವು.

ಇವರು ಬರುವವೇಳೆಗೆ ಮುಸ್ಸಂಜೆ ಹೊತ್ತು ಸುಕನ್ಯ ಆತಂಕದಿಂದ ಆಳುಗಳನ್ನು ಅತ್ತಿತ್ತ ಅಟ್ಟಿದ್ದಳು. "ಅವ್ರಿಗೆ ಹಳ್ಳಿ ಪರಿಸರ ಏನೇನೂ ಗೊತ್ತಿಲ್ಲ ಒಬ್ಬನನ್ನೇ ಕಳಿಸ್ಬೇಡಿ. ಬಿಸಿಲಿನಲ್ಲಿ ಓಡಾಡದ ಜನ ಏನಾದ್ರೂ ಆದ್ರೆ... ಕಷ್ಟ" ಇಂಥ ಹತ್ತು ಮಾತುಗಳನ್ನ ಹೋಗುವ ಮುನ್ನ ಭಾಸ್ಕರ ಹೇಳಿಹೋಗಿದ್ದ. ಶ್ರೀವಾಸ್ತವನ ಬಗ್ಗೆ ಪುರುಸೊತ್ತು ಆದಾಗಲೆಲ್ಲ ಹೇಳುತ್ತಿದ್ದುದರಿಂದ ಈ ಮಾತುಗಳು ಹಳೆಯದೆನಿಸಿದರೂ ಅವರಿಬ್ಬರ ಮಧ್ಯದ ಗಾಢ ಸ್ನೇಹದ ಬಗ್ಗೆ ಅಸೂಯೆ ಕೂಡ ಆಗುತ್ತಿತ್ತು.

ಬಂದಕೂಡಲೆ ಕ್ಯಾಮರ ಒಂದೆಡೆ ಎಸೆದುಬಿಟ್ಟು ಕೂತ ಶ್ರೀವಾಸ್ತವ. "ನಿಮ್ಮ ಹಳ್ಳಿ ಬಹಳ ದೊಡ್ಡದೇ." ಬಿಸಿಲಿನ ಓಡಾಟ ದಣಿವನ್ನುಂಟುಮಾಡಿದ್ದರೂ ಚಾರುಲತಳ ಮಾತು, ಸ್ವಭಾವ, ಚುರುಕುತನ ಅವನಿಗೆ ಬಹಳ ಇಷ್ಟವಾಗಿತ್ತು. ಮದ್ವೆಯಾದ್ರೆ... ಇಂಥ ಹುಡ್ಗೀನೇ ಆಗ್ಬೇಕು. ಒಂದು ನಿಶ್ಚಯಕ್ಕೆ ಬಂದಂತೆ ಮೆಲುಕು ಹಾಕಿದ.

ಸುಕನ್ಯ ನಾದಿನಿಯನ್ನ ಮೃದುವಾಗಿ ಆಕ್ಷೇಪಿಸಿದಳು "ಚಾರು, ನಿಂಗೆ ಸ್ವಲ್ಪ ಕೂಡ ಬುದ್ಧಿ ಇಲ್ಲ. ಊಟದ ಹೊತ್ಗೆ ಬಂದುಬಿಡ್ತೀರಾಂತ ತಿಳ್ಕೊಂಡ್ರೆ ಸಂಜೆ ಬಂದಿದ್ದೀರಿ. ದಾರಿಯಲ್ಲಿ ತಲೆ ಸುತ್ತಿದ್ರೆ..." ಸಣ್ಣಗೆ ನಕ್ಕುಬಿಟ್ಟಳು ಚಾರುಲತ.

"ನಂದೇನೂ ತಪ್ಪಿಲ್ಲ. ಸಿಕ್ಕಿದ ಕಡೆಯೆಲ್ಲ ಫೋಟೋ ತೆಗೀತಾ... ನಿಂತರೇ... ನಾನೇನು ಮಾಡ್ಲಿ?" ಎಂದವಳು ತನ್ನ ಕೋಣೆಗೆ ಹೋಗಿ ಬಿದ್ದುಕೊಂಡಳು. ಅವಳಿಗೂ ವಿಪರೀತ ಆಯಾಸ, ಭದ್ರವಾಗಿ ಕಣ್ಮುಚ್ಚಿಕೊಂಡಳು.

"ನನ್ನ ಯಾರೂ ಎಬ್ಬಿಸ್ಬೇಡಿ" ಕಣ್ಮುಚ್ಚಿ ಗೊಣಗಿದಳು. ಆಮೇಲೆ ಸುಕನ್ಯ ಎಷ್ಟೇ ಪ್ರಯತ್ನಿಸಿದರೂ ಅವಳು ಏಳಲಿಲ್ಲ. ಸೋತವಳಂತೆ ಹಾಯಾಗಿ ನಿದ್ರಿಸಿಬಿಟ್ಟಳು.

ಭಾಸ್ಕರ ರಾತ್ರಿ ಬರುವ ವೇಳೆಗೆ ಶ್ರೀವಾಸ್ತವನ ಊಟ ಮುಗಿದಿತ್ತು ಹೊರಗಿದ್ದ ನೂಲಿನ ಮಂಚದ ಮೇಲೆ ಮಲಗಿ ನಕ್ಷತ್ರಗಳ ನಡುವೆ ಏನೋ ಹುಡುಕುತ್ತಿದ್ದ. ಕೆಲವು ಗಂಟೆಗಳಲ್ಲಿಯೇ ಚಾರುಲತ ಹಳೆಯ ಗೆಳತಿಯಂತೆ ಕಂಡಿದ್ದಳು.

ಒಂದು ದೊಡ್ಡ ಲೋಟದ ತುಂಬ ಹಾಲು ಹಿಡಿದು ಬಂದು ಅವನ ಮುಂದಿಟ್ಟ ಭಾಸ್ಕರ. "ಕುಡಿ, ತಣ್ಣಗಾಗಿ ಹೋಗುತ್ತೆ. ಹೇಗೆ ಅನ್ನಿಸ್ತು ನಮ್ಮ ಹಳ್ಳಿ?" ಮಲಗಿದ್ದ ಶ್ರೀವಾಸ್ತವ ಎದ್ದು ಕೂತ. "ಈಗ್ಗೆ ಜಾಗ ಖಾಲಿ ಮಾಡೂಂತ ಹೇಳ್ತು ನಿನ್ನ ಹಳ್ಳಿ. ನನ್ನ ಮನೆ ಉಸ್ತುವಾರಿಗೆ ಇರ್‍ಲಿ ನೀನು ಬ್ಯಾಂಡು ಅದೂ, ಇದೂಂತ ತಿರುಗೋಸ್ಕರ ಕರೆಸಿದ್ಯಾ?" ಕೋಪ ಪ್ರದರ್ಶಿಸುತ್ತ ದಿಂಬು ತೆಗೆದು ತೊಡೆಯ ಮೇಲೆ ಹಾಕಿಕೊಂಡ. ಭಾಸ್ಕರನಿಗೆ ತನ್ನ ತಪ್ಪಿನ ಅರಿವಾಯಿತು. "ಸಾರಿ ಸಾರ್... ನಾಳೆಯೊಂದು ದಿನ ಹೋಗ್ಬಂದರೆ... ಆಮೇಲೆ ನಿನ್ಜೊತೆ ಬಿಟ್ಟು ಅಲ್ಲಾಡೋಲ್ಲ" ಆಶ್ವಾಸನೆ ಕೊಟ್ಟ.

ಆಮೇಲೆ ಗೆಳೆಯರು ಅರ್ಧ ರಾತ್ರಿಯವರೆಗೂ ಮಾತಾಡಿದರು. ತಮ್ಮ ಓದುವ ದಿನಗಳನ್ನು ಮಾತ್ರ ನೆನಪು ಮಾಡಿಕೊಂಡಿದ್ದರು. ಅವೆಲ್ಲ ಸುವರ್ಣ ಕ್ಷಣಗಳು. ಜವಾಬ್ದಾರಿರಹಿತ ಆರಾಮದಿನಗಳು.

ಮೇಲಕ್ಕೆದ್ದ ಭಾಸ್ಕರ ಸುತ್ತಮುತ್ತಲು ನೋಟ ಹರಿಸಿದ "ತೋಟದ ಮನೆಯಲ್ಲಿ ಇಡೀ ಸಂಸಾರ ಇರೋದ್ಬೇಡ, ತೆಂಗು, ಅಡಿಕೆಗೆ ಕಳ್ಳರು ಇದ್ದೇ ಇರ್ತಾರೆ. ತಲೆ ಗಟ್ಟಿ ಇರ್ಬಹುದ್ದು; ಹಾಗಂತ ಗೋಡೆಗೆ ಹಾಯಿಸೋಕಾಗುತ್ತ" ಊರಿನ ಮುಖ್ಯಸ್ಥರ ಬುದ್ಧಿವಾದ ಅವನನ್ನೇನೂ ವಿಚಲಿತನನ್ನಾಗಿ ಮಾಡಿರಲಿಲ್ಲ. ಈ ಸ್ಥಳ ಅವನಿಗೆ ಅತ್ಯಂತ ನೆಮ್ಮದಿಯನ್ನ ನೀಡಿತ್ತು

"ಶ್ರೀ... ಒಳ್ಗಡೆ ಮಲ್ಗು!" ಬಲವಂತದಿಂದ ಅವನನ್ನ ಎಬ್ಬಿಸಿದ. "ನಾನು ಹೊರ್‍ಗಡೆ ಮಲಗೋಕೆ ಚಾರು, ಸುಕನ್ಯ ಬಿಡೋಲ್ಲ. ಈಗಾಗ್ಲೆ ನಾಲ್ಕು ಸಲ ಬಾಗಿಲವರೆಗೂ ಬಂದು ರಾಣಿ ಸಾಹೇಬರು ಎಚ್ಚರಿಕೆ ಕೊಟ್ಟುಹೋಗಿದ್ದಾರೆ" ನೋಟ ಬಾಗಿಲ ಕಡೆ ಹರಿಸಿದ. ಸುಕನ್ಯಳ ನೆರಳಾಡಿತು.

ಇಬ್ಬರೂ ಒಳಗೆಬಂದಾಗ ಸುಕನ್ಯ ಹೇಳಿದಳು. "ಬೆಳಗಿನ ತಿಂಡಿ ಬಿಟ್ರೆ... ಚಾರು ಏನೂ ತಿಂದಿಲ್ಲ. ನೀವು ಎಬ್ಬಿಸಿ ನೋಡಿ" ಭಾಸ್ಕರ ತಂಗಿಯ ಕೋಣೆಯ ಕಡೆ ನಡೆದ.

ಎಬ್ಬಿಸುವ ದನಿ ಶ್ರೀವಾಸ್ತವನಿಗೆ ಕೇಳಿಸುತ್ತಿತ್ತು. ಏಳುವ ಸೂಚನೆ ಕಾಣಲಿಲ್ಲ. ಆರಾಮಾಗಿ ಬಂದು ಮಲಗಿದ. ಬಾಗಿಲಿಗೆ ಬಂದ ಭಾಸ್ಕರ ಲೈಟ್ ಆರಿಸಿದ.

“ಗುಡ್‌ನೈಟ್, ಇಬ್ರೂ ತುಂಬ ಅಲೆದಾಡಿರಬೇಕು. ಅವಳನ್ನ ಗದ್ದೆ ಹೊಲದ ಕಡೆ ನಾನು ಕರ್ಕೊಂಡೇ ಹೋಗೋಲ್ಲ. ಮಗ್ಗಲು ಕೂಡ ಬದಲಾಯಿಸದಂಥ ಸುಸ್ತು” ಎಂದವನು ಮತ್ತೊಮ್ಮೆ ಗುಡ್‌ನೈಟ್ ಹೇಳಿ ತನ್ನ ಕೋಣೆಗೆ ಹೋದ.

ಶ್ರೀವಾಸ್ತವ ಎರಡೂ ಕೈಗಳನ್ನು ಬೆಸೆದು ತಲೆಯ ಕೆಳಗಿಟ್ಟುಕೊಂಡ, ಆಕಾಶದಲ್ಲಿ ತೇಲಿದಂಥ ಅನುಭವ ನಕ್ಷತ್ರಗಳ ಮಧ್ಯ ಚಾರುಲತ.

“ನಿಮ್ಮಮ್ಮನಿಗೆ ಆದಷ್ಟು ಬೇಗ ಸೊಸೆ ಮನೆಗೆ ಬರೋದು ಇಷ್ಟ” ತಂದೆ ಹೇಳಿದಾಗ ತೇಲಿಸಿದ್ದ. ಆದರೆ ವಿರೋಧಿಸುವುದು ಕಷ್ಟವೆಂದು ಅವನಿಗೆ ಗೊತ್ತು. ಅವನ ತಾಯಿ ಹಾರ್ಟ್ ಪೇಷಂಟ್. ಗುಂಗಿಗೆ ಒಳಗಾದ.

ಹಾಯಾಗಿ ನಿದ್ರಿಸಿಬಿಟ್ಟ ನಾಲ್ಕು ದಿನದ ವೇಳೆಗೆ ಚಾರುಲತ ಅವನ ಮಧ್ಯೆ ಅಪಾರವಾದ ಸಲುಗೆ ಬೆಳೆದಿತ್ತು. ಅವಳನ್ನ ಛೇಡಿಸುವಷ್ಟು. ಕೆಲವೊಮ್ಮೆ ಕಣ್ಣೀರು ಕೂಡ ಹಾಕಿಸಿಬಿಡುತ್ತಿದ್ದ ಅವಳ ಮುಖದಲ್ಲಿ ಮಿನುಗುವ ನಿರ್ಮಲ ನಗೆ ಅವನಿಗೆ ಇಷ್ಟ ಮುಸುಕು ಹೊದ್ದ ಕಾರು ಆರಾಮಾಗಿ ನಿದ್ರಿಸುತ್ತಿತ್ತು.

ಒಂಟಿಯಾಗಿ ಕೂತು ಪತ್ರಿಕೆಗಳನ್ನು ತಿರುವುತ್ತಿದ್ದ ಶ್ರೀವಾಸ್ತವ ಮುಂದೆ ಸುಕನ್ಯ ಬಂದು ಕೂತಳು. “ನಿಮ್ಗೆ ಪಾಮಿಸ್ಟ್ರಿ ಗೊತ್ತಾ?” ವಿಸ್ಮಯದಿಂದ ತಲೆಯೆತ್ತಿದ್ದ ಸುಕನ್ಯ ಕಣ್ಣುಗಳಲ್ಲಿ ಕಂಬನಿ. ತಕ್ಷಣ ಹೇಳಿದ, “ಗೊತ್ತು ನಿಮ್ಮ ಕೈ ನೋಡ್ಬೇಕಾ...?” ಅವನ ಮುಂದೆ ಕೈಚಾಚಿದಳು “ನಂಗೆ ಮಕ್ಳು ಆಗೋಲ್ಲಾಂತ ಜ್ಯೋತಿಷಿಗಳು ಕೈನೋಡಿ ಹೇಳಿದ್ರು. ಅವ್ರಿಗೆ ಮಕ್ಳು ಇಷ್ಟ” ಈಗ ಅವನಿಗೆ ಅರ್ಥವಾಯಿತು. ಅವಳ ಕಣ್ಣುಗಳಲ್ಲಿನ ಆತಂಕ ಓದಿಕೊಂಡ.

“ನಿಮ್ಮ ಹಳ್ಳಿ ಕಡೆ ಜ್ಯೋತಿಷಿಗಳು ತಾನೇ! ಅವ್ರಿಗೆ ಏನೂ ಗೊತ್ತಿರೋಲ್ಲ. ನಾನು ನೋಡ್ತೀನಿ ಕೈಚಾಚಿ” ಎಂದ.

ಸುಕನ್ಯ ಚಾಚಿದ ಕೈಯ್ಯನ್ನ ಹಿಡಿದು ನೋಡಿದ. ಅಲ್ಪ ಸ್ವಲ್ಪ ತಿಳಿದುಕೊಂಡಿದ್ದ ಅವನು ಪ್ರತಿಯೊಬ್ಬರ ಕೈಯ್ಯನ್ನು ನೋಡಿ ಹೇಳುತ್ತಿದ್ದ. ಅದು ಬರೀ ಜೋಕ್‌ಗಾಗಿ. ಈಗ... ಅವನೆದೆಯಲ್ಲಿ ತಳಮಳ ಶುರುವಾಯಿತು.

ಪ್ರತಿಯೊಂದು ಗೆರೆಯನ್ನು ಅಳೆದು ಸುರಿದು ನೋಡಿದ, “ಎಲ್ಲಾ... ಬಂಡಲ್! ನಿಮಗೆ ಆರು ಮಕ್ಕಳಾಗುತ್ತೆ. ಆದ್ರೆ ಸ್ವಲ್ಪ ನಿಧಾನ. ಕನಿಷ್ಟ ಮೂರ್ವರ್ಷವಾದ್ರೂ ಬೇಕು” ಮನಸ್ಸಿಗೆ ಅನಿಸಿದ್ದನ್ನ ಹೇಳಿದ.

ಸುಕನ್ಯ ಕಣ್ಣುಗಳಲ್ಲಿ ಮಿಂಚು. “ನಿಜವಾಗಿಯೂ...” ಹೌದೆನ್ನುವಂತೆ ತಲೆದೂಗಿದ “ಷ್ಯೂರ್... ನಿಮಗೇ ಅಪನಂಬಿಕೆನೇ ಬೇಡ” ಕೈ ಬಿಟ್ಟ. ಸುಕನ್ಯಾಗೆ ಖಂಡಿತ ಸಮಾಧಾನ ವಾಗಿತ್ತು.

ನಾಲ್ಕಾರು ಸಲ ಶ್ರೀವಾಸ್ತವ ಪಾಮಿಸ್ಟ್ರಿ ಕಲಿತು ಕೈ ನೋಡುತ್ತಿದ್ದುದನ್ನು ಮಾತಿನ

ಸಂದರ್ಭದಲ್ಲಿ ಭಾಸ್ಕರ ಹೇಳಿದ್ದ. ತನ್ನ ಕೈ ತೋರಿಸುವ ಸುವರ್ಣಾವಕಾಶಕ್ಕೆ ಕೆಲವು ತಿಂಗಳುಗಳಿಂದಲೇ ಕಾಯುತ್ತಿದ್ದಳು.

ಓದುತ್ತಿದ್ದ ಚಾರುಲತನ ಕೈಹಿಡಿದು ಎಳೆತಂದ ಸುಕನ್ಯ ಅವನ ಮುಂದೆ ಕೂಡಿಸಿದಳು. "ದಯವಿಟ್ಟು ಇವ್ಳ ಕೈ ಒಂದಿಷ್ಟು ನೋಡಿ" ಚಾರುಲತ ಕೈಯನ್ನ ಬೆನ್ನ ಹಿಂದೆ ಬಚ್ಚಿಟ್ಟುಕೊಂಡಳು. "ನಾನು ತೋರಿಸೊಲ್ಲ!" ಸುಕನ್ಯ ಜಗ್ಗಾಡತೊಡಗಿದಳು.

"ಅವ್ರು ಗಂಡಿಗೋಸ್ಕರ ಹುಡುಕಾಡ್ತ ಇದ್ದಾರೆ. ಇವ್ಳಿಗೆ ಒಂದಿಷ್ಟೂ ಬುದ್ಧಿ ಇಲ್ಲ. ಸ್ವಲ್ಪ ನೋಡಿ" ಸುಕನ್ಯ ದುಂಬಾಲು ಬಿದ್ದಾಗ ಅವನಿಗೆ ನೋಡುವದು ಎಷ್ಟು ಅನಿವಾರ್ಯವೋ, ಅವಳಿಗೆ ಕೈ ಚಾಚುವುದು ಅಷ್ಟೇ ಅನಿವಾರ್ಯವಾಗಿ ಕಂಡಿತು.

ಅಷ್ಟರಲ್ಲಿ ಆಳು ಕೂಗಿಕೊಂಡಿದ್ದರಿಂದ ಸುಕನ್ಯ ಎದ್ದುಹೋದಳು. ಚಾಚಿದ ಅವಳ ಕೈಹಿಡಿದು ಅತ್ತಿತ್ತ ತಿರುಗಿಸಿ ಬೆರಳಿನಿಂದ ಗೆರೆಗಳನ್ನ ಸವರಿ ತದೇಕಚಿತ್ತವಾಗಿ ನೋಡುತ್ತಿದ್ದವನು ತಟ್ಟನೇ ನೋಟವೆತ್ತಿದ. ಎರಡು ಕಣ್ಣೋಟಗಳೂ ಬೆರೆತವು. ಚುಂಬಕ ದಂತೆ ಆ ಎರಡು ನೋಟಗಳನ್ನ ಅಚಲಗೊಳಿಸಿತು ಪ್ರೇಮವೆಂಬ ಮಾಯಾಜಾಲ.

ಚಾರುಲತ ಅವನ ಮಾರ್ದವತೆಯ ನೋಟ ಎದುರಿಸಲಾರದೆ ಕೈ ಕಿತ್ತುಕೊಂಡು ಓಡಿಬಿಟ್ಟಳು. ಅವಳ ಮೈಯಲ್ಲಿ ಮೃದುವಾದ ಕಂಪನ. ಒಂದು ಸ್ಥಾಯಿಗೆ ಏರಿದ ಎದೆಯ ಬಡಿತ ನಿಮಿಷಗಳ ನಂತರವೇ ಮಾಮೂಲಿಗೆ ಬಂದಿದ್ದು. ದೀರ್ಘವಾಗಿ ಉಸಿರೆಳೆದು ದಬ್ಬಿದಳು.

ಒಂದು ಮಧುರವಾದ ವಾತಾವರಣದಲ್ಲಿ ಬೆಳೆದವಳು. ಅವಳ ಸುತ್ತಲೂ ಪ್ರೀತಿಯ ಕಾರಂಜಿ. ಅಮ್ಮ, ಅಪ್ಪ ಮುದ್ದಿನ ಗೊಂಬೆಯಾಗಿ ಬೆಳೆಸಿದ್ದರೆ ಚಂದನದ ಗೊಂಬೆಯಂತೆ ಜೋಪಾನ ಮಾಡಿದ್ದ ಭಾಸ್ಕರ. ವಯಸ್ಸಿನಲ್ಲಿ ಒಂದು ನಾಲ್ಕು ವರ್ಷ ದೊಡ್ಡವಳಾದ ಸುಕನ್ಯ ಗೆಳತಿಯಂತೆ, ಅಕ್ಕನಂತೆ ಅವಳನ್ನ ಆದರಿಸುತ್ತಿದ್ದಳು. ಸದಾ ಭಾಸ್ಕರನ ಕಣ್ಣಿನ ಕೆಂಪು ಅವಳನ್ನ ಕಾಯ್ದಿಡುತ್ತಿತ್ತು.

ಮನೆಯಿಂದ ದೂರಸಾಗಿ ಬಾಳೆಯ ಗಿಡಗಳ ಬಳಿ ಬಂದಳು. ಆ ಕ್ಷಣದವರೆಗೂ ಶ್ರೀವಾಸ್ತವನನ್ನು ಅವಳು ಬೇರೆ ದೃಷ್ಟಿಯಿಂದ ನೋಡಿದ್ದೇ ಇಲ್ಲ. ಈಗ ಅವಳೆದೆಯಲ್ಲಿ ಅರ್ಥವಾಗಿ ಅಲೆಗಳ ನಡುವೆ ಎಲ್ಲಿ ಹುದುಗಿ ಹೋಗುವೆನೋ ಎಂದು ಹೆದರಿದಳು.

ಅವಳ ಕೆನ್ನೆಯ ಸಮೀಪದಲ್ಲಿ ಬಿಸಿಯುಸಿರು. "ಯಾಕೆ ಹೇಳೋಕೆ ಮೊದ್ಲೇ ಓಡ್ಬಂದೆ. ಬೇಗ ಮದ್ವೆ ಆಗುತ್ತೆ. ನಿನ್ನ ಕಾಟಕ್ಕೆ ಓಡಿಹೋಗ್ತಾನೆ" ತಮಾಷೆಗಾಗಿ ಅಂದ. ಹಿರಿಯರ ಪ್ರಕಾರ ಆಕಾಶದಲ್ಲಿ ಸಂಚರಿಸುತ್ತಿದ್ದ ಅಶ್ವಿನೀ ದೇವತೆಗಳು ಎಲ್ಲಿ 'ಅಸ್ತು ಅಸ್ತು ಅಸ್ತು' ಅಂದುಬಿಟ್ಟರೋ, ಮುಂದಿನ ಭವಿಷ್ಯದ ಅರಿವೇ ಇರಲಿಲ್ಲ ಆ ಹೃದಯಗಳಿಗೆ.

ಚಾರುಲತ ಅವನ ಕಣ್ಣೋಟ ಎದುರಿಸಲಾರದೆ ಎರಡೂ ಕೈಗಳಿಂದ ಮುಖ ಮುಚ್ಚಿಕೊಂಡಳು. ಬೆರಳುಗಳು ಮೃದುವಾಗಿ ಕಂಪಿಸುತ್ತಿದ್ದುದು ಅವನ ಗಮನಕ್ಕೆ ಬಂತು.

"ಚಾರು... ಚಾರು... ಐ ಲವ್ ಯು. ಐ ಮ್ಯಾರಿ ಯು" ಸಿಹಿಯಾಗಿ ಹೇಳಿದ.

ಚಾರುಲತ ಓಡಿಬಿಟ್ಟಳು. ಆ ಕಡೆಯೇ ನೋಡಿದ. ಸುತ್ತಲ ತೋಟ ಒಂದು ಋಷ್ಯಾಶ್ರಮದಂತೆ ಗೋಚರಿಸಿತು. ಕಾಳಿದಾಸನ ಶಕುಂತಲೆ ಅವನ ಕನಸ್ಸಿನಲ್ಲಿ ಕುಣಿದಳು. 'ಚಾರು, ಐ ಲವ್ ಯು' ಭಾಸ್ಕರ ಈ ಮಾತಿಗೆ ನಕ್ಕುಬಿಡಬಹುದು. ಇದೊಂದು ಯುವಕರ ಚಾಳಿಯೆಂದು ತಮಾಷೆ ಮಾಡಬಹುದು. ಕಾಲೇಜಿನ ದಿನಗಳಲ್ಲಿ ದಿನಕ್ಕೊಂದು ಇಂಥ ಪ್ರೇಮ ಪ್ರಸಂಗಗಳನ್ನು ನೋಡಿ ಭಾಸ್ಕರ ನಕ್ಕುಬಿಡುತ್ತಿದ್ದ. ಇದೆಲ್ಲಿ ಬರೀ ಥ್ರಿಲ್, ಹಾಗೆ ಹೇಳಿಕೊಂಡು ಓಡಾಡೋದು ಕೂಡ ಫ್ಯಾಷನ್.

ಸಂಜೆ ಭಾಸ್ಕರನನ್ನು ಹುಡುಕಿಕೊಂಡು ಒಬ್ಬ ಶಾಸ್ತ್ರಿಗಳು ಬಂದರು. ಜೊತೆಯಲ್ಲಿ ಒಂದು ಚೀಲ, ಮುಖದಲ್ಲಿ ಬೆವರಿನ ಸೆಲೆ.

ಸುಕನ್ಯ ತಂದು ಕೊಟ್ಟ ಕಾಫೀ ಕುಡಿದ ಮೇಲೆಯೇ ಅವರು ತಮ್ಮ ಕಡತಗಳನ್ನು ಬಿಚ್ಚಿದ್ದು.

"ನಿನ್ತಂಗಿ ಜಾತ್ಕ ನೋಡ್ದೆ. ಈ ತಿಂಗಳಲ್ಲಿ ಮದ್ವೆ ಆದ್ರೆ... ಆದ ಹಾಗೆ ಇಲ್ದಿದ್ರೆ ಮೂರ್ವರ್ಷ ವಿವಾಹ ಯೋಗವಿಲ್ಲ" ತಮ್ಮ ನೋಟ್ ಪುಸ್ತಕದ ನಡುವೆ ಇದ್ದ ಜಾತಕದ ಪ್ರತಿಯನ್ನು ತೆಗೆದು ಅವನ ಮುಂದಿಟ್ಟರು.

ಭಾಸ್ಕರ ಸಣ್ಣಗೆ ನಕ್ಕ. "ಇನ್ನ ಮೂರ್ವರ್ಷ ನಿಶ್ಚಿಂತೆಯಾಗಿ ಇದ್ದೀನಿ ಬಿಡಿ" ಎಂದವನು ಮೆಲ್ಲಗೆ ಪ್ರಶ್ನಿಸಿದ, "ಯಾವುದಾದ್ರೂ ಗಂಡುಗಳು ಇದ್ಯಾ?" ಅವರು ಅದಕ್ಕೆ ಸಿದ್ಧರಾಗಿಯೇ ಬಂದಿದ್ದರು.

ಚಾರುಲತ ಜಾತಕಕ್ಕೆ ಸರಿಹೊಂದುವಂಥ ನಾಲ್ಕು ಫೋಟೋ ಅವನ ಮುಂದಿಟ್ಟರು.

"ಇವ್ರು ಸಿವಿಲ್ ಇಂಜಿನಿಯರ್. ಈ ಫೋಟೋದಲ್ಲಿರೋ ಯುವಕ ಮೆಕ್ಯಾನಿಕಲ್ ಇಂಜಿನಿಯರ್. ಡಿಫರೆನ್ಸ್ ಒಂದು ಲಕ್ಷದವರ್ಗ್ಗೂ ಬರುತ್ತೆ."

ಶ್ರೀವಾಸ್ತವನ ಕೈಯಲ್ಲಿದ್ದ ನಾವೆಲ್ ಜಾರಿತು. 'ವರದಕ್ಷಿಣೆ ನಿರ್ಮೂಲನಾ'ದ ಬಗ್ಗೆ ಕಾವೇರುವಂತೆ ಭಾಷಣ ಮಾಡಲು ಯುವಕರು ಸುತ್ತುಗಟ್ಟಿದರು. ಸ್ಟೇಜ್ ಮೇಲೆ ನಿಂತರೇ ಚಪ್ಪಾಳೆಯ ಸುರಿಮಳೆ. ಆದರೆ ವಾಸ್ತು ಜೀವನದಲ್ಲಿ ಅವರುಗಳೇನು ಬೇರೆಯಲ್ಲ.

ಅಲ್ಲೇ ಬಂದು ಭಾಸ್ಕರನ ಪಕ್ಕ ಕೂತು "ಯಾಕೆ ಡಿಫರೆನ್ಸ್?" ಮೆಲ್ಲಗೆ ಪ್ರಶ್ನಿಸಿದ. ಶಾಸ್ತ್ರಿಗಳು ಘೊಳ್ಳನೆ ನಕ್ಕರು. ಇಷ್ಟು ಸಾಮಾನ್ಯ ಸಂಗತಿ ತಿಳಿಯದಲ್ಲ ಎನ್ನುವ ಪರಿಹಾಸ್ಯ ಅವರದು.

"ಸಿವಿಲ್ ಇಂಜಿನಿಯರ್‌ನ ವರದಕ್ಷಿಣೆ ರೇಟ್ ಜಾಸ್ತಿ. ಕಾರಣ ಇಷ್ಟೆ ಮಕ್ಯಾನಿಕಲ್ ಇಂಜಿನಿಯರ್‌ಗಳಿಗೆ ಎಕ್ಸ್‌ಟ್ರಾ ಇನ್‌ಕಂ ಕಮ್ಮಿ. ಅದೇ ಸಿವಿಲ್ ಇಂಜಿನಿಯರ್‌ಗಳಿಗೆ ಜಾಸ್ತಿ. ರಸ್ತೆನೋ ಸೇತುವೆನೋ ಅಣೆಕಟ್ಟೋ ಕಟ್ಟೋದ್ರಲ್ಲಿ ಡಿಸೈನ್ ಅಪ್ರೂವ್ ಮಾಡೋದ್ರಿಂದ ಹಿಡಿದು ಕಾಂಟ್ರಾಕ್ಟ್ ಅವಾರ್ಡ್ ಮಾಡಿ ಒಪ್ಪಂದಕ್ಕಿಂತ ಕಮ್ಮಿ ಗ್ರೇಡಿನ ಕೆಲಸಕ್ಕೆ

ಸರ್ಟಿಫೈ ಮಾಡೋವರೆಗೂನು ಕಾಂಟ್ರಾಕ್ಟ್‌ದಾರರಿಂದ ಧಾರಾಳವಾಗಿ ಹಣ ಹರಿದು ಬರುತ್ತಾ ಇರುತ್ತೆ. ಅದ್ಕೇ ಅವ್ರ ರೇಟು ಜಾಸ್ತಿ" ವಿವರಿಸಿದರು. ಅವಾಕ್ಕಾದ ಶ್ರೀವಾಸ್ತವ. ಇಂಥ ವಿಷಯಗಳಲ್ಲಿ ತನಗೇನೂ ಜ್ಞಾನವಿಲ್ಲವೆಂದುಕೊಂಡ. ಮತ್ತೆ ಕೆಲವರ ರೇಟು ಕೂಡ ಅವನಿಗೆ ತಿಳಿದಂತಾಯಿತು.

ಗೆಲುವಾಗಿಯೇ ಇದ್ದ ಭಾಸ್ಕರ ಶಾಸ್ತ್ರಿಗಳು ಹೋದಮೇಲೆ ಪೆಚ್ಚಾಗಿಬಿಟ್ಟ. ನಷ್ಟವನ್ನ ಅನುಭವಿಸುತ್ತಲೇ ಬಂದ ವ್ಯವಸಾಯ, ತೋಟ ಈಗ ಚೇತರಿಸಿಕೊಂಡಿದ್ದರೂ ಹಿಂದಿನ ಸಾಲ ತೀರಿಸುವುದು ಅವನಿಗೆ ಕಷ್ಟವಾಗಿ ಕಂಡಿತ್ತು.

ಸಾಯೋ ಮೊದಲು ಅವನ ತಂದೆ ಬಂದು ಹೇಳಿದ್ದರು. "ತೋಟ, ಜಮೀನನ್ನು ಉಳ್ಸಿಕೊಳ್ಳೋದು ಕಷ್ಟ. ಅದ್ಕೇ ಮೊದ್ಲು ಚಾರು ಮದ್ವೆ ಮಾಡು, ಆಮೇಲೆ ಕಷ್ಟವಾಗುತ್ತೆ" ಅದೇನು ತಳ್ಳಿಹಾಕುವಂಥ ಮಾತಾಗಿರಲಿಲ್ಲ. ಅವನು ಕೂಡ ಅದೇ ತರಾತುರಿಯಲ್ಲಿದ್ದ. ಆದರೆ ಅಷ್ಟು ಸುಲಭವೇ?

ಶ್ರೀವಾಸ್ತವ ಅವನ ತೋಳಿಡಿದು ಅಲುಗಾಡಿಸಿದ. "ನಮ್ಮ ಬೆಲೆ ಎಷ್ಟಾಗ್ಬಹ್ದು?" ಭಾಸ್ಕರ ನಕ್ಕುಬಿಟ್ಟ "ನಿಮ್ಮಂಥವರ ಮದುವೆಗಳಲ್ಲಿ ಬದಲಾಗುವುದು ಲಕ್ಷಗಳಲ್ಲ, ಪ್ರಾಪರ್ಟಿ. ಅದರದೇ ಒಂದು ಲಿಸ್ಟ್."

ಮತ್ತೆ ಭಾಸ್ಕರ ತಂಗಿಯ ಮದುವೆಯ ಪ್ರಸ್ತಾಪ ಎತ್ತಲಿಲ್ಲ. ಶ್ರೀವಾಸ್ತವ ತಾನೇ ವಿಷಯಕ್ಕೆ ಬಂದ.

"ನಾನು... ಹ್ಯಾಗೆ?" ಅವರ ಮುಂದೆ ಬಂದು ಶ್ರೀವಾಸ್ತವ ಸರಿಯಾಗಿ ನಿಂತ. ಭಾಸ್ಕರ ಅಡಿಯಿಂದ ನೆತ್ತಿಯವರೆಗೂ ಮೆಚ್ಚುಗೆಯ ನೋಟ ಹರಿಸಿದ. "ತೇಟು ಸಿನಿಮಾ ಹೀರೋ" ಕೈಯೆತ್ತಿದ. "ಸ್ಟಿಲ್ ಐಯಾಮ್... ಬ್ಯಾಚುಲರ್. ನೀನು ಯಾಕೆ ನನ್ನ ಬಗ್ಗೆ ಯೋಚ್ನೋಲ್ಲ" ಶ್ರೀವಾಸ್ತವನ ಮುಖ ಕೆಂಪಾಯಿತು. ಅವನಿಗೆ ತೀವ್ರ ಅಸಮಾಧಾನ.

ಭಾಸ್ಕರನ ಕಣ್ಣುಗಳು ಕಿರಿದಾದವು. "ಸಿಲ್ಲಿಯಾಗಿ ಮಾತಾಡ್ಬೇಡ. ನಮ್ಮಿಬ್ಬರ ಮಧ್ಯದ ಸ್ನೇಹಕ್ಕೆ ಯಾರದೇ ತಂಟೆತಕರಾರು ಇರೋಲ್ಲ. ನಿನ್ನ ತಾಯ್ತಂದೆ ಕೂಡ ತಲೆ ಕೆಡ್ಸಿಕೊಳ್ಳೋಲ್ಲ. ಸಂಬಂಧಗಳು ಬೆಳೆಯೋದು ಮಾತ್ರ ಅಂತಸ್ತಿಗೆ ಅನುಗುಣವಾಗಿ" ಸತ್ಯಾನ ಸ್ಪಷ್ಟಪಡಿಸಿದ. ಆದರೆ ಅವನು ಒಪ್ಪುವ ಸ್ಥಿತಿಯಲ್ಲಿ ಇರಲಿಲ್ಲ.

ಶ್ರೀವಾಸ್ತವ ಒಂದು ನಿರ್ಣಯಕ್ಕೆ ಬಂದಿದ್ದ. "ಭಾಸ್ಕರ್, ನಾನು ಚಾರುಲತನ ಮದ್ವೆ ಆಗೋಕ್ಕೆ ಇಷ್ಟಪಟ್ಟಿದ್ದೀನಿ. ಬೇರೆ ಗಂಡುಗಳ ತಪಾಸಣೆ ಬೇಡ." ದೃಢತೆ ಇತ್ತು ಅವನ ದನಿಯಲ್ಲಿ.

ಭಾಸ್ಕರ ಚಿಂತೆಗೊಳಗಾದ "ನಿನ್ಗಿಂತ ಒಳ್ಳೆ ಗಂಡು ನನ್ತಂಗಿಗೆ ಸಿಕ್ಕೊಲ್ಲ. ಆದ್ರೆ... ನಾನು ಸ್ವಾರ್ಥಿ ಆಗಲಾರೆ. ನಿನ್ತಂದೆ, ತಾಯಿ ಕೂಡ ನನ್ನ ಬಗ್ಗೆ ತಪ್ಪು ತಿಳೀತಾರೆ. ಆ ಮನೆಯ ಸೊಸೆಯಾಗಿ ಚಾರುಗೆ ಸಿಗ್ಬೇಕಾದ ಗೌರವ, ಪ್ರೀತಿ ಸಿಗೋದ್ರಲ್ಲಿ ನಂಗೆ

ಅನುಮಾನ. ಆ ವಿಷ್ಯ ಮರ್ತಿಬಿಡು" ಎಷ್ಟೋ ಸಮಾಧಾನ ಹೇಳಿದ. ಶ್ರೀವಾಸ್ತವ ಒಂದಿಂಚು ಅಲುಗಾಡಲಿಲ್ಲ. ಸುಕನ್ಯ ಕೂಡ ಅವನ ಪಕ್ಷ ವಹಿಸಿದಳು.

ಈ ತಿಂಗಳಲ್ಲಿ ಚಾರುಗೆ ಮದ್ವೇ ಆಗಿದ್ರೆ ಮೂರ್ವರ್ಷ ಆಗೋಲ್ಲ ಅಂದರಲ್ಲ, ಶಾಸ್ತ್ರಿಗಳು. ಗಂಡು ಹುಡ್ಕೋದು ಅಷ್ಟೊಂದು ಸುಲಭಾನ? ನಿಮ್ಮ ಸ್ನೇಹಿತನಿಗೆ ಕೊಟ್ಟು ಚಾರು ಮದ್ವೇ ಮುಗ್ಸಿಬಿಡಿ" ಒತ್ತಾಯಿಸಿದಳು. ಆದರೆ ಅವನೇನು ವಿಚಲಿತನಾಗಲಿಲ್ಲ.

"ಈ ವಿಷ್ಯದಲ್ಲಿ ನೀನು ತೆಪ್ಪಗಿರು. ಆರಾಮಾಗಿರೋ ಶ್ರೀ ಬದ್ಕಿನಲ್ಲಿ ಬಿರುಗಾಳಿ ಎಬ್ಬಿಸೋದು ನಂಗಿಷ್ಟವಿಲ್ಲ. ಚಾರು ಮದ್ವೆ ನಿಧಾನವಾಗಿಯೇ ಆಗ್ಲಿ."

ಸುಕನ್ಯ ಸುಮ್ಮನಾಗಿಬಿಟ್ಟಳು. ಮನೆಯ ಆರ್ಥಿಕ ಪರಿಸ್ಥಿತಿ ಅವಳಿಗೆ ಗೊತ್ತು. ಭಾಸ್ಕರ ಎಷ್ಟೇ ಕಾಳಜಿ ವಹಿಸಿ ಹಗಲಿರುಳು ದುಡಿದರೂ ಆಸ್ತಿನ ಬಹಳ ದಿನ ಉಳಿಸಿಕೊಳ್ಳುವುದು ಕಷ್ಟವೆಂದು ಅವಳಿಗೆ ಗೊತ್ತು. ಬ್ಯಾಂಕ್‌ಗಳಲ್ಲಿನ ಸಾಲಗಳಿಗೆ ಬಡ್ಡಿ ಕಟ್ಟಲೇ ಕಷ್ಟವಾಗುತ್ತಿತ್ತು. ಅಂಥ ತೊಂದರೆಗಳು ನೂರಿದ್ದರೂ ಮನೆಯಲ್ಲಿ ಅವುಗಳ ಪ್ರಸ್ತಾಪವೇ ಎತ್ತಲಾರದಷ್ಟು ದೊಡ್ಡತನ ಭಾಸ್ಕರನದು.

ಚಾರುಲತ ಕಾಫಿ ಕೊಡೋಕೆ ಹೋದಾಗ ಮಲಗಿದ್ದ ಶ್ರೀವಾಸ್ತವ ಅವಳ ಕೈಹಿಡಿದುಕೊಂಡ. "ನಿಮ್ಮಣ್ಣ ನಮ್ಮಿಬ್ರ ಮದ್ವೆಗೆ ಒಪ್ಪೋಲ್ಲ. ನೀನು ಇಷ್ಟಪಟ್ರೆ ಸಾಕು..." ಬೇರೆಯವರಿಗೆ ಅವನದು ಹುಚ್ಚುಚ್ಚು ಪ್ರಲಾಪವಾಗಿ ಕಂಡರೂ ಶ್ರೀವಾಸ್ತವ ಹಿಂದೆಗೆಯುವ ಸ್ಥಿತಿಯಲ್ಲಿರಲಿಲ್ಲ. ಚಾರುಲತಳ ತಲೆತಗ್ಗಿತು. ಏನೂ ಹೇಳಲಾರದ ಸ್ಥಿತಿ ಅವಳದು.

ಕೈಬಿಟ್ಟು ಮೇಲೆದ್ದವನು ಸರಸರನೆ ಸೂಟ್‌ಕೇಸ್‌ಗೆ ಬಟ್ಟೆಗಳನ್ನು ಹಾಕಿದ. "ಹೃದಯವಿಲ್ಲದ ಜನ. ಇನ್ನ ಸ್ನೇಹ ತಾನೇ ಯಾಕೆ ಬೇಕು? ಇಲ್ಲಿಗೆ ಗುಡ್‌ಬೈ" ಸೂಟ್‌ಕೇಸ್‌ನ ಎತ್ತಿಕೊಂಡು ಬಾಗಿಲ ಕಡೆ ಹೊರಟವನನ್ನ ತಡೆದಳು. "ಶ್ರೀ ನನ್ನ... ಬಿಟ್ಹೋಗ್ಬೇಡಿ" ಅವ್ರನ ಕೈಯಲ್ಲಿನ ಸೂಟ್ಕೇಸ್ ಅವನ ಅರಿವಿಲ್ಲದೆ ಜಾರಿತು. ಬಿಗಿದು ಅಪ್ಪಿಕೊಂಡ. "ಖಂಡಿತ ಇಲ್ಲ. ಭಾಸ್ಕರ ಏನೂ ಮಾಡೋಕ್ಕಾಗೋಲ್ಲ!" ಅವನೆದೆ ಉದ್ವೇಗದಿಂದ ಏರಿಳಿಯತೊಡಗಿತು.

ಭಾಸ್ಕರ ಪೂರ್ತಿಯಾಗಿ ಸಂದಿಗ್ಧದಲ್ಲಿ ಬಿದ್ದ. "ನಿಂಗಾದ್ರೆ... ಮದ್ವೆ ಮಾಡಿಕೊಡು. ಇಲ್ದಿದ್ರೆ ಚಾರುನ ನಾನೇ ಕರ್ಕೊಂಡ್ಹೋಗಿ ಮದ್ವೆ ಮಾಡ್ಕೊತೀನಿ. ತೊಂದರೆ ಕೊಡೋಕೆ ಬಂದವರ ಕೈಕಾಲುಗಳು ಮುರಿಯುತ್ತೆ" ಹಠಕ್ಕೆ ಬಿದ್ದ ಶ್ರೀವಾಸ್ತವ.

ಕಡೆಗೆ ಭಾಸ್ಕರ ಸೋಲಲೇಬೇಕಾಯಿತು. ಬಹಳ ಸರಳವಾಗಿ ಚಾರುಲತ ಮತ್ತು ಶ್ರೀವಾಸ್ತವರ ಮದುವೆ ನಡೆದುಹೋಯಿತು. ತಂದೆತಾಯಿಯರ ಒಪ್ಪಿಗೆ, ಆಶೀರ್ವಾದ ದೊರಕಿಸಿಕೊಳ್ಳುವ ಭರವಸೆ ಶ್ರೀವಾಸ್ತವನಿಗೆ ಇತ್ತು. ಆದರೆ ಇಡೀ ಚಿತ್ರಣವೇ ತಿರುವು ಮರುವಾಗುವ ಕಲ್ಪನೆ ಮಾತ್ರ ಅವನಿಗಿರಲಿಲ್ಲ.

* * *

ಶ್ರೀವಾಸ್ತವ ಬೆಡ್‌ರೂಂನಲ್ಲಿಯೇ ಯಾವುದೋ ಫೈಲ್ ಮುಂದೆ ಹಾಕಿಕೊಂಡು ಕೂತಿದ್ದರು. ಮೂರು ದಿನಗಳಿಂದ ಸತತವಾಗಿ ಸುರಿಯುತ್ತಿದ್ದ ಮಳೆ ಜನಜೀವನವನ್ನು ಅಸ್ತವ್ಯಸ್ತಗೊಳಿಸಿತ್ತು.

"ಪಪ್ಪ..." ಒಳಗೆಬಂದ ರೋಹಿತ್ ಮೌನವಾಗಿ ನಿಂತ. ಶ್ರೀವಾಸ್ತವ ಫೈಲು ಮುಚ್ಚಿಟ್ಟು ಹಿಂದಕ್ಕೆ ಒರಗಿದರು. "ವ್ಹಾಟ್ ಈಸ್ ದಿ ಮ್ಯಾಟರ್? ಏನಾಯ್ತು ನಿನ್ನ ಕಾಲೇಜಿನ ಟೂರ್ ವಿಷ್ಯ?"

ರೋಹಿತ್ ಬಂದು ತಂದೆಯ ಪಕ್ಕದಲ್ಲಿ ಕೂತ. ಅವನಿಗೆ ತಾಯಿಯ ಬಳಿಗಿಂತ ತಂದೆಯ ಬಳಿಯಲ್ಲಿಯೇ ಸಲುಗೆ ಜಾಸ್ತಿ. ಅದು ಕೂಡ ಒಂದು ಮಿತಿಯಲ್ಲಿ ಅನವಶ್ಯಕ ಮಾತುಗಳನ್ನಾಡಲು ಶ್ರೀವಾಸ್ತವ ಎಂದೂ ಇಷ್ಟಪಡುತ್ತಿರಲಿಲ್ಲ.

"ಮಮ್ಮಿ ಬೇಡಾಂತಾರೆ" ಅವರ ಮುಂದಿದ್ದ ಫೈಲ್‌ನ ಪಕ್ಕಕ್ಕೆ ಎತ್ತಿಟ್ಟ "ನೀವೇ ಕನ್ವಿನ್ಸ್ ಮಾಡ್ಬೇಕು." ಅಹವಾಲು ಎತ್ತಿದ. ಅಂಥ ಅಗತ್ಯವೇನು ಅವರಿಗೆ ಕಾಣಲಿಲ್ಲ. ಅತಿಯಾದ ಪ್ರೀತಿ ರೋಹಿತ್ ಮೇಲೆ ಅಚಲಾಗೆ. "ಬೇಕಾಗೋಲ್ಲ ನಿನ್ನ ಮಮ್ಮಿ ಬೇಡಾನ್ನೋಕೆ ಹಿನ್ನೆಲೆ ಇರುತ್ತೆ. ನೀನೇ ವಿಚಾರ್ಸು."

ರೋಹಿತ್ ಸಪ್ಪಗಾದ. ಯಾವ ಯುವಕನಾದರೂ ಅಭಿಮಾನಪಡುವ ತಂದೆ ಶ್ರೀವಾಸ್ತವ ಸಮಾಜದಲ್ಲಿಯೇ ಆಗಲಿ, ಅವರ ಉದ್ಯಮವನ್ನು ನೋಡಿ ಅಸೂಯೆ ಪಡುವಂಥ ಜನರಾಗಲಿ, ಅವರ ಬಗ್ಗೆ ಬೆನ್ನು ತೋರಿಸುವುದು ಅಂಥ ಸುಲಭದ ಕೆಲಸವು ಅಲ್ಲ. ಸುಳ್ಳು ದಾಖಲೆಗಳನ್ನ ಸೃಷ್ಟಿಸುವುದು ಕಷ್ಟ.

ರೋಹಿತ್ ಇನ್ನಷ್ಟು ಅವರ ಹತ್ತಿರ ಸರಿದ. "ಇಲ್ಲ ಪಪ್ಪ ನಂಗೆ ನಿಮ್ಮ ಹೆಲ್ಪ್ ಬೇಕೇಬೇಕು. ಮಮ್ಮಿದು ಕೆಟ್ಟ ಹಟ. ಬಗ್ಗಿಸೋಕ್ಕಾಗ್ಲಿಲ್ಲ.!" ತೋಡಿಕೊಂಡ. ನಸುನಕ್ಕರು ಶ್ರೀವಾಸ್ತವ.

ಅದಕ್ಕೆ ಕಾರಣ ಅವರಿಗೆ ಗೊತ್ತು ಪ್ರತಿ ಬಾರಿ ರೋಹಿತ್ ಹೊರಗೆ ಹೋದಾಗಲೆಲ್ಲ ಒಂದೊಂದು ಅನಾಹುತ. ಶಾಲೆಗೆ ಹೋಗುತ್ತಿದ್ದ ದಿನಗಳಲ್ಲಿ ಕೈ ಮುರಿಸಿಕೊಂಡು ಬಂದು ಮೂರು ತಿಂಗಳು ಪ್ಲಾಸ್ಟರ್ ಹಾಕಿಸಿಕೊಂಡು ಮನೆಯಲ್ಲಿದ್ದ. ಮತ್ತೆರಡು ಸಲ ಗೆಳೆಯರ ಜೊತೆಗೆ ಟೂರ್‌ಗೆ ಹೋಗಿದ್ದಾಗ ಈಜಲು ದೂರ ಹೋಗಿ ಮುಳುಗಿ ಎಳೆದು ತಂದು ಹಾಕಿದರು. ಒಂದಲ್ಲ ಒಂದು ಅನಾಹುತ ಅವನ ಹಿಂದೆ. ಹೆತ್ತವರು ಜೀವಾನ ಅಂಗೈಯಲ್ಲಿ ಹಿಡಿದೇ ಅವನನ್ನ ಎಲ್ಲಾದರೂ ಕಳುಹಿಸಬೇಕಿತ್ತು.

"ಪ್ಲೀಸ್ ಪಪ್ಪ, ಈ ಸಲ ಬಹಳ ಕೇರ್‌ಫುಲ್ ಆಗಿರುತ್ತೀನಿ" ದೈನ್ಯದಿಂದ ಕೇಳಿದಾಗ ಶ್ರೀವಾಸ್ತವ ಆ ಹೊರೆ ಇವು ಹೊತ್ತುಕೊಳ್ಳಲು ಸಿದ್ಧರಾಗಲಿಲ್ಲ. "ನಿನ್ನ ಮಮ್ಮಿ ಹತ್ರ ಡಿಸ್ಕಸ್ ಮಾಡ್ತೀನಿ. ಈಗ ನೀನು ಹೋಗು" ಅವನ ಭುಜ ತಟ್ಟಿದರು. ರೋಹಿತ್ ಅನುಮಾನಿಸಿದ.

ಒಮ್ಮೆ ತೀರ್ಮಾನವಾಗಿ ಬಿಡುವುದು ಸರಿಯೆನಿಸಿತು. ಮಡದಿಯ ಮಾತಿಗೆ ವಿರುದ್ಧ ತಂದೆ ಹೋಗಲಾರರೆಂದು ಅವನಿಗೆ ಗೊತ್ತು.

"ಮಮ್ಮಿನ ಕರ್ಕೊಂಡ್ಬರ್ತಿನಿ" ಹೊರಗೆ ಹೋದಾಗ ಫೈಲ್ ಎತ್ತಿಕೊಂಡರು. "ರೋಹಿತ್‌ಗೆ ಓದಿನಮೇಲೆ ಇಂಟರೆಸ್ಟ್ ಇಲ್ವೇ ಇಲ್ಲ. ಸದಾ ಗೆಳೆಯರನ್ನ ಕಟ್ಟಿಕೊಂಡು ಓಡಾಡ್ತಾನೆ. ಬಾಯಿ ತೆಗೆದರೆ ಭಾಷಣ" ಅಚಲಾ ಮಗನ ಬಗ್ಗೆ ದೂರು ಒಯ್ದಾಗ ನಕ್ಕುಬಿಟ್ಟಿದ್ದರು.

"ಇದು ಮುಖಂಡನಾಗೋ ಲಕ್ಷಣ. ಯಾವುದಾದ್ರೂ ಒಂದು ಹಾದಿ ಅವನಿಗೆ ಇರುತ್ತೆ. ಡೋಂಟ್‌ವರೀ" ಕಣ್ಣೊಡೆದಿದ್ದರು. ಅಚಲಾಗೆ ಮಗನ ಬಗ್ಗೆ ಕೆಲವು ವಿಷಯಗಳಲ್ಲಿ ನಿರಾಸೆ.

"ನಂಗಂತೂ... ಅನುಮಾನ" ಮುಖ ದಪ್ಪಗೆ ಮಾಡಿದರೆ ಶ್ರೀವಾಸ್ತವ ನಕ್ಕುಬಿಡು ತ್ತಿದ್ದರು. "ರೋಹಿತ್ ಬಗ್ಗೆ ಇಷ್ಟ್ಯಾಕೆ ತಲೆ ಕೆಡಿಸ್ಕೋತೀಯೆ? ರಿಯಲೀ ಇಂಟಲಿಜೆಂಟ್. ಅವನ ವಯಸ್ಸಿನಲ್ಲಿ ಹಾಗೆಯೇ ಇರ್ಬೇಕು" ಆ ಕ್ಷಣ ಸಮಾಧಾನಗೊಳ್ಳುತ್ತಿದ್ದರು. ಮತ್ತೆ ಅವನದೆ ಯೋಚನೆ.

ಒಂದೊಂದು ಸಬ್ಜೆಕ್ಟ್‌ಗೂ ಟ್ಯೂಷನ್‌ಗೆ ಹೋಗುತ್ತಿದ್ದು ಕಡೆಗೆ ಅವನು ಜಸ್ಟ್‌ಪಾಸ್‌ನಲ್ಲಿ ಉತ್ತೀರ್ಣನಾಗಿದ್ದು, ಕೆಲವು ಕೋರ್ಸ್‌ಗಳು ಅವನಿಗೆ ದಕ್ಕಲಿಲ್ಲ. ಹೆಚ್ಚು ವ್ಯಥೆಪಟ್ಟರು ಅಚಲಾ.

ಶ್ರೀವಾಸ್ತವ ಕೂಡ ಬೇಸರಿಸಿದ್ದರು. "ಫೇಲ್ ಆಗಿದ್ರೆ ಚೆನ್ನಾಗಿತ್ತು. ಆರಾಮಾಗಿ ನಾಳೆಯಿಂದ ಆಫೀಸ್‌ಗೆ ಬಾ. ಪಿ.ಯು.ಸಿ.ಯಲ್ಲೇ ಜಸ್ಟ್ ಪಾಸ್. ಮುಂದೆ ಓದೋ ಅಗತ್ಯವೇನು ಇಲ್ಲ."

ಬಾಯಿಮಾತಿನಲ್ಲಿ ಹಾಗೆ ಅಂದಿದ್ದರೂ ಅವನ ಓದಿನ ಅಗತ್ಯದ ಬಗ್ಗೆ ಅವರಿಗೆ ಗೊತ್ತಿತ್ತು. ಸದಾ ಗೆಳೆಯರ ಹಿಂಡಿನ ಮಧ್ಯೆಯೇ ರೋಹಿತ್ ಇರುತ್ತಿದ್ದುದು. ಹೊಸ ಹೊಸದಾಗಿ ಮಾರುಕಟ್ಟೆಗೆ ಬರುವ ಎಲ್ಲಾ ವಾಹನಗಳನ್ನು ಕೊಂಡು ವರ್ಷದೊಳಗೆ ಮೂಲೆಗೆ ಸೇರಿಸಿಬಿಡುತ್ತಿದ್ದ. ಇನ್ನು ಕಾರುಗಳ ಬಗ್ಗೆ ಹೇಳಬೇಕಾಗಿರಲಿಲ್ಲ. ಇದ್ದ ಮೂರು ಕಾರುಗಳಲ್ಲಿ ಅವನಿಗಾಗಿ ಒಂದನ್ನು ಇರಿಸಿದ್ದರು. ಡೈಲಿ ಮೆಕ್ಯಾನಿಕ್‌ನ ಅಗತ್ಯವಿತ್ತು. ತಿಂಗಳಾನುಗಟ್ಟಲೆ ಗ್ಯಾರೇಜ್ ಸೇರಿದ ಮಾರುತಿ ಅಲ್ಲೇ ಉಳಿದುಹೋಗಿತ್ತು. ಇದರ ಮಧ್ಯೆ ಸಣ್ಣಪುಟ್ಟ ಅಪಘಾತಗಳು. ಸುಖದ ಸೌಧದಲ್ಲಿ ವಿಹರಿಸುತ್ತಿದ್ದ ಅಚಲಾ ತಲ್ಲಣಿಸುತ್ತಿದ್ದುದು ಈ ವಿಷಯಗಳಿಗೆ.

ಮಗನೊಂದಿಗೆ ಬಂದ ಅಮ್ಮನನ್ನು ನೋಡಿ ನಸುನಕ್ಕರು, ಶ್ರೀವಾಸ್ತವ "ಅಲ್ಲೇ, ತೀರ್ಮಾನಿಸಿ ನಂಗೆ ಇನ್‌ಫರ್ಮೇಷನ್ ಕೊಟ್ಟಿದ್ರೆ ಸಾಕಾಗಿತ್ತು ಏನು.. ಅಚಲಾ?" ಆಕೆಯ ಕಣ್ಣುಗಳು ಮಿನುಗಿದವು. ತಾಯಿಯನ್ನ ಪೂಸಿ ಹೊಡೆಯುವ ಕಲೆ ರೋಹಿತ್‌ಗೆ ಗೊತ್ತು.

"ಮೈ ಗಾಡ್! ಇವ್ನಿಂದ ತಪ್ಪಿಸಿಕೊಳ್ಳೋಕೆ ನಂಗೆ ಸಾಧ್ಯನೇ ಇಲ್ಲ" ಮೇಲ್ನೋಟಕ್ಕೆ ಬೇಸರವಾದರೂ ಆಕೆಯ ಜೀವ ರೋಹಿತ್.

ಒಂದು ಗಂಟೆ ತಾಯಿ, ಮಗನ ನಡುವೆ ಚರ್ಚೆ ನಡೆದು ಕಡೆಗೆ ಕೆಲವು

ಕಂಡೀಷನ್‌ನೊಂದಿಗೆ ಟೂರ್‌ಗೆ ಕಳಿಸಲು ಒಪ್ಪಿಕೊಂಡರು. ಬರಿ 'ಕೇಳುತ್ತಾ' ನೋಡುತ್ತ ಕೂತಿದ್ದ ಶ್ರೀವಾಸ್ತವ ತಾಯಿ ಮಗನ ನಡುವೆ ಬರಲೇ ಇಲ್ಲ. ಇಂಥ ಒಂದು ಪ್ರವೃತ್ತಿಯೇ ಅವರನ್ನು ಒಳ್ಳೆಯ ಗಂಡನನ್ನಾಗಿ ರೂಪಿಸಿ ಉತ್ತಮ ದಾಂಪತ್ಯ ಬದುಕನ್ನ ನೀಡಿತು.

"ಹುರ್ರೇ... ಪಪ್ಪ" ಅವರನ್ನ ತಬ್ಬಿ ರೋಹಿತ ಎರಡೂ ಕೆನ್ನೆಗಳಿಗೂ ಮುತ್ತಿಟ್ಟು "ಥ್ಯಾಂಕ್ಯೂ... ಥ್ಯಾಂಕ್ಯೂ, ಇವತ್ತು ನಮ್ಮ ಕಾಲೇಜ್ ಫಂಕ್ಷನ್‌ಗೆ ಬರೋದು ಮರೀಬಾರ್ದು" ಓಡಿದ. ಇಬ್ಬರ ನೋಟಗಳು ಅತ್ತಲೇ ಸಂತೃಪ್ತ ಬದುಕು!

ನಿಧಾನವಾಗಿ ಶ್ರೀವಾಸ್ತವ ಮುಖದ ಸತೃಪ್ರಭಾವ ಅಳಿಸಿಹೋಗಿ ಗಂಭೀರತೆ ತೇಲಿತು. "ಅಚಲಾ, ನೀನು ಇನ್ನಷ್ಟು ರೋಹಿತನ ಓದಿನ ಕಡೆ ಲಕ್ಷ್ಯ ವಹಿಸ್ಬೇಕು. ಶಿಸ್ತಾಗಿ, ಎಳೆಯರು ಎಲ್ಲಾ ಇರಲಿ. ಹಾಗಂತ ಓದನ್ನ ನಿರ್ಲಕ್ಷಿಸೋದು ಸರಿಯಲ್ಲ. ಮನುಷ್ಯನಿಗೆ ಹೆಚ್ಚಿನ ಅನ್ಕೂಲಗಳು ಸಿಕ್ಕಿದಾಗ ತೀಕ್ಷ್ಣಮತಿ ಆಗ್ತಾನೆ. ಆದ್ರ ಉಪಯೋಗ ಸಮಾಜಕ್ಕೆ ಆಗುತ್ತೆ. ಇಲ್ದಿದ್ರೆ ಸೋಮಾರಿತನದ ಜೊತೆ ಇನ್ನಷ್ಟು ಕೆಟ್ಟ ಚಟಗಳು ಅಂಟಿಕೊಂಡು ಸಮಾಜಕ್ಕೆ ಹೊರೆಯಾಗುತ್ತಾನೆ. ಬಡ ತಾಯ್ತಂದೆಯಗಿಂತ ಶ್ರೀಮಂತ ಜನ ತಮ್ಮ ಮಕ್ಕಳ ಬಗ್ಗೆ ಹೆಚ್ಚು ಯೋಚ್ಚಬೇಕು." ವಿವೇಚನೆಗೆ ಹೆಂಡತಿಯ ಮಿದುಳನ್ನು ಒಡ್ಡಿದರು.

"ನೀವು..." ತುಟಿ ತೆರೆದಾಗ ಅಚಲಾ ಕೈ ಹಿಡಿದುಕೊಂಡರು. "ಥಿಂಕ್ ಬಿಫೋರ್ ಯೂ ಸ್ಪೀಕ್. ನಂಗೆ ಇರೋ ಟೆನ್ಸನ್‌ನಲ್ಲಿ ನಾನೆಷ್ಟು ಗಮನ ಕೊಡ್ಬಹುದ್ದು? ತಾಯಿಯ ಹಿತವಾದ ಮಾತುಗಳು ಮಕ್ಕಳಿಗೆ ರುಚಿಸಬಹುದೇ ವಿನಹ ತಂದೆಯ ಅಸಹನೆಯ ನುಡಿಗಳಲ್ಲ. ರೋಹಿತ್‌ನ ನೀನು ತಿದ್ದಬಲ್ಲೆ. ಇಂಥ ವಯಸ್ಸಿನಲ್ಲಿ ಇದೆಲ್ಲ ಸಹಜವೇ. ಎಲ್ಲೆ ಮೀರಬಾರ್ದು ಅಷ್ಟೆ" ನವಿರಾಗಿ ಹೇಳಿದರು. ಅಚಲಾ ಸ್ವರ ಉಡುಗಿತು.

"ಸಂಜೆ ರೋಹಿತನ ಕಾಲೇಜು ಫಂಕ್ಷನ್‌ಗೆ ಹೋಗೋಣ" ಎಂದವರು ಬಾಲ್ಕನಿಗೆ ಬಂದರು. ಎಡೆಬಿಡದೆ ಸುರಿದ ಮಳೆ ನಿಂತಿದ್ದರೂ ಆಕಾಶದಲ್ಲಿ ಮೋಡ ಗಳಿದ್ದವು. ಮತ್ತೆ ಯಾವ ಕ್ಷಣದಲ್ಲಿಯಾದರೂ ಬರಬಹುದಿತ್ತು. "ಇಟ್ಸ್ ಟೂ ಕೋಲ್ಡ್. ಬೆಚ್ಚನೆ ಬಟ್ಟೆ ಇಲ್ದೇ ಹೊರ್ಗೆ ಹೊರಡೋದು ಸಾಧ್ಯವಿಲ್ಲ" ಮೈ ಹಿಂಡುತ್ತ ಒಳಗೆ ಬಂದರು.

"ಎಷ್ಟೊಂದು ಮಳೆ!" ನೆನಪಿನಂಗಳದಿಂದ ಹರಿದುಬಂತು. ಬೆಚ್ಚಗಿನ ಅವನೆದೆ ಆಸರೆಯಲ್ಲಿ ಒರಗಿದ್ದ ಚಾರುಲತ "ನಂಗ್ಯಾಕೋ ಭಯ! ನಿಮ್ಗೇ ಪಾಮಿಸ್ಟ್ರಿ ಗೊತ್ತಾ?" ಹೆದರಿದ ಅವಳ ಕಣ್ಣುಗಳನ್ನ ಚುಂಬಿಸಿದ. "ಗಂಡ ಬೇಗ ಬಿಟ್ಟು ಹೋಗ್ತಾನೇಂತ ನೀವೇ ನೋಡಿ ಹೇಳಿದ್ರಿ" ಅದಾಗಲೇ ಮರೆತ ಮಾತು. ಜೋರಾಗಿ ನಕ್ಕುಬಿಟ್ಟ. "ಇಂಪಾಜಿಬಲ್, ಸಾಧ್ಯನೇ ಇಲ್ಲ. ಒಂದ್ವಾರದಲ್ಲಿ ಬಂದು ಕರ್ಕೊಂಡ್ಹೋಗ್ತೀನಿ. ಇಷ್ಟು ಹಟ ತೊಟ್ಟು ಮದ್ದೆಯಾಗಿದ್ದು ನಿನ್ನ ಬಿಟ್ಟು ಹೋಗೋಕ್ಕಲ್ಲ" ಅವಳೆದೆಯ ಪ್ರೀತಿಯಲ್ಲಿ ಉಸಿರಾಡಿದ್ದ. ಅವಳ ಹೆದರಿಕೆ ನಿಜವಾಗುತ್ತದೆಯೆಂಬ ಕಲ್ಪನೆ ಕೂಡ ಅವನಿಗಿರಲಿಲ್ಲ

ಅಂದು ಕೂಡ ಮಳೆ ಇಷ್ಟೊಂದು ಭಯಂಕರವಾಗಿ ಸುರಿದಿತ್ತು; ಧಾರಾಕಾರ ಮಳೆಯಿಂದ ತೊಯ್ದ ಗಿಡಮರಗಳು ಸ್ವಲ್ಪ ಸೋತಂತೆ ಕಂಡಿದ್ದರೂ ಅಪೂರ್ವವಾದ

ಶೋಭೆ. ಈಗ... ಮುಂದೆ ಅಚ್ಚುಕಟ್ಟಾದ ತೋಟವಿದ್ದರೂ ಅಂದಿನ ಸೊಬಗು ಇಂದು ಕಾಣುವುದು ಸಾಧ್ಯವಿರಲಿಲ್ಲ.

ಚೇರ್ ಮೇಲೆ ಕೂತು ಶ್ರೀವಾಸ್ತವ ನಿಧಾನವಾಗಿ ಕಣ್ಮುಚ್ಚಿಕೊಂಡರು.

"ಬಿಲೀವ್ ಮಿ ಭಾಸ್ಕರ. ನಾನು ಬೇಗ ಬಂದು ಚಾರುನ ಕರ್ಕೊಂಡ್ಹೋಗ್ತೀನಿ" ಅವನ ಕೈ ಹಿಡಿದುಕೊಂಡಾಗ ಭಾಸ್ಕರ ನಸುನಕ್ಕಿದ. "ನನ್ನ ಬಗ್ಗೆ ನಂಗೆ ನಂಬ್ಕೇ ಇಲ್ದೇ ಇರ್ಬಹ್ದು, ನಿನ್ನ ಬಗ್ಗೆ ಹಾಗೇ ಯೋಚ್ಸೋಕೆ ಕೂಡ ಸಾಧ್ಯವಿಲ್ಲ. ನಾನು ಈಗ ಯೋಚಿಸ್ತಾ ಇರೋದು ನನ್ತಂಗಿಯ ಭವಿಷ್ಯ ಅಲ್ಲ; ನಿನ್ನ ತಂದೆತಾಯಿಯರ ಬಗ್ಗೆ ಅವರೇನಾದ್ರೂ ಕಮಿಟ್ ಮಾಡಿಕೊಂಡಿದ್ರೆ ಕಷ್ಟ." ಸತ್ಯವನ್ನು ಆಡಿದ್ದನೆಂದು ಇಂದು ಶ್ರೀವಾಸ್ತವರಿಗೆ ಅನ್ನಿಸುತ್ತಿತ್ತು. "ನೆವರ್..." ಎಂದು ತಳ್ಳಿಹಾಕಿದ್ದರು, ಅಂದು. ಆ ಕಾಲವೆಲ್ಲ ಬಿಸಿ ನೆತ್ತರಿನ ಯೌವನದ ದಿನಗಳು.

ಸಂಜೆವರೆಗೂ ಮಳೆ ಬರದಿದ್ದರಿಂದ ಅಚಲಾ ಹೊರಡಲು ಉತ್ಸುಕರಾಗಿದ್ದರು. ನಿರುತ್ಸಾಹವನ್ನುಂಟುಮಾಡುವುದು ಶ್ರೀವಾಸ್ತವರ ಸ್ವಭಾವವಲ್ಲ.

ಫುಲ್ ಸೂಟ್ ತೊಟ್ಟು ಕೋಣೆಯಿಂದ ಹೊರಗೆಬಂದಾಗ ರೋಹಿತ್, ತಾಯಿಯೊಂದಿಗೆ ಜಗಳ ಶುರು ಮಾಡಿದ್ದ ಸಣ್ಣಗೆ. ದನಿಯೇರಿಸದೆ ಅಚಲಾ ಬುದ್ಧಿ ಹೇಳುತ್ತಿದ್ದರು.

"ರೋಹಿತ್..." ಎಂದ ಕೂಡಲೇ ಓಡಿಬಂದು ಅವರ ಮುಂದೆ ನಿಂತ. ನಿಧಾನವಾಗಿ ಏರಿದ ಶ್ರೀವಾಸ್ತವರ ಹುಬ್ಬುಗಳು ಬೆಸೆದುಕೊಂಡವು. "ಏನ್ಸಮಾಚಾರ? ನೀನು ಮಮ್ಮಿನ ಗೋಳು ಹೊಯ್ದುಕೊಳ್ಳೋದು ಬಿಡ್ಲಿಲ್ಲ!" ಸ್ವರದಲ್ಲಿ ಅಧಿಕಾರವಿತ್ತು.

"ಏನಿಲ್ಲ..." ತಲೆತಗ್ಗಿಸಿ ಹೊರಟ.

ಆಮೇಲೆ ಅಚಲಾನೇ ಹೇಳಿದರು: "ನಾನೇ ಕಾರು ತಗೊಂಡು ಹೋಗ್ತಿನಂತಾನೆ, ಮೂರು ದಿನದಿಂದ ಸುರಿದ ಮಳೆ, ಎಲ್ಲೆಲ್ಲೂ ನೀರು, ಏನು ಅನಾಹುತ ಮಾಡ್ಕೋತಾನೋ" ಧಾವಂತದಿಂದ ಉಸುರಿದರು.

"ನಮ್ಜೊತೇನೇ ಬರ್ತಾನೆ. ಮೊದ್ಲು ಫಂಕ್ಷನ್ ನಡೆಯುತ್ತಾ ಅಂತ ವಿಚಾರಿಸೋಕೆ ಹೇಳು" ಎಂದವರು ಪೇಪರ್ ನೋಡುತ್ತ ಕೂತರು. ಮಳೆ ಶುರುವಾದಾಗಿನಿಂದ ನೆನಪುಗಳು ಅವರನ್ನ ಕಾಡುತ್ತಿತ್ತು.

ಮನೆಯಿಂದ ಮೂವರು ಕೂಡಿಯೇ ಹೊರಟಿದ್ದು ಆಗ ಕೂಡ ಸ್ಟೀರಿಂಗ್ ವ್ಹೀಲ್ ಮುಂದೆ ಕೂಡುವ ಹಠ.

"ಬೇಡ..." ಡ್ರೈವರಿಗೆ ಸನ್ನೆ ಮಾಡಿದ್ದರು. "ಸದ್ಯಕ್ಕೆ ಎಷ್ಟು ದಿನ ಕಾರನ್ನು ತಗೊಂಡ್ಹೋಗ್ಬೇಡ" ಮಗನಿಗೆ ಸೀರಿಯಸ್ಸಾಗಿಯೇ ಹೇಳಿದರು.

ಕೆಲವೊಮ್ಮೆ ಪೂರ್ತಿ ಯೋಚನೆಗೊಳಗಾಗುವ ಸಂದರ್ಭಗಳು ಬರುತ್ತಿದ್ದವು. ಅಪ್ಪಿತಪ್ಪಿ ಕೂಡ ರೋಹಿತ್ ಆಫೀಸ್, ಫ್ಯಾಕ್ಟರಿಯ ಕಡೆ ತಲೆ ಹಾಕುತ್ತಿರಲಿಲ್ಲ.

"ಮುಂದೆ ಯಾರು ನೋಡ್ಕೋತಾರೆ? ಇಂಟರೆಸ್ಟ್ ಬೆಳ್ಸಿಕೊಳ್ಳದಿದ್ರೆ... ಹೇಗೆ?" ಅಚಲಾ ರೇಗಿಕೊಂಡರೇ "ಯಾರೂ ನೋಡ್ಕೊಳ್ಳೋದೇ ಬೇಡ. ಆರಾಮಾಗಿ ಎಲ್ಲಾ ಮಾರಿ ಹಣನ ಬ್ಯಾಂಕ್‌ನಲ್ಲಿ ಇಡ್ತೀನಿ" ಎನ್ನುತ್ತಿದ್ದರು ಹಗುರವಾಗಿ.

ಅಂಥ ವೇಳೆಗಳಲ್ಲಿ ಅಚಲಾ ಅಳುತ್ತಾ ಕೂಡುತ್ತಿದ್ದರು. "ನಿಂಗ್ಯಾಕೆ ಬುದ್ಧಿ ಇಲ್ಲ. ಆಮೇಲೆ ಅದು ಅವನಿಗೆ ಸಂಬಂಧಿಸಿದ ವಿಷ್ಯ. ಇಷ್ಟ ಬಂದಂಗೆ ಜೀವಿಸಲಿ, ಯಾವ್ದೇ ಒತ್ತಡಗಳಿಂದ ರೋಹಿತ್ ವ್ಯಕ್ತಿತ್ವ ಕೊಲ್ಲೋದೇ ಬೇಡ" ಸಂತೈಸುತ್ತಿದ್ದರು. ಯಾವುದೋ ನೋವು, ವ್ಯಥೆ ಅವರನ್ನ ಹಿಂಸೆಗೆ ಒಳಪಡಿಸುತ್ತಿತ್ತು. ಆದರೆ ಮೇಲೆ ಶಾಂತ, ಸಂತೃಪ್ತ, ಹರ್ಷಚಿತ್ರ ಶ್ರೀವಾಸ್ತವ.

ಹೊರಗೆ ಯಾವುದೇ ವ್ಯವಸ್ಥೆ ಸಾಧ್ಯವಿಲ್ಲದಿದ್ದರಿಂದ ಕಾನ್ಫರೆನ್ಸ್ ಹಾಲ್‌ನಲ್ಲಿ ಸಮಾರಂಭ ವ್ಯವಸ್ಥೆಗೊಳಿಸಲಾಗಿತ್ತು. ವಿದ್ಯಾರ್ಥಿಗಳ ಸಂಖ್ಯೆ ಕಡಿಮೆಯೆನಿಸಿದ್ದರೂ ಇಡೀ ಹಾಲ್ ತುಂಬಿಹೋಗಿತ್ತು.

ಪ್ರಿನ್ಸಿಪಾಲ್ ವಿರೂಪಾಕ್ಷಯ್ಯ ಅತ್ಯಂತ ಸಂಭ್ರಮದಿಂದಲೇ ಬರಮಾಡಿಕೊಂಡರು. ಹಿರಿಯರೆನಿಸಿಕೊಂಡ ಜನ ಇಲ್ಲಿ ಬರೀ ಪ್ರೇಕ್ಷಕರು. ಹಾಸ್ಯ, ನಾಟಕ, ಭಾವಗೀತೆ, ಮೂಕಾಭಿನಯ, ಚರ್ಚೆ, ಭಾಷಣ ಹಲವು ಬಗೆಯ ಕಾರ್ಯಕ್ರಮ. ಆದರೆ ಡಿಗ್ರಿಯ ಕೊನೆಯ ವರ್ಷದ ವಿದ್ಯಾರ್ಥಿ ರವಿ, ಶ್ರೀವಾಸ್ತವರ ಮನದಲ್ಲಿ ನಿಂತುಬಿಟ್ಟ.

ದೃಢವಾದ ದೇಹ, ಗಾಂಭೀರ್ಯ ಚಿಮ್ಮುವ ಮುಖದ ಬಣ್ಣ ಫಳಫಳ ಹೊಳೆಯುತ್ತಿತ್ತು. ಮಾತು ಮೋಡಿಗೊಳಿಸುತ್ತಿತ್ತು. ಪದಗಳ ಲಾಲಿತ್ಯ, ಭಾಷೆಯ ಮೇಲಿನ ಪಾಂಡಿತ್ಯ, ಸರಳವಾಗಿ, ಅಷ್ಟೇ ಗಂಭೀರವಾಗಿ ಸ್ಪಷ್ಟವಾಗಿ ಹೇಳಬಲ್ಲ ಚಾತುರ್ಯ– 'ವಾಹ್' ಎನಿಸಿಬಿಟ್ಟಿತು.

ಶ್ರೀವಾಸ್ತವರ ಕಣ್ಣುಗಳು ಅವನಲ್ಲೇ ನೆಟ್ಟಿತ್ತು. ಪಕ್ಕಕ್ಕೆ ಸರಿದರೆ ಹುಡುಕಾಡುತ್ತಿತ್ತು. ಅವನಲ್ಲಿ ಒಬ್ಬ ಆದರ್ಶ ವಿದ್ಯಾರ್ಥಿಯನ್ನು ಕಂಡಿದ್ದು ಮಾತ್ರವಲ್ಲ, ಕ್ಷಣ ಸುಭಾಷ ಚಂದ್ರಬೋಸ್, ಚಂದ್ರಶೇಖರ ಆಜಾದ್, ಭಗತ್‌ಸಿಂಗ್ ಸುಳಿದು ಮರೆಯಾದರು. ಅಂಥ ದಿಟ್ಟತನ, ಧೈರ್ಯ, ಆದರ್ಶ ಅವನಲ್ಲಿದೆಯೆಂದು ಅನಿಸಿತು.

ಬೀಳ್ಕೊಂಡು ಹೊರಟವರ ಕಾರು ಸ್ವಲ್ಪ ದೂರ ಸಾಗುವಷ್ಟರಲ್ಲಿ ಮಳೆ ಸುರು ವಾಯಿತು. ದಾಪುಗಾಲು ಹಾಕುತ್ತ ಕೈಯಲ್ಲಿನ ಪರ್ಸ್ ಮುಖಕ್ಕೆ ಅಡ್ಡ ಹಿಡಿಯುತ್ತ ಹೊರಟಿದ್ದ ರವಿಯನ್ನು ಗುರ್ತಿಸಿ ಕಾರು ನಿಲ್ಲಿಸುವಂತೆ ಡ್ರೈವರಿಗೆ ಹೇಳಿದರು.

"ರವಿ..." ಕೂಗಿದರು. ಪರಿಚಯವಿಲ್ಲದ ಒಬ್ಬ ಯುವಕನನ್ನು ಸಂಬೋಧಿಸು ವಂತಿರಲಿಲ್ಲ. ನಿಂತ ರವಿ ಪಕ್ಕಕ್ಕೆ ತಿರುಗಿದವನು ಕಾರು ಬಳಿ ಬಂದ "ವಾಟ್ ಸರ್?" ಎಂದ. "ಮಳೆ ಜೋರಾಗಿದೆ. ನಮ್ಮ ಡ್ರೈವರ್ ನಿನ್ನ ಡ್ರಾಪ್ ಮಾಡ್ತಾನೆ" ಹೊರಗಿನ ದೀಪದ ಬೆಳಕಿನಲ್ಲಿ ಅವನ ಮುಖವನ್ನೇ ದಿಟ್ಟಿಸಿದರು. "ನೋ ಥ್ಯಾಂಕ್ಯೂ ಸರ್... ನಮ್ಮ ಮನೆ ಇಲ್ಲೇ ಹತ್ತಿರದಲ್ಲಿ ನಿಮ್ಗೆ ತೊಂದರೆ ಬೇಡ" ವಿನಯವಿತ್ತು. ಅದು ಕೂಡ ಒಂದು ಮಿತಿಯಲ್ಲಿ. ಕಾರು ಮುಂದಕ್ಕೆ ಹೊರಟಿತು.

"ತುಂಬ ಬ್ರಿಲಿಯಂಟ್, ಎಲ್ಲಾ ಮೆಡಲ್, ಎಲ್ಲಾ ಪ್ರೈಸ್ ಅವನದ್ದೇ" ಮೆಚ್ಚಿಗೆಯಿಂದ ಉಸುರಿದ ಲೋಹಿತ್. ಮಗನ ಕ್ರಾಪ್ ಕೆದರಿದರು ಅಚಲಾ, "ನೀನು ಹಾಗೇ ಇರ್ಬೇಕೂ..." ನಕ್ಕನೇ ವಿನಃ ಯಾವುದೇ ಪ್ರತಿಕ್ರಿಯೆ ವ್ಯಕ್ತಪಡಿಸಲಿಲ್ಲ.

ಮಂಚ ಸೇರಿದ ಮೇಲೂ ಶ್ರೀವಾಸ್ತವರಿಗೆ ರವಿಯ ನೆನಪೇ. ಯಾಕೆ? ಅವನ ವ್ಯಕ್ತಿತ್ವ ತಮ್ಮನ್ನ ಆಕರ್ಷಿಸಿರಬಹುದು! ನಮ್ಮ ಮಗನಲ್ಲಿ ಕಾಣಬೇಕಾದ್ದು ಸಿಗದಾಗ ಇಂಥ ಒಂದು ಮಚ್ಚಿಗೆ ಮನದಲ್ಲಿ ಮೂಡಿರಬಹುದು.

ನಿದ್ರಿಸಲಾರದೆ ಎದ್ದು ಬಂದು ಬಾಲ್ಕನಿಯಲ್ಲಿ ಕೂತರು. ಈಗ 'ಧೋ' ಎಂದು ಮಳೆ ಸುರಿಯದಿದ್ದರೂ ವಿರಳವಾಗಿ ಹೆಬ್ಬೆಟ್ಟಿನ ಗಾತ್ರದ ಹನಿಗಳು ಉದುರುತ್ತಿದ್ದವು. ಎಲ್ಲೆಡೆ ಕತ್ತಲು, ಹೆಚ್ಚುಕಡಿಮೆ ವಾಹನ ಸಂಚಾರ ಸ್ತಬ್ಧ. ಇದು ಅಪಘಾತಗಳು ಒದಗದಿರಲಿಯೆನ್ನುವ ಮುನ್ನೆಚ್ಚರಿಕೆಯ ಕ್ರಮವಿರಬಹುದು.

ಅಂದಿನ ಅಪರೂಪದ ಸಮಾರಂಭದಲ್ಲಿ ಒಬ್ಬೊಬ್ಬರದು ಒಂದೊಂದು ರೀತಿಯ ಪ್ರಶ್ನೆಗಳು. "ನಿಮ್ಮ ಆರೋಗ್ಯದ ಗುಟ್ಟೇನು? ಕೆಲವು ಮಾಮೂಲು ಕಾಯಿಲೆಗಳು ಕೂಡ ನಿಮ್ಮ ಬಳಿ ಸುಳಿದಿಲ್ಲ. ಯಾವ ಮುನ್ನೆಚ್ಚರಿಕೆಯಿಂದ ಇದು ಸಾಧ್ಯವಾಯಿತು? ಯೋಗ, ವ್ಯಾಯಾಮ, ಧ್ಯಾನಗಳಿಂದ ಸಾಧ್ಯವಾಗಿರಬಹುದೇ? ನಿಮ್ಮ ಹೊಳಪಿನ ಮೈಚರ್ಮ, ಯೌವನದ ಗುಟ್ಟೇನು?" ಹಾರಿಬಂದ ಇಂಥ ಪ್ರಶ್ನೆಗಳಿಗೆ ಉತ್ತರಿಸಲಾಗದಿದ್ದರೂ ನಗು ಬಂದಿತ್ತು ಶ್ರೀವಾಸ್ತವರಿಗೆ ತಾವು ಎಂದಾದರೂ ಆರೋಗ್ಯ, ಮನಸ್ಸಿನ ಬಗ್ಗೆ ಕಾಳಜಿ ವಹಿಸುವುದುಂಟೇ?

ಮತ್ತೆ ಕೆಲವು ಪೇಪರಿನವರು "ನಿಮ್ಗೇ 'ಬೆಸ್ಟ್ ಪೇರ್' ಒಳ್ಳೆಯ ಜೋಡಿ, ಆದರ್ಶ ದಂಪತಿಗಳು, ಇತ್ಯಾದಿ... ಇತ್ಯಾದಿ... ಅವಾರ್ಡ್ ಬಂದಿದೆ. ನಿಮ್ಗೆ ಏನು ಅನ್ನಿಸುತ್ತೆ? ಬೇರೆ ಹೆಣ್ಣೇ ನಿಮ್ಮ ಜೀವನದಲ್ಲಿ ಬಂದಿರಲಿಲ್ವಾ? ಇಪ್ಪತ್ತು ವರ್ಷಗಳ ನಂತರವೂ ನಿಮ್ಮ ಹೆಂಡತಿಯ ಬಗ್ಗೆ ಆಕರ್ಷಕ, ಒಲವು... ಇದೆಯೆಂದಾದರೆ..." ಇಂಥದ್ದೇ ಮಾತುಗಳು. ಉತ್ತರಿಸದಿದ್ದರೂ ಅವರಲ್ಲಿ ಪ್ರಶ್ನೆಗಳು ಹುಟ್ಟಿಕೊಂಡವು. ಅಂದರೆ ಪ್ರೀತಿ, ಪ್ರೇಮಕ್ಕೆ ಬರೀ ಯೌವನದ ದೇಹಾಕರ್ಷಣೆಯೇ? ತೀರಾ ಅಸಂಬದ್ಧವೆನಿಸಿತು.

ಇನ್ನೊಬ್ಬ ಯಂಗ್ ಲೇಡಿ "ಎಂದಾದ್ರೂ ನಿಮ್ಮ ಸ್ವೀಟ್ ಹಾರ್ಟ್ ಬಳಿ ಜಗಳ ಆಡಿದ್ದೀರಾ? ಅದೆಂಥ ಜಗಳ? ಬೆಡ್‌ರೂಂ... ನಮ್ಮ ಓದುಗರಿಗೆ ಒಂದಿಷ್ಟು ವಿಷ್ಯ ಒದಗಿಸಿ" ಬಾಲ್‌ಪೆನ್, ಷಾರ್ಟ್‌ಹ್ಯಾಂಡ್ ಬುಕ್ ಹಿಡಿದು ಬಂದಾಗ ಸುಸ್ತಾಗಿದ್ದರು. ರೋಮಾನ್ಸ್ ಮೂಡಿನಲ್ಲಿದ್ದ ಹೆಣ್ಣು.

ಕೆಲವು ಸಂಘಸಂಸ್ಥೆಗಳು ಈ ಜೋಡಿಯನ್ನ ಸನ್ಮಾನಿಸಿದ್ದರು. ಕಾವೇರುವಂಥ ಪಾರ್ಟಿಗಳು, ಅಚಲಾ ಹೆಚ್ಚು ಖುಷಿಯಾಗಿದ್ದು ಅವರ ಗಮನಕ್ಕೆ ಬಂದಿತ್ತು. ಹೆಮ್ಮೆ, ಬಿಗುಮಾನ ಮುಖದಲ್ಲಿ ಹೆಣ್ಣಿನ ಬಯಕೆಯ ಅಪೂರ್ವ ಸಿದ್ಧಿ.

ಎದೆಯ ಮೇಲೆ ಕೈಕಟ್ಟಿ ಗೋಡೆಗೊರಗಿ ನಿಂತರು. ತೀರಾ ಎರಚಿದಂತೆ ದೊಡ್ಡ ದೊಡ್ಡ ಹನಿಗಳು ಕಾಲಿನ ಸಮೀಪದಲ್ಲಿಯೇ ಬರುತ್ತಿತ್ತು.

ಮದುವೆಯ ಮರುದಿನ ಚಾರುಲತ, ಶ್ರೀವಾಸ್ತವ ಹತ್ತಿರದ ಗುಡ್ಡ ನೋಡಿ ಬರಲು ಹೋಗಿದ್ದರು. ಅಂದು ಕೂಡ ಮಳೆಯೇ, ಧಾರೆಯಾಗಿ ಸುರಿಯದಿದ್ದರೂ ತುಂತುರು ಹನಿ ಒಂದು ಅಪೂರ್ವ ಅನುಭವ. ನಾಚಿ ಕೆಂಪೇರುವ ಚಾರುಲತನ ಬಳಸಿ ತಂಪಿನ ತಂಗಾಳಿಯಲ್ಲಿ ಸವಿದ ಸುಖ ಇಂದಿಗೂ ಕೂಡ ಮೈ ಬೆಚ್ಚಗಾಗಿಸುತ್ತಿತ್ತು.

"ನೀವು ನಾಳಿದ್ದು ಹೋಗ್ಲೇಬೇಕಾ?" ಕಣ್ತುಂಬಿ ಕೆನ್ನೆಯ ಮೇಲೆ ಹರಿದಾಗ ತುಟಿಗಳಿಂದ ತೊಡೆದಿದ್ದ "ಹದಿನೈದು ದಿನ ಹೇಳಿ ಬಂದಿದ್ದೆ. ಮದುವೆ ಹಠದಲ್ಲಿ ಇಪ್ಪತ್ತು ದಿನ ಆಗಿಹೋಯ್ತು. ಬೇಗ ನಿನ್ನ ಕರ್ಸಿಕೊಳ್ಳೋ ಏರ್ಪಾಟು ಮಾಡ್ಬೇಕಲ್ಲ" ಮೃದು ಕೆನ್ನೆಗಳ ಮೇಲೆ ತುಟಿಯನ್ನೊತ್ತಿದ್ದ.

"ಯಾಕೆ ನಿದ್ದೆ ಬರ್ಲಿಲ್ವಾ?" ಅಚಲ ಕೇಳಿದಾಗ ವಾಸ್ತವಕ್ಕೆ ಮರಳಿದರು. ಇಲ್ಲಿ ಚಾರುಲತ ಮಾಯವಾಗಿದ್ದಳು. "ಇಡೀ ರಾತ್ರಿ ಕತ್ತಲು, ಮಳೆ, ನಿರ್ಜನವಾದ ರಸ್ತೆಗಳನ್ನು ನೋಡ್ತಾ ಕೂಡಬೇಕೆನಿಸುತ್ತೆ. ನೀನು ಯಾಕೆ ಎದ್ದು ಬಂದೆ?" ಹೆಂಡತಿಯನ್ನ ದಿಟ್ಟಿಸಿದರು. ನಿದ್ದೆಯಿಂದ ಭಾರವಾದ ರೆಪ್ಪೆಗಳು, ಚದುರಿದ ಮುಂಗುರುಳು. ಆಕರ್ಷಣೆ ಕಳೆದುಕೊಳ್ಳದ ಮುಖ ಎಲ್ಲಾ ಸಿಕ್ಕ ಸಂತೃಪ್ತ ಹೆಣ್ಣು! ಎಲ್ಲರಿಗೂ ಈ ಅದೃಷ್ಟವಿರೋಲ್ಲ. ಅವರ ಕಣ್ಣು ಮಂಜಾಯಿತು.

"ಅರೇ, ಇದೇನಿದು ಹೀಗೆ ನೋಡ್ತೀರಾ!" ನಾಚಿದ ಹೆಂಡತಿಯ ಮುಖದಿಂದ ದೃಷ್ಟಿ ಕೀಳಲಿಲ್ಲ. ಯಾವಾಗ ನೋಡಿದ್ರೂ ಹೊಸದಾಗೇ ಕಾಣುತ್ತೆ. ಇದ್ರ... ಗುಟ್ಟೇನು? ಅಚಲಾಗೆ ಇಂಥ ಗಳಿಗೆಗಳು ಇಷ್ಟ ಮಾತ್ರವಲ್ಲ; ಪ್ರತಿಯೊಂದು ಹೆಣ್ಣಿನ ಬಯಕೆಯು ಕೂಡ ಇದೆ.

ಅಚಲಾ ಗಂಡನ ಕೈಯನ್ನೇ ದಿಂಬಾಗಿಸಿಕೊಂಡೇ ನಿದ್ದೆಹೋದರು. ಆದರೆ ಶ್ರೀವಾಸ್ತವರಿಗೆ ಕಣ್ಮುಚ್ಚಲಾಗಲಿಲ್ಲ. ಪದೇಪದೇ ಅವರ ಕಣ್ಮುಂದೆ ಬಂದು ನಿಲ್ಲುತ್ತಿದ್ದ ಹೆಣ್ಣು ಚಾರುಲತ.

ಅಂದಿನ ಸಮಾರಂಭಕ್ಕೆ ಮುಖ್ಯ ಅತಿಥಿಯಾಗಿ ಬಂದಿದ್ದ 'ದಿನಕರ' ಪತ್ರಿಕೆಯ ಎಡಿಟರ್ ಕೆ.ಕೆ. ಶಾರದಪ್ರಸಾದರು ಏಕಪತ್ನೀವ್ರತಸ್ಥನಾದ ತ್ರೇತಾಯುಗದ ಶ್ರೀರಾಮನಿಗೆ ಹೋಲಿಸಿಬಿಟ್ಟಿದ್ದರು, ತಮ್ಮ ಭಾಷಣದಲ್ಲಿ ಶ್ರೀವಾಸ್ತವ ಅವರನ್ನು ಪ್ರಶಂಸೆಯ ಸುರಿಮಳೆ. ಮಿಸ್ ಕರ್ನಾಟಕ ಪ್ರಶಸ್ತಿ ಪಡೆದ ಪಿ. ವಿ. ರೋಮಾಗೆ ಕೂಡ ಅವರ ಮನಸ್ಸನ್ನ ಕ್ಷಣ ವಿಚಲಿತ ಮಾಡಲು ಸಾಧ್ಯವಾಗಿರಲಿಲ್ಲ. ಇಂಥ ಸ್ಥಿತಿಯಲ್ಲಿರುವ ಶ್ರೀಮಂತರು ಅನಾಯಾಸವಾಗಿ ಹೆಣ್ಣುಗಳನ್ನ ತಮ್ಮ ಹಾಸಿಗೆಗೆ ಕರೆಸಿಕೊಳ್ಳುತ್ತಾರೆ. ಆದರೆ... ಶ್ರೀವಾಸ್ತವರ ಬದುಕಿನಲ್ಲಿ ಅಂಥದಕ್ಕೆ ಅವಕಾಶವೇ ಕೊಡುತ್ತಿರಲಿಲ್ಲ. ರೋಮಾಳ ಷೋ ಕಣ್ಣು ಕೋರೈಸುವ ರೂಪಕ್ಕಿಂತ ಅವರ ಮೃದುವಾದ ಮಾತು, ಕೆಲಸದಲ್ಲಿ ಶ್ರದ್ಧೆ ಚುರುಕು ಬುದ್ಧಿಯನ್ನ ಮೆಚ್ಚುತ್ತಿದ್ದರು.

ತೀರಾ ಹತ್ತಿರದ ಸ್ನೇಹಿತರು ಛೇಡಿಸುತ್ತಿದ್ದರು. "ನಿಂಗೆ ಬೋರ್ ಆಗೋಲ್ವಾ? ಅಷ್ಟೊಂದು ಸುಂದರವಾದ ಹೆಣ್ಣು ಇದ್ದಾಳೆ. ಒಂದು ಸಂಜೆ ಎಲ್ಲಾದ್ರೂ ಏಕಾಂತದಲ್ಲಿ

ಕಳೀ. ಒಂದಷ್ಟು ರಾತ್ರಿಗಳಾದ್ರೂ ಛೇಂಜ್ ಇರಲಿ" ಅಂಥ ಸಂದರ್ಭಗಳಲ್ಲಿ ಶ್ರೀವಾಸ್ತವರ ಮುಖ ಕೋಪದಿಂದ ಕೆಂಪಾಗುತ್ತಿತ್ತು. "ಸ್ಟಾಪ್ ಇಟ್, ಇಂಥ ಮಾತುಗಳು ನಂಗೆ ಇಷ್ಟವಾಗೋಲ್ಲ. ರೋಮಾ ವ್ಯಕ್ತಿತ್ವನ ಇಂಥ ಮಾತುಗಳಿಂದ ಅವಮಾನಿಸ್ಬೇಡಿ" ಎಂದು ಬಿಡುತ್ತಿದ್ದರು. ರೋಮಾ ಎದುರಿಗಿದ್ದಾಗ ಈ ಮಾತುಗಳನ್ನ ನೆನಪು ಮಾಡಿಕೊಳ್ಳುವುದಕ್ಕೆ ಇಷ್ಟಪಡುತ್ತಿರಲಿಲ್ಲ. ಅಂಥ ಮೂಡ್ ಅವರದಲ್ಲ.

* * *

ರೋಹಿತ್ ಬೆಳಿಗ್ಗೆ ತಾಯಿಯೊಂದಿಗೆ ಜಗಳ ಕಾದೇ ಹೊರಟಿದ್ದ. ಭಾರತೀಯರ ಅತಿಯಾದ ಸಂಪ್ರದಾಯ, ಬಂಧನಗಳ ಬಗ್ಗೆ ಅವನ ರಕ್ತ ಕುದಿಯುತ್ತಿತ್ತು. "ಪ್ರೈವೆಸಿ ಬೇಕು ನನಗೆ" ಗೊಣಗುತ್ತಲೇ ಕಾಲೇಜು ಕ್ಯಾಂಪಸ್ಸಿನಿಂದ ಹೊರಬಂದ ಎದುರಾದ ರವಿಯನ್ನು ಕಂಡು ಅಪ್ರಯತ್ನಕವಾಗಿ ಮುಗುಳ್ನಕ್ಕ.

"ಹಲೋ..." ಲೈಬ್ರರಿ ಕಡೆ ಹೊರಟಿದ್ದ ರವಿ ನಿಂತ. "ಹಲೋ ಕ್ಲಾಸ್ ಇಲ್ವಾ?" ರೋಹಿತ್ ಉದಾಸ ನಗೆ ಬೀರಿದ. "ಇತ್ತು ನಂಗೆ ಬೋರಾಯ್ತು ಎದ್ದು ಬಂದೆ" ಬಲಗೈನಲ್ಲಿದ್ದ ನೋಟ್‌ಬುಕ್‌ನ ಎಡಗೈಗೆ ಬದಲಾಯಿಸಿಕೊಂಡ. ರವಿ ಏನು ಹೇಳಲೂ ಇಚ್ಛಿಸಲಿಲ್ಲ. "ಸೀ ಯೂ..." ತನ್ನ ಪಾಡಿಗೆ ತಾನು ಹೋದ.

ರವಿ ಹೋದತ್ತಲೇ ದಿಟ್ಟಿಸಿದ. ಬಾಯಿಬಿಟ್ಟು ಅತಿಯಾಗಿ ಹೊಗಳದಿದ್ದರೂ ರವಿ ತಂದೆಗೆ ಮೆಚ್ಚಿಗೆಯಾಗಿದ್ದನೆಂಬ ಸಂಗತಿ ಅವನಿಗೆ ತಿಳಿದಿತ್ತು. ಅದು ಅವರ ಸುಸ್ವಭಾವ ಕೂಡ ಎಂಬ ಅರಿವಿತ್ತು ಅವನಿಗೆ.

ಕಾಂಪೌಂಡ್ ಬಿಟ್ಟು ಹೊರಬಂದವನು ಸುತ್ತಲೂ ದಿಟ್ಟಿಸಿದ. ಅವನ ತಂದೆ, ಮನೆತನದ ಸ್ಟೇಟಸ್‌ಗೋಸ್ಕರವಾದರೂ ಕಾರಿನಲ್ಲಿ ಓಡಾಡಬೇಕಿತ್ತು. ಇವತ್ತು ರೇಗಾಡಿ ಕೊಂಡು ಬಂದಿದ್ದ.

ಹತ್ತಿರದ ಹೋಟೆಲ್‌ಗೆ ಹೋಗಿ ಫೋನ್ ಮಾಡಿದ, "ಪಪ್ಪ ವೆಹಿಕಲ್ ಇಲ್ದೇ ಬಂದಿದ್ದೀನಿ" ಎಂದಕೂಡಲೇ "ಓಕೆ..." ಎಂದು ಫೋನ್ ಇಟ್ಟ ಸದ್ದಾಯಿತು. ನಿಧಾನವಾಗಿ ಬೇಸರದ ಹೆಜ್ಜೆಗಳನ್ನು ಹಾಕುತ್ತ ರೋಡ್‌ಗೆ ಬರುವಷ್ಟರಲ್ಲಿ ಕಾರು ಬಂದು ಅವನ ಮುಂದೆ ನಿಂತಿತು. ಸ್ಟೇರಿಂಗ್ ವ್ಹೀಲ್ ಮುಂದೆ ಕೂತಿದ್ದ ಶ್ರೀವಾಸ್ತವರನ್ನ ಕಂಡಾಗ ಅವನ ಮುಖ ಬಿಳಿಚಿಕೊಂಡಿತು. ಹತ್ತುವಂತೆ ಸನ್ನೆ ಮಾಡಿದರು. ಕಾರು ಅಷ್ಟು ದೂರ ಹೋದ ಮೇಲೆ ಅವನು ನೋಟ ಹರಿಸದೆ ಪ್ರಶ್ನಿಸಿದರು. "ಕಾಲೇಜ್‌ಗೆ ಯಾಕೆ ಅಟೆಂಡ್ ಆಗ್ಲಿಲ್ಲ?" ಅವನ ತಲೆಬಗ್ಗಿತು. "ಮಮ್ಮಿ ಜೊತೆ ಜಗ್ಳ ಆಡ್ಕೊಂಡ್ಬಂದೆ, ಪಾಠ ಕೇಳೋ ಇಷ್ಟವಾಗ್ಲಿಲ್ಲ" ಶ್ರೀವಾಸ್ತವ ಭಾರವಾದ ಉಸಿರೆಳೆದು ದಬ್ಬಿದರು.

ಕಾರು ನೇರವಾಗಿ 'ಶ್ರೀ' ಆಫೀಸ್ ಆವರಣದೊಳಗೆ ನುಗ್ಗಿತು. ಮಗನನ್ನು ಛೇಂಬರ್‌ಗೆ ಕರೆದೊಯ್ದರು. ಯಾರನ್ನೂ ಒಳಕ್ಕೆ ಬಿಡಬಾರದೆಂದು ತಾಕೀತು ಮಾಡಿದರು.

ಎದುರಿಗೆ ಕೂತ ಮಗನನ್ನೇ ನೋಡಿದರು. "ರೋಹಿತ್ ನಿಂಗೆ ಎಜುಕೇಷನ್ ಅಗತ್ಯ. ಇಷ್ಟು ದೊಡ್ಡ ಫ್ಯಾಕ್ಟರಿಗೆ ಎಂ.ಡಿ ಆಗೋಕೆ ಮಿದುಳು, ಅನುಭವದ ಜೊತೆ ವಿದ್ಯಾರ್ಹತೇನು ಬೇಕು. ಇದ್ನ ನೀನು ಅರ್ಥ ಮಾಡ್ಕೊಬೇಕು.

ರೋಹಿತ್ ತಲೆ ತಗ್ಗಿಸಿಕೊಂಡು ಕೂತುಬಿಟ್ಟ. ಅವನ ಮಿದುಳು ಚುರುಕೇ. ಆದರೆ ಅವನೇ ಓದಿನ ಬಗ್ಗೆ ಆಸಕ್ತಿವಹಿಸಲಾರ. ಅಂಥ ಪ್ರಬಲವಾದ ಕಾರಣವಿಲ್ಲದಿದ್ದರೂ ಸೋಮಾರಿತನ.

ನಿಮಿಷಗಳ ನಂತರ ತಲೆಯೆತ್ತಿದ. "ನಂಗೆ ಕಾಲೇಜ್‌ಗೆ ಹೋಗೋಕೆ ಇಷ್ಟವಿಲ್ಲ. ನಾಳೆಯಿಂದ ಆಫೀಸ್‌ಗೆ ಬರ್ತಿನಿ" ಅವನ ಸ್ವರದಲ್ಲಿ ದೃಢತೆ ಇತ್ತು. ಶ್ರೀವಾಸ್ತವ ವಿರೋಧಿಸಲು ಹೋಗಲಿಲ್ಲ. "ಕಂಗ್ರಾಜುಲೇಷನ್, ಓಕೆ, ಮೈ ಬಾಯ್, ನಾಳೆ ಬಾ, ಇವತ್ತು ಹೋಗ್ಬಹುದ್ದು" ಮಗನ ಕೈಕುಲುಕಿ ಶುಭ ಹಾರೈಸಿದರು. ಎಂಥ ವಿರೋಧ ಹೆಂಡತಿ ಯಿಂದ ಪ್ರಕಟವಾಗಬಹುದೆಂದು ಅವರಿಗೆ ಗೊತ್ತು.

ರೋಹಿತ ಹೋದ ಎಷ್ಟೋ ಹೊತ್ತಿನವರೆಗೂ ಗಂಭೀರವಾಗಿ ಕೂತುಬಿಟ್ಟರು, ಫೋನ್ ಬಂದಾಗ ಅನಾಸಕ್ತಿಯಿಂದಲೇ ಎತ್ತಿದರು.

"ಹಲೋ..." ಆಚಲಾ ಸ್ವರ.

"ಹಲೋ..." ಸೀಟಿಗೆ ಪೂರ್ತಿಯಾಗಿ ಒರಗಿದರು. "ರೋಹಿತ್ ಮನೆಗೆ ಬಂದಿದ್ದಾನೆ" ಎರಡು ನಿಮಿಷ ನಿಶ್ಯಬ್ದದ ನಂತರ ಉಸುರಿದರು. "ನಾಳೆಯಿಂದ ಕಾಲೇಜ್‌ಗೆ ಹೋಗೋಲ್ವಂತೆ" ಉದ್ವೇಗವನ್ನ ಗುರ್ತಿಸಿದರು. "ಈಗೇನಾಯ್ತು? ನೀನೇನು ವರೀ ಮಾಡ್ಬೇಡ. ಅವನ ಬಗ್ಗೆ ಅವ್ನು ಯೋಚಿಸಬಲ್ಲ. ಈ ವಯಸ್ಸಿನಲ್ಲಿ ಸ್ವಲ್ಪ ಗೈಡೆನ್ಸ್ ಮಾಡಬೇಕೇ ವಿನಹ ನಮ್ಮ ಆಸೆ, ಅಧಿಕಾರಾನ್ನ ಚಲಾಯಿಸ್ಬಾರ್ದು. ಟೇಕ್ ಇಟ್ ಈಸೀ" ಎಂದಕೂಡಲೇ ಫೋನಿಟ್ಟ ಸದ್ದಾಯಿತು. ಅಲ್ಲಿ ಅಚಲಾ ಸುರಿಸುವ ಕಣ್ಣೀರು ಇಲ್ಲಿನ ವರೆಗೂ ಹರಿದುಕೊಂಡು ಬಂದಂತಾಯಿತು.

ಛೇಂಬರ್‌ನಿಂದ ಎದ್ದು ಹೊರಗೆಬಂದರು. ಆ ಕ್ಷಣ ಬದುಕು ಆಕರ್ಷಣೆ ಕಳೆದುಕೊಂಡಿತು.

ಶ್ರೀವಾಸ್ತವ ಮನೆಗೆ ಬಂದಾಗ ತಾಯಿ, ಮಗ ಎದುರುಬದುರಾಗಿ ಕೂತಿದ್ದರು. ಸಣ್ಣ ಶೀತಲ ಯುದ್ಧ. ಕೆಲವೊಮ್ಮೆ ಇದು ಮಾಮೂಲಾದರೂ ಮಂಜಿನಂತೆ ಬೇಗ ಕರಗಿಹೋಗುತ್ತಿತ್ತು. ಕೆಲವೊಮ್ಮೆ ಅವರು ಮೌನವಾಗಿರುವುದು ಅನಿವಾರ್ಯವಾಗುತ್ತಿತ್ತು.

ಇಬ್ಬರ ಕಡೆ ನೋಡಿದವರು ತಮ್ಮ ಕೋಣೆಗೆ ಹೋಗಿಬಿಟ್ಟರು. ಬಟ್ಟೆ ಬದಲಾಯಿಸಿ ಆಳು ತಂದು ಕೊಟ್ಟ ಟೀ ಕುಡಿದು ಬಾಲ್ಕನಿಯಲ್ಲಿ ಹೋಗಿನಿಂತರು. ಅಂಗೈ ಚುರುಗುಟ್ಟಿತು. ಕಣ್ಮುಂದೆ ಹಿಡಿದರು. ಕೆಂಪಗೆ ಕಂಡಿತು.

"ಶ್ರೀ ನಿಮ್ಗೆ ಪಾಮಿಸ್ಟ್ರಿ ಬರುತ್ತಾ?" ಚಾರುಲತಳ ನೀರು ತುಂಬಿದ ಕಣ್ಣುಗಳು ಪ್ರಶ್ನಿಸಿದಂತಾಯಿತು. "ನೋ... ನೋ..." ಹಿಡಿಮಾಡಿ ಗಾಳಿಯಲ್ಲಿ ಗುದ್ದಿದರು,

"ನಿಜ್ವಾಗ್ಲೂ ನಂಗೆ ಪಾಮಿಸ್ತ್ರಿ ಗೊತ್ತಿರಲಿಲ್ಲ ಚಾರು. ಬರೀ ನಾನು ಜೋಕ್ ಮಾಡಿದ್ದಷ್ಟೆ. ಹಾಗೇಂತ ಕಲ್ಪನೆ ನುಸುಳಿದ್ರೂ ಮದ್ವೆಯಾಗಿ ದೂರ ಉಳೀತಾ... ಇರ್ಲಿಲ್ಲ" ಚಡಪಡಿಸಿದರು.

"ಯೂ ಆರ್ ಲಕ್ಕಿ. ಪ್ರೀತಿಯ ಹೆಂಡತಿ, ಮುದ್ದಿನ ಮಗ, ಸಮಾಜದಲ್ಲಿ ಗೌರವಾನ್ವಿತ ಮರ್ಯಾದೆ. ಮತ್ತೇನು ಬೇಕು" ತೀರಾ ಆತ್ಮೀಯರು ಉದ್ಗರಿಸುತ್ತಿದ್ದರು. ಪ್ರಪಂಚದಲ್ಲೇ ತಾನು ಸುಖಿ! ಹೃದಯ, ಮನಸ್ಸು ಕೇಕೆ ಹಾಕಿ ನಕ್ಕಿತು.

ಭ್ರಮೆಗೆ ಒಳಗಾದ ಶ್ರೀವಾಸ್ತವಾರಿಗೆ ಹೆಂಡತಿ ಬಂದಿದ್ದೇ ಗೊತ್ತಾಗಲಿಲ್ಲ. "ನಂಗೆ ವರೀ ಮಾಡ್ಬೇಡಾಂತ ಹೇಳಿದ್ರಿ. ಈಗ ನೀವೇ ಚಿಂತಿಸ್ತಾ ಇದ್ದೀರಾ" ಎಂದಾಗ ನೋಟ ಹರಿಸಿ ನಸುನಕ್ಕರು.

"ಖಂಡಿತ ಇಲ್ಲ. ನಾನು ಯೋಚಿಸ್ತಾ ಇದ್ದಿದ್ದು ಬೇರೆ ವಿಷ್ಯ! ಬದ್ಕು ನಶ್ವರ ಅಂತ ತಿಳ್ದೂ ಕೂಡ ಮನುಷ್ಯ ಜೀವನದ ಬಗ್ಗೆ ಯಾಕೆ ಅಷ್ಟೊಂದು ವಾಂಚೆ ಬೆಳೆಸಿಕೊಳ್ಳುತ್ತಾನೆ, ತನಗೆ ಸಾವೇ ಇಲ್ಲವೆನ್ನುವಂಥ ಆಕರ್ಷಣೆ ಅವನಿಗೆ' ವಿಷಯವನ್ನ ಬೇರೆಡೆಗೆ ತಿರುಗಿಸಿ ದರು. ಅಚಲಾ ನೋಯುವುದು ಅವರಿಗೆ ಬೇಕಿರಲಿಲ್ಲ.

ಈ ತರಹದ ವೇದಾಂತ ಆಕೆಗೆ ಬೇಕಿರಲಿಲ್ಲ "ಈಗ ರೋಹಿತ್ ಬಗ್ಗೆ ಮಾತ್ರ ಮಾತಾಡೋಣ. ಅವನನ್ನ ಏನ್ಮಾಡೋದು? ಈ ವಯಸ್ಸಿಗೆ ಹಣಕಾಸು ವ್ಯವಹಾರ ಅನ್ನೋ ಟೆನ್ಷನ್ ಯಾಕೆ? ಆರಾಮಾಗಿ ಇನ್ನೆರಡ್ವರ್ಷ ಕಾಲೇಜು ಕಲಿಯಬೇಕಿತ್ತು."

ಮಾತಿಗಿಂತ ಈಗ ಮೌನ ಚೆನ್ನನಿಸಿತು ಶ್ರೀವಾಸ್ತವರಿಗೆ ಇಂಥ ಸ್ವಭಾವ ಅಚಲಾಗೆ ಗೊತ್ತು ಪ್ರಕ್ಷುಬ್ಧ ವಾತಾವರಣ ತಿಳಿಮಾಡುವ ಪ್ರಯತ್ನಗಳಲ್ಲಿ ಇದೊಂದು.

ರಾತ್ರಿಯ ಊಟದ ಸಮಯದಲ್ಲೂ ಹೆಚ್ಚೆನಿಸುವ ನೀರವತೆ. ಎರಡೇ ನಿಮಿಷಕ್ಕೆ ರೋಹಿತ್ ಎದ್ದುಹೋದ. ಶ್ರೀವಾಸ್ತವ ಹೆಂಡತಿಯ ಕಡೆ ನೋಡಿದರು. ಆಕೆ ಎದ್ದು ಹೋದರು. ಊಟ ಪೂರ್ತಿ ಮಾಡಿಯೇ ಶ್ರೀವಾಸ್ತವ ಎದ್ದಿದ್ದು. ಇಷ್ಟವಿಲ್ಲವೆನಿಸಿದ್ದು ಕೂಡ ಒತ್ತಡದಿಂದಿರುವುದು ಕಷ್ಟವೆನಿಸಿತು.

ಅವರು ನೇರವಾಗಿ ಬಂದಿದ್ದು ಮಗನ ಕೋಣೆಗೆ. ಮಲಗಿ ಸೀಲಿಂಗ್ ದಿಟ್ಟಿಸು ತ್ತಿದ್ದ. "ರೋಹಿತ್..." ಎಂದಕೂಡಲೇ ಎದ್ದುಕೂತ. "ನಿನ್ನ ನಿಲುವಿನ ಬಗ್ಗೆ ಕಾಮೆಂಟ್ಸ್ ಬೇಡ. ನಾನು ನಿನ್ನ ಮಮ್ಮಿಗೆ ಹೇಳ್ತೀನಿ, ನಾಲ್ಕು ದಿನ ಇರುತ್ತೆ ಈ ನಿರಾಸೆ" ಅವನ ಕೂದಲಲ್ಲಿ ಪ್ರೀತಿಯಿಂದ ಕೈಯಾಡಿಸಿ ಹೊರಗೆ ಬಂದರು.

ತಾಯಿ ಹೆಚ್ಚು ಆತ್ಮೀಯಳು, ಹತ್ತಿರದವಳಾದರೂ ಅವನಿಗೆ ತಂದೆಯ ಬಗ್ಗೆ ಪ್ರೀತಿ, ಗೌರವಕ್ಕಿಂತ ಅಭಿಮಾನ ಹೆಚ್ಚು. 'ಐಯಾಮ್ ಲಕ್ಕಿ, ನನ್ನ ತಂದೆಯಂಥವರು ಸಾವಿರಕ್ಕೆ ಒಬ್ಬರು ಸಿಕ್ಕಲಾರರು' ಎದೆಯುಬ್ಬಿಸಿ ಹೇಳಬಲ್ಲ.

ಸದಾ ಕುಡಿಯುವ, ಬೇರೆ ಹೆಣ್ಣುಗಳ ಜೊತೆ ಸ್ನೇಹದಿಂದಿರುವ ಹೆಂಡತಿ,

ಮಕ್ಕಳಿಗೆ ನ್ಯಾಯ ಸಲ್ಲಿಸಲಾರದಂಥ ಹೆಚ್ಚು ಮಂದಿಯನ್ನು ನೋಡಿದ್ದ. 'ಅಪೂರ್ವ ವ್ಯಕ್ತಿ ಶ್ರೀವಾಸ್ತವ' ಬೇರೆಯವರ ಮಾತಿದು.

ಹತ್ತು ನಿಮಿಷದಲ್ಲಿ ಅವನಿಗೆ ಕರೆ ಬಂತು. "ನಿಮ್ಮ ಸ್ನೇಹಿತರು ಬಂದಿದ್ದಾರೆ" ಖುಷಿಯಿಂದಲೇ ಎದ್ದುಬಂದವನು ರವಿಯನ್ನ ನೋಡಿ ಗಕ್ಕನೆ ನಿಂತ. ಕೈ ಕೆನ್ನೆಯ ಮೇಲಾಡಿತು. "ನಿಮ್ಮ ಪರ್ಸ್ ಕಾಲೇಜು ಆವರಣದಲ್ಲಿ ಸಿಕ್ತು. ವಿಳಾಸ ಇದ್ದಿದ್ದರಿಂದ ತೊಂದರೆಯಾಗ್ಲಿಲ್ಲ" ಪರ್ಸ್ ಟೀಪಾಯಿ ಮೇಲಿಟ್ಟ ರವಿ.

ಸಂಭ್ರಮದಿಂದ ಅವನ ಕೈ ಹಿಡಿದು ಕೂಡಿಸಿದ. "ಮೆನಿ ಮೆನಿ ಥ್ಯಾಂಕ್ಸ್. ಕೆಲವು ಬಾರಿ ಕಳೆದ ಪರ್ಸ್ ಇನ್ನೂ ಸಿಕ್ಕಿಲ್ಲ. ಇವತ್ತು ನನ್ನ ಲಕ್ ಚೆನ್ನಾಗಿತ್ತು" ಹರ್ಷ ವ್ಯಕ್ತಪಡಿಸಿದ ರೋಹಿತ್. ಕೆಲವು ಬಾರಿ ಕಳೆದುಕೊಂಡರೂ ಪುನರಾವರ್ತನೆ. ರವಿ ಕಣ್ಣುಗಳಲ್ಲಿ ಅಚ್ಚರಿ ಇಣಕಿತು.

"ಒಂದ್ನಿಮ್ಮ..." ತಂದೆಯ ಕೋಣೆಗೆ ಓಡಿದ. "ಪಪ್ಪ ರವಿ ಬಂದಿದ್ದಾರೆ" ಶ್ರೀವಾಸ್ತವರವರ ಹುಬ್ಬುಗಳು ಮೊದಲು ಬೆಸೆದುಕೊಂಡರೂ ಮಾಮೂಲಿ ಸ್ಥಿತಿಗೆ ಬಂದವು. "ರವಿ... ಅಂದ್ರೆ..." ಕೈಯಲ್ಲಿದ್ದ ಪುಸ್ತಕ ಪಕ್ಕಕ್ಕಿಟ್ಟು ಮೇಲೆದ್ದರು.

ಅಚಲಾ ಮುಖ ದಪ್ಪಗೆ ಮಾಡಿಕೊಂಡರು. "ಯಾರಾದ್ರೂ ಬರಲೀ, ಈಗ ಕರೆಯೋ ಅಗತ್ಯವೇನಿತ್ತು? ಸದಾ ಟೆನ್ಷನ್‌ನಲ್ಲಿರೋ ಮನುಷ್ಯನಿಗೆ ರಾತ್ರಿಯಾದ್ರೂ ವಿಶ್ರಾಂತಿ ಬೇಡವೇ?" ಗದರಿಕೊಂಡರು.

ಶ್ರೀವಾಸ್ತವ ಹೆಂಡತಿಗೆ ಕಣ್ಣಲ್ಲಿಯೇ ಸಮಾಧಾನ ಹೇಳಿ ಹೊರಬಂದರು. ರವಿಯನ್ನ ನೋಡಿದಕೂಡಲೇ ಅವರ ಮುಖದಲ್ಲಿ ಸಂತೋಷ ಅರಳಿತು.

"ನಮಸ್ತೆ.. ಸರ್" ಎಂದಾಗ ರವಿ, ನೋಟ ಕದಲಿಸಲಿಲ್ಲ ಶ್ರೀವಾಸ್ತವ. "ನಮಸ್ತೆ." ಎದುರಿನಲ್ಲಿಯೇ ಕೂತರು. ಅವನ ಕಣ್ಣುಗಳಲ್ಲಿ ಏನನ್ನೋ ಹುಡುಕುತ್ತಿದ್ದರು. ರವಿ ಮೇಲೆದ್ದ. "ಬರ್ತಿನಿ, ಈಗಾಗ್ಲೆ ಲೇಟಾಗಿದೆ."

ರೋಹಿತ್ ಬಲವಂತದಿಂದ ಕೂಡಿಸಿದ. ಅಚಲಾ ಕೂಡ ಬಂದು ಮಾತಾಡಿಸಿದರು. ಕ್ಷಣ ತನಗೆ ಅಂಥ ಮಗನಿಲ್ಲವಲ್ಲ ಎಂದು ಅಸೂಯೆಗೊಂಡಿತು. ಅವರ ಮನ-ಎತ್ತರಕ್ಕೆ ತಕ್ಕ ದೃಢ ಶರೀರ, ಕಣ್ಣುಗಳಲ್ಲಿನ ಗಂಭೀರ ಪ್ರಖರತೆ ಅವರಿಗೆ ಇಷ್ಟವಾಯಿತು. ಶ್ರೀವಾಸ್ತವ ಮೌನವಾಗಿ ನೋಡುತ್ತ ಕೂತರೇ ವಿನಃ ಒಂದು ಮಾತಾಡಲಿಲ್ಲ. ಅವನನ್ನು ಎದುರಿನಲ್ಲಿ ಕೂಡಿಸಿಕೊಂಡು ಇನ್ನಷ್ಟು ನೋಡುವ ಆಸೆ ಅವರಿಗೆ.

ಹಾಲು ಕುಡಿದಿಟ್ಟ ರವಿ ಮೇಲಕ್ಕೆದ್ದ. "ಬರ್ತಿನಿ..." ಎಂದವನು ಹೊರಟಾಗ ರೋಹಿತ್ ಗೇಟಿನವರೆಗೂ ಹೋಗಿ ಬೀಳ್ಕೊಡುವ ಮುನ್ನ ಕೇಳಿದ "ನಾನು ನಿಮ್ಮನ್ನ ಡ್ರಾಪ್ ಮಾಡ್ಲಾ?" ರವಿ ನಕ್ಕುಬಿಟ್ಟ. ಅವನ ಡ್ರೈವಿಂಗ್ ವಿಷ್ಯ ಇಡೀ ಕಾಲೇಜಿಗೆ ಗೊತ್ತು. "ಇನ್ಸೂರೆನ್ಸ್ ಮಾಡ್ಸಿ ರೋಹಿತ್ ಕಾರು ಹತ್ತಿ" ಕೆಲವರು ಹಾಸ್ಯ ಮಾಡುತ್ತಿದ್ದರು. ಆದರೆ ಕಾರನ್ನ ಹತ್ತುವ ವಿದ್ಯಾರ್ಥಿಗಳ ಸಂಖ್ಯೆಯೇನು ಕಡಿಮೆ ಇರಲಿಲ್ಲ. "ಥ್ಯಾಂಕ್ಯೂ, ನಾನು ಹೋಗ್ತಿನಿ" ಕತ್ತಲೆಯಲ್ಲಿ ಮರೆಯಾದ.

ಪರ್ಸ್ ಬಿಚ್ಚಿ ನೋಡಿದ ಅಚಲಾ ಮುಖ ಗಂಟಾಕಿ ಕೂತಿದ್ದರು. ಅವರ ಕೈಯಲ್ಲಿ ಚಿನ್ನದ ಸರ ಇತ್ತು "ಇದ್ನ ತೆಗ್ದು ಯಾಕೆ ಪರ್ಸಿನಲ್ಲಿ ಹಾಕ್ದೇ?" ಕಣ್ಣು ಕೆಂಪಗೆ ಮಾಡಿದರು. ಅವನು ತಲೆ ಬಗ್ಗಿಸಿಕೊಂಡು ತನ್ನ ಕೋಣೆಗೆ ಹೋದ. ವಿದೇಶೀ ಪರ್ಸ್ ತುಂಬ ಬೆಲೆ ಬಾಳುವಂಥಾದ್ದು. ಯಾರೋ ಮಿತ್ರರು ಅವನ ಬರ್ತ್‌ಡೇಗೆ ಪ್ರೆಸೆಂಟ್ ಮಾಡಿದ್ದರು. ಅವನಿಗೆ ನಿರ್ಲಕ್ಷ್ಯ.

ಪರ್ಸ್‌ನಲ್ಲಿದ್ದುದ್ದೆಲ್ಲ ತೆಗೆದು ಟೀಪಾಯಿ ಮೇಲೆ ಸುರಿದರು. ಒಂದಿಷ್ಟು ಚಿಲ್ಲರೆ ಜೊತೆ ನೂರರ ಐದು ನೋಟು ಇತ್ತು. ಎರಡು ವಿದೇಶಿ ಪೆನ್, ಮತ್ತೊಂದು ಬಾಲ್‌ಪೆನ್, ಕೀ ಬಂಚ್. ಎಂಥ ಬೇಜವಾಬ್ದಾರಿ. ಆಕೆ ಕಂಗೆಟ್ಟರು.

"ನೋಡಿದ್ರಾ... ನಿಮ್ಮ ಮಗನನ್ನು" ದುಗುಡ ಹತ್ತಿಕ್ಕಲಾರದ ಕಣ್ಣೀರು ಸುರಿಸಿದರು. "ಛಿ, ಅಂಥದ್ದು ಏನಾಯ್ತು? ಈ ವಯಸ್ಸೇ ಒಂದು ರೀತಿಯ ಬೇಜವಾಬ್ದಾರಿಯ ಕಾಲ. ತಾನಾಗಿ ಸರಿಹೋಗ್ತಾನೆ' ಕಣ್ಣೀರು ತೊಡೆದರು. ಅದನ್ನ ಬಿಟ್ಟು ಶ್ರೀವಾಸ್ತವ ಮತ್ತೇನೂ ಮಾಡಲಾರರು. ರೋಹಿತ್ ಒಂದು ರೀತಿಯ ಹುಡುಗ.

ಆದರೂ ಅಚಲಾ ನಿಶ್ಚಿಂತೆಯಿಂದ ನಿದ್ರಿಸಿದರು. ಶ್ರೀವಾಸ್ತವ ಹಾಸಿಗೆಯಲ್ಲಿ ಒದ್ದಾಡಿದರು. ಎಂಥದೋ ಹಂಬಲಿಕೆ. ರವಿಯನ್ನ ಕಾಣಬೇಕೆಂಬ ತವಕ. ಒಬ್ಬ ಅಪರಿಚಿತ ಯುವಕನ ಬಗ್ಗೆ ತಮಗ್ಯಾಕೆ ಇಂಥ ಆಕರ್ಷಣೆ? ಉತ್ತರ ಹುಡುಕಲಾರದೆ ಹೋದರು.

* * *

ಅಂದು ಮೀಟಿಂಗ್‌ನಿಂದ ಶ್ರೀವಾಸ್ತವ ಹೊರಟಾಗ ನಾಲ್ಕಕ್ಕೆ ಹತ್ತು ನಿಮಿಷವಿತ್ತು. ಅವರ ನೋಟ ಕ್ಷಣ ಹಾದು ಒಬ್ಬ ವ್ಯಕ್ತಿಯ ಮೇಲೆ ನಿಂತಿತು.

"ಡ್ರೈವರ್, ಸ್ಟಾಪ್ ಇಟ್" ಕೂಗಿಕೊಂಡರು. ಅವರೆದೆಯ ಬಡಿತ ಏರಿತು. "ಭಾಸ್ಕರ್..." ಇಪ್ಪತ್ತು ವರ್ಷಗಳಷ್ಟು ದೀರ್ಘಕಾಲದ ನಂತರ ನೋಡಿದ್ದು. ಸಂತೋಷ ದುಃಖಗಳ ಸಮ್ಮಿಲನ ಅವರೆದೆಯಲ್ಲಿ.

ಕಾರು ನಿಂತಕೂಡಲೇ ತಾವೇ ಡೋರ್ ತೆರೆದುಕೊಂಡು ಹಿಂದಕ್ಕೆ ಓಡಿದರು. ಬಸ್‌ಸ್ಟಾಪ್‌ನ ಕ್ಯೂನಲ್ಲಿ ಕೊನೆಯವರಾಗಿ ನಿಂತಿದ್ದರು ಭಾಸ್ಕರ್. ಅದೇ ಎತ್ತಿ ಬಾಚಿದ ಕೂದಲು, ಅಲ್ಲಲ್ಲಿ ನೆರೆತ ಕೂದಲು ಇಣಕಿ ಮುಖಕ್ಕೆ ಗಾಂಭೀರ್ಯ ಬಂದಿತ್ತು. ಕಚ್ಚೆಹಾಕಿದ ಬಿಳಿಯ ಪಂಚೆ ಮತ್ತು ಜುಬ್ಬಾ ಧರಿಸಿದ್ದಿದ್ದು.

"ಭಾಸ್ಕರ್..." ಆ ಕ್ಷಣ ಸಾರ್ವಜನಿಕ ಸ್ಥಳವೆನ್ನುವುದನ್ನು ಕೂಡ ಮರೆತುಬಿಟ್ಟರು. ಇತ್ತ ತಿರುಗಿದ ಭಾಸ್ಕರ್ ಕಣ್ಣುಗಳು ಅರಳಿ ಹರ್ಷ ಚಿಮ್ಮಿತು "ಶ್ರೀ..." ಸ್ವರ ಉಡುಗಿ ಹೋಯಿತು.

ಹಲವು ಲಕ್ಷಗಳು ಲಾಭ ಬಂದಿದ್ದರೂ, ಶ್ರೀ ಎಲೆಕ್ಟ್ರಾನಿಕ್ಸ್ ಮಾರುಕಟ್ಟೆಯಲ್ಲಿ

ಇನ್ನಷ್ಟು ಪ್ರಗತಿ ಸಾಧಿಸಿದ್ದರೂ ಶ್ರೀವಾಸ್ತವರಿಗೆ ಈಗ ಸಿಕ್ಕಷ್ಟು ಸಂತೋಷ ಸಿಗುವುದು ಸಾಧ್ಯವೇ ಇರಲಿಲ್ಲ.

"ಮತ್ತೆ ನಿನ್ನ ನೋಡೋ ಅವಕಾಶ ನಂಗೆ ಸಿಕ್ಕುತ್ತೋ ಇಲ್ಲವೋ ಅಂದ್ಕೊಂಡಿದ್ದೆ" ಗೆಳೆಯನ ಕಂಠ ಕಂಪಿಸಿದ್ದನ್ನ ಗಮನಿಸಿದ ಭಾಸ್ಕರ ತಾವು ಮೊದಲು ಚೇತರಿಸಿಕೊಂಡರು "ಇಲ್ಲೇ ನಿಂತರೆ ಟ್ರಾಫಿಕ್ ಜಾಮ್ ಆಗ್ಬಹುದು. ಪೇಪರಿನಲ್ಲಿ ನಾಳೆ ಅದೇ ಮುಖ್ಯ ವಿಷಯವಾಗುತ್ತೆ" ಭುಜ ತಟ್ಟಿದ್ದರು.

ಪ್ಲಾಟಿನಂ ಗಾರ್ಡನ್ ಹೋಟೆಲ್ ಮುಂದೆ ಕಾರು ನಿಂತಾಗ ಶ್ರೀವಾಸ್ತವ ತಾವೇ ಮೊದಲು ಇಳಿದು ಕಣ್ಣುಗಳಲ್ಲಿಯೇ ಗೆಳೆಯನನ್ನ ಸ್ವಾಗತಿಸಿದರು.

ಹೆಚ್ಚುಕಡಿಮೆ ಗಾರ್ಡನ್ ನಿರ್ಮಾನುಷವಾಗಿತ್ತು. ಜನ ಇಲ್ಲಿಗೆ ಬರುವುದು ಒಂದೂವರೆಯ ಮೇಲೆಯೇ. ಮೂಲೆಯ ಸೀಟುಗಳತ್ತ ನಡೆದರು. ನಿಜವಾಗಿಯೂ ವಿಹರಿಸಲು ಉತ್ತಮ ಸ್ಥಳ. ಹೋಟೆಲ್ ಮಾಲಿಕನ ಅಭಿರುಚಿ ಉತ್ತಮವಾಗಿರಬೇಕು. ಮರ, ಗಿಡ, ಹಚ್ಚಹಸುರಿನ ಲಾನ್, ದೂರದಲ್ಲಿ ಹುಡುಗರು ಆಡಲು ಜಾರುಬಂಡೆ, ಸುತ್ತುವ ಗಾಲಿ, ಆಟವಾಡಲು ಉತ್ತಮ ಸ್ಥಳ, ತಂದೆ, ತಾಯಿಯರು ತಿಂಡಿ ತಿನ್ನುತ್ತಲೋ, ಮಾತಾಡುತ್ತಲೋ ತಮ್ಮ ಮಕ್ಕಳುಗಳನ್ನ ಗಮನಿಸಬಹುದಾಗಿತ್ತು. ಇಲ್ಲಿ ತಿಂದ ತಿಂಡಿ ತೀರ್ಥಗಳಿಗೆ ಮಾತ್ರವಲ್ಲ ಕಾಲಕ್ಕೂ ಛಾರ್ಜ್. ಮೊದಲೇ ಸೀಟುಗಳನ್ನ ಕಾದಿರಿಸುವ ಪರಿಪಾಠವಿತ್ತು. ಹೆಚ್ಚು ಬರುತ್ತಿದ್ದುದು ಫ್ಯಾಮಿಲಿಗಳು. ಡ್ರಿಂಕ್ಸ್ ಮತ್ತು ನಾನ್‌ವೆಜ್‌ನ ಸಪ್ಲೈ ಇರಲಿಲ್ಲ. ಹಣ ಸಂಪಾದನೆಯಲ್ಲೂ ಉತ್ತಮ ಮಾರ್ಗ ಅನುಸರಿಸಿದ್ದರು. 'ಬೀಡಿ, ಸಿಗರೇಟು ವಗೈರೆ ಸೇದಬೇಡಿ. ಇಲ್ಲಿ ಮುಂದಿನ ನವಭಾರತ ಪ್ರಜೆಗಳಿದ್ದಾರೆ.' ಎಚ್ಚರಿಕೆಯ ಬೋರ್ಡ್ ಮುಂದುಗಡೆಯೇ ನೇತ್ಹಾಕಿದ್ದರು. ಬರುವವರು ಸಿಗರೇಟನ್ನ ಬೆರಳುಗಳ ಮಧ್ಯೆಯೋ ತುಟಿಗಳ ನಡುವೆ ಸಿಗಿಸಿಕೊಂಡು ಬಂದವರು ತಟ್ಟನೆ ನಂದಿಸಿಬಿಡುತ್ತಿದ್ದರು. ಅಂತೂ ಇದೊಂದು ಅದ್ಭುತ ಪ್ರದೇಶ. ಪುಟ್ಟಪುಟ್ಟ ಚಿಣ್ಣರುಗಳು ಐಸ್‌ಕ್ರೀಮ್, ಚಾಕಲೇಟ್‌ಗಳ ನಡುವೆ ಕುಣಿದು ಕುಪ್ಪಳಿಸುತ್ತಿದ್ದರು. ಅಪರೂಪ ಸಂಯೋಜನೆ.

ಭಾಸ್ಕರರ ನೋಟ ಸುತ್ತಲೂ ಹರಿದು ಗೆಳೆಯನ ಮೇಲೆ ನಿಂತಿತು. "ಅದೇ ಹ್ಯಾಂಡ್‌ಸಮ್ ಪರ್ಸನಾಲಿಟಿ. ಇಪ್ಪತ್ತು ವರ್ಷದ ನಂತರವು ಒಂದು ಕೂದಲೂ ಬೆಳ್ಳಗಾಗಿಲ್ಲ. 'ಬೆಸ್ಟ್ ಪೇರ್' ಅವಾರ್ಡ್ ಗಿಟ್ಟಿಸಿದ ದಂಪತಿಗಳಿಗೆ ನನ್ನ ಶುಭ ಹಾರೈಕೆಗಳು" ಮುಕ್ತವಾಗಿ ಹೇಳಿದರು. ಕಲುಷಿತವಿಲ್ಲದ ಸ್ವಚ್ಛ ಮಾತುಗಳು. ಅದೇ ಭಾಸ್ಕರ ಸ್ವಲ್ಪ ಕೂಡ ಬದಲಾವಣೆ ಇಲ್ಲ. ಆದರೆ ವಾಸ್ತವ ಬೆಚ್ಚಿಬಿದ್ದರು. ಇಷ್ಟು ಹೊತ್ತಿನ ಸಂತೋಷ, ಉದ್ವೇಗ ಕುಸಿಯಿತು.

"ಅಂದ್ರೆ... ನನ್ನ ಬಗ್ಗೆ ತಿಳ್ದು, ಇಲ್ಲೇ ಇದ್ದು ಕೂಡ ನನ್ನ ನೋಡೋಕೆ ಬರ್ಲಿಲ್ಲ" ಮುಷ್ಟಿ ಬಿಗಿ ಹಿಡಿದರು. ಹಣೆ ನೆರಿಗೆಗಟ್ಟಿತು. ಅವುಡು ಬಿಗಿದುಕೊಂಡಿತು.

ಭಾಸ್ಕರ್ ಶಾಂತವಾಗಿ ಅವರ ಮುಷ್ಟಿ ಹಿಡಿದು ಕೈಬಿಡಿಸಿದರು. "ನೀನೇ ಹೇಳ್ದ

ಭವಿಷ್ಯ. ಇಷ್ಟು ವರ್ಷ ಗೆಳೆಯನ ವಿಯೋಗ ಅಂತ ನನ್ನೈಲ್ಲಿ ನಮೂದಾಗಿರಬೇಕು. ಹ್ಯಾವ್ ಎ ಲಿಟಲ್ ಪೇಷನ್ಸ್" ಕೈಯನ್ನ ಮೃದುವಾಗಿ ಅದುಮಿದರು. ಅಸಹನೆ, ಉದ್ವೇಗದ ಜೊತೆ ಕೋಪವು ಸತ್ತು ನಾಚಿಕೆ, ಪಶ್ಚಾತ್ತಾಪ ಶ್ರೀವಾಸ್ತವರನ್ನ ಆವರಿಸಿತು.

"ಐಯಾಮ್ ವೆರಿ ಸಾರಿ" ತುಟಿ ಕಚ್ಚಿ ದುಃಖ ನುಂಗಿದರು. ಭಾಸ್ಕರ ನಸುನಕ್ಕರು. "ದಟ್ ಈಸ್ ಎನಫ್. ನಮ್ಮ ಸ್ನೇಹವೊಂದನ್ನ ಬಿಟ್ಟು ಮಿಕ್ಕಿದ್ದೆಲ್ಲ ಮರುತ್ತುಬಿಡೋಣ. ತಪ್ಪುಗಳನ್ನೆಲ್ಲ ಫಿಫ್ಟಿ ಫಿಫ್ಟಿ ಮಾಡಿಕೊಳ್ಳೋಣ. ಈಗ ನಿನ್ನ ವಿಚಾರ ಹೇಳು" ಮೆನು ಕಾರ್ಡ್‌ನ ಪಕ್ಕಕ್ಕೆ ಸರಿಸಿದರು.

ಫ್ರೂಟ್ ಸಲಾಡ್, ಟೀಯ ನಡುವೆ ಭಾಸ್ಕರ ಕೆಲವು ವಿಷಯಗಳನ್ನ ಕೇಳಿದರು. ಅದಕ್ಕಷ್ಟೇ ಉತ್ತರ. ಹಗುರವಾಗಿ ಅತ್ಯಂತ ಗೆಲುವಾಗಿ ಮಾತಾಡುತ್ತಿದ್ದ ಗೆಳೆಯನನ್ನು ನೋಡಿ ಶ್ರೀವಾಸ್ತವರಿಗೆ ಆಸೂಯೆಯಾಯಿತು. ಅಂಥ ಮನಸ್ಥಿತಿ ತನಗೆ ಸಾಧ್ಯವೇ? ಬಗೆದ ದ್ರೋಹಕ್ಕೆ ಅವನು ತನ್ನನ್ನ ಕೊಂದುಬಿಡಬೇಕಿತ್ತು!

ಇಡಿ ಇಡೀಯಾಗಿ ಬರುವ ಜನರು ಭರ್ತಿಯಾಗುತ್ತಿದ್ದಂತೆ ಸುಂದರ ಸಂಗೀತದ ಅಲೆಗಳು ಸ್ಟೀರಿಯೋದಿಂದ ಹೊರಹೊಮ್ಮತೊಡಗಿದ್ದು ತಟ್ಟನೇ ನಿಂತಿತು. ಬರೀ ಐದು ಸೆಕೆಂಡ್‌ನ ಸಂಗೀತ.

"ಇದೇನಿದು?" ಭಾಸ್ಕರರ ಹುಬ್ಬೇರಿತು.

"ಭಾನುವಾರ ಬಿಟ್ಟು ಮಿಕ್ಕ ದಿನ ಇಲ್ಲಿ ಸ್ಟೀರಿಯೋ ಆನ್ ಮಾಡುವ ಹಾಗಿಲ್ಲ. ಮರ್ರು ಹಾಕಿರಬೇಕು. ಹೋಮ್‌ಲೀಯಾಗಿರಬೇಕೆಂಬುದು ಮಾಲೀಕನ ಆಸೆ'. ವಿವರಿಸಿದರು.

ಆ ವಿಷಯ ಶುರುವಾದ ಮೇಲೆ 'ಫ್ರೆಷ್' ಆದರು ಶ್ರೀವಾಸ್ತವ. ಇಂಥ ಒಂದು ಹೋಟೆಲ್ ಶುರುವಾದಾಗ ಜನ ಹಾಸ್ಯ ಮಾಡಿದ್ದು, ಆಮೇಲೆ ಅದು ಬೆಳೆದ ರೀತಿ, ಈ ಯೋಜನೆಯ ಹಿಂದಿದ್ದ ಮಾಲೀಕನ ಒಳ್ಳೆ ಮನಸ್ಸು.

"ಹಣ ಮನುಷ್ಯನ ಬದ್ಕಿಗೆ ಅಗತ್ಯ. ಆದ್ರೆ... ಸಂಪಾದ್ನೆ ಒಳ್ಳೆ ರೀತಿಯಲ್ಲೇ ಆಗ್ಬೇಕು. ಯಾವ್ದೇ ಯೋಜನೆ ಹಾಕಿಕೊಂಡಾಗ್ಲೂ ಸಮಾಜದ ಹಿತಾನ ದೃಷ್ಟಿಯಲ್ಲಿ ಇಟ್ಕೋಬೇಕು. ಅದೇ ನನ್ನ ಉದ್ದೇಶ. ಪ್ರೀತಿಯ ಮಕ್ಕಳು, ಮುದ್ದಾದ ಸಂಸಾರಗಳು, ಎಳೆಯ ಜೋಡಿಗಳು, ಮುಪ್ಪಿನ ಜೊತೆಗಾರರು ಆರಾಮಾಗಿ ವಿಹರಿಸಲಿ. ನಂಗೆ ಅಷ್ಟೇ ಸಾಕು" ಮಾಲಿಕನಾಡುತ್ತಿದ್ದ ಮಾತುಗಳನ್ನ ತಿಳಿಸಿದರು.

ಕಡೆಗೆ ಭಾಸ್ಕರನೇ ಮೇಲೆದ್ದರು. "ಹೋಗೋಣ, ನನ್ನ ಅನಿರೀಕ್ಷಿತ ಭೇಟಿಯಿಂದ ಒಂದೆರಡು ಗಂಟೆ ವೇಸ್ಟ್ ಆಯ್ತು. ಅದು ನಿಂಗೆ ಅಮೂಲ್ಯ" ಅನ್ನಲಾರದ ಸ್ಥಿತಿಯಲ್ಲಿ ತಲೆದೂಗಿದರು ಶ್ರೀವಾಸ್ತವ.

ಕಾರು ಪಾರ್ಕ್ ಮಾಡಿದ್ದ ಕಡೆ ಬಂದಾಗ ಡ್ರೈವರ್ ಓಡಿಬಂದ "ನೀನು ಮನೆಗೆ ಹೋಗು. ನಾನು ಕಾರು ತಗೊಂಡ್ಹೋಗ್ತೀನಿ" ಎಂದರು ಶ್ರೀವಾಸ್ತವ. ಅವನಿಗೆ ವಿಚಿತ್ರವಾಗಿ

ಕಂಡಿತು. ಅದರ ಜೊತೆ ಬೇಗ ಮನೆಗೆ ಹೋಗಬಹುದಲ್ಲ ಎನ್ನುವ ಖುಷಿ. "ಅಚ್ಛಾ ಸಾಬ್..." ವಿನಮ್ರತೆಯಿಂದ ನುಡಿದ.

"ಭಾಸ್ಕರ್ ಮನೆಗೆ ಹೋಗೋಣ" ಕಾರಿನ ಡೋರ್ ತೆರೆದರು. ಭಾಸ್ಕರ್ ತಡೆದರು "ಈಗ್ಬೇಡ ಮತ್ತೆ ಯಾವಾಗ್ಲಾದ್ರೂ ಬರ್ತಿನಿ" ಎಂದರು.

ಶ್ರೀವಾಸ್ತವ ಹಿಂದಕ್ಕೆ ತಿರುಗಿದರು. "ನನ್ನ ನೀನು ಕ್ಷಮಿಸ್ಲಿಲ್ಲ. ಕ್ಷಮ್ಸೋಲ್ಲ" ಗಂಟಲು ಗದ್ಗದಿತವಾಯಿತು. ಅಡ್ಡಡ್ಡ ತಲೆಯಾಡಿಸಿದರು. "ನೀನೇನು ಅಪರಾಧ ಮಾಡಿಲ್ಲ. ಇನ್ನ ಕ್ಷಮಿಸೋ ಪ್ರಶ್ನೆ ಎಲ್ಲಿ ಬರುತ್ತೆ? ಗುಡ್ ಇವ್ನಿಂಗ್. ಮತ್ತೆ ಸಂಧಿಸೋಣ" ಭಾಸ್ಕರ್ ಹಿಂದಕ್ಕೆ ಹೆಜ್ಜೆ ಹಾಕಿದಾಗ ನಿಂತಲ್ಲಿಯೇ ಶಿಲೆಯಾದರು ಶ್ರೀವಾಸ್ತವ. ದೂರದಲ್ಲಿ ಕರಗಿ ಹೋದಾಗಲೇ ಅವರಿಗೆ ತಾವು ನಿಂತ ಪರಿಸರ ನೆನಪಾದದ್ದು. ನಿಧಾನವಾಗಿ ಕಾರಿನತ್ತ ನಡೆದರು.

ಗೆಳೆಯನ ಉದ್ದೇಶ ಅವರಿಗೆ ಸ್ಪಷ್ಟವಾಗಿತ್ತು. 'ಕದಡಿಹೋದ ಚಿತ್ರಗಳಿಗೆ ಮತ್ತೆ ಹೊಳಪು ನೀಡುವ ಉದ್ದೇಶ ಭಾಸ್ಕರನಿಗೆ ಇರಲಾರದು.' ಈಗ ಭಾಸ್ಕರ ಎತ್ತರ ಎತ್ತರ ಬೆಳೆದಷ್ಟು ತಾನು ತೀರಾ ಕುಬ್ಜನಾಗಿ ಹೋದೆ ಎನ್ನುವ ಕಾಂಪ್ಲೆಕ್ಸ್ ಅವರನ್ನ ಕಾಡ ತೊಡಗಿತು.

ಕಾರು ಕಾಂಪೌಂಡ್‌ನೊಳಕ್ಕೆ ಪ್ರವೇಶಿಸಿದಾಗ ತಣ್ಣನೆಯ ಅಚಲಾ ನಗು ಹರಿದುಕೊಂಡು ಬಂತು. ಅವರ ತುಟಿಯಂಚಿನಲ್ಲಿ ನೋವು, ವ್ಯಥೆಯ ನೆರಳು ಮಿನುಗಿ ಮರೆಯಾಯಿತು. ರೋಹಿತ್ ಸಂತೋಷದಿಂದ ಹರಟುತ್ತಿದ್ದ. ಕಾಲೇಜು ಎಂಬ ಬಂಧನ ಹರಿದುಹೋದ ಮೇಲೆ ಸ್ವತಂತ್ರದ ಹಕ್ಕಿಯಾಗಿದ್ದ.

ಇಳಿದು ತಾವೇ ಅತ್ತ ಹೊರಟರು. "ತಾಯಿ, ಮಗ ತುಂಬ ಖುಷಿಯಾಗಿದ್ದೀರಾ!" ಎಂದವರು ಕೋಟು ಬಿಚ್ಚಿ ಹಿಂದೆ ಆಳಿಗೆ ಕೊಟ್ಟು "ಹಾರ್ಲಿಕ್ಸ್ ತಗೊಂಡ್ಬಾ, ಮೂರು ಕಪ್" ಎಂದು ಕೂತರು.

ಸಂತೋಷ, ಸಂಭ್ರಮ ಈ ಪರಿಸರವನ್ನು ಆಕರ್ಷಿಸಿದಂತಿತ್ತು. 'ದಂಪತಿಗಳಿಗೆ ಶುಭ ಹಾರೈಕೆಗಳು' ನಿರ್ಮಲ ಮನಸ್ಸಿನಿಂದ ಭಾಸ್ಕರ ಹಾರೈಸಿದ್ದ ಅವರೆದೆಯ ಮೇಲೆ ಬಂಡೆಯೇರಿದಂತಹ ಭಾರ ಅಷ್ಟೇ. ಉಸಿರು ಸಿಕ್ಕಿಹಾಕಿಕೊಂಡಂತಾಯಿತು. ಪ್ರಯಾಸ ವಾಗಿ ಎಳೆದು ದಬ್ಬಿದರು.

"ಪಪ್ಪ ಯಾಕೋ ಒಂದು ತರಹ ಇದ್ದೀರಾ?" ರೋಹಿತ್ ಚೇರ್ ಎಳೆದು ಕೊಂಡು ತಂದೆಯ ಪಕ್ಕ ಕೂತ. "ನಿಮ್ಮಷ್ಟು ಸ್ಟ್ರಿಕ್ಟಾಗಿರೋದು ನಂಗೆ ಕಷ್ಟವಾಗುತ್ತೆ. ನಾನು ಎಂ.ಡಿ. ಆದ ದಿನ ಇಡೀ ಮ್ಯಾನೇಜ್‌ಮೆಂಟ್ ಛೇಂಜಾಗಿಬಿಡುತ್ತೆ" ಎಂದಾಗ ಬರೀ ಮುಗುಳ್ನಕ್ಕರು. "ಶೂರ್, ನಿನ್ನ ಹುಮ್ಮಸ್ಸು ನಂಗೆ ಇರೋಕೆ ಸಾಧ್ಯವೇ? ಬೇಗ ನಿನ್ನ ಆ ಸೀಟ್ ಮೇಲೆ ಕೂಡ್ಸೋ ಇಚ್ಛೆ" ಮುಕ್ತ ಮನಸ್ಸಿನಿಂದ ಆಡಿದರು. ಅಚಲಾ ಬಿಚ್ಚಿದರು.

ಮದುವೆಯಾದ ಇಪ್ಪತ್ತು ವರ್ಷದ ನಂತರವೂ ಶ್ರೀವಾಸ್ತವರ ಪರ್ಸನಾಲಿಟಿ

ಹಾಗೆಯೇ ಉಳಿದಿತ್ತು. ಸಿಡುಕಿಲ್ಲದ ಸದಾ ಪ್ರಸನ್ನತೆಯ ಮುಖಭಾವ. ಮೊದಲಿನದಷ್ಟೇ ಆಸಕ್ತಿ ಉತ್ಸಾಹ.

"ನಂಗೆ ಇಷ್ಟ ಆಗ್ಲಿಲ್ಲ!" ಅಚಲಾ ಮೇಲಕ್ಕೆದ್ದಾಗ ಕೈಹಿಡಿದು ಕೂಡಿಸಿದರು. "ಯಾಕೆ ಇಷ್ಟ ಆಗಿಲ್ಲ? ಜವಾಬ್ದಾರಿಗಳ ಜೊತೆ ಕರ್ತವ್ಯವೂ ಹಸ್ತಾಂತರವಾಗುತ್ತೆ. ಆಗ ನಾವು ಬರೀ ಅಡ್ವೈಸರ್ಸ್" ರೆಪ್ಪೆಗಳನ್ನು ಮುಚ್ಚಿ ತೆರೆದರು. ಆದರೂ ಅಚಲಾ ಪ್ರಸನ್ನ ವಾಗಲಿಲ್ಲ. ಈ ರೀತಿ ಮಾತಾಡಲು ಕಾರಣವೇನು ಅಂತ ಯೋಚಿಸುತ್ತಿದ್ದರು.

"ಎಲ್ಲಾ ನಿನ್ನಿಂದ್ಲೇ, ಆರಾಮಾಗಿ ಕಾಲೇಜಿಗೆ ಹೋಗಿದ್ರಾಗಿತ್ತು!" ರೇಗಿಕೊಂಡು ಎದ್ದು ನಡೆದರು. "ಮಮ್ಮಿಗೆ ಬರೀ ಶಾರ್ಟ್‌ಟೆಂಪರ್. ಯೋಚ್ನೇ ಮಾಡೋ ಶಕ್ತಿನೇ ಇಲ್ಲ" ಗೊಣಗಿದ ರೋಹಿತ್. ಮತ್ತೆ ಅವನಿಗೆ 'ಕಾಲೇಜು, ವಿದ್ಯಾಭ್ಯಾಸ' ಎನ್ನುವ ಬಂಧನ ದಲ್ಲಿ ಸಿಕ್ಕಿಕೊಳ್ಳಲು ಇಷ್ಟವಿಲ್ಲ. ಅಂತಹ ವಿರೋಧಿ ನಿಲುವುಗಳನ್ನು ಅವನು ಒಪ್ಪಲಾರ.

ಎಂದಿನಂತೆ ಹೋಗಿ ಬಲವಂತದಿಂದ ಇಂದು ಕರೆತರಬೇಕೆನಿಸಲಿಲ್ಲ ಶ್ರೀವಾಸ್ತವ ರಿಗೆ. ಬಹಳ ನಿಧಾನವಾಗಿ ಹಾರ್ಲಿಕ್ಸ್‌ಸಿಪ್ ಮಾಡುತ್ತ ಯೋಚಿಸತೊಡಗಿದರು.

"ಪಪ್ಪ, ಮೀಟಿಂಗ್..." ಏನೋ ಕೇಳಲು ರೋಹಿತ್ ಮುಂದಾದಾಗ ಹಾರ್ಲಿಕ್ಸ್ ಕಪ್ ಇಟ್ಟು ಮೇಲೆದ್ದರು. "ಬೇಸ್‌ನಿಂದ್ಲೇ ತಿಳ್ಕೊಳ್ಳೋ ಪ್ರಯತ್ನ ಮಾಡು. ಯಾವುದಕ್ಕೂ ಆತುರ ಬೇಡ" ಮಗನ ಭುಜ ತಟ್ಟಿ ನಡೆದರು.

ಮೆಟ್ಟಿಲು ಹತ್ತುವ ಮುನ್ನ ಅಡಿಗೆಯವನನ್ನು ಕರೆದು ಹೇಳಿದರು. "ರಾತ್ರಿ ಊಟ ಬೇಡ. ಮಧ್ಯೆ ಡಿಸ್ಟರ್ಬ್ ಮಾಡೋದ್ಬೇಡ" ಇಂದು ಎಂದಿನಂತೆ ಮೆಟ್ಟಿಲು ಸರಾಗವಾಗಿ ಏರಲಾಗಲಿಲ್ಲ. ಮೈಯಲ್ಲಿ ಶಕ್ತಿಯೇ ಇಲ್ಲವೇನೋ ಎನ್ನುವಂತೆ ನಿತ್ರಾಣವಾಯಿತು.

ಕೋಣೆ ಸೇರಿದವರೇ ಬಟ್ಟೆ ಕೂಡ ಬದಲಾಯಿಸದೆ ಹಾಸಿಗೆಯ ಮೇಲೆ ಉರುಳಿಕೊಂಡರು. 'ಚಾರು ಚಾರು' ಹೃದಯ ಕೂಗಿತು. ಮುಗ್ಧ ಮುಖದಲ್ಲಿ ಮಾಸದ ತಿಳಿನಗೆ 'ಅಂತಹ ಹಣ್ಣಿಗೆ ಮೋಸ ಮಾಡಿ ಬಿಟ್ಟೆ' ತಟ್ಟನೆ ಎದೆಯಲ್ಲಿ ಏನೋ ಒತ್ತಿದಂತಾಗಿ 'ಚಳುಕ್' ಬಂದಿತು ಎದೆಯ ಎಡಬಾಗದಲ್ಲಿ. ಸೆಕೆಂಡಿನಲ್ಲಿ ಭುಜ, ತೋಳು, ಕುತ್ತಿಗೆಯ ವರೆಗೆ ವ್ಯಾಪಿಸಿದಾಗ ಒದ್ದಾಡಿಬಿಟ್ಟರು.

ಜ್ಞಾನ ಬಂದಾಗ ನರ್ಸಿಂಗ್ ಹೋಂನಲ್ಲಿದ್ದರು. 'ಲಘು ಹೃದಯಾಘಾತ' ಡಾಕ್ಟರ್‌ಗಳ ಹಿಂಡೇ ಅವರ ಬಳಿಯಲ್ಲಿತ್ತು. ಅಚಲಾ, ರೋಹಿತ್ ಮುಖದಲ್ಲಿ ಆತಂಕ.

"ಐಯಾಮ ಆಲ್‌ರೈಟ್" ಬಹಳ ಕ್ಷೀಣವಾಗಿ ಉಸುರಿ ಹೆಂಡತಿಯ ಕಡೆ ನೋಡಿದರು. ಆಕೆಯ ಕಣ್ಣಂಚಿನ ಕಂಬನಿ ಕೆನ್ನೆಯ ಮೇಲೆ ಉರುಳಿತು. "ಮಿಸಸ್ ಶ್ರೀವಾಸ್ತವ್..." ಡಾಕ್ಟರ್ ಸ್ವರದಲ್ಲಿ ಬೇಸರವಿತ್ತು. ಆಕೆ ಬಾಯಿಗೆ ಕೈಅಡ್ಡ ಹಿಡಿದು ಓಡಿಬಿಟ್ಟರು.

"ರಿಯಲೀ, ಯೂ ಆರ್ ಆಲ್‌ರೈಟ್. ನಾಳೆನೇ ಮನೆಗೆ ಹೋಗ್ಬಹ್ದು. ರೆಸ್ಟ್ ಸಾಕು" ಡಾ। ಪಿಳ್ಳೆ ಅವರ ಭುಜ ತಟ್ಟಿ ಹೊರನಡೆದರು.

ರೋಹಿತ್ ಅವರ ಪಕ್ಕದಲ್ಲಿಯೇ ಕೂತ. ತಕರಾರು ಇಲ್ಲದ ಆರೋಗ್ಯ ಶ್ರೀವಾಸ್ತವರದು. ಬಿ.ಪಿ ಕೂಡ ಅವರ ಬಳಿಯಲ್ಲಿ ಸುಳಿದಿರಲಿಲ್ಲ. ದಿಟ್ಟ ಧೀರ ಹೃದಯಾಘಾತಕ್ಕೆ ಒಳಗಾದದ್ದು ಏಕೆ? ಕಂಗೆಟ್ಟು ಹೋಗಿದ್ದ.

"ಮಮ್ಮಿನ ಕರ್ಕೊಂಡು ಮನೆಗೆ ಹೋಗು. ನಾನು ಬೇಗ ಚೇತರಿಸ್ಕೋತೀನಿ. ಅವಳನ್ನ ಜೋಪಾನವಾಗಿ ನೋಡ್ಕೋಬೇಕು" ಎಂದು ಮೆಲ್ಲಗೆ ಉಸುರಿದರು.

ಆ ವೇಳೆಗೆ ಸರಿಯಾಗಿ ಅಚಲಾ ಒಳಗೆ ಬಂದರು. ಅತ್ತ ಗುರುತುಗಳು ಕೆನ್ನೆಗಳ ಮೇಲಿತ್ತು. 'ನನ್ನ ಮಗಳನ್ನ ಸದಾ ಸಂತೋಷವಾಗಿ ಇಟ್ಟಿರಬೇಕು' ವಾಣಿ ಹರಿದುಬಂದು ಅವರ ಕಿವಿಗಳಿಗೆ ಅತ್ಯಂತ ಮೃದುವಾಗಿ ಅಪ್ಪಳಿಸಿತು. ಅದನ್ನ ಎಂದಾದರೂ ಮರೆತಿದ್ದರೆ ತಾನೇ? ವಿಷಾದದ ಛಾಯೆ ಅವರ ಮುಖದ ಮೇಲೆ ಇಣಕಿತು.

ಮೆಲ್ಲಗೆ ಕೈಹಿಡಿದುಕೊಂಡು ಅಮುಕಿದರು. "ಅಳೋಕೇನಾಯ್ತು! ಇವೆಲ್ಲ ಸಾಧಾರಣ. ನಾಳೆ ಮನೆಗೆ ಹೋಗೋಕೆ ಡಾಕ್ಟ್ರು ಹೇಳಿದ್ದಾರೆ. ಹೋಗಿ ರೆಸ್ಟ್ ತಗೋ. ಮತ್ತೆ ನೀನು ಮಲಗೋದ್ಬೇಡ" ಕೈಬಿಟ್ಟು ಕಣ್ಣು ಮುಚ್ಚಿಕೊಂಡರು.

'ಅವರಿಗೆ ಹೆಚ್ಚಿಗೆ ಆಯಾಸವಾಗಬಾರದು. ಮಾತಾಡೋಕೆ ಅವಕಾಶ ಮಾಡಿ ಕೊಡ್ಬೇಡಿ' ಡಾಕ್ಟರರ ಎಚ್ಚರಿಕೆ. ಬಗ್ಗಿ ಅಚಲಾ ಗಂಡನ ಹಣೆಯ ಮೇಲೆ ಕೈಯಿಟ್ಟು ಮುಂಗುರುಳನ್ನು ಸರಿ ಮಾಡಿದರು.

"ನಾವು... ಬರ್ತೀವಿ" ಎಂದಾಗಲು ಶ್ರೀವಾಸ್ತವ ಕಣ್ಣು ತೆರೆಯಲಿಲ್ಲ. ಆಯಾಸಕ್ಕಿಂತ ವಾಸ್ತವ ಬದುಕಿನ ಚಿತ್ರಣಗಳಿಗಿಂತ ನೆನಪು ಆ ಕ್ಷಣದಲ್ಲಿ ಹೆಚ್ಚು ಆಹ್ಲಾದಕರವೆನಿಸಿತ್ತು.

ಚಾರುಲತ-ಹೆಸರಿನಷ್ಟೇ ಸುಂದರಿ ಅವಳು. ಹರಿಣಿಯ ಓಟ ನೆನಪಿಸುವ ನಡಿಗೆ. ಶುಭ್ರ ಜಲದಂಥ ನಗು ಕ್ಷಣ ಅವಳ ತೊಡೆಯ ಮೇಲೆ ತಲೆಯಿಟ್ಟ ಸಮಯ.

"ನೀವು ಬೇಗ ಬಂದು ನನ್ನ ಕರ್ಕೊಂಡ್ಹೋಗ್ತೀರಾ?" ತುಸು ಕಂಪನದ ಸ್ವರ. "ಯಾಕೆ ಭಯಾನಾ? ನನ್ನ ಬಗ್ಗೆ ಅಪನಂಬಿಕೆ!" ಎರಡು ಕೈಗಳನ್ನ ಹಿಡಿದು ತುಟಿಗೊತ್ತಿಕೊಂಡಿದ್ದ. ಕಣ್ಣುಗಳಲ್ಲಿ ಭೀತಿಯ ಛಾಯೆ ಇಲ್ಲದಿದ್ದರೂ ವಿರಹ ಸಹಿಸಲಾರದ ಸ್ಥಿತಿ. ಮುಖದ ತುಂಬ ಮುತ್ತಿನ ಮಳೆಗರೆದಿದ್ದ. ಅಂಥ ಇನ್ನೊಂದು ಸಂದರ್ಭ ಅವನ ಜೀವನದಲ್ಲಿ ಬಂದಿರಲೇ ಇಲ್ಲ. ಹೆಚ್ಚು ಯೋಚನೆ, ಆಯಾಸ ಯಾವ್ದೂ ಒಳ್ಳೆದಲ್ಲ – ಡಾಕ್ಟರರ ಸೂಚನೆ.

ಬಾಗಿಲು ಸದ್ದಾಯಿತು. ಮೆಲ್ಲಗೆ ಕಣ್ತೆರೆದರು. ಎದುರಿಗೆ ಭಾಸ್ಕರ ನಿಂತಿದ್ದರು. ಕೈಯಲ್ಲಿ ಹಣ್ಣಿನ ಬುಟ್ಟಿ. ಅದೇ ನಸುನಗೆಯ ಗಂಬೀರ ಮುಖ. ಶ್ರೀವಾಸ್ತವರ ಕಣ್ಣುಗಳಲ್ಲಿ ನೀರು ತುಂಬಿಕೊಂಡಿತು. ಬಹಳ ಯೋಚಿಸಿ ಯೋಚಿಸಿಯೇ ಭಾಸ್ಕರ ಇಲ್ಲಿಗೆ ಬರುವ ನಿರ್ಧಾರ ತೆಗೆದುಕೊಂಡಿದ್ದು.

ಹಣ್ಣಿನ ಬುಟ್ಟಿಯನ್ನ ಟೇಬಲ್ಲು ಮೇಲಿರಿಸಿದ ಭಾಸ್ಕರ್ ಸ್ನೇಹಿತನ ಪಕ್ಕ ಕೂತರು.

"ಹೇಗಿದ್ದೀಯಾ?" ಕೈಯನ್ನ ಮೃದುವಾಗಿ ಸವರಿದರು. "ನೀನು ಅಪ್‌ಸೆಟ್ ಆಗೋ ಅಗತ್ಯವಿರ್ಲಿಲ್ಲ. ಧೈರ್ಯವಹಿಸಿ ಮುನ್ನುಗ್ಗಿ ಹೊರಟ ವ್ಯಕ್ತಿ ಹಿಂದಕ್ಕೆ ನೋಡಲೇಬಾರದು. ಆಘಾತದ ಜೊತೆ ಹಲವರಿಗೆ ನೋವು" ಇದಿಷ್ಟು ನುಡಿದವರು ಮಾತು ಬದಲಾಯಿಸಿ, ತಾತ್ಕಾಲಿಕವಾಗಿ ಶ್ರೀವಾಸ್ತವರ ಮನಸ್ಸಿಗೆ ಹಿತವಾಗುವಂಥ ಮಾತುಗಳನ್ನೇ ಆಡಿದರು.

ಮತ್ತೆ ಭಾಸ್ಕರ ಹೊರಟಾಗ ಯಾವ ಸುಳಿವೂ ಬಿಟ್ಟುಹೋಗದಿದ್ದರೂ ಸ್ನೇಹ, ಅಂತಃಕರಣ ಮಾತುಗಳು ನೆಮ್ಮದಿಯಾಗಿ ನೆಲೆಸಿತ್ತು ಶ್ರೀವಾಸ್ತವರ ಮನದಲ್ಲಿ.

ಭಾಸ್ಕರ ನರ್ಸಿಂಗ್ ಹೋಂ ಆವರಣ ದಾಟಿ ಒಂದು ಫರ್ಲಾಂಗ್ ದೂರವನ್ನ ಕ್ರಮಿಸಿ ಹಿಂದಕ್ಕೆ ತಿರುಗಿ ನೋಡಿದರು. ಹಿಂದೆ ಬರುತ್ತಿದ್ದ ವ್ಯಕ್ತಿ ಎತ್ತ ಎತ್ತಲೋ ನೋಡಿ ಮುಂದೆ ಸರಿದುಹೋದ. ಈ ಮುಖ ನೋಡಿದ್ದೆಲ್ಲಿ? ಶ್ರೀವಾಸ್ತವ ಕೋಣೆಗೆ ಕರೆದೊಯ್ದಿದ್ದು ಈ ವ್ಯಕ್ತಿಯೇ. ಅವರ ಮನದಲ್ಲಿ ಅನುಮಾನ ಮೂಡಿತು. ತಿಳಿಯಾದ ಕೊಳದಲ್ಲಿ ಕಲ್ಲು ಬಿದ್ದು ರಾಡಿಯೆಬ್ಬಿಸದಿದ್ದರೂ ಕ್ಷಣವಾದರೂ ನೀರು ಕದಡುತ್ತದೆ. ಹಾಗೆ ಆಗುವುದು ಅವರಿಗೆ ಬೇಕಿರಲಿಲ್ಲ.

ತಮ್ಮ ಪಾಡಿಗೆ ತಾವು ಮುಂದಕ್ಕೆ ಹೊರಟರು. ಆಟೋ ಹತ್ತಿ ಗಮನಿಸಿದರು. ಮತ್ತೊಂದು ಆಟೋ ಫಾಲೋ ಮಾಡುವುದು ಅವರ ಗಮನಕ್ಕೆ ಬಂತು. ಇನ್ನಷ್ಟು ಸ್ಪಷ್ಟವಾಯಿತು. ಇಳಿದುಬಿಟ್ಟರು. ಹತ್ತಿರದ ಒಂದು ದೊಡ್ಡ ಕಾಂಪೌಂಡ್ ಪ್ರವೇಶಿಸಿದರು. ಅದರಲ್ಲಿದ್ದ ಒಟ್ಟು ಮನೆಗಳ ಸಂಖ್ಯೆ ಮೂವತ್ತೆರಡು. ಎರಡು ಕಡೆ ಸಂಚರಿಸಲು ಗೇಟುಗಳಿತ್ತು. ಹಿಂದಿನ ಗೇಟಿನಿಂದ ಹೊರಬಿದ್ದವರು ಹಿಂದಿರುಗಿ ನೋಡಿದರು. ಹಿಂಬಾಲಿಸುತ್ತಿದ್ದ ವ್ಯಕ್ತಿ ಮಾಯವಾಗಿದ್ದ.

ಭಾಸ್ಕರ್ ಭಾರವಾದ ಉಸಿರು ದಬ್ಬಿದರು. ಚಿಂತನೆ, ತಾಕಲಾಟ, ಆಂದೋಲನದ ನಂತರವೇ ಶ್ರೀವಾಸ್ತವರನ್ನ ನೋಡಿಬರಲು ತೀರ್ಮಾನಿಸಿದ್ದು. ಮೂರು ದಿನಗಳು ಭಯಂಕರ ಹಿಂಸೆಗೆ ಒಳಗಾಗಿದ್ದು. ನೇರವಾಗಿ ಎಂದೂ ಗೆಳೆಯನನ್ನು ಭೇಟಿ ಮಾಡಲು ಅವರು ಇಚ್ಛಿಸಿರಲಿಲ್ಲ. ಇಲ್ಲಿಗೆ ಬರಲೂ ಅವರ ವಿರೋಧವಿತ್ತು.

ಮನೆಯ ಬಾಗಿಲ ಬಳಿ ಬರುವ ವೇಳೆಗೆ ಸುಕನ್ಯ ತರಕಾರಿ ಬ್ಯಾಸ್ಕೆಟ್‌ನೊಂದಿಗೆ ಬಂದರು. "ಇವತ್ತು ಕಾದು ಕಾದು ಸಾಕಾಯ್ತು. ಪಕ್ಕದ್ಮನೆಯಿಂದ ಡೇರಿಗೂ ಫೋನ್ ಮಾಡ್ದೆ" ಭಾಸ್ಕರ್ ನಸುನಕ್ಕರು. ಅವರ ಬದುಕಿನಲ್ಲಿ ಅದೊಂದೇ ಜೀವಾಳ. ಎಂಥ ಕಷ್ಟಗಳಲ್ಲಿಯೂ ಅದು ಸಂಗಾತಿಯಾಗಿತ್ತು. "ಈ ತರಹ ನಗೋಕೆ ನಿಮ್ಗೆ ಹೇಗೆ ಸಾಧ್ಯ ವಾಗುತ್ತೆ?" ಸುಕನ್ಯ ಕೆಲವೊಮ್ಮೆ ಸಿಡುಗುಟ್ಟಿ ಪ್ರಶ್ನಿಸುತ್ತಿದ್ದರು.

ಒಳಬಂದ ಭಾಸ್ಕರ್ ಮೌನವಾಗಿ ಕೂತುಬಿಟ್ಟರು. ದೊಡ್ಡ ಡಾಕ್ಟರ್‌ಗಳೇ ಶ್ರೀವಾಸ್ತವರ ದೇಹ ತಪಾಸಣೆ ಮಾಡಿ ತುಂಬು ಆರೋಗ್ಯದ ಬಗ್ಗೆ ಉದ್ಗರಿಸಿದರು. ಅದರ ಹಿಂದೆಯೇ ಈ ಹೃದಯಾಘಾತ.

"ಡೈರಿಯಿಂದ ನೇರವಾಗಿ ಮನೆಗೆ ಬರಲಿಲ್ವಾ?" ಸುಕನ್ಯ ಕಾಫಿಯೊಂದಿಗೆ

ಎದುರು ಬಂದುಕೂತರು. "ಇಲ್ಲ ನನ್ನ ಗೆಳೆಯ ನನ್ನ ನೋಡುವ ಸಲುವಾಗಿ ಹೋಗಿದ್ದೆ" ಎಂದರು ಕಾಫಿಯ ಕಪ್ ಕೈಗೆತ್ತಿಕೊಳ್ಳುತ್ತ. ಸುಕನ್ಯ ಕಣ್ಣುಗಳು ಕಿರಿದಾಗಿ ಅದರಡಿಯಲ್ಲಿ ಗೆರೆಗಳು ಮೂಡಿದುವು. 'ಶ್ರೀವಾಸ್ತವರನ್ನು ಭೇಟಿಯಾಗಿರಬಹುದೇ?' ಈ ಪ್ರಶ್ನೆಯನ್ನ ಸುಲಭವಾಗಿ ತಳ್ಳಿ ಹಾಕಿದರು. 'ಅಂಥ ಯೋಚ್ನೆ ಎಂದೂ ಬರೋಲ್ಲ, ಇದ್ರಿಂದ ಯಾರ ಭವಿಷ್ಯಕ್ಕೂ ಒಳ್ಳೆದಲ್ಲ' ಎಷ್ಟೋ ಸಲ ಈ ನಿರ್ಧಾರವನ್ನ ಒತ್ತಿ ಹೇಳಿದ್ದರು. ಹಾಗೇ ನಡೆಯಬಲ್ಲ ಧೀಶಕ್ತಿಯು ಗಂಡನಿಗಿದೆಯೆಂದು ಸುಕನ್ಯಗೆ ಗೊತ್ತು.

ಬಟ್ಟೆ ಬದಲಾಯಿಸಿ ಬಂದ ಭಾಸ್ಕರ ವರಾಂಡದಲ್ಲಿ ಬಂದು ಕೂತರು. ಕಣ್ಣಾಲಿಗಳು ಮಂಜಾಗಿ ಕಂಬನಿ ತುಂಬಿಕೊಂಡಿತು. 'ಶ್ರೀ... ನನ್ನ ಕ್ಷಮಿಬಿಡು' ಕನ್ನಡಕ ತೆಗೆದು ಕಣ್ಣೊರೆಸಿಕೊಂಡರು. ಬದುಕಿನಲ್ಲಿ ಎದುರಾದದ್ದು ಬರೀ ಸತ್ವಪರೀಕ್ಷೆಗಳೇ, ಬಂಡೆಗಲ್ಲಿನಂತೆ ನಿಂತಿದ್ದರು.

"ಮಾವ..." ರವಿಯ ಸ್ವರಕ್ಕೆ ಮುಖದ ಮೇಲೆ ಗೆಲುವನ್ನ ಎಳೆದುತಂದರು. "ಯಾಕೋ ತುಂಬ ಅಪ್ಸೆಟ್ ಆಗ್ಬಿಟ್ಟಿದ್ದೀರಲ್ಲ" ಅವರ ಮುಂದೆ ಬಂದು ಕೂತು ಪ್ರೀತಿಯಿಂದ ಅವನ ಹೆಗಲ ಮೇಲೆ ಕೈಹಾಕಿದರು. "ಅಂಥದೇನಿಲ್ಲ ಮಧ್ಯಾಹ್ನದ ಬಿಸ್ಲು ಜೋರಾಗಿತ್ತು. ಬಸ್ಸು ಬೇರೆ ಕೈಕೊಡ್ತು. ಪೂರ್ತಿ ನಡೆದೇ ಬಳಲಬೇಕಾಯ್ತು" ಜಾರಿಸಿದರು.

ರವಿ ವಿಸ್ಮಿತನಾದ ಅವರ ಸ್ವಭಾವ ಎಂಥದೆಂದು ಅವನಿಗೆ ಗೊತ್ತು, ಸಹಜವಾಗಿ, ನೇರವಾಗಿ ಮಾತಾಡುವುದು ಅವರ ಗುಣ. ಆದರೆ ಇಂದು ತಡವರಿಸಿದ್ದೇಕೆ? ಇಡೀ ದಿನದ ಇಂದಿನ ವಾತಾವರಣ ಪೂರ್ತಿ ಮಂಕಾಗಿತ್ತು. ಬಿಸಿಲು ಮೋಡಗಳ ಮಧ್ಯದ ಚೆಲ್ಲಾಟದಿಂದ ವಾತಾವರಣದಲ್ಲಿ ಬಿಸಿ ಇರಲಿಲ್ಲ.

"ಎಂದಿನಿಂದ ನೀವು ಬಸ್ಸಿನಲ್ಲಿ ಓಡಾಡ್ತ ಇರೋದು?" ಅವನ ನವಿರಾದ ಪ್ರಶ್ನೆಗೆ ಗಾಬರಿಯಾದರೂ ನಕ್ಕುಬಿಟ್ಟರು. "ಸಾರಿ, ಮೈ ಬಾಯ್... ಸುಳ್ಳು ಹೇಳೋದು ಕೂಡ ನನ್ನಂಥವನಿಗೆ ಕಷ್ಟ. ನಿನ್ನ ಪ್ರಕಾರ ನಾನು ಅಪ್‌ಸೆಟ್" ತಪ್ಪನ್ನು ಒಪ್ಪಿಕೊಂಡರು. ಅವರಿಗೆ ವಾಕ್ ಇಷ್ಟ. ತಾವು ಕೆಲಸದಲ್ಲಿರುವ ಡೈರಿಗೆ ದಿನ ಹೋಗಿ ಬರುತ್ತಿದ್ದರು. ಆಟೋ, ಬಸ್ಸು ಅಲರ್ಜಿ. ತೀರ ಅಗತ್ಯದ ಸಂದರ್ಭಗಳಲ್ಲಿ ಮಾತ್ರ ಅವುಗಳಲ್ಲಿ ಪ್ರಯಾಣ.

ರವಿ ಎದ್ದುಹೋಗಿ ಸುಕನ್ಯ ಬಳಿಯಲ್ಲಿ ಕೂತ "ಮಾವ ಒಂದು ತರಹ ಇದ್ದಾರೆ. ನಿಮಗೇನಾದ್ರೂ ಕಾರಣ ಗೊತ್ತಾ?" ನಕ್ಕುಬಿಟ್ಟರು. "ಅವರಿಗೆ ಕೇಳೋದು ಗೊತ್ತೇ ವಿನಃ ಹೇಳೋದು ಗೊತ್ತಿಲ್ಲ. ಏನೇ ಇರಲಿ, ಎಲ್ಲಾ ಒಬ್ರೇ ನುಂಗಿಕೊಳ್ತಾರೆ" ತರಕಾರಿಯನ್ನು ಬುಟ್ಟಿಗೆ ತುಂಬಿ ಎತ್ತಿಟ್ಟರು. ರವಿಗೂ ಆ ವಿಷಯ ಗೊತ್ತು.

ಭಾಸ್ಕರ್ ಅಂದಿನ ರಾತ್ರಿ ಹೊಟ್ಟೆ ತುಂಬ ಊಟ ಮಾಡಿದರು. ಪ್ರಸಿದ್ಧ ಕೈಗಾರಿಕೋದ್ಯಮಿ ಶ್ರೀವಾಸ್ತವರಿಗೆ ಹೃದಯಾಘಾತ ಜಿಲ್ಲೆಯ ನ್ಯೂಸ್‌ನಲ್ಲಿ ಮುಂದಿನ ಪುಟದಲ್ಲಿ ಅಚ್ಚಾದಾಗ ನೆಲಕ್ಕೆ ಇಳಿದುಹೋಗಿದ್ದರು. ಹೊಟ್ಟೆಯುರಿ ಇಲ್ಲ ಸತತ ಹೋರಾಟದ ನಂತರವೇ ಹೋಗಿ ನೋಡಿಬರಲು ನಿಶ್ಚಯಿಸಿದ್ದು.

"ನಿದ್ದೆ ಬರಲಿಲ್ವಾ?" ಸುಕನ್ಯ ಮಗ್ಗಲು ಬದಲಾಯಿಸಿದಾಗ ಮಲಗಲಾರದೆ ಮೇಲೆದ್ದರು. 'ಈ ರಾತ್ರಿಯೂ ಜಾಗರಣೆಯ ಯೋಗ ನನ್ನ ಹಣೆಯಲ್ಲಿ' ಹೊದ್ದಿಕೆಯನ್ನ ಸರಿಸಿ ಮಂಚದಿಂದ ಇಳಿದು ಬಾಗಿಲು ತೆಗೆದುಕೊಂಡು ಹೊರನಡೆದರು. ಸುಕನ್ಯ ಮೂರು ದಿನದಿಂದ ಗಮನಿಸುತ್ತಲೇ ಇದ್ದರು. "ಏನಾಗಿದೆ, ಇವರಿಗೆ?" ಬದುಕು ಗಂಡನಿಗೆ ಏನೂ ಕೊಡಲಿಲ್ಲವೆಂದುಕೊಂಡರು.

ನೋಟ್ಸ್ ಮಾಡುತ್ತಿದ್ದ ರವಿ ಮುಖ ಮೇಲಕ್ಕೆತ್ತಿದ ಅವರ ತುಟಿಯಂಚಿನಲ್ಲಿ ನಗು ಅರಳುವ ಮುನ್ನ ತಾನು ಕಿರುನಕ್ಕ. "ವಿಷ್ಯ ಏನೂಂತ ಯಾರ್ಗಾದ್ರೂ ಹೇಳಿದ್ರೆ... ನಿಮ್ಗೆ ನಿದ್ದೆ ಬಂದೀತು" ಶುಷ್ಕನಗೆ ಬೀರಿದರು. "ಅಂಥದ್ದೇನಿಲ್ಲ ರವಿ! ನೆನಪುಗಳ ಹಿಂದೆ ವ್ಯಥೆಯ ನೆರಳು ಆಗಾಗ ತನ್ನ ಪ್ರತಾಪ ಬೀರುತ್ತೆ" ಎಂದವರು ಬಾಗಿಲು ತೆರೆದುಕೊಂಡು ಹೊರಗೆ ಹೋದರು.

ಮಧ್ಯರಾತ್ರಿಯ ಸಮಯ, ಸ್ವಚ್ಛ ಆಕಾಶದಲ್ಲಿ ನಕ್ಷತ್ರಗಳು ಮಿನುಗುತ್ತಿದ್ದವು.

ಗೋಡೆಗೊರಗಿ ನಿಂತು ನಕ್ಷತ್ರಗಳನ್ನು ದಿಟ್ಟಿಸತೊಡಗಿದರು. ಬಾಲ್ಯದಿಂದಲೇ ಅವರ ಮೇಲೆ ವಿಧಿಯ ಪ್ರಹಾರ. ವಿದ್ಯಾಭ್ಯಾಸದ ಬಗ್ಗೆ ಹಲವು ಕನಸುಗಳನ್ನು ಇಟ್ಟು ಕೊಂಡ ವ್ಯಕ್ತಿಕಡೆಯ ಪಕ್ಷ ಒಂದು ಡಿಗ್ರಿ ಮುಗಿಸುವುದಾಗಿರಲಿಲ್ಲ. ಆ ಕಹಿಯ ನಡುವೆಯೂ ಶ್ರೀವಾಸ್ತವರ ಸ್ನೇಹದ ಅಮೃತಸಿಂಚನ.

* * *

ರವಿ ಪ್ರಾಕ್ಟಿಕಲ್ಸ್ ಮುಗಿಸಿಕೊಂಡು ಕಾಲೇಜು ಕ್ಯಾಂಪಸ್‌ನಿಂದ ಹೊರಬಂದವನು ನಿಂತ. "ನಿಂಗೆ ಸಾಧ್ಯವಾದ್ರೆ ಡೈರಿ ಹತ್ರ ಬಾ" ಭಾಸ್ಕರ ಬೆಳಿಗ್ಗೆ ಹೊರಟಾಗ ಹೇಳಿದ್ದರು. ಸೈಕಲ್ ಸ್ಟ್ಯಾಂಡ್‌ನ ಕಡೆ ಹೊರಟವನು ನಿಂತ. "ಸಾರ್, ನಿಮ್ಮ ವೆಹಿಕಲ್ ನಾನು ತಗೊಂಡ್ಹೋಗ್ತೀನಿ" ಸಹಪಾಠಿ ಚಂದ್ರ ಹೇಳಿದ್ದು ಜ್ಞಾಪಿಸಿಕೊಂಡು ಹಿಂದಕ್ಕೆ ಹೆಜ್ಜೆಹಾಕಿದ.

ಕಾಂಪೌಂಡ್ ಬಿಟ್ಟು ಬಸ್‌ಸ್ಟಾಪ್ ಕಡೆ ಹೆಜ್ಜೆ ಹಾಕಿದ. ವೇಗವಾಗಿ ಬಂದ ಕಾರು ಅವನ ಪಕ್ಕದಲ್ಲಿ ನಿಂತಿತು. ಡ್ರೈವರ್ ಸೀಟಿನಿಂದ ತಲೆ ಹೊರಗೆ ಹಾಕಿದ ರೋಹಿತ್. "ಹಲೋ... ರವಿ..." ಕೈಯೆತ್ತಿದ. ರವಿಯ ಕಾಲುಗಳು ಅತ್ತ ಸರಿದವು. "ಹಲೋ... ರೋಹಿತ್, ಈಚೆಗೆ ನಿಮ್ಮನ್ನ ಕಾಲೇಜ್ ಕ್ಯಾಂಪಸ್‌ನಲ್ಲಿ ಕಂಡಂಗಿಲ್ಲ. ಅವನು ಅಲೆ ಅಲೆಯಾಗಿ ನಕ್ಕು ಎರಡು ಕೈಜೋಡಿಸಿದ. "ನಮಸ್ಕಾರ ಹಾಕ್ಬಿಟ್ಟೆ. ಸದ್ಯಕ್ಕೆ ಯುವರಾಜನ ಪಟ್ಟ. ಮುಂದೆ ಮಹಾರಾಜನ ಸೀಟು, ಆ ಹುದ್ದೆಗೆ ಡಿಗ್ರಿಯ ಎಜುಕೇಶನ್ ಅಗತ್ಯ ವೆನಿಸಲಿಲ್ಲ" ಹಗುರವಾಗಿ ಆಡಿದ. ರವಿ ದೀರ್ಘವಾಗಿ ಅವನನ್ನ ನೋಡಿದ. ಬದುಕನ್ನ ತೀರಾ ಹಗುರವಾಗಿ ನೋಡುವವ ಎನ್ನಿಸಿತು. "ಕಂಗ್ರಾಜುಲೇಷನ್..." ಕೈ ಕುಲುಕಿದ.

"ಬನ್ನಿ ರವಿ... ನಿಮ್ಮನ್ನ ಡ್ರಾಪ್ ಮಾಡ್ತೀನಿ" ಡೋರ್ ತೆಗೆಯಲು ಮುಂದಾದಾಗ ತಾನೇ ತಡೆದ. "ಸಾರಿ, ನಂಗೆ ಒಂದಿಷ್ಟು ಅರ್ಜೆಂಟ್ ಕೆಲ್ಸವಿದೆ" ನಿರಾಕರಿಸಿದ. ಇಂಥವ ರೊಡನೆ ಸ್ನೇಹ ಬೆಳೆಸುವುದು ಅವನಿಗಿಷ್ಟವಿಲ್ಲ. ಬರೀ ಕನಸ್ಸುಗಳಿಂದ ಭವಿಷ್ಯವನ್ನು

ಭವ್ಯವಾಗಿರಿಸುವುದು ಸಾಧ್ಯವಿಲ್ಲವೆಂದು ಅವನಿಗೆ ಗೊತ್ತು. ವಾಸ್ತವ ಜೀವನದತ್ತ ಅವನ ದೃಷ್ಟಿ.

ರವಿ ಬಗ್ಗಲಿಲ್ಲ. "ಇವತ್ತೆಲ್ಲ ಫ್ರೀ. ನಿಮ್ಮನ್ನ ಎಲ್ಲಿಗೆ ಬೇಕಾದ್ರೂ ಡ್ರಾಪ್ ಮಾಡ್ತೀನಿ. ಫೈನ್... ಕಮ್..." ಗೋಗರೆದ. ಅವನನ್ನ ಒಪ್ಪಿಸುವುದಾಗದಿದ್ದರೂ ತಪ್ಪಿಸಿಕೊಳ್ಳುವ ಅಗತ್ಯವಿತ್ತು. "ಓಕೆ... ನನ್ನ ಮಾಡರ್ನ್ ಡೈರಿ ಹತ್ರ ಇಳ್ಸಿಬಿಡಿ" ಹತ್ತಿ ಕೂತ.

ಡ್ರೈವ್ ಮಾಡುತ್ತಲೇ ರೋಹಿತ್ ಹರಟತೊಡಗಿದ. ಅವನಿಗೆ ತಾಯಿಯ ಬಗ್ಗೆ ಅತಿಯಾದ ಪ್ರೀತಿ ಇದ್ದರೂ ತಂದೆಯ ಬಗೆಗಿನ ಗೌರವ, ಅಭಿಮಾನಗಳೇ ಜಾಸ್ತಿಯೆಂದು ಅವನ ಮಾತುಗಳಿಂದ ವ್ಯಕ್ತವಾಯಿತು.

ವೇಗ ಹೆಚ್ಚಿಸಿದವನು ಸಡನ್ನಾಗಿ ಬ್ರೇಕ್ ಒತ್ತಿದ. ಇದನ್ನ ಊಹಿಸಿಯೇ ಇದ್ದ ರವಿ ಮುಂದಾಗುವ ಅನಾಹುತವನ್ನು ತಪ್ಪಿಸಿಕೊಂಡ. ಮುಷ್ಟಿ ಬಿಗಿ ಮಾಡಿ ಸ್ಟೀರಿಂಗ್ ವೀಲ್ ಮೇಲೆ ಅವುಡು ಕಚ್ಚಿ ಗುದ್ದಿದ ರೋಹಿತ್.

"ಛೆ!..." ಮುಖ ಕಿವುಚಿದೆ. "ಸಾರಿ ರವಿ... ಹುಡ್ಗಾಟಕ್ಕಾಗಿ ಕೆಲವು ಅಭ್ಯಾಸಗಳ್ನ ಮಾಡ್ಕೊಂಡ. ಈಗ ಅವುಗಳಿಂದ ತಪ್ಪಿಸಿಕೊಳ್ಳೋಕೆ ಆಗ್ತಾ ಇಲ್ಲ. ಎಕ್ಸ್‌ಟ್ರೀಮ್ಲೀ ಸಾರಿ" ಕ್ಷಮೆಯಾಚಿಸಿದ.

"ನಿನ್ನ ತಪ್ಪು ನಿಂಗೆ ಅರ್ಥವಾಗಿದೆ." ಭುಜ ತಟ್ಟಿದ ತಕ್ಷಣ ಇಳಿಯುವುದು ಅವನಿಗೆ ಸರಿ ಕಾಣಲಿಲ್ಲ. "ನನ್ನ ಡ್ರಾಪ್ ಮಾಡ್ಬಿಡಿ" ಹೆಚ್ಚು ಸಲುಗೆ ಬೆಳೆಸಿಕೊಳ್ಳಲು ಅಂಜಿದ.

ಕಾರು ಡೈರಿಯ ಮುಂದೆ ನಿಲ್ಲುವ ವೇಳೆಗೆ ಭಾಸ್ಕರ್ ಹೊರಗಡೆಯೇ ನಿಂತಿದ್ದರು.

ಇಳಿದವನು ಅವರನ್ನು ಪರಿಚಯಿಸಿದ. "ನಮ್ಮ ಮಾವ ಭಾಸ್ಕರ್ ಅಂತ." ರೋಹಿತ್ ಡೋರ್ ತಳ್ಳಿಕೊಂಡು ಇಳಿದ. "ನಮಸ್ಕಾರ..." ಎರಡು ಕೈಜೋಡಿಸಿದ "ರೋಹಿತ್ ಅಂತ. ನಮ್ಮ ಕಾಲೇಜು ಸ್ಟೂಡೆಂಟ್" ಎಂದಾಗ ಅವನ ಮಾತನ್ನ ಮುಲಾಜಿಲ್ಲದೆ ನಗುನಗುತ್ತಾ ತಳ್ಳಿಹಾಕಿದ ರೋಹಿತ್. "ಈಗೇನು ಸ್ಟೂಡೆಂಟ್ ಅಲ್ಲ. ನಂಗೆ ಕಾಲೇಜು ಕಲಿಕೆ ಇಷ್ಟವಾಗ್ಲಿಲ್ಲ. ಶ್ರೀ ಎಲೆಕ್ಟ್ರಾನಿಕ್ಸ್ ಎಂ. ಡಿ. ಶ್ರೀವಾಸ್ತವರ ಮಗ. ಈಗ ಅವ್ರ ಗರಡಿಯಲ್ಲೇ ಅನುಭವ ಪಡೀತಾ ಇದ್ದೀನಿ" ನಿರರ್ಗಳವಾಗಿ ಹೇಳಿದ. ಭಾಸ್ಕರ್ ಕಣ್ಣುಗಳು ಅರಳಿದವು. ಮನ ಸಂತೋಷಿಸಿತು.

"ತುಂಬ ಸಂತೋಷ" ಮನತುಂಬಿ ನುಡಿದರು. ಆದರೆ ರವಿ, ರೋಹಿತ್ ಸ್ನೇಹ ಮುಂದುವರಿಯುವುದು ಅವರಿಗೆ ಇಷ್ಟವಾಗಲಿಲ್ಲ. "ಹೋಗೋಣ... ರವಿ" ಅವಸರಿಸಿದರು.

ತೀರಾ ಸರಳವಾಗಿ ಅತ್ಯಂತ ಗೌರವಾನ್ವಿತರಾಗಿ ಕಾಣುವ ಭಾಸ್ಕರ್ ಲೋಹಿತ್‌ಗೆ ಇಷ್ಟವಾದರು. "ನಾನು ನಿಮ್ಮನ್ನು ಎಲ್ಲಿಗೆ ಬೇಕಾದ್ರೂ ಡ್ರಾಪ್ ಮಾಡ್ತೀನಿ" ಮುಂದೆ

ಬಂದಾಗ ನಿರಾಕರಿಸಿದರು. "ಬೇಡ... ಇನ್ನೊಮ್ಮೆ ನೋಡೋಣ" ನಡೆದೇಬಿಟ್ಟರು. ರವಿ ಕೈಬೀಸಿ ಅವರನ್ನು ಹಿಂಬಾಲಿಸಿದ.

ದಾರಿಯಲ್ಲಿ ರವಿಗೆ ಎಚ್ಚರಿಸಿದರು. "ರೋಹಿತ್ ಜೊತೆ ಸ್ನೇಹ, ಸಲುಗೆ ಯಾವ್ದೂ ಬೇಡ. ನಮ್ಮ ಸುತ್ತಲ ಪರಿಸರ, ವ್ಯಕ್ತಿಗಳ ಪ್ರಭಾವವೇ ನಮ್ಮ ಮೇಲೆ ಗಾಢವಾಗಿ ಬಿಡುವುದು" ಅವರ ಅರ್ಥಪೂರ್ಣ ಮಾತುಗಳಿಗೆ ರವಿ ತಲೆದೂಗಿದ. ಸದಾ ಗೌರವವೇ ಮಾವನ ಮಾತುಗಳೆಂದರೆ. ಅವನ ಸ್ವಾತಂತ್ರ್ಯದಲ್ಲಿ ಕೈಹಾಕುವ ಮನೋಭಾವ ಅವರದಲ್ಲ.

ಒಮ್ಮೆ ರವಿಯ ಮುಖದ ಗಂಭೀರಭಾವ ಗುರ್ತಿಸಿ ನಸುನಗೆ ಬೀರಿದರು: "ತಪ್ಪು ತಿಳ್ಕೊಬೇಡ. ರೋಹಿತ್ ಜವಾಬ್ದಾರಿ ಹುಡ್ಗನ ಹಾಗೇ ಕಣ್ಲಿಲ್ಲ" ಸ್ಪಷ್ಟಪಡಿಸಿದರು. ಅದನ್ನ ಅವನು ಅಲ್ಲಗಳೆಯಲಾರ. "ರೋಹಿತ್ ನಂಗೇನು ಫ್ರೆಂಡಲ್ಲ, ಕ್ಲಾಸ್‌ಮೇಟ್ ಕೂಡ ಅಲ್ಲ. ಒಂದ್ಸಲ ಅವ್ನ ಪರ್ಸ್ ಸಿಕ್ಕಿತ್ತು. ಅದನ್ನ ಹಿಂದಿರುಗಿಸುವಾಗ್ಲೇ ಪರಿಚಯವಾದದ್ದು" ಎಂದ.

ಭಾಸ್ಕರ್ ರವಿಗೆ ಸಂಪೂರ್ಣ ಸತ್ಯವನ್ನ ತಿಳಿಸಿದ್ದರು. ಅವನಿಂದ ಮುಚ್ಚಿಟ್ಟಿದ್ದು ಹೆಸರುಗಳನ್ನು ಮಾತ್ರ. ಮಿಕ್ಕೆಲ್ಲವನ್ನ ನೇರವಾಗಿಯೇ ತಿಳಿಸಿದ್ದರು.

"ಇವತ್ತು ನನ್ನ ಗೆಳೆಯ ಕೆಟ್ಟೋನು ಅನ್ನಲಾರೆ. ಅವ್ನ ಸ್ಥಿತಿಯಲ್ಲಿ ಯಾರಿದ್ರೂ ಹಾಗೇ ನೋಡ್ಕೋತಾ ಇದ್ರು; ತಪ್ಪು ಏನಿದ್ರೂ... ನಂದೇ" ಒಮ್ಮೆ ಉಸುರಿದ್ದರು. ರವಿಗಂತೂ ಅಚ್ಚರಿಯ ಜೊತೆ ಹೆಮ್ಮೆ ಕೂಡ. ಇಷ್ಟು ಆಘಾತದ ನಡುವೆಯೂ ಸ್ನೇಹಿತನ ಒಳ್ಳೆಯತನ ಬಯಸುವ ಮಾವ ದೊಡ್ಡ ವ್ಯಕ್ತಿಯಾಗಿಯೇ ಕಾಣುತ್ತಿದ್ದರು.

ಭಾಸ್ಕರ್ ಡ್ರೆಸ್ಸಿಂಗ್ ಸೆಂಟರ್‌ಗೆ ನುಗ್ಗಿದಾಗ ರವಿ ಅನುಮಾನಿಸಿದ. "ಮಾವ..." ಮುಂದಕ್ಕೆ ಹೆಜ್ಜೆ ಎತ್ತಿಡಲಿಲ್ಲ. ಹಿಂದಕ್ಕೆ ತಿರುಗಿ ಅವನ ಭುಜದ ಮೇಲೆ ಕೈಹಾಕಿದರು. "ನೀನು ತುಂಬ ಒಳ್ಳೆ ಹುಡ್ಗ. ಮನೆಯಲ್ಲಿ ಕಾಮೆಂಟ್ಸ್" ಕರೆದೊಯ್ದರು.

ಅವನಿಗಾಗಿ ಬಟ್ಟೆಗಳನ್ನು ಖರೀದಿಸಿ ಹೊರಗೆನಡೆದರು. ರವಿ ಮನೆ ತಲುಪುವ ವರೆಗೂ ಒಂದೂ ಮಾತಾಡಲಿಲ್ಲ.

"ಈಗ ನಂಗೆ ಬಟ್ಟೆಗಳ ಅಗತ್ಯವಿರ್ಲಿಲ್ಲ" ಮೃದುವಾಗಿ ವಿರೋಧದ ಧ್ವನಿಯೆತ್ತಿದ. "ಇದೆ..." ಅತ್ಯಂತ ಮೃದುವಾಗಿ ಹೇಳಿದರು ಭಾಸ್ಕರ್. ರವಿಗೆ ತಾವು ಮಾಡುತ್ತಿರುವುದು ಕಡಿಮೆಯೆಂಬ ಭಾವ ಅವರನ್ನ ಕೊಲ್ಲುತ್ತಿದೆ. ಉಸಿರೆತ್ತಲಿಲ್ಲ ರವಿ.

ಮರುದಿನ ಕಾಲೇಜಿನ ಕ್ಯಾಂಪಸ್‌ನಲ್ಲಿ ಅಡ್ಡಾಡುತ್ತಿದ್ದ ರವಿಗೆ ಡ್ರೈವರ್ ಒಂದು ಚೀಟಿ ತಂದಿತ್ತ.

"ಕರೀತಾ ಇದ್ದಾರೆ" ಅಚ್ಚರಿಯಿಂದಲೇ ಚೀಟಿ ನೋಡಿದ. "ಕೂಡಲೇ ಬಾ" ಶ್ರೀವಾಸ್ತವ. ಯಾಕೆ? ತೀರಾ ಒಳ್ಳೆಯ ವ್ಯಕ್ತಿಯಾಗಿ ಕಂಡಿದ್ದರು. ರೋಹಿತ್ ಬಗ್ಗೆ

ಪ್ರಶ್ನಿಸುವ ಸಲುವಾಗಿಯೇ? ಅವನ ಬಗ್ಗೆ ಇವನಿಗೇನು ಗೊತ್ತಿಲ್ಲ. ಅದನ್ನ ಹೇಳಿದ ರಾಯಿತೆಂದು ಡ್ರೈವರ್ ಜೊತೆ ಹೆಜ್ಜೆ ಹಾಕಿದ.

ಶ್ರೀವಾಸ್ತವ ನಗುಮುಖದಿಂದಲೇ ಸ್ವಾಗತಿಸಿದರು. "ಟೀ ಕುಡ್ಯೋಕೆ ಕಂಪನಿ ಕೊಡು" ಎಂದರು. ಮಿನುಗುವ ಕಣ್ಣುಗಳಲ್ಲಿನ ಬೇಡಿಕೆಯನ್ನ ನಿವಾರಿಸಲಾರದೆ ಹೋದ. "ಓಕೆ... ಸರ್" ಅವನ ತುಟಿಯಂಚಿನಲ್ಲಿ ನಗು ಮಿನುಗಿತು ದೊಡ್ಡ ವ್ಯಕ್ತಿಗಳು ಈ ತರಹ ನಡದುಕೊಳ್ಳಲಾರರು. ಯಾವುದೋ ಮುಖ್ಯ ಉದ್ದೇಶವೇ ಇರಬೇಕೆಂದು ಕಾರು ಹತ್ತಿದ. ಅರ್ಥೈಸಿಕೊಳ್ಳಲಾರದ ಆನಂದ ಶ್ರೀವಾಸ್ತವರಿಗೆ. ಖಂಡಿತ ವರ್ಣಿಸಲಾರರು.

ಕಾರು ನೇರವಾಗಿ ಬಂಗ್ಲೆಯ ಕಡೆ ಓಡಿತು. "ಇದು ಟೀ ಹೊತ್ತಲ್ಲ ಊಟದ ವೇಳೆ. ಅದೇ ಆಗಬಹುದಲ್ಲ?" ಅವರ ಮಾತುಗಳು ಅವನಿಗೆ ವಿಚಿತ್ರವಾಗಿ ಕಂಡಿತು ತಲೆದೂಗಿ ಸುಮ್ಮನಾದ.

ಒಳಗೆ ಬಂದಮೇಲೆಯೇ ಅವನಿಗೆ ಆಳುಕಾಳುಗಳನ್ನ ಬಿಟ್ಟು ರೋಹಿತ್, ಅವನಮ್ಮ ಇಲ್ಲದ್ದು ಅರಿವಾಗಿದ್ದು.

"ರೋಹಿತ್, ಅವ್ನ ಮಮ್ಮಿ ಊರಲ್ಲಿ ಇಲ್ಲ. ತೀರ ಒಂಟಿಯೆನಿಸಿತು. ಅದ್ಕೇ ನಿನ್ನ ಕರ್ಕೊಂಡ್ಬದಿದ್ದು. ಏನು ತೊಂದರೆ ಆಗಲಿಲ್ವಲ್ಲ?" ಬಟ್ಟೆ ಬದಲಾಯಿಸಿ ಬಂದವರು ಹೇಳಿದಾಗ ಮೂಕನಾದ. ಇಲ್ಲಿಗೆ ಕರೆತಂದುದರ ಹಿಂದೆ ಏನಾದರೂ ಪ್ರಬಲವಾದ ಉದ್ದೇಶವಿದೆಯೇ? ಶ್ರೀವಾಸ್ತವ ಮುಂದೆ ಕೂತು ಕೆಟ್ಟದ್ದನ್ನ ಯೋಚಿಸಲು ಅವನಿಗೆ ಸಾಧ್ಯವಾಗಲಿಲ್ಲ.

ಅವರನ್ನೇ ನೋಡಿದ. "ಏನಿಲ್ಲ ಸರ್..." ಅರೆಮನಸ್ಸಿನಿಂದ ನುಡಿದ. "ರೋಹಿತ್ ಕೋಣೆಗೆ ಹೋಗಿ ಬಟ್ಟೆ ಬದಲಾಯ್ಸಿಕೊಂಡ್ಬಾ ಊಟ ಮಾಡೋಣ" ಅಕ್ಕರೆಯಿಂದ ಹೇಳಿದರು. ನಯವಾಗಿ ತಳ್ಳಿ ಹಾಕಿದ.

ಊಟಕ್ಕೆ ಕೂತಕೂಡಲೇ ಅಡುಗೆಯವನನ್ನು ಹೋಗುವಂತೆ ಸನ್ನೆ ಮಾಡಿದರು. ಪದೇಪದೇ ಅದೂ ಇದೂ ಹೇಳುತ್ತ ಬಲವಂತ ಮಾಡಿ ತಾವೇ ಎಡಗೈನಿಂದ ಬಡಿಸಿದರು.

ಅವರ ಕಣ್ಣಿನ ಅಕ್ಕರೆಯ ಸ್ಪರ್ಶ ಅವನನ್ನ ರೋಮಾಂಚಿತಗೊಳಿಸುತ್ತಿತ್ತು: ಹೊಸ ಅನುಭವ ಅವ್ಯಕ್ತ ಸಂತೋಷ, ಅವನ ಮಿದುಳೇ ನಿಷ್ಕ್ರಿಯವಾಗಿಬಿಟ್ಟಿತ್ತು.

ತಾವೇ ಫ್ರಿಜ್‌ನಿಂದ ಫ್ರೂಟ್‌ಸಲಾಡ್ ತಂದುಕೊಟ್ಟರು. "ಬೇಡ ಅನ್ನಬೇಡ" ಕೊಡುವಾಗಲೇ ಕಿರುನಗುವಿನಿಂದ ಎಚ್ಚರಿಸಿದರು. ಅಪ್ಪಿತಪ್ಪಿಯೂ ರೋಹಿತ್, ಅವನ ಮಮ್ಮಿಯ ವಿಷಯ ಎತ್ತಲಿಲ್ಲ. ಪುಸ್ತಕ, ಕಾಲೇಜುಗಳು, ವಿದ್ಯಾಭ್ಯಾಸದ ವಿಷಯವಾಗಿ ಮಾತ್ರ ಮಾತಾಡುತ್ತಿದ್ದರು.

ಡೈನಿಂಗ್‌ಹಾಲ್‌ನಿಂದ ಡ್ರಾಯಿಂಗ್ ರೂಮಿಗೆ ಕರೆತಂದರು. ಶ್ರೀವಾಸ್ತವರ ಮನದಲ್ಲಿ ಪದೇಪದೇ ಅವನ ತಂದೆತಾಯಿಗಳ ಬಗ್ಗೆ ವಿಚಾರಿಸಬೇಕೆಂದುಕೊಂಡರೂ

ಹಿಂದೆಗೆಯುತ್ತಿದ್ದರು. ಅಷ್ಟು ಜನರ ನಡುವೆ ರವಿಯನ್ನ ನಿಲ್ಲಿಸಿ ನೋಡುವುದು ಅವರಿಗೆ ಇಷ್ಟವಾಗಲಿಲ್ಲ.

ರವಿ ಮೇಲೆದ್ದ. ಬಹುಶಃ ಅವನು ಬಂದು ಮೂರು ಗಂಟೆಗಳೇ ಕಳೆದು ಹೋಗಿರಬಹುದು. "ಥ್ಯಾಂಕ್ಯೂ ಸರ್, ಇಟ್ ಈಸ್ ಎ ಮೆಮೋರಬಲ್ ಈವ್ನಿಂಗ್. ನಾನೆಂದೂ ಮರ್ಯ್ಯೊಲ್ಲ" ವಾಚ್ ಕಡೆ ನೋಡಿದ.

ಶ್ರೀವಾಸ್ತವ ಪ್ರೀತಿಯಿಂದ ಅವನ ಬೆನ್ನು ತಟ್ಟಿದರು. "ಆಗಾಗ ಬರ್ತಾ ಇರು..." ಗಂಟಲು ಒತ್ತಿ ಅವರಿಗೆ ಮುಂದೆ ಮಾತನಾಡಲಾಗಲಿಲ್ಲ. ಬಾಲ್ಕನಿಯವರೆಗೂ ಬಂದು ಅವನನ್ನ ಬೀಳ್ಕೊಟ್ಟರು. "ಡ್ರೈವರ್ ಹೋಗಿ ಡ್ರಾಪ್‌ಮಾಡಿ ಬಾ" ಹೃದಯದ ಚೂರೊಂದು ದೂರ ಸಾಗಿಹೋಗುವ ಅನುಭವ ಆಯಿತು ಅವರಿಗೆ.

ತಮ್ಮ ಕೋಣೆಗೆ ಹೋದವರೇ ಮಲಗಿಬಿಟ್ಟರು. ತಮಗೇ ಹೃದಯಾಘಾತ ಎಂದಾಗ ಅಂಥ ಸಮಯದಲ್ಲೂ ನಕ್ಕಿದ್ದರು. ಅಂದಿನವರೆಗೂ ಅವರು ಹೃದಯದ ಬಗ್ಗೆ ಯೋಚಿಸಿರಲಿಲ್ಲ. ಆಮೇಲೆ ಅವನಿಗೆ ಅನ್ನಿಸಿತು. ತಮ್ಮ ಹೃದಯ ಕಾರ್ಯ ನಿರ್ವಹಿಸುವ ಒಂದು ಯಂತ್ರ ಮಾತ್ರ. ಯಂತ್ರದಲ್ಲಿ ಕೂಡ ತೊಡಕೇ 'ಹೃದಯಾಘಾತ' ಅವರಿಗೆ ಜೋರಾಗಿ ನಗಬೇಕೆನಿಸಿತ್ತು.

"ಚಕ್ರಿ... ಮದ್ವೆ" ಎಂದಾಗ ಮೊದಲ ಸಲ ತಪ್ಪಿಸಿಕೊಂಡರು. "ಈಗ ನಾನು ಇಲ್ಲಿ ಇರಲೇಬೇಕು. ಕೆಲವು ಆಫೀಸರ್, ಕಾರ್ಮಿಕರ ನಡುವೆ ವೈಯಕ್ತಿಕ ಭಿನ್ನಾಭಿಪ್ರಾಯಗಳಿವೆ ಎನ್ನುವ ರೂಮರ್ ಇದೆ. ಪರಿಸ್ಥಿತಿ ಇದು" ಈ ಸಲ ಹೋಗುವುದಕ್ಕೆ ಅವರಿಗೆ ಇಷ್ಟವಾಗಲಿಲ್ಲ. ಕೀಲುಕೊಟ್ಟ ಗೊಂಬೆಯಂತೆ ವರ್ತಿಸುತ್ತಿದ್ದ ಅವರಲ್ಲಿ ಸ್ವಲ್ಪ ಚಲನೆ ಯುಂಟಾಗಿತ್ತು. ಒಂದು ರೀತಿಯ ಘರ್ಷಣೆ.

ಅಚಲಾ ಬಂಧುಗಳ, ಸ್ನೇಹಿತರ ಯಾವ ಮದುವೆ ಸಮಾರಂಭಗಳಿಗೂ ಹೆಂಡತಿಯೊಂದಿಗೆ ಹೋಗುವುದು ಅವರು ತಪ್ಪಿಸಿಕೊಂಡಿರಲಿಲ್ಲ. ಮೂಲ ವಿಗ್ರಹದಂತೆ. ತಾಳಿ ಕಟ್ಟಿದ್ದಕ್ಕೆ ತೃಪ್ತಿಕರವಾಗಿ ನೋಡಿಕೊಳ್ಳಲು ಕಂಕಣತೊಟ್ಟ ನೆನಪು ಅವರಿಗೆ.

ಮೊದಲು ಅಚಲಾ ಸಪ್ಪಗಾದರು. "ಬಂಧುತ್ವದ ಜೊತೆ ಸ್ನೇಹನು ಇದೆ. ಮೃಣಾಲಿನಿ ತಪ್ಪು ತಿಳ್ಕೊತಾಳೆ" ಅತ್ತೆಯ ಮಗಳ ಪರ ವಹಿಸಿದಾಗ ನವಿರಾಗಿ ಸಂತೈಸಿ ದರು. "ನಾನು ಈಗ ಬರೋದು ಅಷ್ಟೊಂದು ಸರಿಯೆನಿಸೋಲ್ಲ. ಇನ್ನೇನು ನಿಮ್ಮಗ ಜವಾಬ್ದಾರಿ ಹೊತ್ತುಕೊಳ್ಳೋಕೆ ತಯಾರು ಇದ್ದಾನೆ. ಮುಂದೆ ಸಭೆ, ಸಮಾರಂಭ, ಓಡಾಟ ಅಷ್ಟೆ ಈಗ ನೀನು, ರೋಹಿತ್ ಹೋಗ್ಬನ್ನಿ" ತಾವು ಹೋಗುವುದನ್ನ ಪೂರ್ತಿ ತಳ್ಳಿ ಹಾಕಿದ್ದರು.

ಸ್ವಲ್ಪ ಬೇಸರ, ಅಸಹನೆಯಿಂದಲೇ, ಅಚಲಾ ಮಗನೊಂದಿಗೆ ಹೊರಟರು. ಬಂಧನದಿಂದ ತಪ್ಪಿಸಿಕೊಂಡ ಹಕ್ಕಿಯ ಸ್ಥಿತಿಯಾಗಿತ್ತು ಶ್ರೀವಾಸ್ತವ ಅವರದು. ಇಷ್ಟು ದಿನ ಕಾಣದ ಪ್ರಕೃತಿಯಲ್ಲಿನ ಹೊಸತನವನ್ನ ಅಂದು ಗುರ್ತಿಸಿದ್ದರು.

ಬಹಳ ಹೊತ್ತು ಮೌನವಾಗಿ ಮಲಗಿದ್ದ ಶ್ರೀವಾಸ್ತವ ಹಿಂದಿನ ದಿನ ಬ್ಯಾಂಕ್ ಲಾಕರ್‌ನಿಂದ ತಂದ ಆಲ್ಬಂನ್ನು ಬೀರುವಿನಿಂದ ಹೊರತೆಗೆದರು.

ಎಷ್ಟೋ ಭಾವಚಿತ್ರಗಳು. ಹೆಚ್ಚು ಚಿತ್ರಗಳಲ್ಲಿದ್ದಿದ್ದು ಚಾರುಲತ. ಮರ, ಗಿಡ, ಪೈರು, ಪಚ್ಚೆಯೊಡನೆ ಒಂದಾಗಿ ಮುಗ್ಧನಗೆ ಬೀರುತ್ತಿದ್ದ ಅವರ ಚಿತ್ರಗಳನ್ನ ನೋಡಿದಾಗ ಅವರ ಕಣ್ತುಂಬಿಕೊಂಡಿತು. 'ಚಾರು ಚಾರು' ಮನ ಹಂಬಲಿಸಿತು. 'ಒಂದ್ಸಲ ಹಾರ್ಟ್ ಅಟ್ಯಾಕ್ ಆಗಿದೆ, ಯೋಚ್ನೆ, ಚಿಂತೆ, ಯಾವ್ದೇ ವಿಷ್ಯಗಳ್ನ ಹೆವಿಯಾಗಿ ತೆಗ್ದುಕೊಳ್ಳಬಾರ್ದು' ಡಾಕ್ಟರ್ ಎಚ್ಚರಿಸಿದ್ದರು. ಸಮುದ್ರದ ಉಬ್ಬರದಂತೆ ಅಲೆಅಲೆಯಾಗಿ ಎದ್ದು ಬರುವ ನೆನಪುಗಳನ್ನ ಅವರು ತಡೆಯಲಾರದೆ ಹೋಗಿದ್ದರು. ಮದುವೆಯ ನಂತರ ತೆಗೆದ ಕೆಲವು ಫೋಟೋಗಳಿದ್ದವು. ಕೆಲವೆಲ್ಲ ಅವರೇ ತೆಗೆದಿದ್ದರು, ಮದುವೆಯ ಸಂದರ್ಭದಲ್ಲಿ ಭಾಸ್ಕರ ತೆಗೆದಿದ್ದ ಒಂದೊಂದರ ಮೇಲೆ ನಿಧಾನವಾಗಿ ಬೆರಳುಗಳನ್ನಾಡಿಸಿದರು. ನವಿರಾದ ಹಿತವಾದ ಸುಖ.

"ತಕ್ಷಣ ಒಂದು ಸೆಟ್ಟು ಫೋಟೋಗಳ ಕಳಿಸ್ತೀನಿ" ಹೊರಡುವಾಗ ಉಸುರಿದ್ದ. ಅದು ಸಾಧ್ಯವಾಗಲೇ ಇಲ್ಲ. ಹಿಂದಕ್ಕೆ ಒರಗಿ ನಿಟ್ಟುಸಿರು ಚೆಲ್ಲಿದರು. "ಭಾಸ್ಕರ್, ನೀನೇ ಅಲ್ಲ ಯಾರೂ ಕ್ಷಮಿಸೊಲ್ಲ. ನಿನ್ನ ಜಾಗದಲ್ಲಿ ನಾನೇ... ಇದ್ರೆ..." ಮುಷ್ಟಿ ಬಿಗಿ ಹಿಡಿದು ದಿಂಬಿಗೆ ಗುದ್ದಿದರು. ಆ ಆಕ್ರೋಶ ನಿಧಾನವಾಗಿ ಸಮಾಧಾನಗೊಂಡಿತು.

"ಈಗ ಚಾರುಲತ ಎಲ್ಲಿರಬಹುದು? ಪ್ರಶ್ನೆಪ್ರಶ್ನೆಯಾಗಿಯೇ ಉಳಿಯಿತು. ಭಾಸ್ಕರನಿಗೆ ಆ ಸುದ್ದಿಗಳನ್ನ ಜ್ಞಾಪಿಸಿಕೊಳ್ಳಲೂ ಇಷ್ಟವಿರಲಾರದು. ಆದರೆ... ಮುಖ ಮುಚ್ಚಿ ಕಣ್ಣೀರು ಸುರಿಸಿದರು. ಕನಸುಗಣ್ಣಿನ ಹೆಣ್ಣಿನ ದುರಂತ ಕಾದಂಬರಿಗೆ ಕಂಬನಿಯ ಮುನ್ನುಡಿ.

ಫೋನ್ ಸದ್ದಾಯಿತು. ಬೇಸರದಿಂದಲೇ ಎತ್ತಿದರು. "ಹಲೋ..." ಅಚಲಾ ಸ್ವರ. ಎಡಗೈನಿಂದ ರಿಸೀವರನ್ನ ಬಲಗೈಗೆ ಬದಲಾಯಿಸಿಕೊಂಡರು "ಹಲೋ..." ಒಂದೆರಡು ಕ್ಷಣ, ಸದ್ದು ಉಡುಗಿಹೋಯಿತು. "ನಿಮ್ಮ ದನಿನೇ ಬದಲಾಗಿದೆಯಲ್ಲ. ತುಂಬ ಟಯರ್ಡ್ ಆದ ಹಾಗೇ ಕಾಣಿಸ್ತೀರ" ಆತಂಕದಿಂದ ಕೇಳಿದಾಗ ಎಚ್ಚೆತ್ತುಕೊಂಡರು. "ಅಂಥದ್ದೇನಿಲ್ಲ. ಮಾಮೂಲಿ ಟೆನ್ಸನ್, ಅನಿವಾರ್ಯ ಕೂಡ. ಏನು ವಿಷ್ಯ? ಹೇಗೆ ನಡೀತು ಮದ್ವೆ?" ವಿಚಾರಿಸಿದರು.

ಅಚಲಾಗೆ ಉತ್ಸಾಹ ತುಂಬಿ ಬಂದಿರಬೇಕು. ತಮಗೆ 'ಬೆಸ್ಟ್ ಫೇರ್' ಅವಾರ್ಡ್ ಸಿಕ್ಕ ಬಗ್ಗೆ ಮದುವೆಗೆ ಬಂದಿದ್ದ ನೆಂಟರಿಷ್ಟರ ಹೊಗಳಿಕೆಯಲ್ಲಿ ತಿಳಿಸಿದರು. ಹೆಮ್ಮೆ ಬಿಗುಮಾನದ ಮುಖವನ್ನು ಕಣ್ಮುಂದೆ ತಂದುಕೊಂಡರು. ಸಾರಿ, ಅಚಲಾ... ನಾನೆಂದೂ ನಿನ್ನ ಪ್ರೀತಿಸ್ಲೇ ಇಲ್ಲ! ಬಡಿದಾಡುವ ವಿರೋಧಾಭಾಸಗಳ ನಡುವೆಯೂ ಒಂದಾಗಿ ಬಾಳುವ ಸಾಮಾನ್ಯ ದಂಪತಿಗಳಲ್ಲಿರಬೇಕಾದ ಒಲವು ಕೂಡ ನಮ್ಮ ಮಧ್ಯೆ ಇಲ್ಲ. ಅಚಲಾ ಪ್ರೀತಿ ಅತ್ಯಂತ ಸ್ಪಷ್ಟವಿರಬಹುದು. ಆದರೆ ಎಂದಾದರೂ ತನ್ನ ಮನಸ್ಸು ಹೃದಯಗಳಿಗೆ ತಾಕಿರಬಹುದೇ? ಯಾವುದನ್ನೂ ಸ್ಪಷ್ಟಪಡಿಸಿಕೊಳ್ಳಲಾರದೆ ಹೋದರು.

ಮತ್ತೆ ಅಚಲಾ ಮಾತುಗಳು ಕೇಳಿಸಿದಾಗಲೇ ತಮ್ಮ ಕೈಯಲ್ಲಿದ್ದ ಫೋನ್ ಗಮನಿಸಿದ್ದು. 'ಹಾ, ಹ್ಞೂ,ಹೌದು, ಅಲ್ಲ' ಇದಿಷ್ಟೇ ಅವರು ಆಡಿದ್ದು.

ಮತ್ತೆ ರೋಹಿತ್‌ನ ಪ್ರಸ್ತಾಪ. "ಅನ್ನು ಓದು ನಿಲ್ಲಿಸಿದ್ದು ಯಾರ್‍ಗೂ ಇಷ್ಟವಾಗ್ಲಿಲ್ಲ. ಎಲ್ಲರೂ ನೀವಾದ್ರೂ ತಡೀಬೇಕಿತ್ತು ಅಂದರು" ಎಂದಾಗ ರೋಹಿತ್ ಅವರ ಕಣ್ಮುಂದೆ ತೇಲಿದ.

"ಸುಮ್ಮೇ ನೀನು ವರೀ ಮಾಡ್ಕೊಬೇಡ. ಬಲವಂತದಿಂದ ಅವ್ನ ವ್ಯಕ್ತಿತ್ವವೇ ನಾಶವಾಗುತ್ತೆ. ಈಗ್ಲೂ ಅನ್ನು ಇಷ್ಟಪಟ್ರೆ ಕಾಲೇಜಿಗೆ ಹೋಗ್ಲಿ. ನಾವು ಬೇರೆಯವ್ರ ಮಾತುಗಳಿಗಿಂತ ಅವ್ನ ಆಸೆ, ಆಕಾಂಕ್ಷೇನ ಗಮನಿಸ್ಬೇಕು. ಇಲ್ಲದೆಲ್ಲ ತಲೆಗೆ ಹಾಕ್ಕೋಬೇಡ ಆರಾಮಾಗಿರು" ಎಂದರು.

ಅಚಲಾಗೂ ಅದು ಸರಿಯೆನಿಸಿರಬಹುದು. "ನಾಲ್ಕು ದಿನ ಬಿಟ್ಟು ಬರ್ತೀನಿ" ಎಂದಕೂಡಲೇ ಫೋನಿಟ್ಟುಬಿಟ್ಟರು. ಮತ್ತೆ ಮತ್ತೆ ಸದ್ದಾದಾಗ ಅದನ್ನ ನೋಡುತ್ತ ಕೂತರೇ ವಿನಹ ಎತ್ತಲಿಲ್ಲ. ಅವರ ಪ್ರಯತ್ನವನ್ನು ಒಳಗಿನ ಯಾವುದೋ ಶಕ್ತಿ ತಡೆಯುತ್ತಿತ್ತು.

ಅರ್ಧಗಂಟೆಯ ನಂತರ ಮತ್ತೆ ಫೋನ್ ಸದ್ದು. ಪಿ.ಎ ರೋಮಾ ತಂತಿಯ ಮೇಲೆ ಬಂದಳು. "ಕಾರು ಆಕ್ಸಿಡೆಂಟ್ ಆಗಿದೆಯಂತೆ. ಈಗತಾನೇ ಇನ್‌ಫರ್ಮೇಷನ್ ಸಿಕ್ತು" ಎಂದಕೂಡಲೇ ನಿಂತ ನೆಲವೇ ಛಿದ್ರ ಛಿದ್ರವಾಗಿ ಹೋದಂತಾಯಿತು. "ವ್ಹಾಟ್..." ಗಂಟಲು ಕಟ್ಟಿತು, ಕಣ್ಮುಂದೆ ರವಿಯ ಚಿತ್ರ. ಆಮೇಲೆ ಅವಳೇನು ಹೇಳಿದಳೋ? ಕಾರು ಬಾಣದಂತೆ ಹೊರಕ್ಕೆ ಹೋಯಿತು.

ಮೊದಲೇ ಎಚ್ಚರ ವಹಿಸಿದ್ದರಿಂದ ಆಕ್ಸಿಡೆಂಟ್‌ಗೆ ಒಳಗಾದ ಕಾರು ಗ್ಯಾರೇಜ್ ಸೇರಿತ್ತು. ಕೈ ತಲೆಗೆ ಬಾಂಡೇಜ್ ಮಾಡಿಸಿಕೊಂಡು ಬಂದಿದ್ದ ಡ್ರೈವರ್ ಅಡ್ಮಿನಿಸ್ಟ್ರೇಷನ್ ಸೆಕ್ಷನ್‌ನಲ್ಲಿದ್ದ. ಈಗ ಕಾರು, ಡ್ರೈವರ್ ಬಗ್ಗೆಯಲ್ಲ ಶ್ರೀವಾಸ್ತವ ಯೋಚಿಸುತ್ತಿದ್ದುದು, ಬರೀ ರವಿಯ ಬಗ್ಗೆ ಕಾತರ, ಆತಂಕದ ಜೊತೆ ಮತ್ತೆಲ್ಲಿ ಅಟ್ಯಾಕ್ ಆಗುವುದೋ ಎಂದು ಅಂಜಿದರು.

ಛೇಂಬರ್‌ಗೆ ಬಂದಕೂಡಲೇ ರೇಗಿದರು "ಮೊದ್ಲು ಡ್ರೈವರ್‌ನ ಕಳ್ಸಿ. ಬರೀ ಹುಚ್ಚಾಟ, ಕೇರ್‌ಲೆಸ್" ಗೊಣಗಿದರು.

ಕಾರು ಹೆಚ್ಚು ಡ್ಯಾಮೇಜ್‌ಗೆ ಒಳಗಾಗಿತ್ತೇ ವಿನಃ ಅದರಲ್ಲಿನ ವ್ಯಕ್ತಿಗಳು ಅಂತಹ ಅಪಾಯಕ್ಕೆ ಈಡಾಗಿರಲಿಲ್ಲ. ಡ್ರೈವರ್‌ಗೆ ಮೇಲ್ಮುಖದ ಗಾಯಗಳು. ಹೊರರೋಗಿಯಾಗಿ ಚಿಕಿತ್ಸೆ ಪಡೆದು ಬಂದಿದ್ದ.

"ರವಿಗೆ ಏನಾಯ್ತು?" ತಾಳ್ಮೆ ಕಳೆದುಕೊಳ್ಳುವ ಮಟ್ಟಕ್ಕೆ ಹೋದರು. ಡ್ರೈವರ ತಲೆ ತಗ್ಗಿಸಿದ. "ಅಂಥದ್ದೇನಿಲ್ಲ ಸಣ್ಣಪುಟ್ಟಗಾಯಗಳು. ಆಗ್ಗೇ ಮನೆಗೆ ಹೋದ್ರು."

ಶ್ರೀವಾಸ್ತವ ಅವನನ್ನ ಹೋಗುವಂತೆ ಸನ್ನೆ ಮಾಡಿ ಕುಕ್ಕರಿಸಿದರು. ಏರ್

48 ಸ್ವಪ್ನ ಸಂಭ್ರಮ

ಕಂಡೀಷನರ್ ಕೆಲಸ ಮಾಡುತ್ತಿದ್ದರೂ ಸಹ ಸೆಕೆ. ರವಿಯ ಮೇಲೆ ತನಗೇಕೆ ಪ್ರೀತಿ, ಪ್ರೇಮ? ಅವನೊಬ್ಬ ಉತ್ತಮ ವಿದ್ಯಾರ್ಥಿಯೆಂದೇ? ತಳ್ಳಿಹಾಕಿದರು. ಅವನಿಗಿಂತ ಉತ್ತಮ ವಿದ್ಯಾರ್ಥಿಗಳನ್ನ ಗುರುತಿಸಬಹುದಿತ್ತು. ಅಲ್ಲವೇ... ಅಲ್ಲ... ರಿವಾಲ್ವಿಂಗ್ ಚೇರ್ ಒಂದು ಸುತ್ತು ಹೊಡೆಯಿತು. ಎಷ್ಟು ಯೋಚಿಸಿದರೂ ಸ್ಪಷ್ಟವಾದ ಕಾರಣ ಗುರ್ತಿಸ ಲಾರದೆ ಹೋದರು. ರವಿಯನ್ನ ನೋಡಬೇಕು, ಮಾತಾಡಿಸಬೇಕು. ಮೈದಡವಬೇಕು ವಿಚಿತ್ರವಾದ ಆಕಾಂಕ್ಷೆಗಳು.

ರೋಹಿತ್‌ಗೆ ಆಕ್ಸಿಡೆಂಟ್ ಆದ ಸಂದರ್ಭದಲ್ಲೂ ಕೂಡ ಇಂದಿನಷ್ಟು ಎಕ್ಸೈಟ್ ಆಗಿರಲಿಲ್ಲ. ರವಿಗೆ ಏನೂ ಆಗಕೂಡದು. ಮನ ಪೂಜಿಸುವ ದೇವರಿಗೆ ಮೊರೆಯಿಟ್ಟು ಪ್ರಾರ್ಥನೆ ಸಲ್ಲಿಸಿತು. ಯೋಚಿಸಿ ಯೋಚಿಸಿ ಸೋತುಹೋದರು. ತಾವು ಯಾರಾದರೂ ಸೈಕ್ರಿಯಾಟಿಸ್ಟ್‌ನ ನೋಡುವುದು ಸರಿಯೆಂಬ ನಿರ್ಧಾರಕ್ಕೆ ಬಂದರು. ಅದರ ಮೊದಲು ರವಿಯ ಯೋಗಕ್ಷೇಮ ತಿಳಿಯಬೇಕು. ಹೇಗೆ? ಅವರೇನೂ ಪ್ರಶ್ನಿಸಿರಲಿಲ್ಲ. ಅಂತಹ ಸಂದರ್ಭದಲ್ಲಿ ಕಾಂಪ್ಲೆಕ್ಸ್ ಅವರನ್ನ ಕಾಡುತ್ತಿತ್ತು.

ಕಡೆಗೆ ಕಾಲೇಜ್‌ಗೆ ಫೋನ್ ಮಾಡಿ ಅವನ ವಿಳಾಸ ತಿಳಿದುಕೊಂಡರು. ತಾವು ಒಂಟಿಯಾಗಿಯೇ ವಿಳಾಸವನ್ನ ಆರಿಸಿಕೊಂಡು ಏಕಾಂಗಿಯಂತೆ ಹೊರಟರು. ಆ ಮನೆಗೆ ಬೀಗ. ಅಲ್ಲಿಯವರನ್ನೇ ವಿಚಾರಿಸಿದಾಗ ಅವರು ಮನೆ ಬದಲಾಯಿಸಿದ ಸುದ್ದಿಯ ಜೊತೆ ಈಗ ಹೋಗಿರುವುದು ಅವರ ಸ್ವಂತದ್ದೆಂದು ಕೂಡ ತಿಳಿಯಿತು.

ನಿರಾಶೆಯಿಂದ ಹಿಂದಕ್ಕೆ ಹೊರಟರು. ರವಿಯನ್ನ ನೋಡದ ಅಂತಃಕರಣ ಬಾಧಿಸುತ್ತಿತ್ತು.

* * *

ಕೈ, ಹಣೆಯ ಪುಟ್ಟ ಬ್ಯಾಂಡೇಜು ನೋಡಿಯೇ ಭಾಸ್ಕರ್ ಗಾಬರಿಯಾಗಿಬಿಟ್ಟರು. ಹುಟ್ಟಿದಾಗಿನಿಂದ ರವಿ ತುಂಬು ಆರೋಗ್ಯವಂತ. ಒಮ್ಮೆಯಾದರೂ ಕಂಗೆಡಿಸಿದವನೇ ಅಲ್ಲ.

"ಏನಿದೆಲ್ಲ?" ಆತಂಕ ನುಗ್ಗಿ ಕೇಳಿದಾಗ ರವಿ ನಕ್ಕುಬಿಟ್ಟ: "ಏನಿಲ್ಲ, ಒಂದಿಷ್ಟು ಬ್ಯಾಂಡೇಜ್ ಅಷ್ಟೆ ದಾರಿಯಲ್ಲಿ ಸಣ್ಣ ಆಕ್ಸಿಡೆಂಟ್" ಕೋಣೆಗೆ ಹೋದ. ಪೆಟ್ಟುಗಳು ಬಲವಾಗಿ ಬೀಳದಿದ್ದರೂ ಯಾವುದೋ ಗುಂಗಿನಲ್ಲಿದ್ದ ರೋಹಿತ್ ತಂದೆ ತನ್ನನ್ನ ಅಷ್ಟೊಂದು ಆದರಿಸಲು ಕಾರಣವೇನು?

ಭಾಸ್ಕರ ಬಂದು ಅವನ ಪಕ್ಕದಲ್ಲಿಯೇ ಕೂತರು. ಕೈಹಿಡಿದು ನೋಡಿದರು. "ಎಲ್ಲಿ ಟ್ರೀಟ್‌ಮೆಂಟ್ ತಗೊಂಡಿದ್ದು?" ರವಿ ಅರ್ಥಮಾಡಿಕೊಂಡ. "ಏನಿಲ್ಲ ಮಾವ, ನಾಳಿದ್ದು ಬೆಳಿಗ್ಗೆ ನಾನು ನೀನೂ ಕೂಡಿಯೇ ಹೋಗೋಣ" ಕಣ್ಮುಚ್ಚಿಕೊಂಡ. ಪ್ರೀತಿಯಿಂದ ಅವನ ಹಣೆಯ ಮೇಲೆ ಕೈಯಿಟ್ಟರು. "ಓಕೆ... ರೆಸ್ಟ್ ತಗೋ" ಹೊರಗೆ ಬಂದರು.

ಅವರದು ವಿಭಿನ್ನ ಸ್ವಭಾವ. ಹಾರಾಟ, ಕೂಗಾಟ ಅವರಂಥವರಿಂದ ದೂರ. ಕೂಗಾಡಬಹುದಾದ ಸಂದರ್ಭದಲ್ಲಿಯೇ ತಣ್ಣಗಿದ್ದುದು ಮಾತ್ರವಲ್ಲದೆ ಆ ವ್ಯಕ್ತಿಯ ಸಮಯ ಸಂದರ್ಭದ ಜೊತೆ ಒಳಿತನ್ನ ಕೂಡ ಬಯಸಿದಂಥ ವ್ಯಕ್ತಿ.

ಹೊರಗೆ ಬಂದ ಅವರಿಗೆ ರೋಹಿತ್‌ನ ನೆನಪಾಯಿತು. ಸಿಕ್ಕಾಗ ಶ್ರೀವಾಸ್ತವ ತಾನಾಗಿ ತನ್ನ ಮಗ, ಹೆಂಡತಿಯ ಬಗ್ಗೆ ಏನು ಹೇಳಿಕೊಂಡಿರಲಿಲ್ಲ. ನೆಮ್ಮದಿಯ ಸಂಸಾರವೆಂದು ಇವರ ನಂಬಿಕೆ. ಹಾಗೆಯೇ ಇರಲಿ ಎನ್ನುವ ಹಾರೈಕೆ ಕೂಡ.

ಯಾರ ಮನೆಗೋ ಹೋಗಿದ್ದ ಸುಕನ್ಯ ಒಂದಿಷ್ಟು ಸೊಪ್ಪು ತಂದು ನೆಲದ ಮೇಲೆ ಸುರಿದುಬಿಟ್ಟರು.

"ಇಲ್ಲಿ ಇದಕ್ಕೂ ಹಣ. ಸಿಟಿ ಜೀವನ ಭಯಂಕರ!" ಅಲ್ಲಿಯೇ ಕೂತರು. "ಏನ್ಮಾಡೋಣ, ಈ ಮನೆನ ಚಿಕ್ಕಪ್ಪ ಸಾವಿನ ಬಳುವಳಿಯಾಗಿ ನಮ್ಗೇ ಕೊಟ್ಟು ಹೋಗದಿದ್ರೆ ಇಲ್ಲಿಗೆ ಬರೋ ಅಗತ್ಯವೇ ಇರ್ಲಿಲ್ಲ. ಆದ್ರೂ ರವಿಯ ವಿದ್ಯಾಭ್ಯಾಸಕ್ಕೆ ಅನ್ಕೂಲವಾಯ್ತು" ಸಾಂತ್ವನವಿತ್ತು ಭಾಸ್ಕರರ ಮಾತಿನಲ್ಲಿ. ಶ್ರೀವಾಸ್ತವರಿಂದ ಬಹಳ ದೂರ ಇರುವ ನಿರ್ಧಾರವೇ ಅವರದು.

ಮೊದಲು ಸ್ವಲ್ಪ ಹಿಂಜರಿದರೂ ಎರಡು ದಿನದ ನಂತರ ರವಿ ಅವರಿಗೆ ಸತ್ಯ ಸಂಗತಿಯನ್ನ ತಿಳಿಸಿದ್ದು ಮಾತ್ರವಲ್ಲ. ಒಂದು ಪ್ರಶ್ನೆಯನ್ನ ಅವರ ಮುಂದಿಟ್ಟ.

"ನಾನು ರೋಹಿತ್‌ಗೆ ಕ್ಲಾಸ್‌ಮೇಟಲ್ಲ. ಫ್ರೆಂಡ್ ಅಲ್ಲ. ಅಂಥ ಪರಿಚಿತರೂ ಅಲ್ಲ. ಆದ್ರೂ ನನ್ಮೇಲೆ ಅವರಿಗೇಕೆ ಪ್ರೀತ್ಯಾದರ?" ಭಾಸ್ಕರ್ ಬೆಚ್ಚಿಬಿದ್ದರು. ಹೈಡ್ರೋಜನ್ ಬಾಂಬ್ ಪಕ್ಕದಲ್ಲಿಯೇ ಸಿಡಿದಂತಾಯಿತು. ನುಂಗಲಾರದೆ ಚಡಪಡಿಸಿದರು.

"ಅದು ಅವ್ರ ನೈಜ ಸ್ವಭಾವವಿರಬಹ್ದು, ಅಷ್ಟೆ" ಕೂತವರು ಎದ್ದಾಗ ರವಿ ಅವರ ಕೈ ಹಿಡಿದು ಕೂಡಿಸಿದ. "ಅದು ಅವ್ರ ನೈಜ ಸ್ವಭಾವವಿರಬಹ್ದು. ಆದ್ರೆ..." ಸುಮ್ಮನಾದಾಗ ಭಾಸ್ಕರ್ ಗಾಬರಿಯಾದರು. "ನಂಗೂ ಅವರ ಬಗ್ಗೆ ಅಭಿಮಾನ ಯಾಕೆ?" ಅವರನ್ನ ಗೊಂದಲದಲ್ಲಿ ಕೆಡವಿದ.

ರವಿಯತ್ತ ನೇರವಾಗಿ ನೋಡಿ ನಸುನಕ್ಕರು: "ನಿಂಗೆ ಶ್ರೀವಾಸ್ತವ ವ್ಯಕ್ತಿತ್ವ ಮೆಚ್ಚಿಗೆಯಾಗಿರಬಹ್ದು. ಅಂಥ ಸರಳ, ಸೌಮ್ಯ ವ್ಯಕ್ತಿಯನ್ನು ಸಾಧಾರಣವಾಗಿ ಎಲ್ಲಾ ಇಷ್ಟಪಡ್ತಾರೆ" ರವಿಯ ತಲೆತಗ್ಗಿತು. ಅವನಿಗೆ ಸಕಾರಣವಾಗಿ ಕಾಣಲಿಲ್ಲ.

"ನಂಗೆ ಹಾಗೇ ಅನ್ನಿಸೋಲ್ಲ, ಮಾವ! ನಂಗೆ ಅವ್ರ ಬಗ್ಗೆ ಏನು ತಿಳಿದಿದೆ? ಮಹಾತ್ಮರನ್ನ ದೇಶಭಕ್ತರನ್ನ ಮೆಚ್ಚಿಕೊಳ್ಳೋದು ಅವ್ರ ಪ್ರಭಾವಕ್ಕೆ ಒಳಗಾಗೋದು ಸಹಜ. ಶ್ರೀವಾಸ್ತವ ಒಬ್ಬ ಶ್ರೀಮಂತ ಇಂಡಸ್ಟ್ರಿಯಲಿಸ್ಟ್, ನಮ್ಮಂಥ ಜನ ಯಾವಾಗ್ಲೂ ದುಡಿಯುವ ಕಾರ್ಮಿಕರ ಪರವೇ." ಎಳೆಎಳೆಯಾಗಿ ಬಿಡಿಸಿದ. ಇಲ್ಲಿ ಅಂತರಂಗದ ತುಮುಲ ಸ್ಪಷ್ಟವಾಗಿತ್ತು. ಕ್ಷಣ ನೊಂದರೂ ಭಾಸ್ಕರ ಧೃತಿಗೆಟ್ಟರು.

"ನಂಗೆ ಹೆಚ್ಚಿಗೇನು ತೋರೋಲ್ಲ!" ಜಾರಿಸಿದರು.

ಗಾಢವಾಗಿ ಕಣ್ಮುಚ್ಚಿ ಮಲಗಿದ್ದ ರವಿಯನ್ನ ದಿಟ್ಟಿಸಿದರು. ಒಂದು ಕೋನದಲ್ಲಿ ಪೂರ್ತಿ ಶ್ರೀವಾಸ್ತವರೇ. ತಿಳಿಯದವರು ಅವರಿಬ್ಬರನ್ನ ಜೊತೆಯಾಗಿ ನಿಲ್ಲಿಸಿದರೆ ಗುರ್ತಿಸುವುದು ತಂದೆ, ಮಗನೆಂದೇ. ಅದೇ ನೀಳವಾದ ಮೂಗು, ಸದಾ ಬಿಗಿದು ಕೊಂಡಂತೆ ಕಾಣುತ್ತಿದ್ದ ಹುಬ್ಬುಗಳು, ಅದೇ ನಸುನಗು.

ಭಾಸ್ಕರ್ ಎದ್ದು ಹೊರಬಂದರು. ಕಳೆದ ದುರಂತದ ಛಾಯೆ, ಮತ್ತೆ ಇಣುಕ ಬಾರದೆಂಬುದೇ ಅವರ ಉದ್ದೇಶವಾಗಿತ್ತು. ಅದಕ್ಕೇ ದೂರ ಉಳಿದಿದ್ದು.

ವಾರದಲ್ಲಿ ಬರುತ್ತೇನೆಂದಿದ್ದ ಶ್ರೀವಾಸ್ತವ ತಿಂಗಳಾದರೂ ಬರದಾಗ ಚಾರುಲತ ಪೂರ್ತಿ ಸಪ್ಪಗಾದಳು. ಸುಕನ್ಯ ಕೂಡ ಗಾಬರಿಯ ಮಾತಾಡತೊಡಗಿದಳು.

"ಎಂಥ ಜನ, ನಿಮ್ಮ ಸ್ನೇಹಿತರು! ಅಷ್ಟು ತಿಳಿವಳಿಕೆ ಇರೋರು ಒಂದು ಪತ್ರ ಹಾಕೋದ್ಬೇಡ್ವಾ! ಚಾರುಗೆ ಊಟಬೇಡ, ತಿಂಡಿಬೇಡ. ನಂಗ್ಯಾಕೋ ಭಯ. ಇಲ್ಲಿನದು ಕನಸೂಂತ ಮರ್‍ತುಬಿಡ್ತಾರೋ ಏನೋ" ಆ ಕ್ಷಣ ಮಡದಿಯ ಕೆನ್ನೆಗೆ ಬಾರಿಸಿ ಬಿಡುವಷ್ಟು ಸಿಟ್ಟು. ಶ್ರೀವಾಸ್ತವರ ಬಗ್ಗೆ ಅಷ್ಟೊಂದು ನಂಬಿಕೆ, ಪ್ರೇಮ.

ಒಂದು ತಿಂಗಳಷ್ಟು ಕಾಲ ಸಂತೈಸಿದರು. ಸಮಾಧಾನಿಸಿದರು. ರೇಗಿದರೂ ಧೈರ್ಯ ಹೇಳಿದರು. ಮನೆಯಲ್ಲಿ ಪ್ರಕ್ಷುಬ್ಧ ಸ್ಥಿತಿ ಕಾಣಿಸಿಕೊಂಡಾಗ ಧೈರ್ಯಗೆಟ್ಟರು.

"ನಾನು ಹೋಗಿ ಶ್ರೀನ ಕರ್ಕೊಂಡ್ಬರ್‍ತೀನಿ. ಅನ್ನ, ನೀರು ಬಿಡೋಂಥದೇನಾಗಿದೆ ಚಾರುಗೆ" ಅಂದೇ ಹೊರಟರು.

ಶ್ರೀವಾಸ್ತವನ ಅರಸಿಕೊಂಡು ಬಂದವರಿಗೆ ಎದುರಾದದ್ದು ಪ್ರತಿಕೂಲ ಪರಿಸ್ಥಿತಿ. ಅವನ ತಂದೆಯ ಸ್ಥಿತಿ ಸಾವುಬದುಕಿನ ಅಂಚಿನಲ್ಲಿತ್ತು. ಹೃದಯಾಘಾತಕ್ಕೆ ಒಳಗಾದವರು ಇಂಟೆನ್ಸಿವ್‌ಕೇರ್‌ನಲ್ಲಿದ್ದರು. ಅವನ ತಾಯಿ ಭಾಸ್ಕರ್ ಮುಂದೆ ಗಳಗಳ ಎಂದು ಅತ್ತುಬಿಟ್ಟರು.

"ಎಲ್ಲಾ ಮೋಸವಾಯ್ತು! ಕಂಪನಿ ಮೇಲೆ ಕೋಟ್ಯಾಂತರ ರೂಪಾಯಿ ಸಾಲ. ಆತ್ಮಹತ್ಯೆ ಇಲ್ದೆ ನಮ್ಗೇ ಬೇರೆ ದಾರೀನೇ ಇರ್ಲಿಲ್ಲ. ನರಸಿಂಹನ್ ನಮ್ಮ ನೆರವಿಗೆ ಬಂದರು" ಎಂದವರು ವಿಷಯ ಅರುಹಿದರು.

ನಾಲ್ಕು ದಿನದ ಹಿಂದೆ ಶ್ರೀವಾಸ್ತವ, ಅಚಲಾ ಮದುವೆ ನಡೆದುಹೋಗಿತ್ತು. ಮೊದಲಿನ ಅವನ ವಿರೋಧ ಕಡೆಯಲ್ಲಿ ಪರಿಸ್ಥಿತಿಗೆ ಬಾಗಿದ್ದು ಎಲ್ಲಾ ಹೇಳಿಕೊಂಡರು.

ಅಂದು ಭಾಸ್ಕರ್ ಕುಳಿತಲ್ಲೇ ಶಿಲೆಯಾಗಿದ್ದ. ಗೆಳೆಯನ ಬಗ್ಗೆ ಮರುಕವಿದ್ದರೂ ತನ್ನ ಪರಿಸ್ಥಿತಿಯನ್ನ ನೆನೆದರು. ಮುಗ್ಧ ತಂಗಿಯನ್ನ ಅನಾಯಾಸವಾಗಿ ಬಲಿ ಕೊಟ್ಟುಬಿಟ್ಟಿದ್ದರು. ಆಗ ಅವರು ದೂಷಿಸಿಕೊಂಡಿದ್ದು ತಮ್ಮ ತಿಕ್ಕಲುತನವನ್ನ.

"ಬರ್ತೀನೀ..." ಎಂದಾಗ ಆಕೆ ತಡೆದಿದ್ದರು. "ಈ ಸಮಯದಲ್ಲಿ ನಿನ್ನ ಅಗತ್ಯವಿದೆ ಭಾಸ್ಕರ್. ಸದ್ಯಕ್ಕೆ ನೀನು ಇಲ್ಲೇ... ಉಳೀ. ನಮ್ಮ ಅಚಲಾಗೆ ಕರ್ಕೊಂಡ್ಬಂದು ಪರಿಚಯ ಮಾಡಿಸ್ತೇನೆ" ಎಂದು ಒಳಗೆಹೋದಾಗ ಭಾರವಾದ ಮನವೊತ್ತು ಹೊರಗೆ ಬಂದಿದ್ದರು.

ನಿರಭ್ರವಾಗಿರಬೇಕಾದ ಆಕಾಶದಲ್ಲಿ ದಟ್ಟವಾದ ಮೋಡಗಳು. ಯಾವ ಕ್ಷಣದಲ್ಲಿ ಯಾದರೂ ಮಳೆ ಸುರಿಯಬಹುದು. ಆಕಾಲದ ಮಳೆ. ಜಗತ್ತು ಹೇಗೆ ಸ್ವಾಗತಿಸೀತು?

ಊರಿಗೆ ಬರುವ ವೇಳೆಗೆ ಭಾಸ್ಕರ್ ಒಂದು ನಿರ್ಧಾರಕ್ಕೆ ಬಂದಿದ್ದರು. ಸುಳ್ಳು ಸೃಷ್ಟಿಸುವುದರಿಂದ ತಾತ್ಕಾಲಿಕವಾಗಿ ಆಘಾತವನ್ನು ತಡೆಯಬಹುದು. ಆದರೆ... ಮುಂದೆ...?

ಒಬ್ಬರನ್ನೇ ನೋಡಿದ ಸುಕನ್ಯ ಮುಖ ಕಂದಿತು. "ಎಲ್ಲಿ ನಿಮ್ಮ ಶ್ರೀ? ಬರಲಿಲ್ಲ ತಾನೇ? ಯಾಕೆ ಬರ್ತಾನೆ? ಸುಂದರ ಹೂವಿನ ಸುವಾಸನೆ ಜೊತೆ ಮಧುವನ್ನ ಕೂಡ ಹೀರಿದ್ದಾಗಿದೆ. ಇನ್ನೇನು ಕೆಲ್ಸ? ಛಿ..." ದುಃಖದ ಜೊತೆ ರೋಷವೂ ಮಿಳಿತವಾಯಿತು.

"ಸುಕನ್ಯ... ಅವ್ನು ಬರ್ದೇ ಇರೋಕೆ ಬೇರೆ ಕಾರಣಗಳೂ ಇವೆ. ಬರೀ ನಿಷ್ಠುರ ಮಾಡೋದಕ್ಕಿಂತ ಅಲ್ಲಿನ ಪರಿಸ್ಥಿತಿಯ ಬಗ್ಗೆ ಯೋಚ್ಸು" ಸಂತೈಸಲು ನೋಡಿದರು. ಸುಕನ್ಯ ಕಿಡಿ ಕಾರಿದಳು.

"ಹೆಣ್ಣಿನ ನೋವು ನಿಮ್ಗೆ ಹೇಗೆ ಅರ್ಥವಾಗ್ಬೇಕು? ಅವಳಪ್ಪ. ಅಮ್ಮ ಬದ್ಕಿದ್ರೆ ಚಾರು ಭವಿಷ್ಯದ ಬಗ್ಗೆ ಯೋಚಿಸ್ದೇ ಕೇಳ್ದ ಕೂಡ್ಲೇ ಮದ್ವೆ ಮಾಡಿ ಕೊಡ್ತಾ ಇದ್ರಾ? ತಂಗಿಯ ಜವಾಬ್ದಾರಿ, ಪ್ರೀತಿ, ಪ್ರೇಮಕ್ಕಿಂತ ನಿಮ್ಮ ಫ್ರೆಂಡೇ ಹೆಚ್ಚಾದ" ವಾಗ್ಬಾಣಗಳಿಗೆ ತತ್ತರಿಸಿಹೋದರು. ಮೊದಲೇ ಸ್ಥಿತಿ ಇಷ್ಟು ಗಂಭೀರವಾಗಿದೆಯಲ್ಲ. ವಿಷಯ ತಿಳಿದು ಹೋದರೆ ಆಮೇಲಿನ ಪರಿಸ್ಥಿತಿಯನ್ನು ಯೋಚಿಸಿದರು.

ಎರಡು ದಿನವಾದರೂ ಚಾರುಲತ ಏನೂ ಕೇಳಲಿಲ್ಲ. ಮಾತೂ ಆಡಿಸಲಿಲ್ಲ. ಸದಾ ಬಾಳೆಗಿಡದ ಬದಿಯಲ್ಲಿ ನಿಂತು ಶೂನ್ಯವನ್ನ ದಿಟ್ಟಿಸಿ ನೋಡುತ್ತಿದ್ದಳು. ಅವಳ ಕಣ್ಣುಗಳು ಶ್ರೀವಾಸ್ತವವನ್ನ ಅರಸುತ್ತಿತ್ತು.

ತಿಂಗಳು ಉರುಳಿಹೋಗುವ ವೇಳೆಗೆ ತೋಟದಲ್ಲಿ ಕಳ್ಳತನವಾಗಿ ಭಾಸ್ಕರ ಎಚ್ಚೆತ್ತು ಕೊಳ್ಳುವುದೇ ಕಷ್ಟವೆನಿಸಿತು. ಸಾಲಗಾರರ ಕಾಟ ತೋಟ, ಮನೆ, ಜಮೀನು ಎಲ್ಲಾ ಮಾರಿಯೇಬಿಟ್ಟರು.

ಸುಕನ್ಯ ಅಂತು ನೆಲಕ್ಕೇ ಇಳಿದುಹೋದಳು. "ನಿಮ್ಮ ಶ್ರೀವಾಸ್ತವ ಬರ್ತಾನಾ ಇಲ್ವಾ? ಮೋಸ ಮಾಡಿಹೋಗಿದ್ರೆ... ಅವ್ನಿಗೆ ಬುದ್ಧಿ ಕಲಿಸಲೇಬೇಕು" ಕೂಗಾಡಿದಾಗ ಸಂತೈಸುವುದು ಭಾಸ್ಕರ್‌ಗೆ ಕಷ್ಟವಾಯಿತು. ಕಡೆಗೆ ಸತ್ಯಸಂಗತಿ ಉಸುರಿದಾಗ ಕಾಳಿ ಯಾದಳು.

"ನೀವು ತಣ್ಣನೆಯ ರಕ್ತದೋರು. ಬೇರೆ ಯಾರಾದ್ರೂ ಆಗಿದ್ರೆ... ಅವನನ್ನ ಹೆಣವಾಗಿಸಿಬಿಡುತ್ತಿದ್ರು. ನೀವು ಹೆತ್ತು ಹೊತ್ತು ಸಾಕಿದ್ರೆ... ತಾನೇ! ಬರೀ ಅಣ್ಣ! ಅವ್ಳ ನೋವು, ಭವಿಷ್ಯ ನಮಗ್ಯಾಕೆ ಬೇಕು!" ಭೋರಿಟ್ಟು ಅತ್ತಳು.

ಅಂದು ಶುರುವಾದ ಮಡದಿಯ ಸಿಡುಕನ್ನು ಇದುವರೆಗೂ ಶಾಂತಗೊಳಿಸ

ಲಾಗಲಿಲ್ಲ ಭಾಸ್ಕರ್‌ಗೆ. ಊರು ಬಿಡುವ ವೇಳೆಗೆ ಚಾರುಲತ ಬಸುರಿಯೆಂಬ ಸಂಗತಿ ತಿಳಿದಾಗ ಎಡವಿದ ವ್ಯಕ್ತಿ ಮುಗ್ಗರಿಸಿದ್ದು ಬಾವಿಗೆ.

ಸುಕನ್ಯ ಗಳಗಳ ಅತ್ತಳು. "ಆ ಬಸಿರು ನನ್ನದಾದ್ರೂ... ಆಗಿದ್ರೆ... ಚೆನ್ನಾಗಿತ್ತು. ಅವಳನ್ನ ನೋಯಿಸೋಕೆ ಇದೊಂದು ಪ್ರಾರಬ್ಧ." ಆದರೆ ಭಾಸ್ಕರ ಮತ್ತೊಂದು ಮಾತಾಡಲಿಲ್ಲ.

ಬೇರೊಂದು ಊರು. ಕೈಯಲ್ಲಿ ಕೂಡ ಅಂಥ ದೊಡ್ಡ ಗಂಟೇನು ಉಳಿಯಲಿಲ್ಲ. ರವಿ ಹುಟ್ಟುವ ವೇಳೆಗೆ ಭಾಸ್ಕರ್ ಒಂದು ಪ್ರೈವೇಟ್ ಫಾರ್ಮ್‌ನಲ್ಲಿ ಕೆಲಸಕ್ಕೆ ಸೇರಿ ಕೊಂಡರು. ಆರ್ಥಿಕವಾಗಿ ಕಷ್ಟದ ಬದುಕೇ. ಆದರೂ ತಂಗಿಯನ್ನು ಹೂವಿನೋಪಾದಿ ಯಲ್ಲಿ ನೋಡಿಕೊಂಡರು.

ರವಿ ಐದು ತಿಂಗಳು ತುಂಬುವ ವೇಳೆಗೆ ಈ ಜೀವನಕ್ಕೆ ಸ್ವಲ್ಪ ಒಗ್ಗಿಕೊಂಡಿದ್ದರು. ಶ್ರೀವಾಸ್ತವ ಬಿಟ್ಟುಹೋದ ಮೇಲೆ ಭಾಸ್ಕರ್ ಹೇಳಿದ ವಿಷಯ ಕೇಳಿದ ಮೇಲೆ ಚಾರುಲತ ತನ್ನ ಸ್ವಂತ ಬದುಕಿನ ಪ್ರಸ್ತಾಪವೇ ಎತ್ತಿರಲಿಲ್ಲ.

ಅಂದು ಭಾಸ್ಕರ್ ಫಾರ್ಮ್‌ಗೆ ಹೊರಟಾಗ ಅವರ ಮುಂದೆ ಬಂದುನಿಂತಳು, "ಮನೆಯಲ್ಲಿ ಕೂತು ಮಾಡೋದೇನಿದೇ? ಎಲ್ಲಾದ್ರೂ ಕೆಲ್ಸಕ್ಕಾದ್ರೂ ಪ್ರಯತ್ನಿಸ್ಬೇಕು."

ಭಾಸ್ಕರ್ ಉಗುಳು ನುಂಗಿದರು. ತಾವು ಮಾಡಿದ ತಪ್ಪು ಭಯಂಕರವೆಂದು ಅವರಿಗೆ ಗೊತ್ತು. ಕ್ಷಮೆ ಕೂಡ ಕೇಳಲಾರದಂಥ ಸ್ಥಿತಿ ಅವರದು.

ಮಾತು ಬಾರದೆ ನಿಂತಾಗ ತಾನೇ ಹೇಳಿದಳು. "ಹತ್ತಿರದಲ್ಲೇ ಒಂದು ನರ್ಸರಿ ಶಾಲೆ ಶುರುವಾಗಿದೆ. ಪಕ್ಕದ್ಮನೆ ಚಂದ್ರಿಕಾನ ಅಪಾಯಿಂಟ್‌ಮೆಂಟ್ ಮಾಡ್ಕೊಂಡಿದ್ದಾರೆ. ಅವ್ಳೇ ನಂಗೆ ಕೆಲ್ಸ ಕೊಡ್ಸೋ ವಿಷ್ಯ ಹೇಳಿದ್ದು. ನಾವೀಗ ರವಿ ಭವಿಷ್ಯದ ಬಗ್ಗೆ ಯೋಚ್ಸಬೇಕು" ತಂಗಿಯ ಸ್ವರ ಭಾರವಾದದ್ದು ಅವರ ಗಮನಕ್ಕೆ ಬಂದಿತು, ತಮ್ಮ ಕಮ್ಮಿ ಸಂಬಳದಲ್ಲಿ ದಿನದೂಡುವುದೇ ಪ್ರಯಾಸ. ಸರಿಯೆನ್ನದೆ ವಿಧಿ ಇರಲಿಲ್ಲ.

ಚಾರುಲತ ಕೆಲಸಕ್ಕೆ ಸೇರಿದ ಮೇಲೆ ಅವಳು, ಸುಕನ್ಯ ಮನೆಯಲ್ಲಿ ಕೆಲವು ಹುಡುಗರಿಗೆ ಪಾಠ ಹೇಳುತ್ತಿದ್ದರು. ಅವರ ಕನಸ್ಸುಗಳೆಲ್ಲ ರವಿಯಲ್ಲೇ.

ಕೆಲವೊಮ್ಮೆ ಚಾರುಲತ "ಅತ್ಗೇ, ಯಾರಾದ್ರೂ ಡಾಕ್ಟ್ರಿಗೆ ತೋರ್ಸೋಣ." ಸುಕನ್ಯಗೆ ಮಕ್ಕಳು ಆಗದ ವಿಷಯ ಪ್ರಸ್ತಾಪಕ್ಕೆ ಬಂದರೆ ಕೈನೋಡಿದ ಶ್ರೀವಾಸ್ತವನನ್ನ ನೆನಪಿಸಿ ಕೊಳ್ಳುತ್ತಿದ್ದರು. "ನಂಗೆ ಮಕ್ಳು ಆಗೋಲ್ಲ; ಬೇಕೂ ಇಲ್ಲ. ರವಿ ಒಬ್ಬ ಸಾಕು" ಕಣ್ತುಂಬಿ ಎದ್ದು ಓಡುತ್ತಿದ್ದಳು.

ತನಗೆ ಮಕ್ಕಳಿಲ್ಲವೆನ್ನುವ ಕೊರಗು ಸುಕನ್ಯಗೆ ಇದ್ದರೂ ಅದಕ್ಕಾಗಿ ಕಾಳಜಿ ವಹಿಸಲಿಲ್ಲ. ಭಾಸ್ಕರ್ ಕೂಡ ಎಂದೂ ಆ ಪ್ರಸ್ತಾಪವೆತ್ತಲಿಲ್ಲ. ಅವರ ಅಂಧಕಾರ ಬದುಕಿ ನಲ್ಲಿ ರವಿಯೊಬ್ಬನೇ ಆಶಾಕಿರಣ.

ರವಿ ಎಸ್.ಎಸ್.ಎಲ್.ಸಿ.ಯಲ್ಲಿ ರಾಜ್ಯಕ್ಕೆ ಮೊದಲನೆಯವನಾಗಿಯೇ ತೇರ್ಗಡೆ

ಯಾಗಿದ್ದು, ಯಾಕೋ ಡಾಕ್ಟ್ರ ಕೋರ್ಸ್, ಇಂಜಿನಿಯರಿಂಗ್ ಅವನು ಇಷ್ಟಪಡಲಿಲ್ಲ. ಸಾಮಾನ್ಯ ವಿದ್ಯಾರ್ಥಿಯಂತೆ ಕಾಲೇಜಿಗೆ ಸೇರಿಕೊಂಡ.

ದಿನಗಳು ಚಕ್ರದಂತೆ ಉರುಳಿಹೋಗುತ್ತಿದ್ದಾಗ ಭಾಸ್ಕರನ ಚಿಕ್ಕಪ್ಪ ಪ್ರತ್ಯಕ್ಷನಾದ.

"ಭಾಸ್ಕರ ಮನೆ ನಿನ್ನ ಹೆಸರಿಗೆ ಬರೆದಿದ್ದೀನಿ. ಒಂದಿಷ್ಟು ಸಾಲ ಇದೆ, ತೀರಿಸ್ಕೋ. ನೀನು ದೀಪ ಹಚ್ಕೊಂಡ್ ಆ ಮನೆಯಲ್ಲಿರು" ಹಠ ಮಾಡಿದರು. ಆಣೆ, ಪ್ರಮಾಣದ ಜೊತೆ ಊಟ ಬಿಟ್ಟಾಗ ಭಾಸ್ಕರ್ ಒಪ್ಪಿಕೊಳ್ಳಲೇಬೇಕಾಯಿತು.

ಆದರೂ ಅಲ್ಲಿಗೆ ಬಂದಮೇಲೆ ಭಾಸ್ಕರ್ ಶ್ರೀವಾಸ್ತವನನ್ನ ನೋಡುವ, ಭೇಟಿಯಾಗುವ ಯಾವ ಕೆಲಸಕ್ಕೂ ಮುಂದಾಗಲಿಲ್ಲ. ಅವನಿಂದ ಅಜ್ಞಾತವಾಗಿಯೇ ಉಳಿದುಬಿಡುವುದು ಭಾಸ್ಕರ್ ಇಚ್ಛೆ ಮಾತ್ರವಲ್ಲ, ರವಿಯೊಡನೆ ಬೆಳೆಯಬಹುದಾದ ಸಂಬಂಧಕ್ಕೆ ಅವರ ವಿರೋಧ. ಬೇರೆ ಬೇರೆ ಯಾವ ದೋಣಿಗಳು ಒಂದಾಗುವುದು ಬೇಡ. ನಿರಪರಾಧಿಗಳಿಗೆ ಶಿಕ್ಷೆಯಾಗುವುದು ಬೇಡ. ಈ ಯೋಚನೆಯ ನಡುವೆಯೂ ಅವರು ತಮ್ಮನ್ನ 'ಕಟುಕ'ನೆಂದುಕೊಳ್ಳುತ್ತಿದ್ದರು. ಎಂದೂ ಚಾರುಲತ ಶ್ರೀವಾಸ್ತವ ಬಗ್ಗೆ ಅಣ್ಣನನ್ನ ಪ್ರಶ್ನಿಸಿರಲೇ ಇಲ್ಲ.

* * *

ಶ್ರೀವಾಸ್ತವ ನಾಲ್ಕು ದಿನ ತೊಳಲಾಟದಲ್ಲಿ ಸೋತುಹೋದರು. ಸದಾ ಅವರಿಗೆ ರವಿಯದೇ ನೆನಪು. ಆ ಮುಖ ರೋಹಿತ್‌ನ ಮುಖಕ್ಕಿಂತ ಹೆಚ್ಚು ಸ್ಪಷ್ಟವಾಗಿತ್ತು ಅವರ ಮನದಲ್ಲಿ.

ಛೇಂಬರ್‌ಗೆ ಬಂದಕೂಡಲೇ ಕಾಲೇಜು ಪ್ರಿನ್ಸಿಪಾಲರಿಗೆ ಫೋನ್ ಮಾಡಿ ವಿಚಾರಿಸಿದರು. "ಸ್ವಲ್ಪ ವಿಚಾರಿಸ್ತೀನಿ" ಎಂದವರು ರವಿಯನ್ನೇ ಕರೆಸಿದರು, "ರವಿ ಬಂದಿದ್ದಾರೆ. ನೀವೇ ಮಾತಾಡಿ" ತಮ್ಮ ಕೈಯಲ್ಲಿನ ಫೋನ್ ಅವನ ಕೈಗೆ ಕೊಟ್ಟು ತಮ್ಮ ಕೆಲಸದಲ್ಲಿ ಮಗ್ನರಾದರು.

"ಹಲೋ... ರವಿ" ಶ್ರೀವಾಸ್ತವ ಸ್ವರ ಹರಿದುಬಂದಾಗ ಅವನ ಮೈ ಪುಳಕ ಗೊಂಡಿತು. "ಹಲೋ, ಗುಡ್‌ಮಾರ್ನಿಂಗ್ ಸರ್..." ಎಂದ ವಿಚಾರಿಸಿದವರು "ಲಂಚ್ ಬ್ರೇಕ್‌ನಲ್ಲಿ ಆಫೀಸ್‌ಗೆ ಬಾ. ನಿಂಗೋಸ್ಕರ ವ್ಹೈಟ್ ಮಾಡ್ತಾ ಇರ್ತೀನಿ" ಅವನ ಪ್ರತಿಕ್ರಿಯೆ ಕೇಳದೆ ಫೋನಿಟ್ಟು ಬಿಟ್ಟರು.

ಪ್ರಿನ್ಸಿಪಾಲ್ ಫೈಲ್‌ನಿಂದ ತಲೆಯೆತ್ತಿದರು. "ಶ್ರೀವಾಸ್ತವ ರಿಯಲೀ ಜಂಟಲ್‌ಮನ್. ಕೆಲವು ವಿಷಯಗಳಲ್ಲಿ ನಾವು ಹೆಲ್ಪ್ ಕೇಳಿದಾಗ ಇಲ್ಲವೆಂದವರೇ ಅಲ್ಲ. ನಮ್ಮ ನಿರೀಕ್ಷೆ ಮೀರಿ ಕೊಟ್ಟಿದ್ದಾರೆ. ಅಂಥವ್ರ ಪರಿಚಯದಿಂದ ನಿಂಗೆ ಹೆಲ್ಪ್ ಆಗುತ್ತೆ" ಸಲಹೆ ಇತ್ತಾಗ ತಲೆದೂಗಿದ. "ಥ್ಯಾಂಕ್ಯೂ ಸರ್..." ಎಂದವನು ಅವರ ಕೋಣೆಯಿಂದ ಹೊರಬಂದ.

ಅವರನ್ನು ಕಾಣಬೇಕೆಂಬ ಉತ್ಕಟತೆ ಅವನಲ್ಲಿದ್ದರೂ ಭಾಸ್ಕರ್‌ಗೆ ಅಷ್ಟು ಇಷ್ಟವಾಗಿ

ಕಂಡಿರಲಿಲ್ಲ. ಬಾಯಿಬಿಟ್ಟು ಹೇಳಿಲ್ಲದಿದ್ದರೂ 'ದೂರ ಇರುವುದೇ ಉತ್ತಮ' ಎಂದು ಸೂಚಿಸಿದಂತಿತ್ತು. ಅವರ ಭಾವ ಬೇರೆಯ ವಿಷಯಗಳಲ್ಲಿಯಾಗಿದ್ದರೆ ಒಂದಿಂಚು ಅಲುಗುಡುತ್ತಿರಲಿಲ್ಲ. ಇಲ್ಲಿ ಮನದ ಆಸೆ ಹತ್ತಿಕ್ಕುವುದು ಆತ್ಮಕ್ಷೋಭೆಯನಿಸಿತು.

ಇವನು ಶ್ರೀವಾಸ್ತವ ಛೇಂಬರ್‌ಗೆ ಹೋದಾಗ ಮನೆಗೆ ಹೋಗದೆ ಮತ್ತು ತಂದ ಊಟ ಮಾಡದೇ ಇವನಿಗಾಗಿ ಕಾಯುತ್ತಿದ್ದರು.

"ಹಲೋ ರವಿ... ಕಮಿನ್" ಅವನ ಕಣ್ಣುಗಳಲ್ಲಿ ಹರ್ಷದ ಕಾರಂಜಿಗಳು, ಚುಂಬಕದಂತೆ ಅವನನ್ನು ಹಿಡಿದಿಟ್ಟವು. ಮಾತಾಡಲಾರದ ಹೋದ. "ಬಾ ಬಾ... ನಿಂಗೋಸ್ಕರ ಕಾಯ್ತ ಇದ್ದೆ. ಇವತ್ತು ಡ್ರೈವರ್‌ನ ಕಳ್ಸೋಕೆ ಇಷ್ಟವಾಗ್ಲಿಲ್ಲ." ಹಣೆ, ಕೈ ಕಡೆ ನೋಡಿದರು. ಎರಡು ಕಡೆ ಸಣ್ಣ ಪ್ಲಾಸ್ಟರ್‌ಗಳು. ಸೀಟು ಬಿಟ್ಟು ಅವನತ್ತ ನಡೆದರು. ಮೃದುವಾಗಿ ಸವರಿದರು: "ತುಂಬ ಪೆಟ್ಟಾಯ್ತು ನಿನ್ನ ವಿಳಾಸಕ್ಕಾಗಿ ತುಂಬ ಹುಡುಕಾಡ್ದೆ!" ಕಾತರವಿದ್ದುದನ್ನು ಗಮನಿಸಿದ.

"ಅಂಥದೇನಿಲ್ಲ!" ಎಂದ ಚುಟುಕಾಗಿ.

ಕಾಲಿಂಗ್ ಬೆಲ್ ಒತ್ತಿ ಊಟವನ್ನ ರೆಡಿಮಾಡುವಂತೆ ಹೇಳಿದರು. ಆಡಬಹುದಾದ ಮಾತುಗಳೆಲ್ಲ ಮರೆತಂತಾಗಿತ್ತು ರವಿಗೆ. ಕಳೆದುಹೋಗಿದ್ದ ನಿಧಿ ಅವನಿಗೆ ಸಿಕ್ಕಂತೆ ಭಾಸವಾಗುತ್ತಿತ್ತು.

ಊಟದ ನಡುವೆ ಶ್ರೀವಾಸ್ತವ ಸಂತೋಷದಿಂದ ಮಾತಾಡಿದರು. ಅವನನ್ನ ಉಪಚರಿಸಿದರು. ಜೋಕ್ಸ್ ಕಟ್ ಮಾಡಿದರು. ರವಿ ಮಾತ್ರ ತಮ್ಮ ಮನೆ, ಮನೆಯವರ ಬಗ್ಗೆ ತಿಳಿಸಲು ಹಿಂಜರಿದ. ಹಿಂದಿನಂತೆ ಮನೆಗೆ ಕಾರು ಕಳಿಸಿದರೇ–ಬೇಡವೆನಿಸಿತು. ಅವನಿಗೆ ಮಾವನ ಮೇಲೆ ಅಪಾರವಾದ ಗೌರವ, ಅಭಿಮಾನ, ಪ್ರೀತಿ, ಅವರಿಗೆ ವಿರುದ್ಧವಾಗಿ ಹೋಗುವುದೇ ಆಗಲಿ ಅವರಿಗೆ ಇಷ್ಟವಿಲ್ಲದ ಕೆಲಸ ಮಾಡುವುದಾಗಲಿ ಅವನಿಗೆ ಬೇಕಿರಲಿಲ್ಲ.

ಕೈ ತೊಳೆದ ಶ್ರೀವಾಸ್ತವ ತಟ್ಟನೇ ಪ್ರಶ್ನಿಸಿದರು: "ನಿಮ್ಮ ತಂದೆ ಎಲ್ಲಿದ್ದಾರೆ?" ಸಿಡಿಲು ಅಪ್ಪಳಿಸಿದಂತಾಯಿತು ಅವನಿಗೆ. ಚೇತರಿಸಿಕೊಳ್ಳಲು ಅವನಿಗೆ ಕ್ಷಣಗಳೇ ಬೇಕಾಯಿತು. "ಇಲ್ಲಿಲ್ಲ ಸರ್." ಅವನ ಸ್ವರ ಒಣಗಿತು. "ಸೋ ಸಾರಿ..." ಅವನ ಭುಜ ತಟ್ಟಿದರು. ಅವನ ಮುಖದಲ್ಲಿ ಗೆಲುವು ಕುಂದುವುದು ಅವರಿಗೆ ಬೇಕಿರಲಿಲ್ಲ.

ಹೊರಟುನಿಂತಾಗ ರವಿಯೇ ಕೇಳಿದ. "ರೋಹಿತ್ ಎಲ್ಲಿ ಸರ್?" ಹಗುರವಾಗಿ ನಕ್ಕುಬಿಟ್ಟರು ಶ್ರೀವಾಸ್ತವ. "ಮೈಗೆ ಹುಷಾರಿಲ್ಲ, ಅನ್ನೋದು ಒಂದು ನೆಪ. ಆರಾಮಾಗಿ ಮನೆಯಲ್ಲಿದ್ದಾನೆ. ಕಲಿಯೋ ಹುಮ್ಮಸ್ಸು ಇದ್ದಿದ್ರೆ ಚೆನ್ನಾಗಿತ್ತು" ಕೊನೆಯಲ್ಲಿ ನಿಟ್ಟುಸಿರು ಚಿಮ್ಮಿತು. ಅವರ ಅಂತರಂಗದ ನೋವು ಅವನಿಗೆ ಅರ್ಥವಾಯಿತು.

"ಆಗಾಗ ಬರ್ತಾ ಇರು ರವಿ" ಕಣ್ಣುಂಬಿಕೊಳ್ಳುವಂತೆ ಅವನನ್ನು ನೋಡಿದರು. ಅವನನ್ನ ಸದಾ ಯಾಕೆ ತಮ್ಮ ಮುಂದೆ ಇರಿಸಿಕೊಳ್ಳಬಾರದು? ಆ ಯೋಚನೆ ಅವರಿಗೆ

ನಗುಬಂತು. "ಶ್ಯೂರ್ ಬರ್ತೀಯಾ ತಾನೇ!" ಅವನ ಕೈಹಿಡಿದುಕೊಂಡು ಮೃದುವಾಗಿ ಸವರಿದರು. ಅವ್ಯಕ್ತ ಆನಂದ. ಇಂಥ ಸಂತೋಷ ಇದುವರೆಗೂ ಅನುಭವಿಸಿರಲಿಲ್ಲವೆನಿಸಿತು. "ಐಯಾಮ್ ರಿಯಲೀ ಹ್ಯಾಪಿ" ಅವನ ಮುಂಗೈ ಹಿಡಿದು ತುಟಿಗೊತ್ತಿಕೊಂಡರು.

ದಾರಿಯಲ್ಲಿ ರವಿಗೆ ಅವರದೇ ಗುಂಗು. ಈಗ ಶ್ರೀವಾಸ್ತವರ ವಯಸ್ಸು ಎಷ್ಟಿರಬಹುದು? ಐವತ್ತರ ಒಳಗೆಂದು ಚಿಂತಿಸಿದ. ಬಹುಶಃ ನಲವತ್ತೈದು ಆಗಿದ್ದರೂ ನೋಡಿದವರು ಮೂವತ್ತೈದರ ಪ್ರಾಯದವರೆಂದೇ ಗುರ್ತಿಸುವುದು. ಸುಕ್ಕು ಕಾಣದ ಮುಖ. ಎತ್ತಿ ಬಾಚಿದ ಒತ್ತು ಕೂದಲಲ್ಲಿ ಒಂದಾದರೂ ಬಿಳಿಯ ಕೂದಲಿಲ್ಲ! ನಕ್ಕಾಗಲೂ ನವ ಯುವಕನನ್ನ ನೆನಪಿಸುವಂಥ ಆಕರ್ಷಕ ನಗು, ಶ್ರೀವಾಸ್ತವರ ರೂಪು ನಗು, ಮಾತು ಅವನನ್ನು ಆವರಿಸತೊಡಗಿತು:

ಶ್ರೀವಾಸ್ತವ ಮನೆಗೆ ಬಂದಕೂಡಲೇ ರೇಗಿಕೊಂಡರು. "ಮಧ್ಯಾಹ್ನದ ಊಟಕ್ಕೆ ಯಾಕೆ ಬರ್ಲಿಲ್ಲ? ನಾನು ಎರಡು ಸಲ ಫೋನ್ ಮಾಡ್ದೆ. ನೀವು ಡಿಸ್ಟರ್ಬ್ ಮಾಡ್ಬಾರ್ದೂಂತ ಕಾಷನ್ ಕೊಟ್ಟಿದ್ದರಂತೆ" ಅಚಲಾ ಮೂಗಿನ ತುದಿ ಕೆಂಪಗಾಗಿತ್ತು. ಶ್ರೀವಾಸ್ತವ ಉಲ್ಲಾಸವಾಗಿಯೇ ಇದ್ದರು.

"ಸಾರಿ, ಒಬ್ಬ ಗೆಸ್ಟ್ ಜೊತೆ ಊಟ ಮಾಡ್ದೆ" ಅರ್ಧ ಸುಳ್ಳು, ಅರ್ಧ ನಿಜ. ರವಿಯ ಬಗ್ಗೆ ತಮ್ಮ ಮಾನಸಿಕ ತುಡಿತವನ್ನ ಹಂಚಿಕೊಳ್ಳಲು ಇಷ್ಟಪಡಲಿಲ್ಲ. "ರೋಹಿತ್ ಎಲ್ಲಿ?" ಕೋಟು ಬಿಚ್ಚಿ ಹ್ಯಾಂಗರ್‌ಗೆ ಹಾಕಿ ಸೋಫಾ ಮೇಲೆ ಕೂತು ಹಿಂದಕ್ಕೆ ಒರಗಿದರು.

ಅಚಲಾ ಈಗ ರೋಹಿತ್ ಬಗ್ಗೆ ಯೋಚಿಸಿದರು. "ಶುದ್ಧ ಲೇಜಿ ಫೆಲೋ. ಡಿಸಿಪ್ಲಿನ್ ಇಲ್ಲ. ಸದಾ ರೆಕಾರ್ಡ್ಸ್ ಕೇಳೋದು, ಫ್ರೆಂಡ್ಸ್ ಜೊತೆ ಹಾಸಿಗೆಯಲ್ಲಿ ಮಲಗಿಯೇ ಗಂಟೆಗಟ್ಲೇ ಹರಟೋದು. ಹುಷಾರಿಲ್ಲ ಅನ್ನೋದು ಒಂದು ನೆವ." ಅಸಹನೆ ಕಕ್ಕಿದರು. ಹೆಂಡತಿಯ ಮನ ನೋಯುವುದು ಶ್ರೀವಾಸ್ತವರಿಗೆ ಬೇಕಿರಲಿಲ್ಲ. ಅಂಥ ಅಪ್ಪಣೆ ಆಗಿತ್ತು. ಕೃತಜ್ಞತೆಯ ಉರುಳಲ್ಲಿ ಬಂಧಿ.

"ಬದ್ಕಿಗೊಂದು ಸ್ಪಷ್ಟವಾದ ತಿರುವು ಸಿಕ್ಕುವುದು ಈ ವಯಸ್ಸಿನಲ್ಲೇ. ಕೋಪ, ಅಸಹನೆ ಬೇಡ ನಯವಾಗಿ ತಿದ್ದು" ಬುದ್ಧಿ ಹೇಳಿದರು. ಅಧಿಕಾರ ಚಲಾಯಿಸಿ ರೋಹಿತ್ ಬಗ್ಗೆ ರೇಗಾಡಿದರೇ ಅಚಲಾ ನೋಯುವುದು ಮಾತ್ರವಲ್ಲ, ಎಲ್ಲಿಯವರೆಗೆ ಚಿಂತಿಸುತ್ತಾಳೆಂದು ಅವರಿಗೆ ಗೊತ್ತು. ಅಂಥ ಸಂದರ್ಭಗಳು ಬಾರದಂತೆ ಯಾವಾಗಲೂ ಎಚ್ಚರವಾಗಿರುತ್ತಿದ್ದರು.

ಅಡುಗೆಯವನು ಟೀ ತಂದಿಟ್ಟಾಗ ಅವರ ಕೈ ಮುಂದಾಗಲಿಲ್ಲ. "ಇವತ್ತು ಬೇಡ, ಮಧ್ಯಾಹ್ನದ ಊಟಾನೇ ಜಾಸ್ತಿ ಆಯ್ತು" ವಿಸ್ಮಿತಳಾದರು ಅಚಲ. ಯಾವುದೇ ಸಮಯದಲ್ಲಿ ಮನೆಗೆ ಬರಲಿ, ಟೀ ಕುಡಿಯುವುದು ಅವರ ಪದ್ಧತಿ. ಟೀ ಕುಡಿದ ಮೇಲೆಯೇ ಬೇರೆ ಕೆಲಸ. ಬೇರೆ ಮಾತು, ಬಟ್ಟೆ ಬದಲಾಯಿಸುವುದು ಕೂಡ. ಇಂದು ಬೇಡವೆಂದ ಕಾರಣ?

ಬಾಲ್ಕನಿಯಲ್ಲಿ ಶ್ರೀವಾಸ್ತವ ಹೋಗಿ ನಿಂತಾಗ ಟೀ ಹಾಗೆಯೇ ಉಳಿಯಿತು. ಫ್ಯಾಕ್ಟರಿ, ಆಫೀಸ್‌ನ ಯಾವುದೇ ಟೆನ್ಸನ್ ಅವರನ್ನ ವಿಚಲಿತರನ್ನಾಗಿ ಮಾಡುತ್ತಿರಲಿಲ್ಲ. ಎಂತಹ ಸಂದರ್ಭಗಳಲ್ಲಿಯೂ ಪ್ರಸನ್ನರಾಗಿಯೇ ಇರುತ್ತಿದ್ದರು. ಅವರ ಸಿಟ್ಟು, ಹಾರಾಟ ಬಹುಶಃ ಆಫೀಸನ ಜನಕ್ಕೆ ಗೊತ್ತಿರಬಹುದು. ಆಕೆಗೆ ಅಂತಹ ಪ್ರಸಂಗಗಳ ನೆನಪೇ ಇಲ್ಲ. ರೋಹಿತ್ ಬಗ್ಗೆ ಯೋಚಿಸುತ್ತಿರಬಹುದೆಂಬ ತೀರ್ಮಾನಕ್ಕೆ ಬಂದರು.

ಅಚಲಾ ಅವರ ಭುಜದ ಮೇಲೆ ಕೈಯಿಟ್ಟರು. "ನಿಮ್ಮ ಮನಸ್ಸಿನ ಸ್ಥಿತಿ ಚೆನ್ನಾಗಿಲ್ಲ. ರೋಹಿತ್ ಬಗ್ಗೆ ತಲೆ ಕೆಡಿಸ್ಕೋತಾ ಇದ್ದೀರಾ?" ಮೃದುವಾಗಿ ತಲೆಯಾಡಿಸಿದರು. ರೋಹಿತ್ ಬಗ್ಗೆಯಲ್ಲ, ರವಿಯ ಬಗ್ಗೆ ಯೋಚಿಸ್ತಾ ಇದ್ದೀನಿ ಎಂದು ಅವರು ಹೇಳಲು ಸಾಧ್ಯವೇ? "ಅಂಥದ್ದೇನೂ ಇಲ್ಲ. ಇವತ್ತು ತುಂಬ ಫ್ರೆಶ್ ಆಗೇ ಇದ್ದೀನಿ. ಹೊರ್ಗಡೆ ಹೋಗೋ ಪ್ರೋಗ್ರಾಮ್?" ನಕ್ಕು ತಿಳಿಗೊಳಿಸಿದರು. ವಾತಾವರಣವನ್ನು ಆಮೇಲೆ ಆಡಿದ ಮಾತುಗಳೆಲ್ಲ ಅಚಲಾ ಅವರದು. ಶ್ರೀವಾಸ್ತವ ಮೌನವಾಗಿ ಕೇಳಿದರು.

ಮಲಗಿದ ಶ್ರೀವಾಸ್ತವರನ್ನು ಚಾರುಲತಳ ಗುಂಗು ಆವರಿಸಿತು. ಅಂಥ ಭ್ರಮೆಯಲ್ಲಿಯೇ ಬದುಕಿಹೋಗಿದ್ದರು. ವಸಂತದ ಮೊದಲಲ್ಲಿಯೇ ಅವಳ ಕನಸ್ಸಿನ ಬಾಗಿಲುಗಳನ್ನ ನಿರ್ದಾಕ್ಷಿಣ್ಯವಾಗಿ ಮುಚ್ಚಿಬಿಟ್ಟಿದ್ದರು. ಆದರೆ ಹೃದಯದಲ್ಲಿದ್ದ ಅವಳ ಪ್ರತಿಮೆ ಫಳಫಳ ಹೊಳೆಯುತ್ತಿತ್ತು.

ಫೋನ್ ಸದ್ದಾಯಿತು, ಎತ್ತಲಿಲ್ಲ. ಗೊಣಗುತ್ತಲೇ ಅಚಲಾ ಎತ್ತಿದರು. ಕುವೈತ್‌ನಿಂದ, ಅಣ್ಣತಂಗಿಯರ ಸಂಭಾಷಣೆ ಹತ್ತು ನಿಮಿಷವರೆಗೂ ಸಾಗಿತು. ಆಮೇಲೆ ತೀವ್ರವಾದ ನಿದ್ದೆಯಲ್ಲಿದ್ದಂತೆ ನಟಿಸಿದರು. ಅವರಿಗೆ ಈಗ ಮಾತು ಬೇಕಿರಲಿಲ್ಲ.

ಹಿಂದಿರುಗಿದಾಗ ಮನೆಯಲ್ಲಿ ಒಂದು ರಾಶಿಯ ಪ್ರಕ್ಷುಬ್ಧಸ್ಥಿತಿ. ತಾಯಿ ಮೊದಲು ಅವನ ಮದುವೆಯ ಬೇಡಿಕೆ ಮುಂದಿಟ್ಟಾಗ ನಿಶ್ಚಿಂತೆಯಾಗಿ ತಳ್ಳಿಹಾಕಿದ.

"ನೋ... ನೋ... ನಾನು ಈಗಾಗ್ಲೆ ಭಾಸ್ಕರನ ತಂಗಿನ ಮದ್ವೆ ಆಗ್ಬೇಕೂಂತ ತೀರ್ಮಾನಿಸಿದ್ದೀನಿ. ಬೇರೆ ಹೆಣ್ಣಿನ ಸುದ್ದಿನೇ ಬೇಡ."

ಮಗನ ತೀರ್ಮಾನಕ್ಕೆ ಅವರುಗಳು ಕುಸಿದಿದ್ದರು. ಪರಿಸ್ಥಿತಿ ತಿಳಿಯಾಗಿದ್ದರೆ ಯಾವ ತೀರ್ಮಾನಕ್ಕೆ ಬರುತ್ತಿದ್ದರೋ ಈಗ ಮಾತ್ರ ಅಚಲಾನ ಬಿಟ್ಟು ಬೇರೆ ಹೆಣ್ಣಿನ್ನ ಸೊಸೆಯ ಸ್ಥಾನದಲ್ಲಿಟ್ಟು ಯೋಚಿಸುವುದು ಕೂಡ ಅವರಿಗೆ ಸಾಧ್ಯವಿರಲಿಲ್ಲ. ಅವಳ ತಂದೆ ನರಸಿಂಹನ್ ಸಹಾಯಹಸ್ತ ನೀಡದಿದ್ದರೆ ಸಮಾಜದಲ್ಲಿ ಮರ್ಯಾದೆ, ಪ್ರತಿಷ್ಠೆ ಕಳೆದು ಕೊಂಡು ಬೀದಿಗೆ ಬೀಳುವುದರ ಜೊತ ಕಂಬಗಳ ಹಿಂದೆ ಸೇರಿಹೋಗುವ ಅಪಾಯವೂ ಇತ್ತು. ಶ್ರೀ ಎಲೆಕ್ಟ್ರಾನಿಕ್ಸ್ ಸಂಪೂರ್ಣವಾಗಿ ಮುಚ್ಚಿಹೋಗುತ್ತಿತ್ತು.

ಶ್ರೀವಾಸ್ತವ ಪಟ್ಟಾಗಿ ನಿಂತಾಗ ಅವನ ತಂದೆ ಹೃದಯಾಘಾತಕ್ಕೆ ಒಳಗಾಗಿ ಆಸ್ಪತ್ರೆ ಸೇರಿದರು. ಹೊರಗಿನ, ಒಳಗಿನ ಒತ್ತಡ ಶ್ರೀವಾಸ್ತವ ವ್ಯಕ್ತಿತ್ವವನ್ನೇ ನಾಶ ಮಾಡಿತು. ನಿಶ್ಚಿಂತೆಯಿಂದ ಅಚಲಾ ಕುತ್ತಿಗೆಗೆ ತಾಳಿ ಬಿಗಿದರು. ಆಗ ಸುಷುಪ್ತಾವಸ್ಥೆಯಲ್ಲಿದ್ದಂತೆ ನಡೆದುಕೊಂಡರು.

ಅಚಲಾ ತಂದೆ ಅವರ ಎರಡು ಕೈಗಳನ್ನು ಹಿಡಿದುಕೊಂಡರು. "ನನ್ಮಗ್ಳು ಸೂಕ್ಷ್ಮ ಮನಸ್ಸಿನೋಳು. ನಾನು ಮಾಡ್ದ ಉಪಕಾರಕ್ಕೆ ಕೃತಜ್ಞತೆಯಂತಾದರೂ ತಿಳಿದು ಅವಳ ಮುಖದ ನಗೆಯನ್ನ ಮಾಸದಂತೆ ನೋಡ್ಕೊಳ್ಳಿ" ಕೇಳಿಕೆಯ ಜೊತೆ ಅಧಿಕಾರವೂ ಇತ್ತು ಅವರ ಮಾತುಗಳಲ್ಲಿ ತನ್ನ ಮನಸ್ಸು ಹೃದಯ, ಭಾವನೆ, ಸ್ವಂತಿಕೆಗಳನ್ನು ಗುಂಡಿ ತೋಡಿ ಅಂದೇ ಮುಚ್ಚಿಬಿಟ್ಟರು ಶ್ರೀವಾಸ್ತವ. ಆಮೇಲಿನ ಬದುಕು ತೀರಾ ಯಾಂತ್ರಿಕ, ಮನಸ್ಸು ಹೃದಯಗಳ ಸಂಬಂಧವಿಲ್ಲದ ನಲಿವು, ಜೀವನ.

ನಿಧಾನವಾಗಿ ಮಗ್ಗುಲು ಬದಲಾಯಿಸಿದರು ಶ್ರೀವಾಸ್ತವ. "ಬೇಗ ಬರ್ತಿರಾ... ತಾನೇ! ನಿಮ್ಮನ್ನ ಬಿಟ್ಟು ಒಂದುದಿನ ಕಳೆಯೋಕೆ ಕೂಡ ನನ್ನಿಂದ ಸಾಧ್ಯವಿಲ್ಲ" ಹೊರಟಾಗ ಚಾರುಲತ ಅವನೆದೆಯಲ್ಲಿ ಮುಖವಿಟ್ಟುಬಿಕ್ಕಿದ್ದಳು. ಅತ್ತು ಕೆಂಪಗಾದ ಅವಳ ಕೆನ್ನೆಗಳನ್ನು ಮುತ್ತುಗಳಿಂದಲೇ ಮೀಯಿಸಿದ್ದ. "ಅಬ್ಬಬ್ಬ... ಹೆಣ್ಣೆ! ನಾಲ್ಕಾರು ದಿನಗಳ ಹಿಂದೆ ಏನೂ ಅಲ್ಲದ ಗಂಡಿನ ಬಗ್ಗೆ ಇಂಥ ತುಡಿತ" ಛೇಡಿಸುತ್ತಲೇ ಅವಳನ್ನ ಮತ್ತಷ್ಟು ಬಿಗಿಯಾಗಿ ಅಪ್ಪಿಕೊಂಡಿದ್ದ

ಹೊರಡುವ ಹಿಂದಿನ ರಾತ್ರಿ ಪೂರ್ತಿ ಜಾಗರಣೆ, ಪ್ರೀತಿ, ಆರಾಧನೆ, ಸಮರ್ಪಣೆ ಗಳ ಮಧುರ ಸಂಗಮ. ಆ ರಾತ್ರಿಯ ಕ್ಷಣಗಳು ಮರೆಯಲಾರದಂಥವು. ಅಂಥ ಸುಖ, ನವಿರು ಮತ್ತೆ ದಕ್ಕಿರಲಿಲ್ಲ. ಬಹುಶಃ ದಕ್ಕಲಾರದು ಕೂಡ.

ಇಡೀರಾತ್ರಿ ಜಾಗರಣೆಯೇ ಆಯಿತು. ಬೆಳಗಿನ ಹೊತ್ತಿಗೆ ಬಳಲಿಕೆಯ ಜೊತೆ ಜೊಂಪು ಕೂಡ.

"ಡೋಂಟ್ ಡಿಸ್ಟರ್ಬ್ ಮಿ ಅಚಲಾ" ಎಂದು ಉಸುರಿದವರೇ ಕಣ್ಮುಚ್ಚಿ ಮಲಗಿದರು. "ನಾನಾಗಿ ಏಳೋವರ್ಗೂ ಎಬ್ಬಿಸೋದ್ಬೇಡ" ಕೈಯನ್ನ ಹಣೆಯ ಮೇಲಿಟ್ಟು ಕೊಂಡರು. ಇದು ಹೊಸ ಬಗೆ. ಎಂದಾದರೂ ಈ ತರಹ ವರ್ತಿಸಿದ್ದುಂಟೇ? ಆಕೆಯ ಮಿದುಳು ಕೆಲಸ ಮಾಡತೊಡಗಿತು.

ತಕ್ಷಣ ರೋಮಾ ಮನೆಗೆ ಫೋನ್ ಮಾಡಿ ಸಂಪರ್ಕಿಸಿದರು. "ಮಧ್ಯಾಹ್ನ ಬಂದ ಗೆಸ್ಟ್ ಯಾರು?" ಆಕೆಗೆ ಒಂದು ತರಹ ಆಯಿತು. ಚಿಗುರುಮೀಸೆಯ ರವಿಯನ್ನ ನೆನಪಿಸಿಕೊಂಡಳು. "ಯಾರೋ ಸರ್ಯಾಗಿ ಗೊತ್ತಿಲ್ಲ. ಅಂಥ ಇಂಪಾರ್ಟೆಂಟ್ ವ್ಯಕ್ತಿಯ ಹಾಗೆ ಕಾಣ್ಲಿಲ್ಲ, ಎನಿಥಿಂಗ್ ರಾಂಗ್, ಮೇಡಮ್?" ರೋಮಾಗೂ ಯೋಚಿಸುವಂತೆ ಆಯಿತು.

ಶ್ರೀವಾಸ್ತವರದು ತೆರೆದಿಟ್ಟ ಸ್ವಚ್ಛ ಬದುಕು. ಕದ್ದುಮುಚ್ಚಿ ಕಣ್ಣು ತಪ್ಪಿಸಿ ಮಾಡಿದಂಥ ವ್ಯವಹಾರಗಳೇ ಅವರ ಬದುಕಿನಲ್ಲಿಲ್ಲವೆಂದು ರೋಮಾಗೆ ಗೊತ್ತು. ಎಂತಹ ಟೆನ್ಷನ್‌ನಲ್ಲಿದ್ದರೂ ಹೆಂಡತಿಯಿಂದ ಫೋನ್ ಬಂದಿತೆಂದರೇ ಸಮಾಧಾನವಾಗಿಯೇ ಮಾತಾಡುತ್ತಿದ್ದರು. ವಿವಾಹಿತ ಬದುಕಿನಲ್ಲಿ ಅವರು ಜೆಂಟ್ಲಮನ್. ಯಾರೊಬ್ಬರೂ ಕೈ ತೋರುವಂತಿರಲಿಲ್ಲ.

ಇಂದಿಗೂ ಶ್ರೀವಾಸ್ತವರನ್ನ ಹೆಣ್ಣುಗಳು ತೆರೆದ ಮನದಿಂದ ನೋಡುತ್ತಿದ್ದರು. ಆ ಭಾಗ್ಯ ಅಚಲಾ ಒಬ್ಬರಿಗೆ ಸಿಕ್ಕಿದ್ದಕ್ಕಾಗಿ ಅಸೂಯೆ ಪಡುತ್ತಿದ್ದರು. ಅಂದು ಶ್ರೀವಾಸ್ತವರ ನಲವತ್ತಾರರ ಹುಟ್ಟಿದ ಹಬ್ಬ ಎಂದಿನಂತೆ ಸಂಜೆ ಸಂಭ್ರಮ, ಸಡಗರದ ಪಾರ್ಟಿ. ಅವರ ಮನ ಪರದಾಟಕ್ಕೆ ಸಿಕ್ಕಿತ್ತು. ಇಲ್ಲೇ ಇದ್ದು ಭಾಸ್ಕರ್ ಬರದಂಥ ನಿಷ್ಕ್ರಿಯ ಸಮಾರಂಭ. ರವಿಗೆ ಆಹ್ವಾನ ಕಳಿಸಲಾರದಕ್ಕೆ ಮತ್ತೊಂದು ಕಡೆ ವ್ಯಥೆ. ಮನ ಬಯಸುವ ಆತ್ಮೀಯರು ವಿಳಾಸ ಕೂಡ ತಿಳಿಸಿದ ಅಪರಿಚಿತರು!

ಮೆಟ್ಟಿಲು ಇಳಿದು ಕೆಳಗೆ ಬರುತ್ತಿದ್ದವರ ಕಾಲುಗಳು ಅಂಟಿ ನಿಂತವು. ಅವರೆದೆ ಯಲ್ಲಿ ಕೋಟಿ ಪ್ರೀತಿಯ ನಕ್ಷತ್ರಗಳು ಹತ್ತಿಕೊಂಡು ಉರಿದವು.

"ಮೆನಿ ಹ್ಯಾಪಿ ರಿಟರ್ನ್ಸ್ ಆಫ್ ದಿ ಡೇ" ರವಿ ಮುಂದಕ್ಕೆ ಬಂದ. ಹೆಜ್ಜೆಗಳು ಧಾವಿಸಿದವು. "ಥ್ಯಾಂಕ್ಯೂ ರವಿ" ಕಣ್ಣುಗಳು ಅಭಿನಂದನೆಯ ಮಳೆಯನ್ನೇ ಸುರಿಸಿತು. 'ಬೆಸ್ಟ್ ಪೇರ್' ಅವಾರ್ಡ್ ಬಂದ ಸಂದರ್ಭದಲ್ಲಿ ಪ್ರಕಟವಾದ ಲೇಖನದಲ್ಲಿ ನಿಮ್ಮ ಜನ್ಮದಿನ ಅಚ್ಚಾಗಿತ್ತು." ತನಗೆ ತಿಳಿದ ಬಗ್ಗೆ ವಿವರಿಸಿ ಗುಲಾಬಿಹೂವಿನ ಗೊಂಚಲನ್ನ ನೀಡಿದ ನಸುಬಿರಿದ ಐದುಬಣ್ಣದ ಐದು ಗುಲಾಬಿಯ ಮೊಗ್ಗುಗಳು ಪ್ರೇಮದಿಂದ ಕೆನ್ನೆಗೊತ್ತಿಕೊಂಡರು. "ಥ್ಯಾಂಕ್ಯೂ ರವಿ... ಥ್ಯಾಂಕ್ಯೂ..." ಕೈಯಲ್ಲಿಡಿದೇ ಸೋಫಾ ಮೇಲೆ ಕೂತರು.

ಸ್ವೀಟ್ ಜೊತೆ ಟೀ ಆಗುವ ವೇಳೆಗೆ ರೋಹಿತ್ ಕೂಡ ಬಂದು ಸೇರಿಕೊಂಡ. ಮಾತು... ಮಾತು. ಅವನಾಡುತ್ತಿದ್ದ ಮಾತುಗಳನ್ನ ರವಿ ಕೇಳುತ್ತಿದ್ದ. ಆದರೆ ಶ್ರೀವಾಸ್ತವ ರವಿಯನ್ನೇ ನೋಡುತ್ತಿದ್ದರು. ಹೇಳಿಕೊಳ್ಳಲಾರದ ಪ್ರೀತಿ, ಪ್ರೇಮ ಸಂವೇದನೆ ಅವರಲ್ಲಿ ಉಂಟಾಗುತ್ತಿತ್ತು ರವಿಯನ್ನು ನೋಡಿದ ಕೂಡಲೇ.

ಅಚಲಾ ಬಂದಕೂಡಲೇ ರವಿ ಎದ್ದು ವಿಶ್ ಮಾಡಿದ. "ನೀನು ರವಿ ಅಲ್ವಾ?" ಅಲ್ಲೇ ಕೂತರು. ಈಗಲೂ ರೋಹಿತ್ ಮಾತಾಡುತ್ತಿದ್ದ. ಮಧ್ಯೆ ಮಧ್ಯೆ ಅಚಲಾ ತಮ್ಮ ಮಾತೊಂದು ಸೇರಿಸುತ್ತಿದ್ದರು. ಆದರೆ ಶ್ರೀವಾಸ್ತವರ ಗಮನವೆಲ್ಲ ರವಿಯ ಮೇಲೆ. ಆಕೆ ವಿಚಲಿತರಾದರು.

"ರೋಹಿತ್ ಮಾತು ಸಾಕ್ಮಾಡು" ಮುಖ ಗಂಟಿಕ್ಕಿದರು. ರವಿ ಎದ್ದು ನಿಂತ. "ಬರ್ತಿನಿ..." ಶ್ರೀವಾಸ್ತವರಿಗೆ ಕಳುಹಿಸಲು ಇಷ್ಟವಾಗಲಿಲ್ಲ. "ಇಂದೆಲ್ಲ ರೋಹಿತ್ ಜೊತೆ ಇರು. ಸಂಜೆ ಪಾರ್ಟಿ ಮುಗ್ಸಿಕೊಂಡು ಹೋಗ್ಬಹುದ್ದು" ಅದನ್ನು ಅವನು ಒಪ್ಪಿಕೊಳ್ಳಲಿಲ್ಲ. "ಸಾರಿ, ಸರ್... ನಮ್ಮತ್ತೆ ಊಟ ಮಾಡ್ದೇ ವೈಟ್ ಮಾಡ್ತಾ ಇರ್ತಾರೆ" ಬೀಳ್ಕೊಟ್ಟು ಹೊರಟೇಬಿಟ್ಟ ಪುಟ್ಟ ಹೂಗೊಂಚಲು ಮಾತ್ರ ಶ್ರೀವಾಸ್ತವರ ಕೈಯಲ್ಲೇ ಇತ್ತು. ಬಹಳ ಇಷ್ಟವಾಗಿ ಕಂಡಿತು ಅವರಿಗೆ. ಆಳನ್ನ ಕರೆದು ತನ್ನ ಕೋಣೆಯ ವಾಜ್‌ನಲ್ಲಿಡಲು ತಿಳಿಸಿದರು.

"ರವಿನ, ರೋಹಿತ್ ಇನ್ವೈಟ್ ಮಾಡಿದ್ನಾ?" ಅಚಲಾ ಕೇಳಿದಾಗ ರೋಹಿತ್ ನಕ್ಕುಬಿಟ್ಟ. "ಸಂಜೆ ಬರ್ತಾ ಇದ್ದ. ಈಗ ಯಾಕೆ ಬರ್ತಾನೆ? ಅವ್ನು ಡ್ಯಾಡಿನ ಮೀಟ್

ಮಾಡೋಕೆ ಬಂದಿರಬೇಕು" ನಗೆ ಹಾರಿಸಿದ. ಹೂವಿನ ಗುಚ್ಛ ಆಕೆಯ ಗಮನವನ್ನ ಸೆಳೆದಿತ್ತು. ಅದು ತೀರಾ ಸಾಮಾನ್ಯ ವಿಷಯವೇ ಆಗಿರಬಹುದು. ಆದರೆ ಶ್ರೀವಾಸ್ತವರ ಕಣ್ಣೋಟದಲ್ಲಿನ ಪ್ರೀತಿಯ ವರ್ಷವನ್ನ ಮರೆಯಲಾರದೆ ಹೋದರು. "ಕೆಲ್ಸ ಕೇಳೋಕೆ ಬಂದಿದ್ದಾ?" ಪ್ರಶ್ನಿಸಿದಾಗ ಇಲ್ಲವೆಂದು ತಲೆಯಾಡಿಸಿದರು.

ಶ್ರೀವಾಸ್ತವರಿಗೆ ಈಗ ಏನೋ ಕಳೆದುಕೊಂಡಂತಾಗಿತ್ತು. ಅನ್ನ, ರವಿಯ ಮಧ್ಯೆ ಇವರಿಬ್ಬರು ಯಾಕೆ ಬಂದರು ಎಂದು ಯೋಚಿಸುವಂತಾಗಿದ್ದರು. ರೋಹಿತ್‌ನ ಜೋಕ್ಸ್ ಬಗ್ಗೆ ಅವರ ಗಮನವೇ ಇಲ್ಲ.

ಸಂಜೆಯ ಪಾರ್ಟಿ ಗ್ರಾಂಡಾಗಿತ್ತು. ಶ್ರೀಮಂತರ ಕೂಟ. ನಗುಹೊನಲಿನಂತೆ ಹರಿಯಿತು. ಹೆಚ್ಚು ಅಸಂತೋಷಿಗಳಾಗಿದ್ದವರು ಶ್ರೀವಾಸ್ತವ ಒಬ್ಬರೇ. ಮನ ಮೂಕವಾಗಿತ್ತು. ಎಂದಿನಂತೆ ನಗುಬೀರುವುದು ಕೂಡ ಅವರಿಗೆ ಕಷ್ಟವಾಗಿ ಕಂಡಿತು. ಇಪ್ಪತ್ತು ವರ್ಷ ಯಂತ್ರವಾಗಿ ತನ್ನ ಕೆಲಸ ಮಾಡಿಕೊಂಡು ಹೋಗುತ್ತಿದ್ದ ಶ್ರೀವಾಸ್ತವರಿಗೆ ಚಲನೆ ಸಿಕ್ಕಿತ್ತು.

ಫ್ಯಾಮಿಲಿ ಡಾಕ್ಟರ್ ಪುರೋಹಿತ್ ಶುಭ ಹಾರೈಕೆಯ ಜೊತೆ ತಮ್ಮದೊಂದು ಪ್ರಶ್ನೆ ಸೇರಿಸಿದರು. "ಮಿಸ್ಟರ್ ಶ್ರೀವಾಸ್ತವ್, ಇಂದೇಕೋ ನಿಮ್ಮ ಮುಖದಲ್ಲಿ ಸಂತೋಷ ಕಾಣಿಸ್ತಾ ಇಲ್ಲ. ಆರ್ ಯು..." ತಡೆದರು. "ಹಾಗೇನು ಇಲ್ಲ. ನಂಗೆ ಹೃದಯ ಇರೋ ಅರಿವು ಬಂದಿದ್ದೇ ನಿಮ್ಮ ಡಯಗ್ನೈಸ್‌ನಿಂದ" ನಕ್ಕುಬಿಟ್ಟರು. ಅಲ್ಲಿ ನಗು ಮುಕ್ತವಾಗಿ ಹರಿಯಿತು.

ಆ ಸಂದರ್ಭದಲ್ಲಿ ಯಾರಾದರೂ ಭಾವುಕ ವ್ಯಕ್ತಿ ಇದ್ದಿದ್ದರೆ ಅವರ ಮಾತಿಗೆ ಕಲ್ಪನೆಯ ಗೋಡೆಯನ್ನ ಎಬ್ಬಿಸಿ ನೋಡುತ್ತಿದ್ದರೇನೋ! ಅಂಥವರು ಯಾರೂ ಇರಲಿಲ್ಲ.

ಪ್ರೆಸೆಂಟೇಷನ್, ಹೂಗೊಂಚಲುಗಳ ರಾಶಿಯೇ ಬಿದ್ದಿತ್ತು. ಅದರ ನೋಟವನ್ನೇ ಹರಿಸಲಿಲ್ಲ ಶ್ರೀವಾಸ್ತವ. ಆ ಪಾರ್ಟಿಗೆ ರವಿಯಾದರೂ ಬಂದಿರಬೇಕಿತ್ತು ಎನ್ನುವ ಹಂಬಲ.

ಮರುದಿನ ಸಂಜೆ ಕ್ಲಬ್‌ನಿಂದ ಬರುತ್ತಿದ್ದವರಿಗೆ ರೋಡ್ ಲೈಟ್‌ಗಳ ಬೆಳಕಿನಲ್ಲಿ ಭಾಸ್ಕರ್ ಕಂಡಾಗ ಕಾರನ್ನ ಪಕ್ಕಕ್ಕೆ ಒಯ್ದರು.

"ಬೇಗ ಹತ್ತು: ಇಲ್ಲಿ ಪಾರ್ಕಿಂಗ್ ಇಲ್ಲ" ಭಾಸ್ಕರ್ ಏನೋ ಹೇಳಲು ಮುಂದಾದರೂ ಹತ್ತುವುದು ಅನಿವಾರ್ಯವಾಗಿತ್ತು. ಭಾಸ್ಕರ್‌ಗೆ ಇಲ್ಲಿಗೆ ಬಂದ ತಮ್ಮ ತಪ್ಪಿನ ಅರಿವಾಗಿತ್ತು. "ಶ್ರೀ ನೀನು ಸ್ವಲ್ಪ ಕೂಡ ಬದಲಾಗಿಲ್ಲ. ನಾನೇನೋ ಅರ್ಜೆಂಟ್ ಕೆಲ್ಸದ ಮೇಲೆ ಹೋಗ್ತಾ ಇದ್ದೆ." ಗೆಳೆಯನ ಮಾತುಗಳನ್ನ ಅಲಕ್ಷಿಸಿಬಿಟ್ಟರು.

ಕಾರು ಆದೇ ಹೋಟೆಲ್ 'ಪ್ಲಾಟಿನಂ' ಮುಂದೆ ನಿಂತಿತು. ಶ್ರೀವಾಸ್ತವ ತಾವೇ ಇಳಿದು ಡೋರ್ ತೆಗೆದು ಸ್ವಾಗತಿಸಿದರು. "ಇಳೀಬಹುದು. ಅಪರಾಧ ಮಾಡಿದೋರೇ ತಲೆ ತಪ್ಪಿಸಿಕೊಂಡು ಓಡಾಡೋಲ್ಲ! ಅಂಥದ್ದರಲ್ಲಿ ನೀನು ಓಡಾಡೋದರಲ್ಲಿ ಅರ್ಥವಿಲ್ಲ" ಅಣಕಿಸುವಂತಿತ್ತು. ಭಾಸ್ಕರರ ಕಿರಿದಾದ ಕಣ್ಣುಗಳಲ್ಲಿ ವಿಸ್ಮಯ ಇಣುಕಿತು.

ಹಿಂದೆ ಒಂದೆರಡು ಸಲ ಶ್ರೀವಾಸ್ತವರನ್ನ ದೂರದಿಂದ ನೋಡಿದಾಗ, ಆಕಸ್ಮಿಕವಾಗಿ ಭೇಟಿಯಾದ ಸಂದರ್ಭದಲ್ಲಿ ಮುಖದ ಮೇಲಿದ್ದ ಗಾಂಭೀರ್ಯ, ತಟಸ್ಥತೆ ಇಂದು ಮಾಯವಾಗಿದ್ದಂತೆ ಕಂಡಿತು. ಇಂದು ಕಾಲೇಜಿನಲ್ಲಿ ಓದುತ್ತಿದ್ದ ಗೆಳೆಯನ ಚಹರೆಯನ್ನ ಕಂಡಂತಾಯಿತು.

ವರ್ಣಮಯ ದೀಪಾಲಂಕಾರದಲ್ಲಿ ಸುಂದರ ಜಗತ್ತನ್ನು ಕಂಡಂತಾಯಿತು, ಪ್ರವೇಶಿಸುತ್ತಿದ್ದಂತೆ. ಕುಡಿದ ಮತ್ತಿನ ಜನವಿಲ್ಲ. ಧೂಮಪಾನಿಗಳ ಹಾವಳಿ ಇಲ್ಲ. ಮೋಜಿಗಾಗಿ ಜೊತೆ ಸೇರುವ ಹೆಣ್ಣು ಗಂಡುಗಳ ಹಿಂಡಿಲ್ಲ. ಇಂಥ ತಾಣವನ್ನ ಅವರು ಇಷ್ಟಪಡುತ್ತಿರಲಿಲ್ಲವಾಗಿ ಅವರಿಂದ ಮುಕ್ತವಾಗಿತ್ತು. ದಂಪತಿಗಳ ಪ್ರೇಮ, ಪ್ರೀತಿ, ತಾಪತ್ರಯ, ಭವಿಷ್ಯದ ಸಂಗತಿಗಳು ಆಗಲು ಹೊರಟ ಜೊತೆಗಳ ಮಧುರತೆಯ ಉಸಿರು. ಮಕ್ಕಳ ಕಲರವ, ಪ್ರಪಂಚ ಹಾಗಿದ್ದರೆ ಚೆನ್ನ. ಎಲ್ಲರೂ ಬಯಸುವಂಥ ಸುಂದರ ಆವರಣ, ಸಮೃದ್ಧ ಆನಂದ ತುಂಬಿಕೊಂಡಂಥ ಉದ್ಯಾನ.

ಖಾಲಿ ಇದ್ದ ಕಡೆ ಇಬ್ಬರೂ ಹೋಗಿ ಕೂತರು. ಭಾಸ್ಕರ್ ಈಗ ಚಿಂತಿಸುತ್ತಿದ್ದರು. ಶ್ರೀವಾಸ್ತವ ಹೃದಯಾಘಾತಕ್ಕೆ ಒಳಗಾದ ವ್ಯಕ್ತಿ. ಮಾಡಿದ ತಪ್ಪಿಗೆ ದೇವರು ತಮ್ಮ ಮೂಲಕವೇ ನೆಮ್ಮದಿಯಾಗಿರುವ ಆ ಕುಟುಂಬಕ್ಕೆ ಶಿಕ್ಷಿಸುವುದು ಅವರಿಗೆ ಬೇಡವಾಗಿತ್ತು.

"ನಿನ್ನೆ ನನ್ನ ಹುಟ್ಟಿದ ಹಬ್ಬ" ನೇರವಾಗಿ ಗೆಳೆಯನನ್ನ ನೋಡಿದರು. ಭಾಸ್ಕರ್ ತುಟಿಯಂಚಿನಲ್ಲಿ ನಗುವರಳಿತು. "ಗೊತ್ತು" ಜೇಬಿನಲ್ಲಿದ್ದ ಒಂದು ಸಣ್ಣ ಪೊಟ್ಟಣವನ್ನ ತೆಗೆದು ಗೆಳೆಯನ ಕೈಯಲ್ಲಿಟ್ಟರು. ಅವರ ಹೆಸರಿನಲ್ಲಿ ಅಷ್ಟೋತ್ತರ ಮಾಡಿಸಿದ ರಸೀದಿಯನ್ನೇ ಕುಂಕುಮ ಪ್ರಸಾದದ ಪೊಟ್ಟಣಕ್ಕೆ ಸುತ್ತಿತ್ತು. ಎದೆ ತುಂಬಿತು.

"ನಾನು ಬರದಿದ್ರೇನಾಯ್ತು! ನನ್ನ ಶುಭಹಾರೈಕೆ ನಿಂಗೆ ಯಾವಾಗ್ಲೂ ಇರುತ್ತೆ. ಅದು ಗೂಢವಾಗಿಯೇ ಇದ್ದು ಹೋಗ್ಲಿ; ಪ್ರಕಟವಾಗೋದ್ಬೇಡ" ಇಂದು ಸ್ಪಷ್ಟವಾಗಿಯೇ ಹೇಳಿದರು. ಭೇಟಿಯಾದ ಮರುದಿನವೇ ಶ್ರೀವಾಸ್ತವ್‌ಗೆ ಹೃದಯಾಘಾತವಾದದ್ದು. ಆ ಭಯ ಅವರಿಗೆ ಇದ್ದೇ ಇತ್ತು.

ಶ್ರೀವಾಸ್ತವ ಒಂದು ತರಹ ನಕ್ಕರು. ಆ ನಗುವಿನಲ್ಲಿದ್ದಿದ್ದೇನು? ಕಣ್ಣಿನಲ್ಲಿ ಮಾತ್ರ ಮೊದಲಿನದೆ ಹಠ ಮಿನುಗಿತು. 'ಸ್ನೇಹಿತ ಅನ್ನೋ ಅಭಿಮಾನವಿಲ್ಲದಿದ್ದರೆ ಬೇಡ. ಒಂದು ಉತ್ತಮ ಗಂಡು ಅನ್ನೋ ದೃಷ್ಟಿಯಲ್ಲಾದ್ರೂ ಚಾರುಲತಾನ ನಂಗೆ ಕೊಟ್ಟು ಮದ್ವೆ ಮಾಡು' ಹಿಂದೆ ಮಾಡಿದ ವಾದವನ್ನು ನೆನಪಿಸಿಕೊಂಡರು.

ಎರಡು ಸಿಹಿಯ ಜೊತೆ ವೆಜಿಟೆಬಲ್ ಬಾತ್ ತರಿಸಿದಾಗ ಭಾಸ್ಕರ್ ಆಳವಾಗಿ ಗೆಳೆಯನನ್ನು ನೋಡಿ ನಕ್ಕರು.

"ನೀನು ಕಾಲೇಜಿನ ದಿನಗಳನ್ನ ನೆನಪು ಮಾಡಿಕೊಂಡ್ಯಾ? ಈಗ ಆ ಸ್ಟೇಜ್ ಅಲ್ಲ. ದೇಹದ ಜೊತೆ ಮನಸ್ಸು ರಕ್ತ ಎಲ್ಲಾ ತುಸು ತಣ್ಣಗಾಗಿವೆ. ಇದನ್ನೆಲ್ಲ ತಿನ್ನೋ ವಯಸ್ಸಂತೂ ಅಲ್ಲ."

ಪ್ಲೇಟ್‌ನ ಇನ್ನಷ್ಟು ಭಾಸ್ಕರ್ ಹತ್ತಿರಕ್ಕೆ ತಳ್ಳಿ. ಹುಬ್ಬು ಕುಣಿಸಿ ತಿನ್ನುವಂತೆ ಸನ್ನೆ ಮಾಡಿದರು. "ಆ ದಿನಗಳನ್ನೇ ನೆನಪು ಮಾಡೋ ನಲವತ್ತಕ್ಕೆ ಅರವತ್ತರ ಮಾತುಗಳ್ಬೇಡ" ತಮಾಷೆಯಾಡಿದರು.

ಮೊದಲು ಹಿಂದೆಗೆದರೂ ಭಾಸ್ಕರ್ ಕೂಡ ತಿಂದು ಮುಗಿಸಿ ಅದರ ಮೇಲೆ ಕೋಲ್ಡ್ ಲೈಮನ್ ಜ್ಯೂಸ್ ಕುಡಿದಾಗ ಅವರಿಗೆ ಆಶ್ಚರ್ಯವಾಯಿತು. ಸ್ನೇಹದ ನಡುವೆ ಆಹಾರದ ಮಿತಿ ಹಾರಿ ಹೋಗಿತ್ತು.

ಬೇರರ್ ಬಂದಾಗ ಆಮೇಲೆ ಬರುವಂತೆ ಸನ್ನೆ ಮಾಡಿದವರು ಭಾಸ್ಕರ್‌ನ ನೇರವಾಗಿ ನೋಡಿದರು. "ಚಾರುಲತ ಹೇಗಿದ್ದಾಳೆ?" ಆಂದೋಳನ ಮೆಟ್ಟಿ ಪ್ರಶ್ನಿಸಿದ್ದು. ಅವರ ತುಟಿಗಳು ನಡುಗುತ್ತಿದ್ದವು. ಭಾಸ್ಕರ್ ಹೆದರಿದರು.

ಗೆಳೆಯನ ಕೈ ಹಿಡಿದು ಮೃದುವಾಗಿ ಅಮುಕಿದರು. "ಮರ್ತು ಹೋದ ಬದ್ಕು. ಮತ್ತೆ ನೆನಪಿಸಿಕೊಳ್ಳೋದೇ ಬೇಡ. ಅದ್ರಿಂದ ಎಲ್ಲರಿಗೂ ತೊಂದರೆ ನೀನು ಇಷ್ಟು ಅರ್ಥ ಮಾಡ್ಕೊ."

ಐದು ನಿಮಿಷ ಇಬ್ಬರ ನಡುವೆ ಮೌನ ಬಿದ್ದುಕೊಂಡಿತು. ಕಡೆಗೆ ನೀರವತೆಯನ್ನು ಶ್ರೀವಾಸ್ತವರವರೇ ಒಡೆದರು.

"ನನ್ನ ಪ್ರಶ್ನೆಗೆ ನೀನು ಹೇಳಿದ್ದು ಉತ್ತರವಾಗ್ಲಿಲ್ಲ. ಹೇಗಿದ್ದಾಳೆ ಚಾರು?" ಅದೇ ಪ್ರಶ್ನೆ. ಭಾಸ್ಕರ ಕಂಗೆಟ್ಟರು. "ಚೆನ್ನಾಗಿದ್ದಾಳೆ. ಇಷ್ಟು ದಿನ ಮರ್ತುಬಿಟ್ಟಿದ್ದೆ. ಮತ್ತೆ ಯಾಕೆ ಜ್ಞಾಪಿಸ್ಕೋತೀಯಾ? ಬೇರೆ ದಾರಿಯಲ್ಲಿ ಬಹಳ ದೂರ ನಡೆದಿದ್ದೀಯಾ. ಅದು ಸೇಫ್ ಕೂಡ" ಎಂದರು.

ಶ್ರೀವಾಸ್ತವ ಹಗುರವಾಗಿ ನಕ್ಕುಬಿಟ್ಟರು. ಮತ್ತೆ ಮಾತಾಡಲಿಲ್ಲ. ಬಿಲ್ ತೆತ್ತು ಹೊರಗೆಬಂದರು.

"ಈಗ್ಲೂ ನಂಗೆ ನಿನ್ನ ವಿಳಾಸ, ವಿಷ್ಯ ತಿಳಿಸೋಲ್ಲ. ಓಕೆ..." ಕಾರು ಡೋರ್ ತೆರೆದವರು "ನೀನು ಚಾರುಲತೆಗೆ ಒಳ್ಳೆ ಅಣ್ಣ ಅಲ್ಲ. ಹಾಗೇ ನಂಗೆ ಒಳ್ಳೆ ಫ್ರೆಂಡ್ ಕೂಡ ಅಲ್ಲ" ಡೋರ್ ರಪ್ಪೆಂದು ಮುಚ್ಚಿಕೊಂಡರು. ಕಾರು ರಭಸವಾಗಿ ಮಾಯವಾಯಿತು.

ಭಾಸ್ಕರ್ ನಿಂತಲ್ಲಿಯೇ ತಟಸ್ಥರಾದರು. ಶ್ರೀವಾಸ್ತವ ಮಾತುಗಳು ಭರ್ಜಿಯಂತೆ ಅವರನ್ನು ಇರಿದಿತ್ತು. ನೊಂದೂ ಕೂಡ ಒಳಿತನ್ನೇ ಬಯಸಿದ ಸ್ನೇಹಿತನಿಗೆ ಸಿಕ್ಕ ಮರ್ಯಾದೆ.

ಮನೆಗೆ ಬಂದ ಭಾಸ್ಕರ್ ಮೌನವಾಗಿ ಒಂದು ಕಡೆ ಕೂತುಬಿಟ್ಟರು. ಶ್ರೀವಾಸ್ತವ ತಾಯಿ ಹೇಳಿದಾಗ ಬಹಳ ತಾಳ್ಮೆಯಿಂದ ಅರಗಿಸಿಕೊಂಡಿದ್ದರು. ತಂಗಿಯ ಯೋಚನೆ ಬಿಟ್ಟು ಗೆಳೆಯನ ಪರಿಸ್ಥಿತಿಯ ಬಗ್ಗೆ ಯೋಚಿಸಿ ನಿರ್ಧಾರಕ್ಕೆ ಬಂದಿದ್ದರು. ಚಾರುಲತಳ ಭವಿಷ್ಯದ ಬಗ್ಗೆ ಚಿಂತಿಸದ ತಾನು ಒಳ್ಳೆಯ ಅಣ್ಣನಲ್ಲ. ಆದರೆ ಶ್ರೀ ವಾಸ್ತವ... ವಿಷಾದದ ನಗೆ ಅವರ ಮುಖದ ಮೇಲೆ ತೇಲಿತು.

ಬಂದಾಗಿನಿಂದ ಗಂಡನ ಮ್ಲಾನವದನವನ್ನೇ ಗಮನಿಸುತ್ತಿದ್ದ ಸುಕನ್ಯ ಬಳಿಯಲ್ಲಿ ಕೂತರು. ಬಾಯಿ ಸ್ವಲ್ಪ ಕಟು ಇರಬಹುದು. ಹೃದಯ ತೀರಾ ಮೃದು. ರವಿಯನ್ನು ನೋಡಿಕೊಂಡು ಎಲ್ಲಾ ಮರೆತ ಉತ್ತಮ ಹೆಣ್ಣು ಸುಕನ್ಯ.

"ಯಾಕೋ ಒಂದು ತರಹ ಇದ್ದೀರಲ್ಲ!" ಮೆಲುದನಿಯಲ್ಲಿ ಕೇಳಿದಾಗ ಎಂದಿನಂತೆ ಭಾಸ್ಕರ್ ನಗಲಾರದೆ ಹೋದರು. "ನಾವು ಇಲ್ಲಿಗೆ ಬರಬಾರ್ದಿತ್ತು. ಸಿಟಿ ದೊಡ್ಡದಿರಬಹ್ದು. ಜನಸಂದಣಿ ಅಪಾರವಿರ್ಬಹ್ದು. ಒಂದಲ್ಲ ಒಂದು ಸಂದರ್ಭದಲ್ಲಿ ಒಬ್ಬರಿಗೊಬ್ಬರು ಕಣ್ಣಿಗೆ ಬೀಳಲೇ ಬೇಕಾಗುತ್ತೆ" ಇಂದು ಮನದ ಭಾರ ತಡೆಯಲಾರದೆ ತೋಡಿಕೊಂಡರು. ಇನ್ನಷ್ಟು ಹೊತ್ತು ತಮ್ಮೆದೆಯ ಹೋರಾಟ ಮುಚ್ಚಿಟ್ಟುಕೊಂಡರೇ ಎಲ್ಲಿ ಒಡೆದುಹೋಗುವುದೋ ಎನ್ನುವ ಭಯ.

ಸುಕನ್ಯ ಅತ್ತಿತ್ತ ನೋಡಿದರು. ರವಿ ಇನ್ನು ಬಂದಿಲ್ಲವೆನ್ನುವುದು ಮೊದಲು ದಿಟಪಡಿಸಿಕೊಂಡರು. "ಶ್ರೀವಾಸ್ತವ ಸಿಕ್ಕಿದ್ರಾ?" ಹೆಂಡತಿಯ ಸ್ವರದಲ್ಲಿನ ಕಾಠಿಣ್ಯ ನೋಡಿ ತಾವು ಹೇಳಿ ತಪ್ಪು ಮಾಡಿಬಿಟ್ಟೆವೇನೋ ಎಂದು ತುಸು ಅಂಜಿದರು. "ಸಿಕ್ಕದೇ ಹೋಗೋಕೆ ತೀರಾ ಕೆಳವರ್ಗದ ಜನರೆ? ಶ್ರೀಮಂತರು, ಇಂಡಸ್ಟ್ರಿಯಲಿಸ್ಟ್, ಅದರ ಮೇಲೆ 'ಒಳ್ಳೆಯ ಜೋಡಿ' ಪ್ರಶಸ್ತಿ ಪಡೆದ ಜನ, ತೀವ್ರವಾದ ಅಸಹನೆ ಪ್ರಕಟವಾಯಿತು.

"ಈ ತರಹ ಮಾತಾಡೋದು ನಂಗೆ ಇಷ್ಟವಾಗೋಲ್ಲ. ಮತ್ತೆ ಮತ್ತೆ ಆ ವಿಷ್ಯದ ಮೇಲೆ ನಿನ್ನ ಕಾಮೆಂಟ್ ಬೇಡ. ಆಗ ಅವನಿದ್ದ ಪರಿಸ್ಥಿತಿಯಲ್ಲಿ ಯಾರೇ ಆದ್ರೂ ಹಾಗೇ ನಡ್ಕೋತಾ ಇದ್ರು. ಅದ್ಕೇ ಅವನನ್ನ ನಿಷ್ಠುರ ಮಾಡೋದ್ಬೇಡ. ಅವೆಲ್ಲ ಮುಗ್ದು ಹೋದ ಸಂಗ್ತಿಗಳು" ಇಂದು ಸಮಾಧಾನ ಕಳೆದುಕೊಂಡಂತೆ ರೇಗಿಬಿಟ್ಟರು. ಸುಕನ್ಯ ತಣ್ಣಗಾದರು.

ಆಮೇಲೆ ಭಾಸ್ಕರ್ ತಾವೇ ಸಂತೈಸಿದರು. ತಾವು ಶ್ರೀವಾಸ್ತವರನ್ನ ಪ್ರಥಮ ಸಲ ಭೇಟಿಯಾದ ವಿಷಯದ ಹಿಂದೆ ಹೃದಯಾಘಾತವಾದದ್ದು ತಿಳಿಸಿದರು. ಇಂದಿನ ಪ್ರಸಕ್ತಿಯನ್ನು ಅರುಹಿದರು.

"ಅವ್ನಿಗೆ ನೋವಿದೆ. ನಾನು ವಿಳಾಸ ತಿಳಿಸ್ತಿಲ್ಲ ಅನ್ನೋ ಕೋಪ ಕೂಡ" ಎಂದಾಗ ಸುಕನ್ಯ ಕಣ್ಣುಗಳಿಂದ ಕಂಬನಿ ಇಳಿಯಿತು. "ಏನು ಪ್ರಯೋಜನ? ಆ ಪುಣ್ಯಾತ್ಮ ಹೆಂಡ್ತಿ ಮಗಾಂತ ಹಾಯಾಗಿದ್ದಾನೆ. ಚಾರು..." ಅತ್ತೇಬಿಟ್ಟರು. ಭಾಸ್ಕರ್ ನಿಟ್ಟುಸಿರು ದಬ್ಬಿದರು.

"ಇಬ್ರೂ ಬೇರೆ ಬೇರೆ ಜೀವಗಳಿಗೆ ಒಗ್ಗಿಕೊಂಡುಬಿಟ್ಟಿದ್ದಾರೆ. ಕಾಲು ನೋವು, ವ್ಯಥೆಯನ್ನು ಕಮ್ಮಿ ಮಾಡಿದೆ. ಚಾರುಗೆ ರವಿ ಇದ್ದಾನೆ" ಅದೇ ಸಮಾಧಾನದ ಮಾತುಗಳು.

ಸುಕನ್ನ ಎಷ್ಟು ಸಲ ಇಂತಹ ಮಾತುಗಳನ್ನ ಕೇಳಿದ್ದರೋ! ಜಡ್ಡು ಹಿಡಿದು ಹೋಗಿತ್ತು. ಇಂಥ ಮಾತುಗಳು ಹೆಚ್ಚಿನ ಪರಿಣಾಮವೇನು ಬೀರದು.

"ಸಾಕು ಬಿಡಿ, ನೀವಾಗಿ ಅವ್ನಿಗೆ ಎಲ್ಲಾ ಇಲ್ಲವಾಗಿರ್ಬಿದ್ರಿ!" ತಟಕ್ಕನೆ ಅಂದು ನಾಲಗೆ

ಕಚ್ಚಿಕೊಂಡರು ಸುಕನ್ಯ. ಭಾಸ್ಕರ್ ಕನ್ನಡಕ ತೆಗೆದು ಪಕ್ಕಕ್ಕಿಟ್ಟರು. "ಇಂದು ಶ್ರೀ ಕೂಡ ಇದೇ ಆರೋಪ ಹೊರಿಸ್ದ" ಎಂದರು.

ಸುಕನ್ಯ ಎದ್ದುಹೋದರು. ಎಲ್ಲಾ ಮಾರಿಕೊಂಡು ಊರು ಬಿಟ್ಟಾಗ ಚಾರುಲತ ಎರಡು ತಿಂಗಳ ಬಸುರಿ. ಇಂಥ ಸಮಯದಲ್ಲಿ ಶ್ರೀವಾಸ್ತವನ ಬಯಕೆ ಅವಳಿಗೆ ಬಹಳ ಸಹಜ. ಆದರೆ ಒಮ್ಮೆ ಕೂಡ ಬಾಯಿಬಿಟ್ಟು ಹೇಳಿರಲಿಲ್ಲ.

"ಶ್ರೀ ಮದ್ವೆ ಮಾಡ್ಕೊಂಡ್ರೆ... ಹಾಳಾಗ್ಲಿ. ಒಂದ್ಸಲ ಅವನನ್ನು ಕರ್ಕೊಂಡ್ಬನ್ನಿ. ಈ ಸಮಯದಲ್ಲಿ ಅವಳೆದೆಯಾಳದ ಮಧುರ ರಾಗಗಳನ್ನ ಅವ್ನೇ ಹಂಚಿಕೊಳ್ಳಬಲ್ಲ. ಪ್ಲೀಸ್, ಹೋಗಿ ಕರ್ಕೊಂಡ್ಬನ್ನಿ. ಅವ್ನ ಶ್ರೀಮಂತಿಕೆ, ಕರ್ತವ್ಯ–ಒಂದೂ ಬೇಡ. ಒಂದ್ಸಲ ಶ್ರೀ... ಬರಲಿ" ಕಣ್ತುಂಬಿ ಸುಕನ್ಯ ಕೇಳಿಕೊಂಡಿದ್ದರು. ಭಾಸ್ಕರ್ ಸುಲಭವಾಗಿ ತಳ್ಳಿ ಹಾಕಿದ್ದರು.

"ಬೇಡ ಎಂದಿಗೂ ಸಾಧ್ಯವೇ ಇಲ್ಲ. ಇಬ್ಬದಿಯ ಸಂಕಟಕ್ಕೆ ಅವನನ್ನ ಗುರಿಪಡಿಸೋದ್ಬೇಡ. ಇದ್ರಿಂದ ಯಾರ ಭವಿಷ್ಯಕ್ಕೂ ಒಳ್ಳೆದಲ್ಲ" ಕಡ್ಡಿ ತುಂಡು ಮಾಡಿದಂತೆ ಹೇಳಿದ್ದರು. ಆ ಸಮಯದಲ್ಲಿ ಸುಕನ್ಯಗೆ ಗಂಡ ಕಟುಕನಾಗಿ ಕಂಡಿದ್ದ. ಸೌಮ್ಯ ಮುಖದಲ್ಲಿ ಕಲ್ಲಿನಂಥ ಮನಸಿದೆಯೆ?

ಎಂದೂ ಅತ್ತ ಗಮನ ಕೊಡಲಿಲ್ಲ. ಹೆರಿಗೆಯ ಸಂದರ್ಭದಲ್ಲಂತೂ ಮೊದಲೆ ಅನಿಮೀಯಾ ಆಗಿದ್ದ ಚಾರುಲತ ಸಾವು, ಬದುಕುಗಳ ನಡುವೆ ಹೋರಾಡಿ ತನ್ನೊಂದಿಗೆ ಮಗುವನ್ನ ಉಳಿಸಿಕೊಂಡಿದ್ದಳು.

ಆ ನೆನಪುಗಳು ದಟ್ಟವಾದಾಗ ಸುಕನ್ಯ ಹುಚ್ಚಿಯಂತೆ ಹಾರಾಡಿ ಬಿಡುತ್ತಿದ್ದರು. ಶ್ರೀವಾಸ್ತವ ಒಬ್ಬರೇ ಅಪರಾಧಿಯಲ್ಲ. ಅದರಲ್ಲಿ ಗಂಡನ ಪಾಲು ಹೆಚ್ಚಿಗಿದೆಯೆಂದೇ ಹಠ.

ಆಮೇಲೆ ಒಂದು ಸಲಹೆಯನ್ನ ಗಂಡನ ಮುಂದಿಟ್ಟಿದ್ದರು. "ರವಿ, ಚಾರು ಮಗನಾಗಿ ಬೆಳೆಯೋದ್ಬೇಡ. ನಮ್ಮ ಮಗ ಅಂದ್ಕೊಂಡೇ ಬೆಳೀಲಿ. ಇದು ಎಲ್ಲಾ ರೀತಿ ಯಿಂದ್ಲೂ ಉತ್ತಮ. ನಾಳೆ ನನ್ನ ಅಪ್ಪ ಎಲ್ಲೀಂದ್ರೆ? ಹೇಗೆ ಉತ್ತರಿಸೋದು?" ಇದು ಉತ್ತಮವಾಗಿ ಕಂಡರೂ ತಲೆ ಅಡ್ಡಡ್ಡ ಆಡಿಸಿದ್ದರು.

"ಬೇಡ ಸುಕನ್ಯ, ನಾವು ಅಷ್ಟು ಕಟುಕರಾಗ್ಬಾರ್ದು. ಯಾವ ತಾಯಿ ಕೂಡ ಸಹಿಸ ಲಾರದ್ದು. ಅಮ್ಮ ಎಂದು ಕೂಗಬೇಕಾದ ಮಗ ಅತ್ತೆ ಅನ್ನೋದು ಭೀಕರ! ಆ ಯೋಚ್ನೇನೇ ಬೇಡ."

ಇವರಿಬ್ಬರು ಅತ್ತೆ ಮಾವನಾಗಿಯೇ ಉಳಿದರು. ಆದರೆ ನರ್ಸರಿಗೆ ಹೋಗುವ ವೇಳೆಗೆ ರವಿಗೆ ಬುದ್ಧಿ ಬಂದಿತ್ತು. ತನ್ನ ಪಪ್ಪನ ಬಗ್ಗೆ ಪ್ರಶ್ನಿಸಲಾರಂಭಿಸಿದ. ಸತ್ಯ ಹೇಳಿದರೂ ಅರ್ಥಮಾಡಿಕೊಳ್ಳಲಾರದ ವಯಸ್ಸು ಆ ಹೊಣೆಯನ್ನು ಸುಕನ್ಯಳೇ ಹೊತ್ತು ಕೊಳ್ಳಬೇಕಾಯಿತು.

"ನಿನ್ನ ಪಪ್ಪ ಇಂಗ್ಲೆಂಡ್‌ಗೆ ಹೋಗಿದ್ದಾರೆ. ದೊಡ್ಡವ್ನು ಆಗೋ ವೇಳೆಗೆ ಬರ್ತಾರೆ"

ಅತ್ತೆಯ ರಮಿಸುವಿಕೆಗೆ ರವಿ ಸುಮ್ಮನಾಗುತ್ತಿದ್ದ. ಆದರೆ ಅವನ ಕಣ್ಣುಗಳಲ್ಲಿ ಆಸೆಯ ಮಹಾಪೂರ.

ಆದರೆ ರವಿ ಎಳೆತನದಿಂದ ಸಜ್ಜನ, ಹಿರಿಯರು ಹೇಳಿದ್ದನ್ನು ಕೇಳುತ್ತಿದ್ದ. ಕೆಟ್ಟ ಹಟ ಅವನ ಬಳಿಯಲ್ಲಿ ಸುಳಿಯುತ್ತಿರಲಿಲ್ಲ. ಓದಿನಲ್ಲಿ ಜಾಣ. ಪ್ರೈಮರಿ ದಾಟಿ ಮಿಡಲ್ ಸ್ಕೂಲ್‌ಗೆ ಕಾಲಿಟ್ಟ ಮೇಲೆ ಭಾಸ್ಕರ್ ತಾವೇ ಹತ್ತಿರ ಕೂಡಿಸಿಕೊಂಡು ಸತ್ಯಸಂಗತಿಯನ್ನು ಅತ್ಯಂತ ಸ್ಪಷ್ಟವಾಗಿ ಅವನಿಗೆ ವಿವರಿಸಿದರು.

"ರವಿ, ನಿಂಗೆ ಪಪ್ಪ ಇದ್ದಾರೆ. ಆದ್ರೆ ಅವರ ಪ್ರೀತಿ, ಆಸ್ತಿ ಏನೂ ಸಿಕ್ಕೊಲ್ಲ!" ಕಷ್ಟದಿಂದ ಹೇಳಿದಾಗ ಪುಟ್ಟ ಮಗುವಿನಂತೆ ಬಿಕ್ಕಿಬಿಕ್ಕಿ ಅತ್ತಿದ್ದ. ಅವನಿಗೆ ತಾನು ಕಳೆದುಕೊಂಡ ಅಗಾಧದ ಬಗ್ಗೆ ಅರಿವಾಗಿರಬೇಕು. ಎಷ್ಟೋ ಹೊತ್ತು ಹಾಗೆಯೇ ಅತ್ತಿದ್ದ. ಆಗ ಭಾಸ್ಕರ್‌ಗೆ ಹೃದಯ ಕಿತ್ತು ಬಾಯಿಗೆ ಬಂದಂತಾಗಿತ್ತು.

ರವಿ ತುಂಬ ಬುದ್ಧಿವಂತ. ಆಮೇಲೆ ಮನೆಯವರನ್ನ ಕಂಗೆಡಿಸುವ, ಇಕ್ಕಟ್ಟಿಗೆ ಸಿಕ್ಕಿಸುವ ಪ್ರಶ್ನೆಗಳನ್ನ ಕೇಳಲಿಲ್ಲ. ಬರೀ ಅದೃಷ್ಟ ಮಾತ್ರವಲ್ಲ. ಅಪರೂಪದ ಮಗ ಚಾರುಲತಾಗೆ ಅವನು.

* * *

ಶ್ರೀವಾಸ್ತವ ಅಪರೂಪಕ್ಕೆ ಮೂರು ದಿನ ಫ್ಲೂನಲ್ಲಿ ಮಲಗಿದರು. ಅಂದು ಮನದ ಚಡಪಡಿಕೆಯನ್ನು ಹತ್ತಿಕ್ಕಲಾರದ ಕಾಲೇಜಿಗೆ ಫೋನ್ ಮಾಡಿ ರವಿಯನ್ನು ಬರಲು ಹೇಳಿದರು. ಅವನು ತಪ್ಪಿಸುತ್ತಿದ್ದ.

"ಹುಷಾರಿಲ್ಲ. ಮಲಗಿದ್ದೀನಿ. ಕಾಲೇಜು ಮುಗ್ಸಿಕೊಂಡ್ಬಾ" ಎಂದಾಗ ಅವನಿಂದ ಇಲ್ಲವೆನ್ನಲಾಗಲಿಲ್ಲ. "ಬರ್ತೀನಿ, ಸರ್" ಎಂದಿದ್ದ.

ಮುಂದಿನ ಪೀರಿಯಡ್ ಕ್ಲಾಸ್ ಇದ್ದರೂ ಹೊರಟ. ಆತುರ, ಕಾತರ, ಕಳವಳದ ಜೊತೆ ಅರ್ಥವಾಗದ ತೊಳಲಾಟ.

ವರಾಂಡದಲ್ಲಿ ಯಾರೊಂದಿಗೋ ಮಾತಾಡುತ್ತಿದ್ದ ಅಚಲಾ ತಲೆಯತ್ತಿ "ರೋಹಿತ್ ಮನೆಯಲ್ಲಿಲ್ಲ. ಆಫೀಸ್‌ಗೆ ಹೋಗಿದ್ದಾನೆ" ಅಪರಿಚಿತನಿಗೆ ಉಸುರುವಂತೆ ಹೇಳಿದಾಗ ಅವನಿಗೆ ಪಿಚ್ಚೆನಿಸಿತು. ಒಂದುಕ್ಷಣ ಹಿಂದಿರುಗಿಬಿಡಲೇ ಎಂದು ಯೋಚಿಸಿದವನು ಅದನ್ನ ತಪ್ಪಿ ಹಾಕಿದ. "ಅವ್ರ ತಂದೆ ಶ್ರೀವಾಸ್ತವ ಅವರನ್ನ ನೋಡ್ಬೇಕು."

ಅಚಲಾ ಮಾತಾಡುತ್ತಿದ್ದವರನ್ನ ಬೀಳ್ಕೊಟ್ಟು ಹೇಳಿದರು. "ಅವ್ರಿಗೆ ಹುಷಾರಿಲ್ಲ. ಯಾರನ್ನೂ ಭೇಟಿಯಾಗೊಲ್ಲ. ನಿಂಗೆ ಅಂಥ ಹೆಲ್ಪ್‌ನ ಅಗತ್ಯವಿದ್ರೆ ರೋಹಿತ್‌ನ ಹೋಗಿ ನೋಡು."

ಸದಾ ಹಸನ್ಮುಖವಾಗಿರುತ್ತಿದ್ದ ಅವನ ಮುಖ ಬಿಗಿದುಕೊಂಡಿತು. "ನಾನು ಯಾವ್ದೇ ಸಹಾಯ ಕೇಳೋಕೆ ಬಂದಿಲ್ಲ. ಅವರನ್ನ ಭೇಟಿ ಆಗ್ಬೇಕು" ದೃಢವಾಗಿತ್ತು. ಅವನ ಸ್ವರ.

ಅಷ್ಟರಲ್ಲಿ ಬಂದ ಆಳು ವಿನಯದಿಂದ ಹೇಳಿದ: "ನೀವು ಮೇಲೆ ಯಜಮಾನರ ಕೋಣೆಗೆ ಹೋಗ್ಬೇಕಂತೆ" ರವಿ ಅವನು ತೋರಿಸಿದತ್ತ ನಡೆದ.

ಅಚಲಾ ಸಿಟ್ಟಿನಿಂದ ಕೆಂಪಾದರು. "ಯಜಮಾನ್ರು ನಿಂಗೆ ಏನ್ಹೇಳಿದ್ರು?" ಆಳು ತಲೆಯೆತ್ತಿ ಸ್ಪಷ್ಟವಾಗಿ ಹೇಳಿದ. "ರವಿ ಬರ್ತಾನೆ ಮೇಲೆ ಕರ್ಕೊಂಡ್ಬಾಂದ್ರು."

ಸಣ್ಣ ಉರಿ ಕಾಣಿಸಿಕೊಂಡಿತು ಅಚಲಾ ಎದೆಯಲ್ಲಿ. ಅಸೂಯೆಪಡಲು ರವಿಯೇನು ಹೆಣ್ಣಲ್ಲ. ಶ್ರೀವಾಸ್ತವ ತನ್ನ ಬಿಟ್ಟು ಬೇರೆ ಹೆಣ್ಣನ್ನ ಸೋಕುವುದೇನು, ಕಣ್ಣೆತ್ತಿ ಕೂಡ ನೋಡರೆಂದು ಆಕೆಗೆ ಗೊತ್ತು. ಬೇರೆ ಹಾದಿಗಳಲ್ಲ. ಆಲ್ಕೋಹಾಲ್ ಸಿಪ್ ಮಾಡಿದವರೇ ಅಲ್ಲ. ಬದುಕು ಅವರ ಪಾಲಿಗೆ ನಿವೇದನೆಯಾಗಿತ್ತು.

ಶ್ರೀವಾಸ್ತವ ಎಷ್ಟೋ ಜನರಿಗೆ ಸಹಾಯ ಮಾಡಿದ್ದರು. ಬಡಜನರ ಬಗೆಗೆ ಅವರಿಗೆ ಮರುಕವಿತ್ತು. ಕೈ ಸಡಿಲಿಸಿಯೇ ಸಹಾಯ ಮಾಡುತ್ತಿದ್ದರು. ಅದಕ್ಕೆ ಆಕೆಯ ವಿರೋಧವೇನೂ ಇರಲಿಲ್ಲ. ರೋಹಿತ್ ಸ್ನೇಹಿತರು ಕೂಡ ಶ್ರೀವಾಸ್ತವರನ್ನ ಭೇಟಿಯಾಗುತ್ತಿದ್ದರು. ಆದರೆ... ರವಿ... ಯಾಕೋ ಇಷ್ಟವಾಗಲಿಲ್ಲ. ಯಾಕೆ? ಖಂಡಿತ ಉತ್ತರ ಸಿಕ್ಕಲಾರದು.

ರವಿ ನಿಶ್ಯಬ್ದವಾದ ಕೋಣೆಯೊಳಕ್ಕೆ ಹೋದಾಗ ಶ್ರೀವಾಸ್ತವ ಕಣ್ಮುಚ್ಚಿ ಮಲಗಿದ್ದರು. ಏರ್ ಕಂಡೀಷನರ್ ಮಾತ್ರ ಸದ್ದು ಮಾಡುತ್ತಿತ್ತು. ಕೆಮ್ಮಿಗಂಟಲು ಸರಿಪಡಿಸಿಕೊಂಡ.

ಕಣ್ಣು ತೆರೆದ ಶ್ರೀವಾಸ್ತವ ಕಿರುನಗೆ ಬೀರಿದರು. "ಬಾ... ರವಿ..." ಬಲಗೈಯೆತ್ತಿ ಮುಂದಕ್ಕೆ ಚಾಚಿದರು. ಆತ್ಮೀಯ ಅನುಬಂಧದ ತಂತು. "ಇಲ್ಲೇ ಕೂತ್ಕೋ" ರವಿಯ ಕೈ ಹಿಡಿದು ತಮ್ಮ ಬದಿಯಲ್ಲಿಯೇ ಕೂಡಿಸಿಕೊಂಡರು. ಸುಡುವ ಕೈಗೆ ಗಾಬರಿಯಾಗಿ ಹಣೆ, ಕತ್ತು ಮುಟ್ಟಿನೋಡಿದ. "ಇನ್ನ ಫೀವರ್ ಇದೆ ಸರ್" ಆತಂಕ ಅವನ ಸ್ವರದಲ್ಲಿ ಇಣಕಿತು.

"ನೋ... ನೋ... ಇದೊಂದು ದಿನಾನೇ ಇದರ ಆರ್ಭಟ, ನಾಳೆ ನಾರ್ಮಲ್‌ಗೆ ಬಂದುಬಿಡುತ್ತೆ. ಮತ್ತೊಂದು ದಿನ ರೆಸ್ಟ್ ಅಷ್ಟೆ" ನಕ್ಕರು. ಅವರ ಕಣ್ನೋಟ ರವಿಯ ಮೈಯನ್ನ ಸವರಿ ನೋಡುತ್ತಿತ್ತು.

ಕಾಲೇಜು ಪಾಠಗಳ ಬಗ್ಗೆ ವಿಚಾರಿಸಿದರು. ಮನೆಯ ಸುದ್ದಿ ಹೇಳಲು ಅವನಿಗೆ ಇಷ್ಟವಿಲ್ಲವೆಂದು ಎಂದೋ ಅರ್ಥಮಾಡಿಕೊಂಡಿದ್ದರು. ಆದ್ದರಿಂದ ಅಪ್ಪಿತಪ್ಪಿ ಕೂಡ ವಿಷಯ ಬರಲಿಲ್ಲ.

ಎರಡು ಸಲ ಬಾಗಿಲವರೆಗೂ ಬಂದು ಹಿಂದಿರುಗಿದ ಅಚಲಾ ಮೂರನೇ ಸಲ ಬಂದು ಅಲ್ಲೇ ನಿಂತರು. ದಿಂಬಿಗೊರಗಿ ಮಲಗಿದ್ದ ಶ್ರೀವಾಸ್ತವ ಅತ್ಯಂತ ಹರ್ಷಚಿತ್ತರಾಗಿ ಕಂಡರು. ಆಕೆಯ ಎದೆಯಲ್ಲಿ "ಫಳಕ್" ಎಂದಿತು. ರವಿ ಯಾರು? ಮತ್ತೆ ಅದೇ ಪ್ರಶ್ನೆ ಪಕ್ಕದಲ್ಲಿಯೇ ಕೂಡಿಸಿಕೊಂಡು ಮಾತಾಡುವಂಥ ಪ್ರೀತಿಯೇ? ಎದೆಯಾಳದಲ್ಲಿ ಹತ್ತಿಕೊಂಡ ಕಿಚ್ಚು ಅವರ ಮೈಯನ್ನೆಲ್ಲ ವ್ಯಾಪಿಸಿಬಿಟ್ಟಿತು.

ರವಿ ಹೊರಟುನಿಂತಾಗ ಅಚಲಾ ಮೆಟ್ಟಿಲಿಳಿದು ಕೆಳಗೆ ಬಂದರು. ರೋಹಿತ್ ಗಂಟೆಗಟ್ಟಲೆ ಶ್ರೀವಾಸ್ತವರೊಡನೆ ಕೂತು ಮಾತಾಡಿ ಜೋಕ್ಸ್ ಹಾರಿಸಿದರೂ ಇಷ್ಟೊಂದು ಸಂತೋಷವಾಗಿದ್ದುದ್ದನ್ನ ಆಕೆ ಕಂಡಿರಲಿಲ್ಲ.

ರವಿ ಹೊರಟ ಎಷ್ಟೋ ಹೊತ್ತಿನ ಮೇಲೆ ಕೋಣೆಗೆ ಬಂದರು. "ರವಿ ಯಾರು?" ಮನ ತಡೆದರೂ ಪ್ರಶ್ನಿಸಿಬಿಟ್ಟರು. ಶ್ರೀವಾಸ್ತವರ ಮುಖ ಗಂಭೀರವಾಯಿತು. "ರವಿನೇ... ನಂಗೆ ಗೊತ್ತಿರೋದು ಕೂಡ ಅಷ್ಟೆ. ಎಫಿಷಿಯಂಟ್, ಒಳ್ಳೆ ಸ್ಟೂಡೆಂಟ್. ನಂಗೆ ಗೊತ್ತಿರೋದು ಇಷ್ಟು" ಎಂದರು. ಅಚಲಾಗೆ ನಂಬಿಕೆಯುಂಟಾಗಲಿಲ್ಲ. ಶ್ರೀವಾಸ್ತವ ಒತ್ತಿಯೇ ಹೇಳಿದ್ದರು.

"ಜೋಕ್ ಮಾಡ್ತಾ ಇದ್ದೀರಾ! ಏನೂ ಗೊತ್ತಿಲ್ವೆ! ನಿಮ್ಗೇ ಯಾಕೆ ಅವ್ನ ಮೇಲೆ ಇಂಟರೆಸ್ಟ್?" ರವಿ ಕೂತ ಜಾಗದಲ್ಲಿಯೆ ಕೂತರು. "ನೋ, ಅಚಲಾ... ನಂಗೆ ಅವ್ನ ಬಗ್ಗೆ ಏನೂ ಗೊತ್ತಿಲ್ಲ. ತಂದೆ ಇಲ್ಲ ಅಂದ ಅಷ್ಟೆ" ಅವರ ದನಿ ತಗ್ಗಿತು. ಮನದ ತುಂಬ ನೋವು ತುಂಬಿಕೊಂಡಿತು. ಇದೇನು ಅನುಕಂಪವೋ, ಅಂತಃಕರಣವೋ!

ಮಾತು ಬೆಳೆಸಲು ಅಚಲಾ ಹೋಗದಿದ್ದರೂ ಶ್ರೀವಾಸ್ತವರ ಮನದಂತೆಯೆ ಆಕೆಯ ಮನದಲ್ಲೂ ಬಲವಾಗಿ ಮೂಡಿನಿಂತ ರವಿ. ಆದರೆ ಸ್ವಲ್ಪ ವ್ಯತ್ಯಾಸವಿತ್ತು. ರವಿ ಶ್ರೀವಾಸ್ತವರಿಗೆ ಇಷ್ಟ. ಅಚಲಾಗೆ ಇಷ್ಟವಿಲ್ಲ. ಇಬ್ಬರಿಗೂ ಕಾರಣ ಗೊತ್ತಿಲ್ಲವೆನ್ನುವುದೇ ಮುಖ್ಯ.

ಅಂದು ಬರ್ತ್‌ಡೇ ದಿನ ರವಿ ಕೊಟ್ಟ ಗುಲಾಬಿಯ ಪುಟ್ಟ ಹೂಗೊಂಚಲನ್ನು ಅಕ್ಕರೆಯಿಂದ ಕಾಪಾಡಿದ್ದರೂ ಮಾತ್ರವಲ್ಲ ಒಣಗಿದ ಮೇಲೂ ಎತ್ತಿಟ್ಟಿದ್ದರು.

"ಛೆ, ಇದೇನು ಡರ್ಟಿ" ಅಚಲಾ ಎತ್ತಿ ಎಸೆದಾಗ ಅವರ ಹುಬ್ಬುಗಳು ಬಿಗಿದು ಕೊಂಡಿದ್ದವು. "ಯಾಕೆ ಎಸೆದೆ? ರವಿ ಎಷ್ಟು ಪ್ರೀತಿಯಿಂದ ತಂದುಕೊಟ್ಟಿದ್ದ?" ಅಸಮಾಧಾನ ಇಣಕಿತು. ಮಿಕ್ಕವರು ತಂದುಕೊಟ್ಟಿದ್ದರ ಉದ್ದೇಶವೇನೆಂದು ಪ್ರಶ್ನಿಸಲು ಮನಸ್ಸಾಗಿದ್ದರೂ ಸುಮ್ಮನಾಗಿದ್ದರು.

ಕೆಲವೊಮ್ಮೆ ಅವರಲ್ಲಿ ಅನುಮಾನ ಇಣುಕುತ್ತಿತ್ತು. ರೋಹಿತ್‌ಗಿಂತ ಹೆಚ್ಚಾಗಿ ರವಿ ಯನ್ನ ಇಷ್ಟಪಡುತ್ತಾರಾ? ತಳ್ಳಿ ಹಾಕುತ್ತಿದ್ದರು. ರವಿಯ ಮೇಲೆ ಅನುಕಂಪವಿರಬಹುದು, ಅಥವಾ ದೂರದ ಬಂಧುಗಳ, ಸ್ನೇಹಿತರ ಮಗನೋ ಇರಬಹುದೇನೋ! ಇವರು ತನಗೆ ಗೊತ್ತಿಲ್ಲದೇ ಸಹಾಯ ನೀಡಿರಬಹುದು. ತನಗೆ ತಿಳಿಸದಿರುವ ಉದ್ದೇಶವೇನು? ಆಕೆಗೆ ತಲೆ ಚಿಟ್ಟಿಡಿದು ಹೋಗುತ್ತಿತ್ತು. ಯಾವುದೇ ತೀರ್ಮಾನಕ್ಕೆ ಬರದೆ ಹೋಗಿದ್ದರು.

ಶ್ರೀವಾಸ್ತವರ ತಂದೆತಾಯಿ ತೀರಿಕೊಂಡ ಮೇಲೆ ತೀರಾ ಹತ್ತಿರದ ಬಂಧು ಗಳೆನಿಸಿಕೊಂಡವರು ಅಷ್ಟಾಗಿ ಸುಳಿಯಲಿಲ್ಲ ಅಥವಾ ಅವರೇ ಅವರುಗಳನ್ನ ಹತ್ತಿರ ಸೇರಿಸಲಿಲ್ಲ. ಸ್ನೇಹಿತರೂ ಅಷ್ಟೆ–ಅಪರೂಪಕ್ಕೆ ಕ್ಲಬ್‌ನಲ್ಲೋ, ಪಾರ್ಟಿಯಲ್ಲೋ ಸಂಧಿಸಿ ದಾಗ ಒಂದಿಷ್ಟು ಮಾತುಕತೆ, ನಗು ಮುಗಿದುಹೋಗುತ್ತಿತ್ತು. ಮಿಕ್ಕ ಇಡೀ ಸರ್ವಸ್ವಕ್ಕೆ ಈಕೆ ರಾಣಿ. ಇದರ ಬಗ್ಗೆ ಎರಡು ಮಾತು ಇರಲಿಲ್ಲ.

ಮರುದಿನ ರವಿ ಕಾಲೇಜಿಗೆ ಹೋಗುವ ಮುನ್ನವೇ ಬಂದ ರೋಹಿತ್ ಕೂಡ ಇದ್ದ. ಕೈಯಲ್ಲಿ ಒಂದು ಅರಳಿದ ಗುಲಾಬಿಯ ಹೂ.

"ಅರೆ, ರವಿ..." ಹಾರಿಯೇ ಹೋದ ರೋಹಿತ್. "ಐಯಾಮ್ ವೆರಿ ಹ್ಯಾಪಿ. ನೀನು ಬರೋದೂಂದ್ರೆ ಸಾಮಾನ್ಯ ವಿಷ್ಯವಲ್ಲ!" ಕರೆದೊಯ್ದ.

"ರೋಹಿತ್, ನಿಮ್ಮ ಫಾದರ್‌ನ ನೋಡ್ಬೇಕು" ಅಚಲಾ ಅತ್ತ ನೋಟ ಹರಿಸದೆ ಹೇಳಿದ: "ಓಕೆ.. ಮೈ ಫ್ರೆಂಡ್..." ಕೈ ಹಿಡಿದೇ ಕರೆದೊಯ್ದ.

ಶ್ರೀವಾಸ್ತವ ಇಂದು ಸ್ವಲ್ಪ ಗೆಲುವಾಗಿದ್ದರು. ಕಣ್ಣಲ್ಲಿಯೇ ಆತ್ಮೀಯತೆಯ ಆಹ್ವಾನ.

"ಗೇಟ್ ವೆಲ್ ಸೂನ್, ಸರ್" ಗುಲಾಬಿ ಅವರ ಕೈಗಿತ್ತ. "ಥ್ಯಾಂಕ್ಯೂ ಮೈ ಬಾಯ್... ಬಾ ಕೂತ್ಕೋ" ಕೈಹಿಡಿದು ತಮ್ಮ ಪಕ್ಕದಲ್ಲಿಯೇ ಕೂಡಿಸಿಕೊಂಡರು. ರೋಹಿತ್ ಇನ್ನೊಂದು ಕಡೆ ಕೂತ.

ಬಾಗಿಲಿಗೆ ಬಂದ ಅಚಲಾ ನಿಷ್ಕ್ರಿಯವಾದಂತೆ ನಿಂತರು. ರವಿಯ ನಗು ತಮಗೆ ಹೆಚ್ಚು ಪರಿಚಿತವೆನಿಸಿತು. ಪಕ್ಕಕ್ಕೆ ಕೂತಿದ್ದರಿಂದ ರವಿಯ ಒಂದು ಪಾರ್ಶ್ವವನ್ನು ಸ್ಪಷ್ಟವಾಗಿ ಅವಲೋಕಿಸಿದರು. ಮಿಂಚು ಮೂಡಿ ಅಳಿಸಿಹೋಯಿತು.

ಹತ್ತು ನಿಮಿಷದ ನಂತರ ರವಿ ಹೊರಟಾಗ ಶ್ರೀವಾಸ್ತವ ಮಗನಿಗೆ ಹೇಳಿದರು. "ಬ್ರೇಕ್‌ಫಾಸ್ಟ್ ಮುಗ್ಸಿಕೊಂಡು ರವಿನ ಕರ್ಕೊಂಡು ಹೋಗಿ ಡ್ರಾಪ್ ಮಾಡು. ಬಿ ಕೇರ್‌ಫುಲ್" ಎಚ್ಚರಿಸಿದರು. ರೋಹಿತ್ ತಲೆ ಕುಣಿಸಿದ.

ಮೆಟ್ಟಿಲು ಇಳಿಯುವಾಗಲೇ ರವಿ ಕ್ಷಮೆಯಾಚಿದ. "ಸಾರಿ ರೋಹಿತ್... ನಂದು ಎಲ್ಲಾ ಮುಗಿದಿದೆ. ನೀನು ನಿಧಾನವಾಗಿ ಆಫೀಸ್‌ಗೆ ಹೋಗ್ಬಹ್ದು. ಕಾಲೇಜಿಗೆ ಹೋಗೋ ಹಾದಿಯಲ್ಲಿ ನಂಗೆ ನಾಲ್ಕಾರು ಕೆಲ್ಸಗಳು ಇವೆ" ಕಳಚಿಕೊಂಡ.

ಅಚಲಾ ನೋಟದಲ್ಲಿ ರವಿಗೆ ಉರಿಯನ್ನ ಕಂಡಂತಾಗಿತ್ತು. ಯಾಕೆ? ರೋಹಿತ್ ತುಂಬ ಹೊಗಳಿಕೊಳ್ಳುತ್ತಿದ್ದುದನ್ನ ಕೇಳಿದ್ದ. ಅವರಿಗೆ ತನ್ನ ಬಗ್ಗೆ ಸರಿಯಾದ ಅಭಿಪ್ರಾಯವಿಲ್ಲವೆಂದುಕೊಂಡ. ಶ್ರೀವಾಸ್ತವರಿಂದ ತಾನು ತುಂಬ ಲಾಭ ಪಡೆಯುತ್ತಿರ ಬಹುದೆಂದು ಆಕೆ ತಿಳಿದಿರಬಹುದು. ಅದಕ್ಕೆ ಅವಕಾಶ ಕೊಡಬಾರದೆಂಬ ತೀರ್ಮಾನಕ್ಕೆ ಬಂದ.

ರವಿಯನ್ನ ಹಿಂಬಾಲಿಸಿ ಬಂದರು ಅಚಲಾ. "ರವಿ, ಅವ್ರಿಗೆ ರೆಸ್ಟ್ ಬೇಕು. ಪದೇ ಪದೇ ಬಂದು ತೊಂದರೆ ಕೊಡ್ಬೇಡ. ನಿನಗೇನಾದ್ರೂ ಆರ್ಥಿಕ ನೆರವು ಬೇಕಾದ್ರೆ ನನ್ನನ್ನೇ ಕೇಳು" ತಣ್ಣನೆಯ ಮಾತುಗಳು ಕೂಡ ಅವನ ಮೈಮೇಲೆ ಬೆಂಕಿಯಾಗಿ ಕಿಡಿಗಳಾಗಿ ಚಿಮ್ಮಿದವು.

"ಎಕ್ಸ್‌ಕ್ಯೂಸ್ ಮಿ, ಮೇಡಮ್. ಯು ಆರ್ ಮಿಸ್ಟೇಕನ್. ಯಾವ್ದೇ ಸಹಾಯ ಅಪೇಕ್ಷಿಸಿ ನಾನು ಬರ್ತಾ ಇರ್ಲಿಲ್ಲ. ನಂಗೆ ಎಲ್ಲಾ ಇದ್ದಾರೆ!" ಅವನ ಗಂಟಲು ಹಿಡಿಯಿತು. ಸಹಿಸಲಾರದ ಅವಮಾನ!

68 ಸ್ವಪ್ನ ಸಂಭ್ರಮ

ದಾಪುಗಾಲು ಹಾಕುತ್ತ ನಡೆದ ರವಿ. ಭಾಸ್ಕರ್ ಬಹಳ ಅಕ್ಕರೆಯಿಂದ ಅವನನ್ನ ಬೆಳೆಸಿದ್ದರು. ಕೊರತೆ ಎಂದೂ ಇರಲಿಲ್ಲ. ತಮಗೆ ಎರಡು ಜೊತೆ ಬಟ್ಟೆ ಕೊಳ್ಳಲು ಹಿಂಜರಿಯುವ ವ್ಯಕ್ತಿ ಅವನಿಗಾಗಿ ಇಷ್ಟವಾದುದನ್ನೆಲ್ಲ ಕೊಂಡುತರುತ್ತಿದ್ದರು.

"ಈ ಡ್ರಸ್ ರವಿಗೆ ಚೆನ್ನಾಗಿ ಕಾಣುತ್ತೆ. ರೆಡ್, ಎಲ್ಲೋ ಚೆಕ್ಸ್ ಷರಟಿನಲ್ಲಿ ತುಂಬ ಹ್ಯಾಂಡ್ಸಮ್ ಆಗಿ ಕಾಣ್ತಾನೆ" ಇದೇ ಮೆಚ್ಚಿಗೆಯ ಮಾತುಗಳು.

ಇಂದೇನಾದರೂ ಅಚಲಾ ಅವರ ಮಾತುಗಳನ್ನು ಕೇಳಿದ್ದರೇ ಎಷ್ಟು ನೊಂದು ಕೊಳ್ಳುತ್ತಿದ್ದರು. ಅಂದಿನ ಎಚ್ಚರಿಕೆಯ ಮಾತುಗಳು ಅವನ ವಿವೇಕವನ್ನ ಜಾಗೃತ ಗೊಳಿಸಿತು. ಬರಲೇಬಾರದೆಂಬ ನಿರ್ಧಾರಕ್ಕೆ ಬಂದ.

ಎರಡು ಪೀರಿಯಡ್ ಕ್ಲಾಸ್ ಇದ್ದರೂ ಮನೆಗೆ ಹಿಂದಿರುಗಿಬಿಟ್ಟ ಪುಸ್ತಕಗಳನ್ನ ಇಟ್ಟು ಹಿಂದಕ್ಕೆ ತಿರುಗಿದಾಗ ಅವನ ಕಣ್ಣುಗಳು ಸಂತೋಷದಿಂದ ಅರಳಿದವು.

"ಅಮ್ಮ..." ತಾನು ಬೆಳೆದವನೆಂದು ಮರೆತು ಅಪ್ಪಿಕೊಂಡ. "ನೀನು ಬರೋ ವಿಷ್ಯವೇ ಗೊತ್ತಿರಲಿಲ್ಲ!" ಚಾರುಲತ ಕಣ್ಣಲ್ಲಿ ನೀರು ತುಂಬಿಕೊಂಡಿತು. ಮಗನ ಮುಖವನ್ನ ಗಾಢವಾಗಿ ನೋಡಿದರು. "ಆರು ತಿಂಗಳಿಗೆ ತುಂಬ ಬೆಳ್ದುಬಿಟ್ಟಿದ್ದೀಯಾ!" ಅಂತಃಕರಣದ ಮಚ್ಚುಗೆ. ತನಗಿಂತ ಆರು ಅಂಗುಲದಷ್ಟು ಉದ್ದವಿರುವ ಮಗನನ್ನ ಕಂಡರೇ ಹಿಗ್ಗು.

ತಾಯಿ, ಮಗ ಕೂತು ಬಹಳಷ್ಟು ಮಾತಾಡಿದರು.

"ಇಲ್ಲೇ ಇರೋ ಕಾನ್ವೆಂಟಿಗೆ ನನ್ನ ವರ್ಗ ಮಾಡೋಕೆ ಒಪ್ಕೊಂಡಿದ್ದಾರೆ" ಎಂದ ಕೂಡಲೇ ರವಿ ಕುಣಿದಾಡಿಬಿಟ್ಟ. "ಥ್ಯಾಂಕ್ಯೂ ಅಮ್ಮ. ಅತ್ತೆ ಜೊತೆ ನಿನ್ನನ್ನ ಕಾಣಬಹು!"

ಮೌನವಾಗಿ ಕೂತ ಸುಕನ್ಯ ಕಣ್ಣಲ್ಲಿ ನೀರಾಕಿಕೊಂಡರು. ಎಂದಾದರೂ ರವಿ ಕಾಡಿದ್ದುಂಟಾ? ಅವರಿಗೆ ನೆನಪೇ ಇರಲಿಲ್ಲ. ಬಹಳ ಒಳ್ಳೆಯ ಹುಡುಗ; ನೂರರಲ್ಲಿ ಅಲ್ಲ, ಸಾವಿರಕ್ಕೆ ಒಬ್ಬ. ಅಂದು ತಿಳಿಸಿದ ನಂತರ ಇದುವರೆಗೂ ತನ್ನ ತಂದೆಯ ಬಗ್ಗೆ ವಿಚಾರಿಸಿದವನೇ ಅಲ್ಲ. ಅಪ್ಪಿತಪ್ಪಿ ಆ ವಿಷಯದ ಬಗ್ಗೆ ಪ್ರಸ್ತಾಪಿಸುತ್ತಲೇ ಇರಲಿಲ್ಲ.

ಈ ವಿಷಯದಿಂದ ಭಾಸ್ಕರ್‌ಗೆ ಆತಂಕವಾಯಿತು. ತಂಗಿ ಹತ್ತಿರವಿರಬೇಕೆಂಬ ಬಯಕೆಯೇ. ಎಂದಾದರೂ ಶ್ರೀವಾಸ್ತವ ಕಣ್ಣಿಗೆ ಬಿದ್ದರೇ – ತಲೆ ಕೊಡವಿದರು. ಹಾಗೆ ಆಗಕೂಡದು! ಅವನ ಪಾಡಿಗೆ ಅವನ ಸಂಸಾರದೊಂದಿಗೆ ನೆಮ್ಮದಿಯಾಗಿರಲಿ. ಇಪ್ಪತ್ತು ವರ್ಷದ ಹಿಂದೆ ಸತ್ತಸಂಬಂಧಗಳ ನೆನಪೇಕೆ? ಅದರಿಂದ ಆಘಾತವೇ ಹೆಚ್ಚು.

"ಇಲ್ಲಿ ಡೈರಿ ಕೆಲ್ಸನೂ ಸಮರ್ಪಕವಾಗಿಲ್ಲ. ಇಲ್ಲಿಗಿಂತ ಅಲ್ಲೇ ಅನ್ಕೂಲ. ಈ ಮನೆನ ಬಾಡ್ಗೆಗೇ ಕೊಟ್ಟು ಬಿಟ್ಟು ಅಲ್ಲಿಗೆ ಹೋಗ್ಬಿಡೋಣ" ಎಂದರು ಭಾಸ್ಕರ್. ಚಾರುಲತ ಮಾತಾಡಲಿಲ್ಲ ಸುಕನ್ಯಗೆ ಅರ್ಥವಾಯಿತು. ರವಿಗೆ ಕಾಲೇಜು ಜೊತೆ ಬೌದ್ಧಿಕವಾಗಿ ಬೆಳೆಯಲು, ಕ್ರೀಡಾಪಟುವಾಗಲು, ಇಲ್ಲಿ ಸಾಕಷ್ಟು ಅನುಕೂಲಗಳಿತ್ತು. ಅಲ್ಲಿ ಬಸ್ಸಿಡಿದು ಬರಬೇಕಿತ್ತು. ಹಾಸ್ಟಲ್, ರೂಮು ಅವುಗಳ ಬಗ್ಗೆ ಯೋಚಿಸಿರಲಿಲ್ಲ. ಬರೀ

ಅನಾನುಕೂಲಗಳೇ ತುಂಬಿದ್ದ ಮನೆ. ಇಲ್ಲಿ ನಿರಾತಂಕ, ನಿಶ್ಚಿಂತೆ, ಮನೆ ವಿಶಾಲವಾಗಿತ್ತು. ಗಾಳಿ, ಬೆಳಕು, ಧಾರಾಳವಾಗಿತ್ತು.

ಕಡೆಗೆ ಸುಕನ್ಯ ನಿರ್ಧಾರಕ್ಕೆ ಬಂದಂತೆ ನುಡಿದರು. "ಅಣ್ಣತಂಗಿ ಬೇಕಾದ್ರೆ... ಅಲ್ಲಿದ್ಕೊಳ್ಳಿ. ನಾನು ರವಿ ಜೊತೆ ಇಲ್ಲೇ ಇರ್ತೀನಿ. ಇಲ್ಲಿಂದ ಹೊತ್ತು ಹಾಕೋ ಯೋಚ್ನೇ ಮಾತ್ರ ಮಾಡ್ಬೇಡಿ."

ಭಾಸ್ಕರ್ ಹಂಡತಿಯ ಮಾತಿಗೆ ಉಗುಳುನುಂಗಿದರು. ಸುಕನ್ಯಗೆ ಎಡಬಿಡದೆ ಬಿದ್ದ ಪೆಟ್ಟುಗಳಿಂದಲೇನೂ ಅತ್ಯಂತ ಗಡುಸಾಗಿದ್ದರು. ಚಾರುಲತ ಹೆಚ್ಚು ಹೆಚ್ಚು ಮೌನಿಯಾದ ಮೇಲೆ ತಾವೇ ಎಲ್ಲ ಮಾತುಗಳನ್ನಾಡಲು ಶುರು ಮಾಡಿದ್ದರು.

"ಸ್ವಲ್ಪ ಅರ್ಥಮಾಡ್ಕೋ" ಎಂದ ಕೂಡಲೇ ಸುಕನ್ಯ ಸಿಡಿದರು. "ನಂಗೆ ಅರ್ಥ ವಾಗೋಲ್ಲ! ನಾನು ಅರ್ಥ ಮಾಡಿಕೊಳ್ಳೋಲ್ಲ! ಇನ್ನೇನೂ ಹಳ್ಬೇಡಿ" ಎದ್ದು ಹೋಗಿ ಬಿಟ್ಟರು.

ಚಾರುಲತ ಈ ಮಾತುಗಳು ತನಗೆ ಸಂಬಂಧಪಟ್ಟವೇ ಇಲ್ಲವೆನ್ನುವಂತೆ ಯಾವುದೋ ಪುಸ್ತಕ ನೋಡುತ್ತಿದ್ದರು. ಅಂದು ಶ್ರೀವಾಸ್ತವರ ಬಗ್ಗೆ ಸತ್ಯ ತಿಳಿದ ಮೇಲೆ ಮತ್ತೇನೂ ತಿಳಿಯುವ ಆಸಕ್ತಿ ಇರಲಿಲ್ಲ. ಮೌನವನ್ನು ಅಭ್ಯಾಸ ಮಾಡಿಕೊಂಡಳು. ರವಿ ಹುಟ್ಟಿದ ವರ್ಷದ ಮೇಲೆಯೇ ಚೇತರಿಸಿಕೊಂಡಿದ್ದು. ಒಂದು ನರ್ಸರಿ ಕಾನ್ವೆಂಟ್‌ನಲ್ಲಿ ಕೆಲಸ ಸಿಕ್ಕಮೇಲೆ ಜೀವನಕ್ಕೆ ಒಂದು ತಿರುವು ಸಿಕ್ಕರೂ ಸ್ವಭಾವದಲ್ಲಿ ಯಾವುದೇ ಏರುಪೇರಿಲ್ಲ.

ಅಂದು ಕಾಲೇಜಿನಿಂದ ಬಂದ ರವಿ ಖುಷಿಯಾಗಿದ್ದ. ಭಾವಗೀತ ಗುನುಗುತ್ತ ಮುಖ ತೊಳೆದು ಬಂದ.

"ಇವತ್ತು ಫಿಲಂ ಪ್ರೋಗ್ರಾಂ. ಯಾರೂ ತಪ್ಪಿಸಿಕೊಳ್ಳೋ ಹಾಗಿಲ್ಲ." ಕ್ರಾಪ್ ಬಾಚ ತೊಡಗಿದ. ಕೂತಿದ್ದ ಸುಕನ್ಯ ಮೇಲೆದ್ದರು. "ನಾನಂತೂ ರೆಡಿ" ರವಿ ಪಕ್ಕಕ್ಕೆ ನೋಟ ಹರಿ ಸಿದ. "ಅಮ್ಮ." ಎಂದು ಕೂಗಲು ಅವನಿಗೆ ಸಂಕೋಚ. ಇನ್ನ ಮುಗ್ಧತೆ ಮಾಸದ ಸೌಮ್ಯ ಮುಖ. ಕಣ್ಣುಗಳಲ್ಲಿ ಇನ್ನ ಕನಸುಗಳು ದಟ್ಟವಾಗಿವೆ ಎನ್ನುವ ಭ್ರಾಂತಿ ಹುಟ್ಟಿಸುತ್ತಿತ್ತು.

ದೀರ್ಘವಾಗಿ ತದೇಕಚಿತ್ತನಾಗಿ ನೋಡಿದವನು ಹತ್ತಿರ ಹೋಗಿ ಕೂತ. "ಮಮ್ಮಿ ನಿನ್ನಂಥ ತಾಯಿ ಎಲ್ಲರಿಗೂ ಸಿಗೋಲ್ಲ. ಐಯಾಮ್ ಪ್ರೌಡಾಫ್ ಯು. ಯಾವ್ದೇ ಕಾರಣ ಕೇಳೋಕೆ ಸಿದ್ಧವಿಲ್ಲ. ಬೇಗ ರೆಡಿಯಾಗ್ಬೇಕು" ಆತುರಪಡಿಸಿದ. ಹೊರಗೆಹೋಗುವ ಇಚ್ಛೆ ಇಲ್ಲದಿದ್ದರೂ ಮಗನನ್ನು ನಿರಾಸೆಪಡಿಸಲು ಚಾರುಲತಾಗೆ ಇಷ್ಟವಾಗಲಿಲ್ಲ. ಅಣ್ಣನ ಕಡೆ ನೋಡಿದರು. ಕಣ್ಣಿನಲ್ಲಿ ಪ್ರಶ್ನೆ ಇತ್ತು.

ಭಾಸ್ಕರ್ ನಸುನಕ್ಕರು. "ಹಾ, ಎಲ್ಲರೂ ಹೋಗೋಣ" ಆ ಕ್ಷಣ ಅರಳಿದ ಯಾರ ಮನಸ್ಸನ್ನೂ ನೋಯಿಸಲು ಇಚ್ಛಿಸಲಿಲ್ಲ. "ಚಾರು... ಏಳು" ತಾವೊಂದು ಮಾತು ಸೇರಿಸಿದರು.

ತುಟಿ ಕಚ್ಚಿ ಚಾರುಲತ ಎದ್ದರು. ಶಾಲೆ ಬಿಟ್ಟು ಹೊರಹೋಗುವುದನ್ನ ತಪ್ಪಿಸು ತ್ತಿದ್ದರು. ಆದರೆ ರವಿ ಬಲವಂತ ಮಾಡಿ ಎಳೆದೊಯ್ಯುತ್ತಿದ್ದ. ಸಾಕಷ್ಟು ಮಾತಾಡುತ್ತಿದ್ದ. ಎಂದೂ ಗತವನ್ನು ನೆನಪಿಸುವುದಾಗಲಿ, ತನಗೆ ಆಗಿದ್ದ ಅನ್ಯಾಯದ ಬಗ್ಗೆ ಕಿಡಿ ಕಾರುವುದಾಗಲಿ ಕಂಡಿರಲಿಲ್ಲ.

* * *

ಅಂದು ಶ್ರೀವಾಸ್ತವರ ಕಾರು ನೇರವಾಗಿ ಕಾಲೇಜು ಆವರಣ ಪ್ರವೇಶಿಸಿತು. ಅದೇನು ಅಪರೂಪವಲ್ಲ. ರೋಹಿತ್‌ನ ವ್ಯಾಸಂಗದ ಬಗ್ಗೆ ಮಾತಾಡಲು ತಾವೇ ಬರು ತ್ತಿದ್ದರು. ಲವಲೇಶವು ದೊಡ್ಡಸ್ಥಿಕೆಯ ಛಾಪು ಇರಲಿಲ್ಲ. ಇಂದಿನದು ಅಂಥ ಪ್ರಸಂಗವಿಲ್ಲ. ರವಿಯನ್ನ ನೋಡಲು ಅವರ ಮನಸ್ಸು ಹಂಬಲಿಸುತ್ತಿತ್ತು. ಮೆಟ್ಟಿ ಮೆಟ್ಟಿ ಸಾಕಾಗಿದ್ದರು.

ಒಂಟಿಯಾಗಿ ಬರುತ್ತಿದ್ದ ರವಿ ಕಾರು ಇಳಿದಕೂಡಲೆ ಎದುರಾದ. ಅವರ ಕಣ್ಣುಗಳು ಅರಳಿದವು. "ಅರೆ, ರವಿ ಯಾಕೆ ಬರ್ಲಿಲ್ಲ?" ಅವರ ಪ್ರಶ್ನೆಗೆ ಉತ್ತರಿಸಲು ಅವನಿಂದಾಗಲಿಲ್ಲ. ಭುಜ ತಟ್ಟಿ ಡೋರ್ ತೆಗೆದರು. 'ಹತ್ತು, ಬರದಿದ್ದಕ್ಕೆ ಪನಿಷ್‌ಮೆಂಟ್!" ಧಿಕ್ಕರಿಸುವುದಾಗಲಿ, ನಿರಾಕರಿಸುವುದಾಗಲಿ ಅವನಿಂದಾಗಲಿಲ್ಲ. ಹತ್ತಿ ಕೂತ.

ಶ್ರೀವಾಸ್ತವರೇ ಸ್ಟೇರಿಂಗ್ ವ್ಹೀಲ್ ಮುಂದೆ ಕೂತಿದ್ದರು. ಆವರಣ ಬಿಟ್ಟು ಹೊರ ಬಂದಾಗ ಕಾರಿನ ವೇಗ ಹೆಚ್ಚಿಸಿದರು. ಕಾರು ಹಂಸತೂಲಿಕದಂತೆ ತೇಲುತಿತ್ತು. ಕಾರಿನಲ್ಲಿ ಅವರ ಪಕ್ಕದಲ್ಲಿ ಕೂತ ಅನುಭವ ರವಿಗೆ ಆಹ್ಲಾದಕರವಾಗಿತ್ತು. ಎಲ್ಲೋ ಏನೋ ಕಳೆದುಕೊಂಡಿದ್ದು ಶ್ರೀವಾಸ್ತವರ ಸಮೀಪದಲ್ಲಿ ಸಿಗುತ್ತಿತ್ತು.

"ಸರ್, ನೀವು ಎಕ್ಸಲೆಂಟ್ ಡ್ರೈವರ್" ರವಿ ಮೆಚ್ಚಿಗೆಯಾಡಿದಾಗ ಅವನತ್ತ ನೋಟ ಹರಿಸಿ ನಕ್ಕರು. "ನೀನು ಇಷ್ಟಪಟ್ರೆ... ನಾನೇ ಕಲಿಸ್ತೀನಿ" ಸಹಜವಾಗಿ ಹೇಳಿದರು. ಅವನಿಗೆ ನಿಜವಾಗಿ ಗಾಬರಿಯಾಯಿತು. ಶ್ರೀವಾಸ್ತವ ಸರಿಯಾಗಿದ್ದಾರೆಯೇ?

ದೊಡ್ಡ ಫ್ಯಾಕ್ಟರಿಯ ಓನರ್. ಒಂದು ಆಫೀಸ್‌ನ ಎಂ.ಡಿ. ಸಮಾಜದ ಗಣ್ಯ, ಶ್ರೀಮಂತ ವ್ಯಕ್ತಿ. ಕನಿಷ್ಟ ನಾಲ್ಕು ಮಂದಿ ಡ್ರೈವರ್‌ಗಳನ್ನ ಹೊಂದಿರುವ ಯಜಮಾನ. ರೋಹಿತ್‌ಗೆ ಕೂಡ ಅವರೇ ಡ್ರೈವಿಂಗ್ ಕಲಿಸಿರಲಾರರು. ಈಗ ತನ್ನ ಬಗ್ಗೆ ತೋರಿಸು ತ್ತಿರುವ ಆಪ್ಯಾಯಮಾನತೆಗೆ-ಆತಂಕದ ಜೊತೆ ಹಾಯೆನಿಸಿತು.

ಕಾರು ನಿರ್ಜನವಾದ ಕಡೆಗೆ ಧಾವಿಸುತ್ತಿತ್ತು. ಏಕಾಂತವಾದ ಸ್ಥಳದಲ್ಲಿ ಕೂತು ರವಿಯೊಂದಿಗೆ ಮಾತಾಡಬೇಕು. ಅಂತಹ ಮುಖ್ಯವಾದ ಉದ್ದೇಶಗಳು ಇಲ್ಲದಿದ್ದರೂ ಹಂಬಲಿಕೆ. ಮನೆಯಲ್ಲಿ ಚಡಪಡಿಸಿ ಹೋಗಿದ್ದರು. ಹೆಚ್ಚುಹೆಚ್ಚು ಅಚಲಾಯಿಂದಲೂ ಅವರ ಮನ ಹಿಂದೆಗೆಯುತ್ತಿತ್ತು.

ಶ್ರೀವಾಸ್ತವ ಕಾರು ನಿಲ್ಲಿಸಿ ರವಿಯ ಕಡೆ ನೋಡಿದರು. "ಮತ್ತೆ ಯಾಕೆ ಬರ್ಲಿಲ್ಲ. ರವಿ?" ಅವರ ಪ್ರಶ್ನೆಗೆ ಏನೆಂದು ಉತ್ತರಿಸಿಯಾನು? ಅವನಿಗೂ ತುಡಿತವಿತ್ತು. ಹತ್ತಿಕ್ಕಿದ್ದ. ಆಫೀಸ್‌ಗೆ ಫೋನ್ ಮಾಡಿ ರೋಹಿತ್‌ನ ವಿಚಾರಿಸಿದ್ದ "ಜ್ವರ ಇಲ್ಲ. ಡಾಕ್ಟ್ರ ಬಲವಂತಕ್ಕೆ

ರೆಸ್ಟ್. ನೀನ್ಯಾಕೆ ಬರ್ಲಿಲ್ಲ? ಸಂಜೆ ಕೂತು ಜಾಲಿಯಾಗಿ ಮಾತಾಡ್ಬಹುದ್ದು" ಆಹ್ವಾನಿಸಿದ್ದ. "ಆಯ್ತು" ಅಂದಿದ್ದರೂ ಹೋಗಿರಲಿಲ್ಲ.

"ಕಾಲೇಜು, ಓದು ಅಲ್ಲಿಗಲ್ಲಿಗೆ ಸರಿಹೋಗ್ತಾ ಇತ್ತು. ರೋಹಿತ್‌ನ ಫೋನ್ ಮಾಡಿ ವಿಚಾರಿಸಿದ್ದೆ" ಎಂದಾಗ ಶ್ರೀವಾಸ್ತವರಿಗೆ ಒಂದು ರೀತಿಯ ಸಮಾಧಾನ. ತನ್ನ ಆದರ, ವಿಶ್ವಾಸ ರವಿಗೆ ಹಿಂಸೆಯಲ್ಲ. "ಕಮಾನ್" ಕೆಳಗಿಳಿದರು.

ಮಧ್ಯಾಹ್ನದ ಜೋರು ಬಿಸಿಲು, ಮರಗಳ ಗುಂಪಿನತ್ತ ನಡೆದರು ಇಬ್ಬರೂ. ಸಂದಿಗ್ಧದಲ್ಲಿ ಸಿಲುಕಿತ್ತು ರವಿಯ ಮನಸ್ಸು.

ಶ್ರೀವಾಸ್ತವ ಮರದ ಬೊಡ್ಡೆಯ ಮೇಲೆ ಕೂತಾಗ ಒರಗಿನಿಂತ ರವಿ. ಕಣ್ತುಂಬಿಕೊಳ್ಳುವಂತೆ ನೋಡಿದರು. ರವಿಯನ್ನು ಕಂಡರೆ ನಮಗೆ ಪ್ರಾಣ ಎನ್ನುವಂಥ ಹಿಂಸೆಗೆ ಒಳಗಾಗಿ ಬಿಡುತ್ತಿದ್ದರು.

ಎದೆಯ ಮೇಲೆ ಕೈಕಟ್ಟಿ ನಿಂತ ಅವನನ್ನ ನೋಡಿದರು. "ದಿನಕ್ಕೊಂದು ಸಲ ಬಾ. ನಿನ್ನ ನೋಡಿದ್ರೆ ನಂಗೆ ಒಂದು ತರಹ ತೃಪ್ತಿ, ಸಂತೋಷ, ಸಮಾಧಾನ. ಯಾಕೆ. ಏನೂಂತ ಕೇಳ್ಬೇಡ. ಪ್ಲೀಸ್, ಅಂಡರ್‌ಸ್ಟ್ಯಾಂಡ್ ಮಿ" ಅವನ ಕಣ್ಣಲ್ಲಿ ಕಣ್ಣಿಟ್ಟು ನೋಡಿದರು. ಅಂತರ್ಜಲದಂತೆ ಹರಿಯಿತು ಪ್ರೀತಿ.

ಮೌನವಾಗಿ ತಲೆ ಬಗ್ಗಿಸಿ ನಿಂತಿದ್ದ ರವಿ ಮೆಲ್ಲನೆ ಉಸುರಿದ. "ಎಕ್ಸ್‌ಕ್ಯೂಸ್ ಮಿ ಸರ್. ನಾನು ಪದೇ ಪದೇ ಬರೋದು ನಿಮ್ಮಿಂದ ಸಹಾಯ ಪಡ್ಯೋಕೆ ಅನ್ನೋ ಅನುಮಾನ ಕೆಲವರಿಗೆ. ಅನವಶ್ಯಕವಾಗಿ ಸುಳ್ಳು ಆಪಾದನೆಗೆ ಗುರಿಯಾಗ್ಬೇಕಾಗುತ್ತದೆ. ಬೇರೆಯವ್ರ ಸಹಾಯ ಪಡ್ಯೋ ಸ್ಥಿತಿಯಲ್ಲಿ ನಾನು ಇಲ್ಲ. ಕಡೆಯಲ್ಲಿ ಸ್ವಾಭಿಮಾನಕ್ಕೆ ಪೆಟ್ಟು ಬಿದ್ದು 'ಭುಸ್' ಎಂದಂತಾಯಿತು. ಬಿಗಿದ ಅವನ ಹುಬ್ಬುಗಳನ್ನೇ ನೋಡಿದರು.

ಅವರಿಗೆ ಈಗ ಕಾರಣದ ಅರಿವಾಯಿತು. ಅಚಲಾ ಒಂದಲ್ಲ ನಾಲ್ಕು ಸಲ ರವಿಯ ಬಗ್ಗೆ ಪ್ರಶ್ನಿಸಿದ್ದರು. "ಸುಮ್ಮಸುಮ್ಮೇ ಯಾರೂ ಬರೋಲ್ಲ. ಒಂದಿಷ್ಟು ಹೆಲ್ಪ್ ಮಾಡಿ ಸುಮ್ಮನಿದ್ಬಿಡಿ. ಸಹಾಯಕ್ಕಾಗಿ ಬಂದ ಹುಡ್ಗರನ್ನೆಲ್ಲ ಹಚ್ಚಿಕೊಳೋದ್ಬೇಡ." ತಮ್ಮ ಸಲಹೆಯನ್ನ ಸೇರಿಸಿದ್ದರು. ರವಿಯ ಮಾತಿನ ಉಗಮ ಎಲ್ಲಾಯಿತೆಂದು ಅವರಿಗೆ ಅರ್ಥವಾಯಿತು.

ಎದ್ದು ಅವನ ಭುಜದ ಮೇಲೆ ಕೈಯಿಟ್ಟರು. "ಡೋಂಟ್ ವರೀ, ರವಿ ನಂಗೋಸ್ಕರ ನೀನು ಬಾ." ಅಷ್ಟು ಬಿಟ್ಟು ಬೇರೇನೂ ಹೇಳಲಾರದೆ ಹೋದರು.

ಆದರೆ ಷಾಪಿಂಗ್‌ಗೆ ಬಂದಿದ್ದ ಅಚಲಾ ಕಾರಿನಲ್ಲಿ ರವಿ ಇದ್ದಿದ್ದನ್ನ ಗುರ್ತಿಸಿ ವಿಸ್ಮಿತರಾದರು. ಹುಟ್ಟಿದ ಅನುಮಾನ ರೆಂಬೆಕೊಂಬೆಗಳಿಂದ ವಿಸ್ತರಿಸಿಕೊಂಡಿತು. ಅವರದು ಒಂದೇ ಪ್ರಶ್ನೆ. ರವಿ ಯಾರು?

ಮನೆಗೆ ಹೋದಕೂಡಲೇ ರೋಹಿತ್‌ನ ಕರೆಸಿಕೊಂಡು ಪ್ರಶ್ನಿಸಿದರು. "ರವಿ ಯಾರು?" ಅವನ ಹುಬ್ಬುಗಳು ಬೆಸೆದುಕೊಂಡವು. ನಕ್ಕುಬಿಟ್ಟ: "ನಿಂಗೆ ಯಾಕಮ್ಮ ರವಿ

ಬಗ್ಗೆ ಆಸಕ್ತಿ? ತುಂಬ ಎಫಿಷಿಯಂಟ್. ಒಳ್ಳೆ ಸ್ಟೂಡೆಂಟ ಡಿಗ್ರಿಯಲ್ಲಿ ಮೊದಲ ರ್‍ಯಾಂಕ್ ಅವನದಾದ್ರೂ ಹೆಚ್ಚಲ್ಲ ಅಂತ ಮಾತಾಡ್ಕೋತಾರೆ. ಇನ್ನ ಸುಂದರ ರೂಪು, ಒಳ್ಳೆಯ ಮೈಕಟ್ಟು ಯುವತಿಯರು ಕದ್ದಾದ್ರೂ ಒಮ್ಮೆ ನೋಡ್ತಾರೆ. ನೋ ಯೂಸ್. ಅವ್ನಿಗೆ ಹೆಣ್ಣುಗಳ ಬಗ್ಗೆ ಆಸಕ್ತಿ ಇಲ್ಲ. ಯಾವ್ದೇ ಸ್ಪೋರ್ಟ್ಸ್ ಕೋರ್ಟಿನಲ್ಲಿ ಅವ್ನು ಇರ್ತಾನೆ. ಒಳ್ಳೆ ವಾಗ್ಮಿ, ತರ್ಕಬದ್ಧವಾಗಿ ಯಾವ್ದೇ ವಿಷ್ಯಾನ ಮಾತಾಡಬಲ್ಲ. ಡೀಪ್ ಕಾನ್‌ಸಂಟ್ರೇಷನ್, ಹೈಲಿ ಥಿಂಕಿಂಗ್, ಮೋಸ್ಟ್ಲಿ ಕ್ರಿಯೇಟಿವ್ – ಇವು ಅವ್ನ ಬಗ್ಗೆ ಇರೋ ಆಪಾದನೆಗಳು! ಇದಿಷ್ಟು ಸಾಕು? ಮತ್ತೇನಾದ್ರೂ ಬೇಕಾ? ಮುಂದೇನು ಮಾಡ್ತೀಯಾಂದ್ರೆ ನಕ್ಕುಬಿಡ್ತಾನೆ. ಡಾಕ್ಟರ್ ಕೋರ್ಸ್, ಇಂಜಿನಿಯರ್ಸ್‌ನಂಥ ಕಮಾಯಿಸೋ ಕೋರ್ಸ್‌ಗಳ್ನ ಬಿಟ್ಟು ಬರೀ ಡಿಗ್ರಿಗೆ ಸೇರಿಕೊಂಡ ಪೆದ್ದ" ಹೇಳಿ ಸುಸ್ತಾದವನಂತ ಉಸಿರು ದಬ್ಬಿದ ನಟನೆ ಮಾಡಿದ.

ಒಂದು ನಿಲುವಿಗೆ ಕಮಿಟ್ ಆಗಲಾರದೆ ಹೋದರು ಅಚಲಾ, ರವಿ ಸಹಾಯ ಯಾಚಿಸಲು ಬರಲಾರ. ರೋಹಿತ್‌ನಲ್ಲಿ ಕಾಣದ ಗುಣಗಳಿಂದ ಆಕರ್ಷಿತರಾದರೇ?

"ಡ್ಯಾಡಿಯ ಹಾಗೆ ನಿಂಗೂ ರವಿಯ ಬಗ್ಗೆ ಆಕರ್ಷಣೆ. ಹೇಗೂ ನಾನೊಬ್ನೇ ಇರೋದು. ದತ್ತು ಕೊಟ್ರೆ... ತಗೊಂಡ್ಬಿಡು. ಜವಾಬ್ದಾರಿ ಪೂರಾ ರವಿಯ ಮೇಲ್ಹಾಕಿ ನಾನು ಆರಾಮಾಗಿದ್ಬಿಡ್ತೀನಿ" ಮಗ ಹಗುರವಾಗಿ ಆಡಿದಾಗ ರೇಗಿದರು.

"ಛಿ, ನಿಂಗೆ ಸ್ವಲ್ಪ ಕೂಡ ರೆಸ್ಪಾನ್ಸಿಬಲಿಟಿ ಬೇಡ. ಸಮಾಜದಲ್ಲಿ ಸೋಮಾರಿತನಕ್ಕೆ ಮನ್ನಣೆ ಸಿಗೋಲ್ಲ. ಹುಚ್ಚುಚ್ಚಾಗಿ ಮಾತಾಡ್ಬೇಡ."

ರೋಹಿತ್ ಮೇಲಕ್ಕೆ ನೋಡಿ ಕೈಜೋಡಿಸಿದ: "ಓಕೆ ಮಮ್ಮಿ.. ಓಕೆ... ಇನ್ನೇನು ವರೀ ಮಾಡ್ಕೊಬೇಡ. ನೀವು ಕೇಳಿದ್ರೀಂತ ಅವರೇನು ರವೀನ ನಿಮ್ಗೆ ದತ್ತು ಕೊಡೋಲ್ಲ. ಕಾರು ಹತ್ತೋಕೆ ಕೂಡ ರವಿ ಮಾವ ಇಷ್ಟಪಡೊಲ್ಲ. ಅವ್ರು ಶ್ರೀಮಂತ ಜನ ಅಂದ್ರೆ ಸ್ವಾಭಿಮಾನ, ಮನಸ್ಸು ಹೃದಯದಿಂದ ದೊಡ್ಡವರಾದವ್ರು."

ಆಕೆ ಸುಸ್ತಾದರು. ರವಿಯ ಮೇಲೆ ಶ್ರೀವಾಸ್ತವರಿಗೆ ಇರುವ ಆದರಾಭಿಮಾನಗಳೇ ರೋಹಿತ್‌ಗೂ ಇದೆಯೆಂದು ಗೊತ್ತಾದ ಮೇಲೆ ಇನ್ನಷ್ಟು ಅಸೂಯೆ ಮೂಡುವುದರ ಜೊತೆಗೆ ಅದರ ಹಿನ್ನೆಲೆ ತಿಳಿಯಬೇಕೆಂಬ ಕೆಟ್ಟ ಹಠ ಕೂಡ ಮೂಡಿತು.

ಪ್ರೀತಿಯಿಂದ ರೋಹಿತ್‌ನ ಕ್ರಾಪ್‌ನ ಕೂದಲು ಕೆದರಿ "ರವಿ, ಮಾವನ್ನ ಒಂದ್ಸಲ ಕರ್ಕೊಂಡ್ಬಾ ಆ ಹುಡ್ಗನಿಗೆ ನಾವೇನಾದ್ರೂ ಹೆಲ್ಪ್ ಮಾಡೋಕೆ ಸಾಧ್ಯನಾಂತ ಯೋಚ್ಸೋಣ" ತಬ್ಬಿಬ್ಬಾದ ರೋಹಿತ್.

"ನಾಟಿ ಈಸೀ, ಅವ್ರಿಗೆ ನಿನ್ನ ಸಹಾಯದ ಅಗತ್ಯವಾದ್ರೂ ಏನು? ರವಿ ರ್‍ಯಾಂಕ್ ಸ್ಟೂಡೆಂಟ್. ಮುಂದು ಅದು ಅವ್ನ ಬುಟ್ಟಿಗೆ. ಬೇರೇನಾದ್ರೂ ಮಾತಾಡು" ಸಮಾಪ್ತಿ ಮಾಡಿಬಿಟ್ಟ.

ಅಚಲಾ ಮಾತ್ರ ಸಮಾಧಾನಗೊಳ್ಳಲಿಲ್ಲ. ರವಿನ ಕೂಡಿಸಿಕೊಂಡು ಡ್ರೈವ್ ಮಾಡುವಂಥ ಆತ್ಮೀಯತೆ, ಹುಷಾರಿಲ್ಲದಾಗ ಪಕ್ಕದಲ್ಲಿ ಕೂಡಿಸಿಕೊಂಡು ಸಂತೋಷ

ಪಡುವಿಕೆ, ವಿರೋಧಾಭಾಸಗಳಾಗಿ ಕಂಡಿತು. ಇಪ್ಪತ್ತು ವರ್ಷದ ದಾಂಪತ್ಯ ಬದುಕಿನಲ್ಲಿ ಇದು ಹೊಸದು. ರೋಹಿತ್, ಅಚಲಾ ಮಾತ್ರ ಅವರ ಬದುಕಾಗಿದ್ದರೆಂದು ಎಲ್ಲರ ನಂಬಿಕೆ.

ಕಡೆಗೆ ತಮ್ಮ ಅಸಹನೆಯನ್ನ ಚೆಲ್ಲಿಬಿಟ್ಟರು. "ನಂಗೆ ರವಿ ಇಷ್ಟವಾಗ್ಲಿಲ್ಲ! ಹಸುವಿನ ಮುಖ ಹೊತ್ತ ಗೋಮುಖ ವ್ಯಾಘ್ರ!" ತಾಯಿಯ ಮಾತುಗಳಿಗೆ ಗಾಬರಿಯಾದ. ಇಂಥ ಕೆಟ್ಟ ಆರೋಪ!

"ಎಲ್ಲಾ ಕನ್‌ಫ್ಯೂಷನ್! ರವಿಯ ಬಗ್ಗೆ ಎಂಥ ಕೆಟ್ಟ ಅಭಿಪ್ರಾಯ. ದಿಸ್ ಇಸ್ ಬ್ಯಾಡ್" ಮುಖ ಸಿಂಡರಿಸಿದ. ವ್ಯರ್ಥವಾದ ಇಂತಹ ಆರೋಪ ಯಾರ ಮೇಲೂ ತಾಯಿ ಮಾಡಿದ ಹಾಗೆ ಜ್ಞಾಪಕವಿರಲಿಲ್ಲ.

ಸುಖದ ಮಹಲಿನಲ್ಲಿ ರಾಣಿಯಂತೆ ವಿಹರಿಸುತ್ತಿದ್ದ ಅಚಲಾಗೆ ರವಿ ತನ್ನೆಲ್ಲವನ್ನ ಕಸಿಯಲು ಬಂದ ದರೋಡೆಗಾರನೆನಿಸಿತು. ಯಾಕೆ? ಏನು ಕಸಿದಿದ್ದಾನೆ? ಆಸ್ತಿ ಅಂತಸ್ತೆ, ಮತ್ತೇನು? ಇವೆಲ್ಲದರ ಬಗ್ಗೆ ಆಕೆ ಲೆಕ್ಕ ಇಡಲಾರಳು ಮಾತ್ರವಲ್ಲ, ಹೆಚ್ಚಿಗೆ ಬಾಧಿಸಲಾರಳು. ಅವನು ಕಸಿದಿದ್ದು ಶ್ರೀವಾಸ್ತವರ ಹೃದಯದ ಪ್ರೀತಿ, ಪ್ರೇಮ, ಆದರ. ಮೊದಲಿನ ಹಾಗೆ ತನ್ನ ಬಳಿ ಮಾತಾಡಲು ಅವರಿಗೆ ಇಷ್ಟವಿಲ್ಲವೆಂಬ ತೀರ್ಮಾನಕ್ಕೆ ಬಂದಿದ್ದರು ಅಥವಾ ಅಂಥದೊಂದು ಭ್ರಮೆಯೋ!

ಹತ್ತು ನಿಮಿಷದ ನಂತರ ರೋಹಿತ್ ಪೂರ್ತಿಯಾಗಿ ಈ ಮಾತುಗಳನ್ನ ಮರೆತುಬಿಟ್ಟ. ಅಚಲಾ ಮಾತ್ರ ಅದೇ ಗುಂಗಿನಲ್ಲಿದ್ದರು.

ಬಂದ ಶ್ರೀವಾಸ್ತವ ಹೆಚ್ಚು ಸಂತೋಷವಾಗಿದ್ದರು. "ಬ್ಯಾಡ್ಮಿಂಟನ್... ಆಡೋಣ" ಎಂದವರು ಹೋಗಿ ಷಾರ್ಟ್ಸ್ ತೊಟ್ಟು ಬಂದರು. ನವತಾರುಣ್ಯದ ಚೆಲುವು ಗಂಡನ ಮುಖದಲ್ಲಿ ಉಕ್ಕುತ್ತಿದ್ದುದನ್ನ ಕಂಡು ಅಚಲಾ ಕಣ್ಣರಳಿಸಿದರು. "ಯು ಆರ್ ಟೂ ಯಂಗ್. ನಿಮ್ಮ ವಯಸ್ಸಿಗೆ ಹತ್ತು ವರ್ಷ ಚಿಕ್ಕವರಾಗಿಯೇ ಕಾಣ್ತೀರಾ. ಸೂಪರ್ಬ್" ಹೆಂಡತಿಯ ಮೆಚ್ಚಿಗೆಗೆ ಕಣ್ಣರಳಿಸಿದರು. ಹಿಂದೆ ಅಪ್ಪಿ ಮುದ್ದಿಸುತ್ತಿದ್ದರು. ಈಗ ಸ್ವಲ್ಪ ದೂರವೇ. ಹೃದಯಾಘಾತವಾದ ಮೇಲೆಯೇ ಆ ಬದಲಾವಣೆ.

ಇಂದೂ ಬ್ಯಾಟ್ ಮುಟ್ಟಲು ಅಚಲಾ ಇಚ್ಛಿಸಲಿಲ್ಲ. ತಂದೆ, ಮಗ ಕೋರ್ಟಿಗೆ ಹೋದರು. ರೋಮಾ ಫೈಲು ಹಿಡಿದು ಬಂದಾಗ ಒಳಗೆ ಕರೆದೊಯ್ದು ಕೂಡಿಸಿ ಕೊಂಡರು.

"ಈಚೆಗೆ ಕಾಣಲೇ ಇಲ್ಲ?" ಪ್ರಶ್ನಿಸಿದಾಗ ರೋಮಾ ಮುಖದ ಬೆವರನ್ನ ತೊಡೆದುಕೊಂಡಳು. "ಇಲ್ಲ ಮೇಡಮ್, ಅವಕಾಶವಾಗ್ಲಿಲ್ಲ. ಇಯರ್ ಎಂಡಿಂಗ್ ಅಡ್ಮಿನಿಸ್ಟ್ರೇಷನ್ ಸೆಕ್ಷನ್ ಸ್ವಲ್ಪ ಬಿಜ಼ಿನೆ. ಆದ್ರೂ... ಬಾಸ್ ಆ ಟೆನ್ಶನ್‌ನಲ್ಲಿ ಮಿಂಗಲ್ ಆಗದವರ ಹಾಗೇ ಆರಾಮಾಗಿ ಇರ್ತಾರೆ." ಮಚ್ಚಿಗೆ ವ್ಯಕ್ತಪಡಿಸಿದಳು. ಹಿಂದೆ ಹಿಗ್ಗಿ ಹೀರೇಕಾಯಿ ಆಗುತ್ತಿದ್ದ ಅಚಲಾ ಮುದುಡಿಯೇ ಕೂತರು.

ತಾನು ಕೇಳುವುದು ಸರಿಯೋ ತಪ್ಪೋ ಎಂದು ವಿವೇಚಿಸುವ ಮುನ್ನವೇ ಪ್ರಶ್ನಿಸಿ ಬಿಟ್ಟರು. "ಆ ರವಿ ಯಾರು?" ರೋಮಾ ಕಣ್ಣುಗಳು ಅವರೆಕಾಳಿನಷ್ಟು ಕಿರಿದಾದವು. ನೆನಪಿಸಿಕೊಂಡಳು. "ಯಾವ... ರವಿ?" ಈಗ ಎಚ್ಚೆತ್ತುಕೊಂಡರು. "ನಿಂಗೆ ಗೊತ್ತಿಲ್ಲ ಬಿಡು" ಎದ್ದುಹೋದರು.

ವಾಸ್ತವ, ಅಚಲಾ ಅವರ ಬಗ್ಗೆ ಉನ್ನತಭಾವಗಳು ರೋಮಾಗೆ ಪ್ರಿಯ ದಾಂಪತ್ಯ ವೆಂದರೆ ಅವರದೇ – ಎಷ್ಟೋ ಜನರ ಬಳಿ ಹೇಳಿಕೊಂಡಿದ್ದಳು.

ತಂದೆ, ಮಗ ಒಟ್ಟಿಗೆ ಬ್ಯಾಟುಗಳನ್ನು ಹಿಡಿದುಬಂದಾಗ ರೋಮಾ ವಿನಯದಿಂದ ಮೇಲಕ್ಕೆದ್ದಳು. "ಎಕ್ಸ್‌ಕ್ಯೂಸ್ ಮಿ. ಈ ಲೆಟರ್ ಬೆಳಿಗ್ಗೆನೇ ಪೋಸ್ಟ್ ಆಗ್ಬೇಕಿತ್ತು ಅದ್ಕೇ ಬಂದೆ" ಕೂಡುವಂತೆ ಸನ್ನೆ ಮಾಡಿ ಅಲ್ಲಿಯೇ ಕೂತರು.

ರೋಹಿತ್ ಒಳಗೆಹೋದ. "ರವಿ ಯಾರು? ಮೇಡಮ್ ಕೇಳಿದ್ರು" ಸರಳವಾಗಿ ಪ್ರಶ್ನಿಸಿಬಿಟ್ಟಳು. ಶ್ರೀವಾಸ್ತವ ಚಕಿತರಾದರು. 'ರವಿನ್...' ಎಂದವರು ಸುಮ್ಮನಾಗಿಬಿಟ್ಟರು. ಅವರ ಅಂತರಂಗದಲ್ಲಿ ತೂಫಾನ್ ಎದ್ದಿತ್ತು. ರವಿಯ ಬಗ್ಗೆ ರೋಮಾನ ಪ್ರಶ್ನಿಸುವ ಅಗತ್ಯವಿತ್ತೆ?

ರಾತ್ರಿಯವರೆಗೂ ಈ ಅಸಹನೆ, ಅಸಮಾಧಾನ ಅಡಗಿಸಿಟ್ಟವರು ಒಮ್ಮೆಲೇ ಕಾರಿದರು. "ನಾನು ರವಿ ಬಗ್ಗೆ ನಿಂಗೆ ಹೇಳಿದ್ದೆನಲ್ಲ. ರೋಮಾ ಬಳಿ ಪ್ರಶ್ನಿಸುವ ಅಗತ್ಯ ವೇನಿತ್ತು?" ಅಂದು ರವಿ ತೋಡಿಕೊಂಡಿದ್ದಕ್ಕೂ ಸ್ಪಷ್ಟತೆ ಸಿಕ್ಕಿತ್ತು. "ಅವ್ನು ನನ್ನಿಂದ ಯಾವ್ದೇ ಸಹಾಯ ಪಡೆದಿಲ್ಲ. ಪಡ್ಯೋ ಉದ್ದೇಶವೂ ಇಲ್ಲ. ಆದ್ರ ಅಗತ್ಯ ಕೂಡ ಇಲ್ಲ" ಧ್ವನಿಯೇರಿಸಿದರು ಮೊದಲ ಬಾರಿ. ಅಚಲಾ ಕಕ್ಕಾಬಿಕ್ಕಿಯಾದರು. ಯಾವುದೇ ಸಂದರ್ಭದಲ್ಲಿ ತಾಳ್ಮೆ ಕಳೆದುಕೊಳ್ಳದೆ ರಮಿಸುತ್ತಿದ್ದ ಶ್ರೀವಾಸ್ತವರನ್ನ ಕಂಡಿದ್ದರು. ಇಂದು ರವಿಯ ಬಗ್ಗೆ ಅಭಿಮಾನ, ಪ್ರೀತಿ ಇರಿಸಿಕೊಂಡು ಕೋಪ ಬರಿಸಿಕೊಂಡ ಅವರು ಬೇರೆಯಾಗಿ ಕಂಡರು.

"ನಿಮಗ್ಯಾಕೆ ರವಿಯ ಬಗ್ಗೆ ಅಕ್ಕರೆ? ಯಾವ್ದೋ ಯುವಕನ ವಿಷ್ಯಕ್ಕೆ ನನ್ನೇಲೆ ಕೋಪ ಮಾಡ್ಕೊಂಡ್ರಿ" ಮೃದುವಾಗಿ ಆಕ್ಷೇಪಿಸಿದರು ಅಚಲಾ. ಶ್ರೀವಾಸ್ತವರಿಗೆ ತಮ್ಮ ತಪ್ಪಿನ ಅರಿವಾಯಿತು. "ಸಾರಿ... ಅಚಲಾ.. ಸೋ ಸಾರಿ... ರೋಮಾನ ಪ್ರಶ್ನಿಸಬಾರ ದಾಗಿತ್ತು" ಕಡೆಯಲ್ಲೂ ಹೆಂಡತಿಯ ತಪ್ಪನ್ನ ಎತ್ತಿ ತೋರಿಸಿದರು. ತಪ್ಪಿನ ಅರಿವಿದ್ದರೂ ಪಶ್ಚಾತ್ತಾಪವಾಗಿ ಬದಲಾಗಿರಲಿಲ್ಲ.

ಕಂಡೂಕಾಣದಂತೆ ಮೂಡಿದ ಬಿರುಕು ಸ್ವಲ್ಪ ಸ್ವಲ್ಪವೇ ದೊಡ್ಡದಾಗತೊಡಗಿತು. ಮನೆಯಲ್ಲಿದ್ದಷ್ಟು ಹೊತ್ತು ಶ್ರೀವಾಸ್ತವ ಅಂತರ್ಮುಖಿಯಾಗಿರುತ್ತಿದ್ದರು. ತಾನು ಏನಾದೆ? ಇಷ್ಟು ದಿನ ಬದುಕಿದ ಜೀವನಕ್ಕೆ ಅರ್ಥವಿದ್ಯಾ? ಯೋಚನೆಗಳು ಕಾಡತೊಡಗಿತು.

ಅಂದು ಬಂದ ಫೋನ್ ಹೊಸ ಸುದ್ದಿ ತಿಳಿಸಿತು. ಅಚಲಾ ಅಣ್ಣ ಮತ್ತು ಅವರ ಫ್ಯಾಮಿಲಿ ಕುವೈತ್‌ನಿಂದ ಮರಳಿ ಭಾರತಕ್ಕೆ ಬರುತ್ತಿದ್ದರು. ಹೆಚ್ಚು ಸಂತೋಷವಾದದ್ದು

ಶ್ರೀವಾಸ್ತವರಿಗೆ ತಮ್ಮ ಭುಜಗಳ ಮೇಲಿನ ಭಾರ ಸ್ವಲ್ಪವಾದರೂ ಕಮ್ಮಿಯಾಗುತ್ತಲ್ಲ ಎನ್ನುವ ನೆಮ್ಮದಿ. ಮೊದಲು ಅವರಿಗೆ ವ್ಯಾಪಾರ, ವ್ಯವಹಾರ, ತಮ್ಮ ಕಂಪನಿಯ ಮೇಲಿನ ಇಂಟರೆಸ್ಟ್ ಈಚೆಗೆ ಕಡಿಮೆಯಾಗಿತ್ತು.

"ಗುಡ್ ನ್ಯೂಸ್..." ಸಂತಸ ವ್ಯಕ್ತಪಡಿಸಿದರು. ಅಚಲಾ ಮೌನವಾಗಿ ಎದ್ದು ಹೋದರು. ಇದು ಈಚೆಗೆ ಅಂಟಿಕೊಂಡ ಕಾಯಿಲೆ. ಘರ್ಷಣೆಗಳನ್ನ ತಪ್ಪಿಸಲೆಂದೋ ಅಥವಾ ವೈರಾಗ್ಯದ ಮುನ್ನಡೆಯೋ. ಆದಷ್ಟು ಮಾತು ಕಮ್ಮಿ ಮಾಡಿದ್ದರು ಅಚಲಾ.

ಎಲ್ಲಕ್ಕಿಂತ ತನ್ನನ್ನ ರಮಿಸಲಿ, ಹೊಗಳಲಿ, ತನ್ನನ್ನ ಆನಂದಪಡಿಸಲು ಯತ್ನಿಸಲಿ ಎನ್ನುವ ಧೋರಣೆ, ಆಸೆ. ಆ ನಿರೀಕ್ಷೆ ಈಚೆಗೆ ಬಹಳ ಸಲ ಹುಸಿಯಾಗುತ್ತಿತ್ತು.

* * *

ಡೈರಿಯೊಳಗೆ ಬಂದ ಡ್ರೈವರ್ ಒಂದು ಸ್ಲಿಪ್ ತಂದುಕೊಟ್ಟಾಗ ಭಾಸ್ಕರ್ ತಣ್ಣಗೆ ಎದ್ದು ಬಂದರು. ಗೆಳೆಯ ನನ್ನ ನೋಡದೇ ಇರೋದು ಅವರಿಗೂ ಕಷ್ಟವೆನಿಸುತ್ತಿತ್ತು. ಆದರೆ ಅಪಾಯವನ್ನ ಮೇಲೆ ತಂದುಕೊಳ್ಳಲು ಇಷ್ಟಪಡದೇ ದೂರವೇ ಇರಲು ನಿಶ್ಚಯಿಸಿದ್ದರು.

ಅರ್ಧ ದಿನ ಪರ್ಮಿಷನ್ ಪಡೆದು ಕಳುಹಿಸಿದ ಕಾರು ಹತ್ತಿದರು. ಮತ್ತೆ ಶ್ರೀ ಚಾರುಲತ ಬಗ್ಗೆಯೇ ಕೇಳುತ್ತಾನೆ. ಏನೆಂದು ಉತ್ತರಿಸುವುದು? 'ಪೂಲಿಶ್... ಅವನಿಗೆ ಸ್ವಲ್ಪವೂ ಅರ್ಥವಾಗದು' ಮನದಲ್ಲಿಯೇ ಬಯ್ದುಕೊಂಡರು.

ಛೇಂಬರ್ ಪ್ರವೇಶಿಸಿದಾಗ ನಿಶ್ಯಬ್ದ ವಾತಾವರಣದಲ್ಲಿ ಏರ್-ಕಂಡೀಷನರ್ ಸದ್ದು ಮಾತ್ರ ಇತ್ತು. ಕಣ್ಣಲ್ಲಿಯೇ ಕೂಡುವಂತೆ ಸನ್ನೆಮಾಡಿದ ಶ್ರೀವಾಸ್ತವ ಫೈಲಿನಲ್ಲಿ ಮಗ್ನರಾದರು. ಅತ್ಯಂತ ಸಂಯಮದಿಂದ ಮೂವತ್ತು ನಿಮಿಷಗಳಷ್ಟು ದೀರ್ಘಕಾಲ ಕಾದರು ಭಾಸ್ಕರ್.

"ಎಕ್ಸ್‌ಕ್ಯೂಸ್ ಮಿ, ಸರ್" ಭಾಸ್ಕರ್ ಮೇಲೆದ್ದಾಗ ತಲೆಯೆತ್ತದೆ ಕೂಡುವಂತ ಸನ್ನೆ ಮಾಡಿದರು. "ಪರ್ವಾಗಿಲ್ಲ ಕೂತ್ಕೊಳ್ಳಿ" ದನಿಗಡುಸಾಗಿತ್ತು. ಭಾಸ್ಕರ್ ಚಿಂತಿತರಾದರು. ಏನಾಗಿದೆ? ವಯಸ್ಸು ಸ್ವಲ್ಪ ಮೆತ್ತಗೆ ಮಾಡೋ ಬದಲು ಮತ್ತಷ್ಟು ಗಟ್ಟಿ ಮಾಡಿದೆಯಲ್ಲ ಎಂದುಕೊಂಡರು.

ಆಫೀಸ್ ಬಾಯ್ ಟೀ ತಂದಿಟ್ಟುಹೋದ "ತಗೋ... ಭಾಸ್ಕರ್" ಸಲುಗೆಯಿಂದ ಹೇಳಿದರು. ಭಾಸ್ಕರ್ ಮುಖದಲ್ಲಿ ಗೆಲುವು ತೇಲಿತು. "ಕರೆಸಿ ನನ್ನೇ ಕಾಯಿಸಿದೆಯಲ್ಲ... ಯೂ" ಕೈ ಎತ್ತಿದರು. ಶುಭ್ರ ಜಲದಂತೆ ಸ್ನೇಹ ಚಿಮ್ಮಿತು. ಟೀ ಕಪ್‌ಗಳು ಬರಿದಾದವು.

ಪೇಪರ್ ವೈಟನ್ನ ಸುತ್ತೊಡೆಸುತ್ತ ಶ್ರೀವಾಸ್ತವ ಪೊಲೀಸ್ ಸ್ಟೈಲ್‌ನಲ್ಲಿ ಪ್ರಶ್ನಿಸಿದರು. "ಎಲ್ಲಿ ಚಾರು? ನನ್ನ ತಪ್ಪು ದೊಡ್ಡದಿರಬಹುದು. ಅದ್ಕೆ ಬೇಕಾದ ಶಿಕ್ಷೆ ವಿಧಿಸು. ಆದರೆ ಅಧಿಕಾರ ಮಾತ್ರ ಕಸಿದುಕೊಳ್ಳಲಾರೆ. ಇಷ್ಟು ದಿನ ನೀನೇ ಹೇಳ್ತೀಯಾಂತ ಕಾದೆ" ತಲೆ

ಅಡ್ಡಡ್ಡ ಆಡಿಸಿದರು. “ಇಂಪಾಜಿಬಲ್, ನೀನು ಹೇಳೋಲ್ಲ. ಆ ಆಸೆಯಲ್ಲಿ ಇನ್ನೊಂದು ಸಲ ಅಟ್ಯಾಕ್ ಬಂದು ಅವಳನ್ನ ನೋಡ್ದೇ ಸಾಯೋಕೆ ನಂಗೆ ಖಂಡಿತ ಇಷ್ಟವಿಲ್ಲ” ಕಟುವಾಗಿತ್ತು ದನಿ. ಭಾಸ್ಕರ್ ಮೈಯಲ್ಲಿನ ಶಕ್ತಿ ಕೂತ ನೆಲದಲ್ಲಿ ಹರಿದು ಹೋದಂತಾಯಿತು. ಪೂರ್ತಿ ಸುಸ್ತಾದರು.

ಶ್ರೀವಾಸ್ತವ ಗಾಜಿನ ಹೂಜಿಯಲ್ಲಿದ್ದ ನೀರನ್ನ ಗ್ಲಾಸ್‌ಗೆ ಬಗ್ಗಿಸಿ ಭಾಸ್ಕರ್ ಮುಂದಿಟ್ಟರು. “ನಾನು ಪೂರ್ತಿ ಪೇಷನ್ಸ್ ಕಳ್ದುಕೊಂಡುಬಿಟ್ಟಿದ್ದೀನಿ. ನಾನು ಚಾರು ಬಗ್ಗೆ ತಿಳ್ಕೊಳ್ಳಲೇಬೇಕು” ಹಠವಿತ್ತು.

ಭಾಸ್ಕರ್ ಮುಂದಿನ ಆಘಾತಗಳನ್ನು ಮಾತ್ರ ಯೋಚಿಸಿದರು. ಯಾವುದೇ ಅನಾಹುತಗಳು ಬೇಕಿರಲಿಲ್ಲ. ರವಿ ಬೆಳೆದ ಮೇಲೆ ತಾಯಿಯ ಮುಖದಲ್ಲಿ ನಗು ಮೂಡುವಂತೆ ಮಾಡಿದ್ದ. ಆ ನಗು ಹಾಗೆಯೇ ಉಳಿಯಬೇಕು.

”ನೀನು ತಿಳಿದೇ ಇರೋದೇ ಉತ್ತಮ. ಅವ್ಳು ಪಾಡಿಗೆ ಅವ್ಳು ಸಂತೋಷವಾಗಿದ್ದಾಳೆ. ಅವ್ಳ ನೆಮ್ದೀನ ಹಾಳುಮಾಡ್ಬೇಡ. ತಾಳಿ ಕಟ್ಟಿಬಂದ ಮನುಷ್ಯ ಮತ್ತೊಮ್ಮೆ ಹಿಂತಿರುಗಿ ನೋಡಲಿಲ್ಲ. ಅಂಥ ಗಂಡನಿಗೆ ಅವಳ ಬಗ್ಗೆ ಇರೋದು ಕೋಪ, ತಿರಸ್ಕಾರ” ಮೊದಲ ಸಲ ತಂಗಿಗಾದ ಅನ್ಯಾಯದ ವಿರುದ್ಧ ದನಿಯೆತ್ತಿದರು.

ಕೋಪದಿಂದ ಎದ್ದುಬಂದ ಶ್ರೀವಾಸ್ತವ ಗೆಳೆಯನ ಕತ್ತಿನಪಟ್ಟಿ ಹಿಡಿದು ಅನಾಮತ್ತಾಗಿ ನಿಲ್ಲಿಸಿದರು. “ನೋ... ನೋ... ಆ ತಪ್ಪು ಏನಿದ್ರೂ ನಿಂದೇ! ನಾನು ಊರಿಗೆ ಬರೋ ವೇಳೆಗೆ ಎಲ್ಲಾ ಮಾರಿ ನೀನು ಪರಾರಿ. ಗೆಳೆಯನ ಭವ್ಯ ಭವಿಷ್ಯ ಕಟ್ಟೋ ನೆಪದಲ್ಲಿ ತಂಗಿ ಭವಿಷ್ಯನ ಕೊಂದುಬಿಟ್ಟೆ ಇನ್ನೊಮ್ಮೆ... ಮತ್ತೊಮ್ಮೆ... ಸಾವಿರ ಸಲ ಬೇಕಾದ್ರೂ ಹೇಳ್ತೀನಿ ನೀನು ಚಾರುಗೆ ಒಳ್ಳೆ ಅಣ್ಣ ಅಲ್ಲ!” ಗರ್ಜಿಸಿದರು.

ಬಿಡಿಸಿ ಶ್ರೀವಾಸ್ತವರನ್ನ ಕರೆದೊಯ್ದು ಅವರ ಸೀಟಿನ ಮೇಲೆ ಕೂಡಿಸಿ ತಾವು ಬಂದು ಅದೇ ಸೀಟಿನಲ್ಲಿ ಕೂತರು.

“ಐ ಅಗ್ರಿ...” ಒಪ್ಪಿಕೊಂಡರು. “ಆದ್ರೆ ಒಳ್ಳೆ ಫ್ರೆಂಡ್ ಅಲ್ಲ ಅನ್ನೋಕೆ ರೀಸನ್?” ಮುಖ ಮೇಲೆತ್ತಿ ಸೀಲಿಂಗ್ ನೋಡುತ್ತಿದ್ದ. ಶ್ರೀವಾಸ್ತವ ನೋಟ ಭಾಸ್ಕರ್ ಅತ್ತ ಹರಿಯಿತು. ಕಣ್ಣುಗಳು ನೀರಿನ ಕೊಡಗಳಾಗಿದ್ದವು. ಮುಖದ ತುಂಬ ನೋವು. “ತುಂಬ ಒಳ್ಳೆ ಫ್ರೆಂಡ್...” ಫಳಕ್ಕನೆ ಕಣ್ಣಿಂದ ಕಂಬನಿ ಜಾರಿತು. ಭಾಸ್ಕರ್ ದಿಗ್ಮೂಢರಾದರು. ಅವರ ಅನಿಸಿಕೆಯೆಲ್ಲ ತಲೆಕೆಳಗು ಶ್ರೀವಾಸ್ತವ ಸುಖವಾಗಿರಲಿಲ್ಲ.

ಕರ್ಚಿಫ್ ಕಣ್ಣಿಗೆ ಅಡ್ಡ ಹಿಡಿದು ಶ್ರೀವಾಸ್ತವ ಐದು ನಿಮಿಷ ಕೂತುಬಿಟ್ಟರು. ಒಂದೊಂದು ತೊಟ್ಟು ಕಣ್ಣೀರು ಅವರ ಹೃದಯದ ವೇದನೆಯನ್ನ ಹೊರಚೆಲ್ಲುತ್ತಿತ್ತು.

ಮೇಲಕ್ಕೆದ್ದವರು “ಹೋಗೋಣ..” ಹೊರನಡೆದರು. ಭಾಸ್ಕರ್ ಹಿಂಬಾಲಿಸಿದರು. ಎದ್ದು ಎದ್ದು ವಿಶ್ ಮಾಡುತ್ತಿದ್ದ ಸ್ಟಾಫ್‌ನ ಕಣ್ಣರಳಿಸಿ ನೋಡಿದರು. ಶ್ರೀವಾಸ್ತವನ ಅಪ್ಪನ ಕಾಲದಲ್ಲಿ ಚಿಕ್ಕದಾಗಿ ಸ್ಥಾಪನೆಗೊಂಡು ಬಾಲಾರಿಷ್ಟಗಳನ್ನ ಅನುಭವಿಸಿತ್ತು. ಈಗ ಭವ್ಯ.

ಡ್ರೈವರ್‌ನ ಬೇಡವೆಂದು ತಾವೇ ಸ್ಟೀರಿಂಗ್ ವೀಲ್ ಮುಂದೆ ಕೂತರು. "ಹತ್ತು.. ಭಯ ಬೇಡ. ನೀನು ಹೇಳದಿದ್ರೂ ಪರ್ವಾಗಿಲ್ಲ. ನಾನು ಚಾರುನ ನೋಡೇನೋಡ್ತೀನಿ ಅದ್ನ ತಡ್ಯೋಕೆ ನಿನ್ನಿಂದಾಗೋಲ್ಲ! ಅವ್ಳು ನಾನು ತಾಳಿಕಟ್ಟಿದ ಹೆಣ್ಣು. ಮದ್ವೆಗೆ ಮುನ್ನವೇ ನಿನ್ನ ಅಣ್ಣನ ಅಧಿಕಾರ" ಚುರುಕು ಮುಟ್ಟಿಸಿದರು. ಇವನೆಷ್ಟು ಬದಲಾದ! ಅವರಿಗೆ ಯೋಚಿಸುವಂತಾಯಿತು.

ನೇರವಾಗಿ ಡೈರಿಯ ಬಳಿ ಬಂದು ಕಾರು ನಿಂತಿತು. "ಮೈ ಡಿಯರ್ ಫ್ರೆಂಡ್... ಇನ್ನ ಇಳೀಬಹ್ದು. ಚಾರುನ ಎಲ್ಲಾದ್ರೂ ಹೊತ್ತು ಹಾಕೋ ಪ್ಲಾನ್ ಮಾಡ್ಬೇಡ. ನಿನ್ನ ರಕ್ತ ಹೀರಿಬಿಡ್ತೀನಿ!" ರೋಷ ಇಣುಕಿತು. ನಡುಗಿದರು ಭಾಸ್ಕರ್. ಅವರಿಗೆ ಈಗಲೂ ತಮ್ಮಗಳ ಭವಿಷ್ಯಕ್ಕಿಂತ ಗಳೆಯನ ಆರೋಗ್ಯದ ಪ್ರಶ್ನೆನೇ ಕಾಡುತ್ತಿತ್ತು.

"ಶ್ರೀ... ಎಕ್ಸೈಟ್ ಆಗೋದು ಒಳ್ಳೇದಲ್ವೋ. ಒಂದು ರೀತಿಯಲ್ಲಿ ವಂಚಿಸಿದ್ರೂ ದೇವರು ರಾಶಿರಾಶಿ ಸುಖವನ್ನು ನಿನ್ನ ಬೊಗಸೆಯಲ್ಲಿ ಹಾಕಿದ್ದಾನೆ. ಹಿಂದಿನದೆಲ್ಲ ಮರ್ತು ಸುಖವಾಗಿರು. ಚಾರು ಬಗ್ಗೆ ನಿಂಗೆ ಯೋಚ್ನೇ ಬೇಡ" ಭುಜದ ಮೇಲೆ ಒರಟಾಗಿ ತಳ್ಳಿದರು. "ನಾನು ತಳ್ಳೋಕೆ ಮೊದ್ಲು ಇಳೀ. ಮತ್ತಷ್ಟು ನನ್ನನ್ನ ಕೆಟ್ಟವನನ್ನಾಗಿಸ್ಬೇಡ" ಸಿಡಿದರು ಕಣ್ಣು ಕೆಂಪಗೆ ಮಾಡಿ.

ಭಾಸ್ಕರ್ ನಿಟ್ಟುಸಿರು ದಬ್ಬುತ್ತಾ ಕೆಳಗಿಳಿದರು. "ಶ್ರೀ, ನಾನು ನೀನು ಗುಡ್ ಫ್ರೆಂಡ್ಸ್. ಇಲ್ಲಿ ಸಂಬಂಧಕ್ಕಿಂತ ನಂಗೆ ಸ್ನೇಹ ಮುಖ್ಯವಾಯ್ತು." ಒತ್ತಿ ಹೇಳಿದರು. ಶ್ರೀವಾಸ್ತವ ಕೆಟ್ಟ ನಗೆ ಬೀರಿ ಕಾರು ಸ್ಟಾರ್ಟ್ ಮಾಡಿದರು.

ವರ್ತುಲದ ಮಧ್ಯೆ ಸಿಕ್ಕಿಕೊಂಡಂತಾಯಿತು ಭಾಸ್ಕರ್‌ಗೆ. ರವಿ ಕೂಡ ಅದೇ ಸುಳಿಯಲ್ಲಿದ್ದ. ಶ್ರೀವಾಸ್ತವ ಬಗ್ಗೆ ಪ್ರಬಲವಾದ ಆಕರ್ಷಕ ಅವನನ್ನ ಜಗ್ಗುತ್ತಿತ್ತು. ಸಮಸ್ಯೆಯನ್ನು ಅವರ ಮುಂದೆಯೂ ಇಟ್ಟಿದ್ದ. ಮಗನೆಂಬ ಸಂಗತಿ ಶ್ರೀವಾಸ್ತವಗೆ ಗೊತ್ತೆ? 'ಹೌದು' ಅಥವಾ 'ಇಲ್ಲ' ಎಂದು ತೀರ್ಮಾನಕ್ಕೆ ಬರುವುದು ಅವರಿಗೂ ಕಷ್ಟವಾಯಿತು.

"ಮಾವ..." ಒಂದು ಪ್ರಪಂಚದಿಂದ ಮತ್ತೊಂದು ಪ್ರಪಂಚಕ್ಕೆ ಮರಳಿದಂತಾ ಯಿತು. "ಇದೇನು ಇಷ್ಟೊಂದು ಯೋಚ್ನೇ ಮಾಡ್ತಾ ಇದ್ದೀರಾ! ಲೆಕ್ಕ ಏನಾದ್ರೂ... ತಪ್ಪಾಯ್ತ?" ನಗುವ ಪ್ರಯತ್ನ ಮಾಡಿದರು.

"ಅಂಥದ್ದೇನಿಲ್ಲ... ನಿನ್ನ ಮಮ್ಮಿ ತಲೆನೋವಿನ ಬಗ್ಗೆ ಯೋಚಿಸ್ತಾ ಇದ್ದೆ" ಸುಳ್ಳು ಹೇಳಲು ಸಮರ್ಥರಾದರು. ಸಂದರ್ಭಗಳು ಮನುಷ್ಯನ ಬಾಯಲ್ಲಿ ಎಷ್ಟು ಲೀಲಾಜಾಲ ವಾಗಿ ಸುಳ್ಳು ಹೇಳಿಸಬಹುದೆಂಬುದಕ್ಕೆ ಇದೊಂದು ಸ್ಪಷ್ಟ ಉದಾಹರಣೆ.

ರವಿ ಅವರ ಮುಖವನ್ನೇ ನಿರುಕಿಸಿದ. "ನಿನ್ನನ್ನೇ ಡಾಕ್ಟರ್ ಮನು ಕನ್ನಡಕ ಬರ್ದು ಕೊಟ್ಟ ವಿಷ್ಯ ತಿಳಿಸಿದ್ದೆ. ಇವತ್ತು ತಂದೂ ಆಯ್ತು" ನೆನಪಿಸಿಕೊಂಡವರಂತೆ ತಲೆದೂಗಿ ದರು.

ತಾವು ಸೈಕಲ್ ಹತ್ತಿ ರವಿಯನ್ನ ಮುಂದೆ ಕೂಡಿಸಿಕೊಂಡರು. ಲೀಲಾಜಾಲವಾಗಿ

ಹತ್ತೆಂಟು ಕಿಲೋಮೀಟರ್ ತುಳಿಯಬಲ್ಲರು. ಪ್ರತಿ ಸಲವು ಇದೇ ಹಠ. ರವಿ ಇನ್ನೂ ಅವರಿಗೆ ಮಗುವೆ.

ಮನೆಗೆ ಬಂದಕೂಡಲೆ ತಂಗಿಯನ್ನ ಹೊರಡಿಸಿಕೊಂಡು ಹೊರಟರು. ಸತ್ಯ ಸ್ಫಟಿಕದಷ್ಟು ಸ್ಪಷ್ಟವಾಗಿತ್ತು. ಮುಚ್ಚಿಡುವುದು ಬೇಕಿರಲಿಲ್ಲ. ಈಗ ಚಾರುಲತ ಸಹಕಾರ ಅವರಿಗೆ ಬೇಕಿತ್ತು.

ಗುಡ್ಡದ ಆಂಜನೇಯ ದೇವಾಲಯಕ್ಕೆ ಹೋಗಿ ನಮಸ್ಕಾರ ಹಾಕಿ ಬಂದು ಹೊರಗೆ ಕೂತರು. ಏನೋ ಹೇಳಲು ಬಯಸಿದ್ದಾರೆಂದು ಚಾರುಲತಾಗೆ ಗೊತ್ತು.

"ಚಾರು... ನಿನ್ಹತ್ರ ಮಾತಾಡ್ಬೇಕೂಂತ್ಲೇ ಕರ್ಕೊಂಡ್ಬಂದೆ' ಚಾರು ಕಾಲ ಬಳಿಯಲ್ಲಿದ್ದ ಸಣ್ಣ ಕಲ್ಲನ್ನು ದೂರಕ್ಕೆ ಎಸೆದರು. "ಗೊತ್ತು..." ಅಣ್ಣನ ಮನಸ್ಸನ್ನು ಸುಲಭವಾಗಿ ಓದಿಬಿಟ್ಟರು. "ನೀವೇನು ಸಂಕೋಚಪಡೋದ್ಬೇಡ, ಅಣ್ಣ. ಏನು ಬೇಕಾದ್ರೂ ಹೇಳಿ. ನಿರ್ಣಯ ಯಾವಾಗ್ಲೂ ನಿಮ್ದೇ" ಬಹಳ ವರ್ಷಗಳ ಮೇಲೆ ಇಷ್ಟು ದೀರ್ಘವಾಗಿ ಮಾತಾಡಲು ಚಾರುಲತಗೆ ಸಾಧ್ಯವಾಯಿತು.

ಭಾಸ್ಕರ್ ಗಂಟಲುಬ್ಬಿ ಎದೆ ಭಾರವಾಯಿತು. ಇಂಥ ತಂಗಿಗೆ ತಾನು ಕೊಟ್ಟಿದ್ದೇನು? ಬರೀ ವಿರಹ. ವೈವಾಹಿಕಜೀವನದ ಸುಖ, ಸಂಭ್ರಮ ಅನುಭವಿಸಿದ್ದು ಕೇವಲ ನಾಲ್ಕೈದು ದಿನಗಳು ಮಾತ್ರ. ಆ ಬಗ್ಗೆ ಚಕಾರ ಎತ್ತದ ಒಳ್ಳೆಯತನ.

"ಶ್ರೀ ಒಂದು ಮಾತು ಹೇಳ್ದ. ಅದು ಸತ್ಯ. ನೀನು ಚಾರುಗೆ ಒಳ್ಳೆ ಅಣ್ಣ ಅಲ್ಲ ಅಂದ." ತಟ್ಟನೆ ತಲೆಯೆತ್ತಿದವರ ಕಣ್ಣುಗಳಲ್ಲಿ ಕೋಟಿ ಮಿಂಚು. ಚಾರು ಎದೆಯಲ್ಲಿ ಇನ್ನೂ ಆಸೆಗಳು ಸತ್ತಿಲ್ಲವೆನಿಸಿತು. ನೊಂದರು.

ಮೊದಲ ಸಲ ಶ್ರೀವಾಸ್ತವ ಸಿಕ್ಕಿದಾಗಿನಿಂದ ಇಂದಿನವರೆಗಿನ ಎಲ್ಲಾ ಮಾತುಕತೆಗಳನ್ನ ತಿಳಿಸಿದರು.

"ಒಮ್ಮೆ ಹೃದಯಾಘಾತವಾದ ವ್ಯಕ್ತಿ. ಅತಿ ಎಚ್ಚರದಿಂದ ನೋಡ್ಕೋಬೇಕು. ಈಗ ನೆಮ್ದಿಯಾಗಿದ್ದಾನೆ. ಹಾಗೇ ಇದ್ಕೊಳ್ಳಿ" ಶ್ರೀವಾಸ್ತವ ಕಣ್ಣಿನಲ್ಲಿ ಹರಿದ ಕಂಬನಿ ಅವರ ಮುಂದೆ ಹೊಳೆಯಾಗಿ ಹೋಯಿತು. ನಾಲಿಗೆ ಕಚ್ಚಿಕೊಂಡರು. ಅವನು ಸುಖವಾಗಿಲ್ಲವೆ?

ಚಾರುಲತ ಮೌನವಾಗಿ ಕೂತರು. ಕೂತು ಜೋರಾಗಿ ಹೃದಯ ಒಡೆದು ಹೋಗುವಂತೆ ಅಳಬೇಕೆನಿಸಿತು. ಒಂದೇ ಊರಿನಲ್ಲಿದ್ದರೂ ಎಷ್ಟೊಂದು ದೂರ? ಎಲ್ಲಾ ತೊಡೆದು ಶ್ರೀಯ ಬಳಿಗೆ ಹೋಗಿಬಿಡಲೇ? ಅವರ ಸಂಸಾರದ ಚಿತ್ರ ಕಣ್ಮುಂದೆ ಸುಳಿಯಿತು. 'ಬೆಸ್ಟ್ ಪೇರ್', 'ಆದರ್ಶ ದಂಪತಿಗಳು' ಅವಾರ್ಡ್ ಗಳಿಸಿದ ಅವರು ಸುಖವಾಗಿಯೇ ಇರಲಿ. ಹೃದಯ ಕಲ್ಲು ಮಾಡಿಕೊಂಡು ಹಾರೈಸಿದರು.

"ನಾವು ಅಲ್ಲಿಗೆ ಹೋಗ್ಬಿಡೋಣ, ಅಣ್ಣ. ಸದ್ಯಕ್ಕೆ ರವಿ ಬೇಕಾದ್ರೆ ಹಾಸ್ಟೆಲ್ನಲ್ಲಿದ್ಕೊಂಡ್.., ಓದಿಕೊಳ್ಳಿ. ಅತ್ತಿಗೆ ಬರೋಲ್ಲಾಂದ್ರೆ..." ಆ ಅನುಮಾನ ಭಾಸ್ಕರ್‌ಗೂ ಇತ್ತು. 'ಒಪ್ಪಿಸ್ತೀನಿ' ಎಂದು ಹೇಳುವ ಧೈರ್ಯ ಅವರಿಗೂ ಇರಲಿಲ್ಲ.

ಭಾಸ್ಕರ್ ಮಾತಿಲ್ಲದೆ ಕೂತರು. ಶ್ರೀವಾಸ್ತವ ಅಂದಮೇಲೆ ಆ ಮಾತುಗಳು ಹೆಚ್ಚು ಚುಚ್ಚಿ ಅವರನ್ನ ನೋಯಿಸುತ್ತಿತ್ತು. 'ತಾನು ಆ ಸ್ಥಿತಿಯಲ್ಲಿ ಏನ್ಮಾಡ್ಬೇಕಿತ್ತು? ತಂಗಿಯನ್ನ ಕರೆದೊಯ್ದು ಅವರ ಮುಂದೆ ನಿಲ್ಲಿಸಿ ನ್ಯಾಯ ಕೇಳಬೇಕಾಗಿತ್ತು. ತಾನು ಚಾರುಗೆ ಅಣ್ಣನಾಗಿ ಅಷ್ಟಾದರೂ ಮಾಡಬೇಕಿತ್ತು. ಮಾಡಲಿಲ್ಲ. ಈಗಲೂ ಒಂದು ಅವಕಾಶ! ಶ್ರೀಯ ಹಿತದೃಷ್ಟಿಯಿಂದ ಸಾಧ್ಯವಿಲ್ಲ. 'ಅವನಿಗೆ ಆವೇಶವಿದೆಯೇ ವಿನಹಃ ದೂರದೃಷ್ಟಿ ಇಲ್ಲ' ಗೆಳೆಯನನ್ನು ಬೈಯ್ದುಕೊಂಡರು.

ಈ ವಿಷಯ ಮನೆಯಲ್ಲಿ ಪ್ರಸ್ತಾಪವಾದಾಗ ಹೆಚ್ಚು ವಿರೋಧಿಸಿದವರು ಸುಕನ್ಯ,

"ನಾನಂತು ಬರೋಲ್ಲ. ಮತ್ತೆ ನಿಮ್ಗೆ ಅಲ್ಲೆಲ್ಲಿ ಕೆಲ್ಸ ಸಿಕ್ಕುತ್ತೆ? ಮತ್ತೆ ತಾಪತ್ರಯ" ಗೊಣಗಿದರು. ಭಾಸ್ಕರ್ ನಿಸ್ಸಹಾಯಕರಾಗಿ ತಂಗಿಯ ಕಡೆ ನೋಡಿದರು.

ಚಾರುಲತ ಅವರ ಸಹಾಯಕ್ಕೆ ಬಂದರು. "ಹೌದು ಅತ್ತಿಗೆ, ಇಲ್ಲಿ ಪ್ರತಿಯೊಂದು ಕಾಸ್ಟ್ಲಿ. ಈ ಮನೆನ ಬಾಡ್ಗೆಗೇ ಕೊಟ್ಟು ರವಿನ ಹಾಸ್ಟೆಲ್‌ನಲ್ಲಿ ಬಿಟ್ಟುಬಿಡೋಣ. ಬಾಡ್ಗೇ ಹಣದ ಜೊತೆ ನಾವಿಷ್ಟು ಕೊಟ್ಟರೆ ಸಾಕು" ಮನವೊಲಿಸುವ ಯತ್ನ ಮಾಡಿದರು.

"ಹಾಸ್ಟೆಲ್‌ನಲ್ಲಿರೋ ಹಣೆಬರಹ ಅವನಿಗೇಕೆ? ನನ್ನಲ್ಲಿರೋ ಅಲ್ಪಸ್ವಲ್ಪ ಒಡ್ವೇನು ಅವ್ನಿಗಾಗಿ ಮಾರಿಬಿಡ್ತೀನಿ. ನೀವುಗಳು ಅವ್ನ ತಂಟೆಗೇ ಬರೋದ್ಬೇಡಾ!" ನಿರ್ದಾಕ್ಷಿಣ್ಯವಾಗಿ ಸುಕನ್ಯ ನುಡಿದರು.

ಅಷ್ಟರಲ್ಲಿ ರವಿನೇ ಬಂದ. ಇವರುಗಳ ನಿರ್ಣಯ ಕೇಳಿ ಅವನು ಕಂಗೆಟ್ಟ.

"ಇಂಪಾಜಿಬಲ್ ಮಮ್ಮಿ. ನಾನು ನಿನ್ನ ಎಲ್ಲಿಗೂ ಕಳಿಸೋಲ್ಲ. ನಾನೇನು ಇನ್ನ ಸಣ್ಣ ಮಗುವಲ್ಲ. ನಿಂಗೆ ಕೆಲ್ಸವಿಲ್ಲದಿದ್ರೂ ದುಡಿದು ಸಾಕಬಲ್ಲೆ. ನನ್ನ ಬಿಟ್ಟು ಹೋಗೋ ವಿಷ್ಯವೇ ಎತ್ತಬೇಡ." ರವಿ, ಚಾರುಲತರ ಕೈಹಿಡಿದುಕೊಂಡ. ಹೇಳಿಕೊಳ್ಳಲಾರದ ಎದೆ ಭಾರ. ರವಿಯೊಬ್ಬನೇ ಬದುಕಿನ ಆಶಾಕಿರಣ.

"ಇಲ್ಲ ರವಿ... ಎಲ್ಲಿಗೂ ಹೋಗೋಲ್ಲ!" ಆಶ್ವಾಸನೆ ಕೊಟ್ಟಾಗ ರವಿ ಕೈಹಿಡಿದು ತುಟಿಗೊತ್ತಿಕೊಂಡ. "ಹೋಗಕೂಡ್ದು. ಹೋಗ್ಬಾರ್ದು. ನಂಗೆ ಪೂರ್ತಿಯಾಗಿ ತಾಯಿ ಪ್ರೀತಿ ಯಾದ್ರೂ ಸಿಕ್ಕಬೇಕು" ಅವನ ದನಿಯಲ್ಲೊಡೆದ ನೋವು ಚಾರುಲತರ ಹೃದಯವನ್ನು ಛಿದ್ರ ಛಿದ್ರ ಮಾಡಿತು. ತುಟಿ ಕಚ್ಚಿ ಅಳು ನುಂಗಿದರು.

"ರವಿ ಸಾರಿ, ಐ ಯಾಮ್ ಸೋ ಸಾರಿ" ಭಾಸ್ಕರ್ ಹೊರಗೆ ನಡೆದರು.

ಒಬ್ಬ ತಂದೆ ತನ್ನ ಮಗನನ್ನು ಎಷ್ಟು ಜೋಪಾನ ಮಾಡಬಹುದೋ, ಎಷ್ಟು ಪ್ರೀತಿ ತೋರಿಸಬಹುದೋ ಅದರ ಎರಡರಷ್ಟು ಅಕ್ಕರೆಯಿಂದ ಅವನನ್ನ ನೋಡಿಕೊಂಡಿದ್ದರು. ಆದರೆ ತಂದೆಯ ಸ್ಥಾನದ ಪ್ರೀತಿಯಿಂದ ಅವನು ವಂಚಿತನೇ. ಆ ನೋವು ಅವನನ್ನು ಇದುವರೆಗೆ ಕಾಡಿದೆ. ಮುಂದೆ ಕಾಡುತ್ತ ನಿರಂತರವಾಗಿ ನಿಂತುಬಿಡುತ್ತೆ. ಅದನ್ನು ತುಂಬಿ ಕೊಡಲು ಸಾಧ್ಯವಿಲ್ಲ.

ಜಿಗುಪ್ಸೆ ವೈರಾಗ್ಯ ಮೂಡಿದ ಭಾಸ್ಕರರಿಗೆ ಶಾಂತಿಯನ್ನರಸಿಕೊಂಡು ಬಹಳ ದೂರ ಹೋಗಿಬಿಡಬೇಕೆನಿಸಿತು. ಇದು ಪಲಾಯನವಾದ. ಮನ ಧಿಕ್ಕರಿಸಿತು.

ವೇಗವಾಗಿ ಬಂದ ಕಾರು ಬ್ರೇಕ್ ಬಿದ್ದು ಸ್ವಲ್ಪ ಪಕ್ಕಕ್ಕೆ ಜಂಪಾಯಿತು. ರೋಹಿತ್ ಹಣೆ ಗಟ್ಟಿಸಿಕೊಳ್ಳುತ್ತ ಕೆಳಗಿಳಿದ.

"ಸಾರಿ... ಸಾರಿ... ಇವತ್ತು ನೀವು ತುಂಬ ಲಕ್ಕಿ ಇದ್ದೀರಾ!" ಭಾಸ್ಕರ್ ಕೈಹಿಡಿದು ಕೊಂಡ. "ರವಿ ಎಲ್ಲಿ ಕಾಣಲೇ ಇಲ್ಲ?" ಮತ್ತೊಂದು ಪ್ರಶ್ನೆ ಸೇರಿಸಿದವನು ಮುಂದು ವರಿಸಿದ. "ನಮ್ಮ ಡ್ಯಾಡಿ ರವೀನ ತುಂಬ ಲೈಕ್ ಮಾಡ್ತಾರೆ" ಮುಗುಳ್ನಗೆಯೊಂದಿಗೆ ತಲೆದೂಗಿದರು. ಗಾಂಭೀರ್ಯವಿಲ್ಲದ ಚಂಚಲತೆಯ ಚುರುಕು ನೋಟ ರೋಹಿತ್‌ದು.

ಕಡೆಗೆ ಕಾರು ಹತ್ತುವ ಮುನ್ನ ಹೇಳಿದ. "ಈಚೆಗೆ ನಮ್ಮಂಥವ್ರ ಕೈಗೆ ವೆಹಿಕಲ್‌ಗಳು ಸಿಕ್ಕಿ ಆಕ್ಸಿಡೆಂಟ್‌ಗಳು ಜಾಸ್ತಿ ಆಗಿವೆ. ಓಡಾಡೋರೇ... ಹುಷಾರಾಗಿರಬೇಕು!"

ಕೈಬೀಸಿದಾಗ ಕೈಯಾಡಿಸಿದರು. ಹಕ್ಕಿಯಂತೆ ಸ್ವತಂತ್ರವಾಗಿ ಹಾರಾಡುವ ಪಕ್ಷಿಯಂತೆ ಕಂಡ. ರವಿಗಿಂತ ತೀರಾ ಭಿನ್ನ ಒಂದೆಡೆ ನಿಲ್ಲಿಸಿದಾಗ ಸಾಮ್ಯ ಕಡಿಮೆ.

ಆದರೆ ರೋಹಿತ್‌ನ ಮಾತುಗಳು ಅವರನ್ನು ಚಿಂತನೆಗೆ ಕೆಡವಿತು. ಬಹಳ ವರ್ಷಗಳ ಹಿಂದೆ ತಮಗೆ ಸರಿಯಾದ ಪ್ರಜ್ಞೆ ಇದ್ದಿದ್ದರೇ ಶ್ರೀ ವಾಸ್ತವ ಹಠಕ್ಕೆ ಬಗ್ಗುತ್ತಿರ ಲಿಲ್ಲ.

* * *

ಅಂದು ಕಾನ್ವೆಂಟ್‌ನ ವತಿಯಿಂದ ನಡೆಯುವ ದೊಡ್ಡ ಸಮಾರಂಭಕ್ಕೆ ಶ್ರೀವಾಸ್ತವ ದಂಪತಿಗಳು ಮುಖ್ಯ ಅತಿಥಿಗಳು. ಇನ್ವಿಟೇಷನ್ ಕೈಸೇರಿದ ಮೇಲೆಯೇ ಚಾರುಲತಗೆ ವಿಷಯ ಗೊತ್ತಾಗಿದ್ದು. ಮನ ಕ್ಷಣ ಸಂತೋಷದಿಂದ ಹಾರಾಡಿದರೂ ರೆಕ್ಕೆ ಕತ್ತರಿಸಿದ ಪಕ್ಷಿಯಂತೆ ಮರುಕ್ಷಣ ನೆಲಕ್ಕೊರಗಿತು.

ಮೊದಲೇ ಹೇಳುವುದಕ್ಕಿಂತ ತಪ್ಪಿಸಿಕೊಂಡು ಏನಾದರೂ ಹೇಳಿಬಿಡಬಹುದೆಂಬ ನಿರ್ಧಾರಕ್ಕೆ ಬಂದರು. ಈ ಸುದ್ದಿ ಯಾರ ಬಳಿಯಲ್ಲೂ ಪ್ರಸ್ತಾಪಿಸಲಿಲ್ಲ.

ಹಿಂದಿನ ದಿನ ಹೆಡ್‌ಮಿಸ್ ಕರೆದು ಹೇಳಿದರು. "ಚಾರುಲತ, ನೀವು ಬೆಳಿಗ್ಗೆನೇ ಬಂದ್ಬಿಡಿ. ರಾತ್ರಿವರ್ಗೂ ಹೋಗೋದ್ಬೇಡ. ಆಮೇಲೆ ಯಾರಾದ್ರೂ ಮನೆ ತಲುಪಿಸ್ತಾರೆ. ಫಂಕ್ಷನ್ ಸಕ್ಸಸ್ ಆಗ್ಬೇಕಾದ್ರೆ ನೀವು ಅಗತ್ಯ. ತಲೆದೂಗಿದ್ದರು. ಪರಿಣಾಮವೇನಾದರಾಗಲಿ, ಬರಬಾರದೆಂಬ ದೃಢ ನಿಶ್ಚಯಕ್ಕೆ ಬಂದಿದ್ದರು.

ಸಂಜೆ ಬಂದಕೂಡಲೆ ಸುಕನ್ಯಗೆ ಹೇಳಿದರು. "ಅತ್ಗೇ ನಾಳೆ ಬೆಳಿಗ್ಗೆ ಯಾರಾದ್ರೂ ಕರ್ರ್ಯೋಕೆ ಬಂದ್ರೆ ಏನಾದ್ರೂ ಹೇಳು. ಅವರಿಗೆ ಸಮಾಧಾನವಾದ್ರೆ... ಸಾಕು" ಸೀರೆ ಬದಲಾಯಿಸಿ ಹಿತ್ತಲಲ್ಲಿ ಕೂತರು.

ಮಧ್ಯಾಹ್ನ ಬಿದ್ದ ಸ್ವಲ್ಪ ಮಳೆಯಿಂದ ಗಿಡಮರಗಳು ನೆನೆದು ಆಗಾಗ ತೊಟ್ಟಿಕ್ಕು

ತ್ತಿದ್ದವು. ಸೀಬೆಮರದ ಬುಡದಲ್ಲಿ ನಿಂತು ತೊಟ್ಟಿಕ್ಕುವ ಹನಿಗಳಿಗೆ ಕೈಯೊಡ್ಡುತ್ತಿದ್ದರು. ವರ್ಷಗಳು ಸರಸರನೆ ಹಿಂದಕ್ಕೆ ಉರುಳಿದವು.

"ಮಳೆಯಲ್ಲಿ ತೊಯ್ದ ಸುಂದರ ಹೂನಂತೆ ಕಾಣ್ತೀಯ" ಶ್ರೀವಾಸ್ತವ ಮೆಚ್ಚಿಗೆ ಯಾಡಿದಾಗ ಸುತ್ತಲಿನ ಪರಿಸರ ಅತ್ಯಂತ ರಂಗಾಗಿ ಕಂಡಿತ್ತು. "ಐ ಲವ್ ಯು, ಐ ಮ್ಯಾರಿ ಯು" ಕೈ ಹಿಡಿದು ಹತ್ತಿರಕ್ಕೆಳೆದುಕೊಂಡ. ಕ್ಷಣ ಮೈ ಮರೆತುಹೋಗಿದ್ದರು. ಆ ದಿನ ಕೂಡ ಬಾಳೆಎಲೆ ಅಂಚಿನಿಂದ ತೊಟ್ಟಿಕ್ಕುತ್ತಿದ್ದ ಹನಿಗಳಿಗೆ ಕೈಯೊಡ್ಡುತ್ತಿದ್ದಳು.

ಅಂಗೈಯಲ್ಲಿ ಬಿದ್ದ ಹನಿಗಳನ್ನ ಹತ್ತಿರಕ್ಕೆ ತಂದುಕೊಂಡು ನೋಡಿದರು. ಎರಡು ಕಣ್ಣೀರಿನ ಬಿಂದುಗಳು ಬಿದ್ದು ಕಲಸಿಹೋಯಿತು. ಅವಳ ಅಂಗೈಯಲ್ಲಿನ ಹನಿಗಳಿಗೆ ತುಟಿ ಹಚ್ಚಿದ ಶ್ರೀವಾಸ್ತವನಿಗೂ ಅವಳಿಗೂ ಯಾವುದೇ ಸಂಬಂಧವಿಲ್ಲ! ಒಂದೇ ಸಿಟಿಯಲ್ಲಿ ವಾಸಿಸಿದರೂ ಬಹಳ ದೂರ. ಅಷ್ಟು ದೂರದ ಪಯಣ ತನಗೆ ಪ್ರಯಾಸ. ಈ ಅಂಚಿನಲ್ಲಿಯೇ ನಿಂತು ಆ ಅಂಚಿನ ಕಡೆಗೆ ನಿರಾಶೆಯಿಂದ ನೋಡಬೇಕು. ವಿಲ ವಿಲ ಒದ್ದಾಡಿದರು.

ಭಾಸ್ಕರರ ಮಾತುಗಳು ನೆನಪಾದಾಗ ಶ್ರೀಗೆ ತನ್ನ ಮೇಲೆ ಇಷ್ಟವಿದೆ. ನೋಡಲು ಬಯಸುತ್ತಾರೆ. ಇದರ ಪರಿಣಾಮ! ಎರಡು ಕೈಯಲ್ಲಿ ಕಿವಿಗಳನ್ನ ಮುಚ್ಚಿಕೊಂಡರು. ಭವಿಷ್ಯದ ಸುಂದರ ಚಿತ್ರಗಳು ಕರಗಿಹೋದವು.

ಬಂದ ರವಿ ಮೌನವಾಗಿ ಎದೆಯ ಮೇಲೆ ಕೈಕಟ್ಟಿ ನಿಂತ. ತಾಯಿಯ ಕೆನ್ನೆಯ ಕಂಬನಿ ಧಾರೆಯ ಗುರುತು ಕಂಡಾಗ ಅವನದೆ ದ್ರವಿಸಿಹೋಯಿತು.

"ಅಮ್ಮ..." ತಟ್ಟನೆ ಎದ್ದ ಚಾರುಲತ ಬಲವಂತವಾಗಿ ನಕ್ಕರು. "ಈ ಹನಿಗಳು ನೋಡು" ಮತ್ತೆ ಎಲೆಯ ಅಡಿಗೆ ಕೈಯೊಡ್ಡಿದ್ದರು. ಆ ಕೈಯನ್ನ ಹಿಡಿದು ನೋಡಿದ ರವಿ "ಮಮ್ಮಿ... ನಾನು ಪ್ರಾಮಿಸ್ಟ್ರಿ" ಎಂದಕೂಡಲೇ ಕೈಯನ್ನ ಹಿಂದೆಕ್ಕೆಳೆದುಕೊಂಡರು.

"ಅವೆಲ್ಲ ಏನೂ ಕಲಿಯೋದ್ಬೇಡ. ಭವಿಷ್ಯ ಯಾರ ಕೈಯಲ್ಲು ಇಲ್ಲ" ಒಳಗೆ ಹೋದ ತಾಯಿಯ ಕಡೆನೇ ನೋಡಿದ. ಜೊತೆಯಲ್ಲಿ ನೋಡಿದವರು ಅಕ್ಕ ತಮ್ಮನೆಂದು ಊಹಿಸುತ್ತಿದ್ದರೇ ವಿನಹ ತಾಯಿ ಮಗನೆಂದು ಅಲ್ಲ. ಕೆಲವೊಮ್ಮೆ 'ಅಮ್ಮ' ಎನ್ನಲು ಹಿಂದೆಗೆಯುವಂತಾಗುತ್ತಿತ್ತು. ಇನ್ನ ಹದಿನೈದರ ಮುಗ್ಧತೆ ಮಾಸದ ಮುಖ. ಇತ್ತೀಚೆಗೆ ಹಾಕಿಕೊಂಡ ಕನ್ನಡಕ ಮಾತ್ರ ಪ್ರೌಢತೆ ತಂದುಕೊಟ್ಟಂತೆ ಕಾಣುತ್ತಿತ್ತು.

ಚಾರುಲತ ಹಾಲ್‌ಗೆ ಬಂದುಕೂಡುವ ವೇಳೆಗೆ ಕಾನ್ವೆಂಟ್‌ನ ಮೆಟಡೋರ್ ಬಂತು. ಹಣೆಗೆ ಕೈಯೊತ್ತಿ ಅಡಿಗೆ ಮನೆಗೆ ಓಡಿದಳು.

ಇನ್ನಿಬ್ಬರು ಮೇಡಂಗಳು ಬಂದರು. "ಚಾರುಲತ ಎಲ್ಲಿ? ಇನ್ನಷ್ಟು ಹುಡ್ಗರಿಗೆ ಪ್ರಾಕ್ಟೀಸ್ ಮಾಡಬೇಕು. ನಾಳೆ ಎಲ್ಲಿ ಹೆಜ್ಜೆ ತಪ್ಪಿ ಅನಾಹುತ ಮಾಡಿಕೋತಾರೋ" ನಾಳೆಯ ಫಂಕ್ಷನ್‌ನ ಬಗ್ಗೆ ಆತಂಕದಿಂದ ತೋಡಿಕೊಂಡರು. ಸುಕನ್ಯ ಏನಾದರೂ ಹೇಳುವ ಮುನ್ನ ಚಾರುಲತನೇ ಹೊರಗೆಬಂದಳು.

"ಶಕ್ಕು, ನಂಗ್ಯಾಕೋ ಗಂಟಲು ಕಟ್ಟಿದೆ. ಇನ್‌ಫೆಕ್ಷನ್ ಅಂತ ಕಾಣುತ್ತೆ. ನಾನು ಹಾಡೋದು ಡೌಟು. ಆ ಕೆಲ್ಸ ಪೂರ್ತಿ ನೀನೇ ಮಾಡ್ಬೇಕಾಗುತ್ತೆ" ಚಾರುಲತ ಪೀಠಿಕೆ ಹಾಕಿದರು. ತಲೆಯ ಮೇಲೆ ಕೈಯೊತ್ತು ಕುಕ್ಕರಿಸಿದಳು ಶಕ್ಕು.

ಎರಡು ನಿಮಿಷದ ನಂತರ ತೋಡಿಕೊಂಡಳು. "ಬೇಡ ಚಾರು, ಮಾತು ಬೇಕಾದ್ರೆ ಎಷ್ಟಾದ್ರೂ ಆಡ್ತೀನಿ. ಒಬ್ಬೇ ಹಾಡೋದೂಂದ್ರೆ... ನಂಗೆ ಕಷ್ಟನೇ. ಅಷ್ಟೊಂದು ಇಂಪು ಇರೋಲ್ಲ. ಎರಡು ಗ್ರೂಪ್ ಡ್ಯಾನ್ಸ್, ಒಂದು ಗಾಯಿತ್ರಿ ನವಿಲು ಡ್ಯಾನ್ಸ್. ಬಾಪರೇ... ನನ್ಕೈಯಲ್ಲಾಗೋಲ್ಲ" ಸುಸ್ತಾದಳು.

ಅದು ಚಾರುಲತಗೂ ಗೊತ್ತು. ಆ ಕಾನ್ವೆಂಟ್‌ನಲ್ಲಿ ಚೆನ್ನಾಗಿ ಕನ್ನಡ ಗೊತ್ತಿದ್ದವರು ಮೂವರೆ. ಅವರಲ್ಲಿ ಇವರಿಬ್ಬರೇ ಹಾಡಬಲ್ಲವರು. ಶಕುಂತಲ ಕೂಡ ಚಾರುಲತರೊಂದಿಗೆ ದನಿ ಕೂಡಿಸಬಲ್ಲಳೇ ವಿನಃ ಒಂಟಿಯಾಗಿ ಹಾಡಲಾರಳು. ಇದೊಂದು ಸಮಸ್ಯೆ.

ಪದ್ಮಿನಿ ಒಂದು ಸಲಹೆ ಕೊಟ್ಟಳು. "ಚಾರು ಟ್ಯಾಬ್ಲೆಟ್ ತಗೊಂಡು ಒಂದಿಷ್ಟು ಸುಧಾರ್‍ಸಿಕೊಳ್ಳಿ. ನೀನೇ ಪ್ರಾಕ್ಟಿಸ್ ಮಾಡ್ಸು. ನಾವು ಮೂರ್‍ನಾಲ್ಕು ಜನ ಕಷ್ಟದಿಂದ ಇನ್ನ ಕಂಠ ಮಾಧುರ್ಯವನ್ನು ಸಹಿಸ್ತೀವಿ" ಹಾಸ್ಯ ಮಾಡಿದಳು.

ತನ್ನ ಸಂದಿಗ್ಧತೆಯನ್ನ ಚಾರುಲತ ಹೇಗೆ ವಿವರಿಸಬಲ್ಲರು? ಇವಳು ಬರುತ್ತೇನೆಂದರೂ ಕೇಳದೇ ನಾಳೆಯ ಬಗ್ಗೆ ಭರವಸೆ ಪಡೆದ ಅವರುಗಳು ಹೋದರು.

ರವಿಗೆ ಆಶ್ಚರ್ಯವಾಯಿತು. "ಬೇಕಾದ್ರೆ, ಡಾಕ್ಟ್ರು ಬಳಿಯಲ್ಲಿ ಹೋಗ್ಬರೋಣ ಮಮ್ಮಿ. ಫಂಕ್ಷನ್‌ಗೆ ತಪ್ಪಿಸಿಕೊಳ್ಳಬೇಡ" ತಾಯಿ ಮಾನಸಿಕವಾಗಿಯೇ ಹಿಂಜರಿಯುತ್ತಿದ್ದರೆಂದು ಅವನಿಗೆ ಗೊತ್ತಾಗಿತ್ತು. ಆದರೆ ಯಾಕೆಂದು ಮಾತ್ರ ತಿಳಿಯದು.

"ಏನು ಬೇಡ. ವಿಕ್ಸ್ ಟ್ಯಾಬ್ಲೆಟ್ ಇದೆ." ಚಾರುಲತ ಕೋಣೆಗೆ ಹೋದರು. ಮಲಗಿಬಿಟ್ಟರು. ಬದುಕು ನೀಡಿದ್ದು ಬಹಳ ಕಡಿಮೆ.

ಒಂದಿಷ್ಟು ವೈವಿಧ್ಯತೆ ನೀಡಿದ್ದು ಕಾನ್ವೆಂಟೇ. ಈಗಾಗಲೇ ಆರು ಡಿಸ್ಟ್ರಿಕ್‌ನ ಜೊತೆ ಬೇರೆ ಸಣ್ಣಪುಟ್ಟ ಊರುಗಳನ್ನು ಹೊಂದಿದ್ದ ವಿದ್ಯಾಸಂಸ್ಥೆ ತನ್ನ ನೌಕರರನ್ನು ಬಹಳ ಚೆನ್ನಾಗಿ ನೋಡಿಕೊಳ್ಳುತ್ತಿತ್ತು. ಒಳ್ಳೆ ಸಂಬಳ ಸಾರಿಗೆ ಸಿಕ್ಕರೂ ಸೆಕ್ಯೂರಿಟಿ ಕಡಿಮೆ. ಸ್ವಲ್ಪ ಅಶಿಸ್ತು, ಅಶ್ರದ್ಧೆ ಕಂಡರೂ ಮುಲಾಜಿಲ್ಲದೆ ಮನೆಗೆ ಕಳುಹಿಸುತ್ತಿದ್ದರು. ಆದರೆ ಚಾರುಲತ ಮೇಲೆ ಅಭಿಮಾನ. ಆರ್ಥಿಕವಾಗಿ, ಮಾನಸಿಕವಾಗಿ ತುಂಬಿಕೊಟ್ಟ ಆ ಸಂಸ್ಥೆ ಬಗ್ಗೆ ಅವಳಿಗೂ ಆದರವೇ. ಆದರೆ... ಈಗ..?

ಇಡೀರಾತ್ರಿ ನಿದ್ರಿಸದೆ ಯೋಚಿಸಿದರು. ಒಂದೆರಡು ಸಲ ಕೋಣೆಯೊಳಕ್ಕೆ ಬಂದ ರವಿ ಹಣೆ, ಕತ್ತು ಮುಟ್ಟಿ ನೋಡಿದ.

"ನಾಳೆಯೊಂದು ದಿನ ಮ್ಯಾನೇಜ್ ಮಾಡ್ಕೋ ಮಮ್ಮಿ ಕೊನೆ ವರ್ಷ.

ಮುಂದಿನ್ವರ್ಷ ಕೆಲ್ಸಕ್ಕೆ ಟ್ರೈ ಮಾಡ್ತೀನಿ. ಯಾವ ಕೆಲ್ಸ ಸಿಕ್ಕರೂ ಪರ್ವಾಗಿಲ್ಲ. ಆಮೇಲೆ ನೀನು ಆರಾಮಾಗಿರ್ಬಹ್ದು!" ಸಂತೈಸಿದ್ದ, ಸಮಾಧಾನಿಸಿದ್ದ. ಭರವಸೆಯ ಮಾತುಗಳನ್ನ ಆಡಿದ್ದ.

ಅಭಿಮಾನದಿಂದ ಕೊರಳುಬ್ಬಿತ್ತು. 'ಸಾವಿರದಲ್ಲಿ ನನ್ನ ರವಿಯಂಥವರು ಒಬ್ಬರಿಬ್ಬರು ಸಿಕ್ಕಬಹ್ದು' ಮನ ಅರಳಿತು. ಹಿಂದೆಯೇ ಶ್ರೀವಾಸ್ತವ ನೆನಪು ನುಗ್ಗಿ ಬಂದಾಗ ಅತ್ತು ಅತ್ತು ದಿಂಬು ತೋಯಿಸಿದರು.

ಪತ್ರಿಕೆಯಲ್ಲಿ ಶ್ರೀವಾಸ್ತವ ದಂಪತಿಗಳ ಜೋಡಿಯನ್ನ ನೋಡಿದ್ದರು. ಶ್ರೀಯಲ್ಲಿ ಅಂಥ ಬದಲಾವಣೆಯಾಗಿಲ್ಲವೆನಿಸಿತ್ತು. ಇಪ್ಪತ್ತು ವರ್ಷಗಳಷ್ಟು ದೀರ್ಘಕಾಲ ಕೂಡ ದೇಹದ ಮೇಲೆ ಅಂತಹ ಯಾವ ಯಾವ ಪರಿಣಾಮವನ್ನು ಬೀರಿದಂತೆ ಕಂಡಿರಲಿಲ್ಲ.

ಮುಖದಲ್ಲಿ ಮೊದಲಿನ ತುಂಟತನ ಮಾಸಿ ಪ್ರೌಢತೆ ಮಾತ್ರ ಇಣಕಿತ್ತು. ಪೂರ್ಣ ಸುಖಿ! ತುಟಿ ಕಚ್ಚಿ ಅಳು ನುಂಗಿದ್ದರು.

ಸುಕನ್ಯ ರಾತ್ರಿಯೇ ಪ್ರಶ್ನಿಸಿದರು. "ಬೆಳಿಗ್ಗೆ ಏನ್ಮಾಡ್ತೀಯಾ? ಸಂಜೆಗೆ ತಾನೇ ಪ್ರೋಗ್ರಾಂ! ಡಾಕ್ಟ್ರ ಹತ್ರ ಬೇಕಿದ್ರೆ ಹೋಗ್ಬರೋಣ. ಇಲ್ಲ ರವಿ ಕೈಯಲ್ಲಿ ಮಾತ್ರೆ ತರಿಸೋಣ." ಮರುದಿನ ಪ್ರೋಗ್ರಾಂ ಮನಸ್ಸಿನಲ್ಲಿಟ್ಟುಕೊಂಡು, ಅವಳು ಹೇಳಿದ್ದರ ಹಿನ್ನೆಲೆ ಚಿಂತಿಸಿದ್ದರು.

"ಹಾಗೇ... ಮಾಡ್ತೀನಿ! ಡಾಕ್ಟ್ರ ಹತ್ರ ಏನು ಬೇಡ. ಟ್ಯಾಬ್ಲೆಟ್ ತರಿಸ್ಕೋತೀನಿ." ಎಂದಿದ್ದರೂ ತಪ್ಪಿಸಿಕೊಳ್ಳಲು ಮತ್ತೆ ಯಾವುದೇ ಸಾಧ್ಯತೆಯಿದೆಯೇ ಎಂದು ಚಿಂತಿಸು ತ್ತಿದ್ದರು ಚಾರುಲತ.

ಶಕ್ಕು ಶಾರೀರ ಅಷ್ಟಕಷ್ಟೆ. ಜೊತೆಯಲ್ಲಿ ಹಾಡಿ ಸರಿದೂಗಿಸಬಲ್ಲಳೇ ವಿನಹ ಒಂಟಿಯಾಗಿ ಹಾಡಲಾರಳು. ಇನ್ನ ಯಾರೂ ಹಾಡುವವರಿಲ್ಲ. ಇಡೀ ಪ್ರೋಗ್ರಾಂ ಅಪ್‌ಸೆಟ್. ಶಿಸ್ತಿನ ಕಾನ್ವೆಂಟ್‌ನವರು ಕಾರಣ ಕೇಳಿ ನೋಟಿಸ್ ಕೊಡಬಹುದು. ತನ್ನ ಮೇಲೆ ತಮ್ಮ ಅಭಿಪ್ರಾಯ ಮೂಡಿಸಿಕೊಳ್ಳಬಹುದು – ಯೋಚನೆಯಲ್ಲಿ ಬೆಳಗಿನ ವೇಳೆಗೆ ಕಂಗೆಟ್ಟು ಹೋದದ್ದು ಅಲ್ಲದೆ ಸ್ವಲ್ಪ ಮೈ ಬೆಚ್ಚಗಾಯಿತು ಕೂಡ.

ರಾತ್ರಿಯೇ ಸುಕನ್ಯ ಗಂಡನ ಮುಂದೆ ಪ್ರಸ್ತಾಪಿಸಿದ್ದರು: "ಚಾರುಗೆ ಶಾಲೆ ಕಾರ್ಯ ಕ್ರಮಗಳೆಂದರೆ ವಿಪರೀತ ಆಸಕ್ತಿ ಯಾಕೋ ನಾಳೆ ಪ್ರೋಗ್ರಾಂಗೆ ಹೋಗಲೇ ಹಿಂದೇಟು ಹಾಕ್ತಾ ಇದ್ದಾಳೆ." ಮೌನವಾಗಿ ತಲೆಯಾಡಿಸಿದರು.

ಇಂಥ ವಿಷಯಗಳಲ್ಲಿ ತಂಗಿಗೇನು ಹೇಳಲಾರರು. ಹೇಳುವಂಥ ಅವಕಾಶವೇ ಕೊಟ್ಟಿರಲಿಲ್ಲ. ಶಾಲೆ ಮುಗಿಸಿದೊಡನೆ ಮನೆ, ರವಿಯ ಆಟಪಾಠಗಳೊಂದಿಗೆ ರಾತ್ರಿಗಳು ಕಳೆದು ಹಗಲಾಗುತ್ತಿದ್ದವು. ಕೋಪ ಅಸಹನೆಯನ್ನು ಎಂದೂ ಪ್ರದರ್ಶಿಸಿದ್ದೇ ಇಲ್ಲ. ಹೇಳಿದ್ದು ಕೇಳುತ್ತಿದ್ದಳೇ ವಿನಃ ತಾನಾಗಿ ಏನೂ ಹೇಳುತ್ತಿರಲಿಲ್ಲ.

"ಗಂಟಲು ನೋವೇ ಇರ್ಬೇಕು" ಅಷ್ಟು ಮಾತ್ರ ನುಡಿದರು.

ಬೆಳಿಗ್ಗೆ ಕಾನ್ವೆಂಟ್ ವ್ಯಾನ್ ಬಂದಾಗ ಚಾರುಲತ ತಾನಾಗಿ ಹೋದರು. ಸಂಜೆಯವರೆಗೂ ಪುರುಸೊತ್ತು ಸಿಗದಷ್ಟು ಕೆಲಸ, ಪುಟ್ಟಪುಟ್ಟ ಮಕ್ಕಳಿಗೆ ವೇಷಭೂಷಣದ ಜೊತೆ ಕೊನೆಯ ರಿಹರ್ಸಲ್. ದಣಿವಿನ ಜೊತೆ ಟೆಂಪರೇಚರ್ ಕೂಡ ಏರಿತು ಚಾರುಲತಗೆ.

ಶಕ್ಕು ಕೈಹಿಡಿದು ಹೇಳಿದರು. "ಮೈಕ್ ಸ್ಟೇಜ್ ಮೇಲೆ ತಗೊಂಡ್ಹೋಗ್ಬೇಡ. ನಂಗೆ ನಿಂತುಕೊಳ್ಳೋಕೆ ಕೂಡ ಆಗೋಲ್ಲ."

ಶಕ್ಕು ಅವಳ ಕೈಮುಟ್ಟಿ ನೋಡಿ ಗಾಬರಿಯಾದಳು. "ಸಾರಿ... ಸೋ ಸಾರಿ... ಛೇ ಎಂಥ ಕೆಲ್ಸವಾಯ್ತು" ಪೇಚಾಡಿಕೊಂಡಾಗ ತಾವೇ ಸಂತೈಸಿದರು. "ಈಗ ತಾನೇ ಮಾತ್ರೆ ತಗೊಂಡಿದ್ದೀನಿ. ಏನೂ ಆಗೋಲ್ಲ. ಹಾಡೋ ಕಾರ್ಯಕ್ರಮ ಮುಗ್ಧ ಕೂಡ್ಲೇ ನಾನು ಹೊರಟುಬಿಡ್ತೀನಿ. ಹೆಡ್‌ಮಿಸ್‌ಗೆ ನೀನೇ ಹೇಳ್ಕೊಬೇಕು."

ಶಕ್ಕು ಸರಿಯೆನ್ನುವಂತೆ ತಲೆದೂಗಿದಳು. "ಇನ್ನೊಂದು ಮಾತು, ಮುಖ್ಯ ಅತಿಥಿಗಳು ಬಂದಾಗ್ಲೂ ನನ್ನ ಕರೀಬಾರ್ದು. ನಂಗೆ ನಿಲ್ಲೋಕೆ ಕೂಡ ಆಗೋಲ್ಲ" ಎಲ್ಲ ಒಪ್ಪಿಸಿದ ಮೇಲೆ ನಿರಾತಂಕವಾಗಿ ಉಸಿರು ದಬ್ಬಿದರು ಚಾರುಲತ.

ಹೆಡ್‌ಮಿಸ್ ಶ್ರೀವಾಸ್ತವ ದಂಪತಿಗಳಿಗೆ ತಮ್ಮ ಸ್ಟಾಫನ್ನು ಪರಿಚಯಿಸಿದರು. ಎಲ್ಲರ ಸರದಿಯಾದ ಮೇಲೆ ನೋಟ ಹರಿಸಿದರು.

"ಚಾರುಲತ... ಎಲ್ಲಿ?"

ಆಮೇಲೆ ಅದಕ್ಕೆ ಏನು ಉತ್ತರ ಬಂತೂ, ಆ ಪ್ರಶ್ನೆ ತನಗೆಯೇ ಎನ್ನುವಂತೆ ಶ್ರೀವಾಸ್ತವ ಭ್ರಾಂತರಾಗಿಬಿಟ್ಟರು. ಕೈ ಎದೆಯ ಮೇಲೆ ಹೋಯಿತು. ಚಾರುಲತ ಎಲ್ಲಿ? ಮೇಘಗಳ ಮಧ್ಯೆ ಅಡಗಿ ನಕ್ಕಂತಾಯಿತು.

ಅಚಲಾ ಕೈಹಿಡಿದು ಅಲ್ಲಾಡಿಸಿದ ಮೇಲೆಯೇ ಅವರು ವಾಸ್ತವಕ್ಕೆ ಮರಳಿದ್ದು. "ಐಯಾಮ್ ಸಾರಿ... ಬೇರೇನೋ ಯೋಚಿಸ್ತಾ ಇದ್ದೆ" ಹೇಳಿದರು.

ಇಡೀ ಸಮಾರಂಭ ವೈವಿಧ್ಯಮಯವಾಗಿತ್ತು. ರಂಗುರಂಗಿನ ಉಡುಪಿನಲ್ಲಿ ವಿದ್ಯುತ್‌ದೀಪದ ಬೆಳಕಿನಲ್ಲಿ ಕುಣಿದ ಚಿನ್ನಾರಿಗಳು ಸ್ವರ್ಗವನ್ನ ಧರೆಗಿಳಿಸಿದ್ದರು. ಅಚಲಾ ಕಣ್ಣುಗಳು ಆಗಾಗ ತುಂಬಿಬರುತ್ತಿದ್ದವು. ಈ ಹಿನ್ನೆಲೆಯಲ್ಲಿ ಪುಟಾಣಿಗಳ ಕುಣಿತಕ್ಕೆ ಹರಿದು ಬರುತ್ತಿದ್ದ ಗಾಯನಗಳಂತೂ ಇಂಪೋ... ಇಂಪು.

ಸಮಾರಂಭದ ಕೊನೆಯಲ್ಲಿ ತಮಗೆ ಸೇರಿದ್ದ ಜಮೀನನ್ನು ಕಾನ್ವೆಂಟ್ ಕಟ್ಟಲು ಪುಕ್ಕಟೆಯಾಗಿ ಕೊಡುವುದಾಗಿ ಶ್ರೀವಾಸ್ತವ ಘೋಷಿಸಿದರು. ಈ ಹಿನ್ನೆಲೆಯಲ್ಲೇ ಅವರುಗಳನ್ನ ಆಹ್ವಾನಿಸಿದ್ದು ಕೂಡ.

ಹೊರಡುವ ಮುನ್ನ ಶ್ರೀವಾಸ್ತವ ಮೆಚ್ಚಿಗೆ ಸೂಚಿಸಿದರು. "ವಂಡರ್‌ಫುಲ್! ಮಾರ್ವಲೆಸ್! ಇದೊಂದು ಮರೆಯಲಾರದ ಸಂಜೆ. ಉತ್ತಮ ಗಾಯನ..."

ಹೆಡ್‌ಮಿಸೆಸ್ ಮುಖ ಮೊರದಗಲವಾಯಿತು. "ಥ್ಯಾಂಕ್ಯೂ ಸರ್..." ಎಂದವರು ಪಕ್ಕದಲ್ಲಿದ್ದ ಶಕ್ಕುವನ್ನು ಪರಿಚಯಿಸಿದವರು ಸುತ್ತಲೂ ನೋಟ ಹರಿಸಿ ಹುಬ್ಬು ಗಂಟಿಕ್ಕಿದ್ದರು. "ಚಾರುಲತ ಎಲ್ಲಿ?"

ಹರ್ಷದ ತೆರೆಗಳೆದ್ದು ಶ್ರೀವಾಸ್ತವರಿಗೆ ಅಪ್ಪಳಿಸಿತು. ಆಸೆಯ ನೋಟ ಬೇಗ ಬೇಗ ಹರಿದಾಡಿತು.

ಶಕ್ಕು ತಲೆಬಗ್ಗಿಸಿದಳು. "ಸಾರಿ ಮೇಡಮ್, ಚಾರುಲತೆಗೆ ಜ್ವರ ಇತ್ತು. ಹಾಡಿನ ಪ್ರೋಗ್ರಾಂ ಮುಗ್ಧ ಕೂಡ್ಲೇ ಕಳಿಸಿಬಿಟ್ಟೆ' ಕ್ಷಮೆಯಾಚಿಸಿದಾಗ ಬಿಗಿದ ಅವರ ಹುಬ್ಬುಗಳು ಸಡಿಲಗೊಂಡವು. ಚಾರುಲತ ಅಂತ ಸೌಮ್ಯ, ಶಿಸ್ತಿನ ಹೆಣ್ಣನ್ನ ಅನ್ನಲು ಅವರಿಗೆ ಬಾಯಿ ಬರದು.

ಕಾರು ಹತ್ತಿದ ಮೇಲೆಯೂ ಅವರ ಎದೆಯ ಒಂದೊಂದು ಬಡಿತವು 'ಚಾರುಲತ, ಚಾರುಲತ' ಎನ್ನುತ್ತಿತ್ತು 'ಚಾರು ಇಷ್ಟು ಸನಿಹದಲ್ಲಿ...' ತುಟಿ ಕಚ್ಚಿ ದುಃಖ ನುಂಗಿದರು. ಆದರೂ ಮನದ ನಿರ್ಧಾರ ಮತ್ತಷ್ಟು ಬಲಗೊಂಡಿತು.

ಮರುದಿನ ಕಾನ್ವೆಂಟ್‌ನ ಪೂರ್ತಿ ದಿನಚರಿ, ಅಲ್ಲಿರುವ ಸ್ಟ್ಯಾಫನ ವಿವರ ತರಿಸಿಕೊಂಡರು. ಚಾರುಲತ ಟ್ರಾನ್ಸ್‌ಫರ್ ಆಗಿ ಇಲ್ಲಿಗೆ ಬಂದಿರುವುದು. ವಿಷಯ ಗೊಂದಲಕ್ಕೆಡೆಮಾಡಿಕೊಟ್ಟರೂ ಕಾತರ, ಆಸೆ ಒಣಗಿಹೋಗಲಿಲ್ಲ.

ಸುಧಾ ಕಾನ್ವೆಂಟ್–ಸಿಟಿಯಿಂದ ಸ್ವಲ್ಪ ದೂರ ಪ್ರಶಾಂತವಾದ ರಮ್ಯ ಸ್ಥಳ. ದೂರದಿಂದ ಪುಟಾಣಿಗಳನ್ನು ಕರೆತರಲು ಮೆಟಾಡೋರ್ ಇತ್ತು. ಉಪಾಧ್ಯಾಯರಿಗೆ ಆ ಸೌಲಭ್ಯವಿಲ್ಲ. ಶಾಲೆ ಬಿಡುವ ವೇಳೆಯಲ್ಲಿ ದೂರದಲ್ಲಿ ಕಾರಿನೊಳಗೆ ಕುಳಿತೇ ಗಮನಿಸಿದರು. ಮಾಮೂಲಿಯಾಗಿ ಉಪಯೋಗಿಸುವ ಕಾರನ್ನು ತಂದಿರಲಿಲ್ಲ.

ನಾಲ್ಕನೇ ದಿನ ನಿರಾಶೆಯ ಮನದಿಂದ ಕಾರು ಸ್ಟಾರ್ಟ್ ಮಾಡಬೇಕೆನ್ನುವ ವೇಳೆಗೆ ಹೊರಬಂದ ಚಾರುಲತ ರೋಡಿನತ್ತ ಹೊರಳಿದರು. ದೂರ ಹೆಚ್ಚು ಇದ್ದುದರಿಂದ ಪೂರ್ತಿ ಮುಖ ಸ್ಪಷ್ಟವಾಗದಿದ್ದರೂ ತನ್ನ ಚಾರುಲತನೆ ಎಂದು ಸುಲಭವಾಗಿ ಗುರ್ತಿಸಿದರು. ಹೆಚ್ಚು ವಾಡಿಕೆಯಲ್ಲಿಲ್ಲದ ಹೆಸರು.

ಇಂದೇ ಚಾರುಲತ ಕಾನ್ವೆಂಟಿಗೆ ಬಂದಿದ್ದು. ಎರಡು ದಿನದ ಜ್ವರದ ಬಳಲಿಕೆ ಇದ್ದರೂ ಬಂದಿದ್ದರು.

ಬಂದ ಕಾರು ಸವರಿದಂತೆ ನಿಂತಾಗ ಬೆಚ್ಚಿಬಿದ್ದರು. ಶ್ರೀವಾಸ್ತವ ಮುಖ ಕಂಡ ಕೂಡಲೇ, ವೀಣೆಯ ಝೇಂಕಾರ, ಮೃದಂಗದ ನಿನಾದ, ಸಪ್ತಸಾಗರಗಳ ಮಧುರಗಾನ ಕ್ಷಣದಲ್ಲಿ ಮೇಳೈಸಿ ಅಡಗಿಹೋಯಿತು. 'ಶ್ರೀ... ಶ್ರೀ... ಶ್ರೀ...' ಮಿಡಿತ ಗಾಳಿಯಲ್ಲಿ ತೇಲಿಹೋಯಿತು. ಸುತ್ತಲ ಗಾಳಿ ಕ್ಷಣ ಸ್ತಬ್ಧಗೊಂಡು ವೀಕ್ಷಿಸಿತು.

"ಸಾರಿ, ಸರ್..." ಎಚ್ಚೆತ್ತು ನಾಲ್ಕು ಹೆಜ್ಜೆ ಮುಂದಕ್ಕೆ ಇಟ್ಟರು. ಸರ್ರನೆ ಇಳಿದ

ಶ್ರೀವಾಸ್ತವ ಕೈಹಿಡಿದು ನಿಲ್ಲಿಸಿದರು. "ಚಾರು... ಚಾರು..." ನಿಂತಲ್ಲಿಯೇ ಎಲ್ಲಿ ಕರಗಿಹೋಗುವನೋ ಎಂದು ಅಂಜಿದರು. "ನೀವು ಕನ್‌ಫ್ಯೂಸ್ ಮಾಡ್ಕೊಂಡಿದ್ದೀರಾ. ನೀವ್ಯಾರೋ ನಂಗೆ ಗೊತ್ತಿಲ್ಲ" ಕೈಯನ್ನ ಹಿಂದಕ್ಕೆಳೆದು ಕುಸಿಯುವ ಹೆಜ್ಜೆಯ ವೇಗವನ್ನು ಮೂರು ಪಟ್ಟು ಹೆಚ್ಚಿಸಿದರು. ಶ್ರೀ... ಶ್ರೀ... ಶ್ರೀ... ಗಾಳಿಯ ತರಂಗ ಮಧುರವಾಗಿ ಕಿವಿಗೆ ಅಪ್ಪಳಿಸುತ್ತಿತ್ತು.

ಶ್ರೀವಾಸ್ತವ ತಲೆಯೆತ್ತಿ ಆಕಾಶದ ಕಡೆ ನೋಡಿದರು. ಪೂರ್ತಿ ಪಶ್ಚಿಮಕ್ಕೆ ವಾಲಿದ ಸೂರ್ಯ ತನ್ನ ಕಿರಣಗಳಿಂದ ಅದ್ಭುತ ಚಿತ್ತಾರಗಳನ್ನ ಬಿಡಿಸಿದ್ದ ಎಲ್ಲೆಡೆ. ತಂಗಾಳಿಯಲ್ಲಿ ಭಾರವಾದ ನಿಟ್ಟುಸಿರು ಬೆರೆತು ದೂರದೂರಕ್ಕೆ ಸಾಗಿ ಚಾರುಲತನ ತಲುಪಿತು.

ಕಾರು ಅವಳ ಪಕ್ಕದಲ್ಲಿಯೇ ಧೂಳೆಬ್ಬಿಸುತ್ತ ಮುಂದಕ್ಕೆ ಹೋದಾಗ ಬವಳಿ ಬಂದು ಬೀಳುವಂತಾಯಿತು. 'ಶ್ರೀ...' ಮನದಲ್ಲಿನ ಕರೆಯ ಆವೇಗ ತುಟ ತೆರೆದು ಹೊರಗೆ ಬರಲಿಲ್ಲ.

ಮನೆಗೆ ಬಂದ ಶ್ರೀವಾಸ್ತವ ಇಂದು ನೇರವಾಗಿ ಕ್ಲಬ್‌ಗೆ ಹೋದರು. ಅಲ್ಲಿನ ಮೆಂಬರ್‌ಗಳು ಕೂಡ ಹುಬ್ಬೇರಿಸಿದರು. ಅಚಲಾ ಇಲ್ಲದೆ ಶ್ರೀವಾಸ್ತವರ ದರ್ಶನವಾಗು ತ್ತಿದ್ದುದೇ ಅಪರೂಪ.

"ಸೂರ್ಯ ಎಲ್ಲಾದ್ರೂ ದಿಕ್ಕು ಬದಲಾಯಿಸಿದ್ದಾನ? ಹೌ ಸ್ಟ್ರೇಂಜ್!" ಹುಬ್ಬು ಕುಣಿಸಿದ ಲಾಯರ್ ಭಾರ್ಗವ ಭುಜ ತಟ್ಟಿ ನಗುತ್ತಾ ಮುಂದಕ್ಕೆ ಹೋದರು.

ಮನಸ್ಸಿನ ಟೆನ್ಷನ್ ಕಡಿಮೆ ಮಾಡಿಕೊಳ್ಳಲು ಇಲ್ಲಿ ಬಂದಿದ್ದರು. ಬಿಲಿಯರ್ಡ್ಸ್ ಆಡುತ್ತಾ ಕಾಲ ಕಳೆದವರು ಹತ್ತರ ನಂತರವೇ ಕಾರು ಹತ್ತಿದ್ದು. ಈಗ ಕಣ್ಮುಂದೆ ಕಾಣುತ್ತಿದ್ದುದು ಚಾರುಲತ ಮಾತ್ರ. ಅಂದವಾದ ಕಣ್ಣುಗಳ ಚೆಲುವನ್ನ ಕನ್ನಡಕ ಮತ್ತಷ್ಟು ಹೆಚ್ಚಿಸಿತ್ತು. 'ಚಾರು, ಯು ಆರ್ ಸೂಪರ್ಬ್' ಇಪ್ಪತ್ತು ವರ್ಷಗಳ ಬಾಡಿದ ಅವರೆದೆಯ ಭಾವಗಳಿಗೆ ತಂಪಿನ ಸಿಂಚನ.

ಅಚಲಾ ಫೋನ್ ಮಾಡಿ ಕ್ಲಬ್‌ಗೆ ಬಂದಿರುವ ವಿಷಯ ತಿಳಿದಿದ್ದರು. ತೀರಾ ಬೇಸತ್ತ ಶ್ರೀವಾಸ್ತವ ತಾವಾಗಿ ಬಂದು ಕರೆದೊಯ್ಯುತ್ತಿದ್ದರು. ಇಂದೇಕೆ ನನ್ನ ಜ್ಞಾಪಕ ಬಂದಿಲ್ಲ?

"ಪಪ್ಪ ಹೇಗಿದ್ರೂ ಆಫೀಸ್‌ನಲ್ಲಿ?" ರೋಹಿತ್‌ನ ವಿಚಾರಿಸಿದ್ದರು. "ನಾರ್ಮಲ್, ಪಪ್ಪ ಎಕ್ಸೈಟ್ ಆಗೋದೇ ಕಮ್ಮಿ. ಎಂಥ ಪ್ರಾಬ್ಲಮ್‌ಗಳ್ನ ಕೂಡ ನವಿರಾಗಿ ಬಿಚ್ಚಿಬಿಡ್ತಾರೆ" ಎಂದಿದ್ದ.

ಬಟ್ಟೆ ಬದಲಾಯಿಸಿ ಮಲಗಿಬಿಟ್ಟಾಗ ಅಚಲಾಗೆ ಗಾಬರಿಯಾಯಿತು. ಶ್ರೀವಾಸ್ತವ ಕೈಯನ್ನ ತಮ್ಮ ಕೈಯೊಳಗೆ ತಗೊಂಡರು.

"ಒಂದ್ಸಲ ಚೆಕಪ್‌ಗೆ ಒಳಗಾಗೋದು ಒಳ್ಳೇದು" ಎಂದಾಗ ಅರೆಗಣ್ಣು ತೆರೆದು

ನಸುನಕ್ಕರು. ಅದರಲ್ಲಿ ಇಣುಕಿದ್ದು ವಿಷಾದ. "ವೀಕ್ಲಿ ವನ್ಸ್ ಮಾಮೂಲಿನೆ ತಾನೇ! ಈಗ ಅಂಥ ಪ್ರಾಬ್ಲಮ್ ಏನಿಲ್ಲ" ಮತ್ತೆ ಕಣ್ಣು ಮುಚ್ಚಿಕೊಂಡರು. ಆಯಾಸವೆನಿಸಿತು. "ಸಾರಿ ಅಚಲಾ, ಡೋಂಟ್ ಡಿಸ್ಟರ್ಬ್ ಮಿ" ಪಕ್ಕಕ್ಕೆ ತಿರುಗಿ ಮಲಗಿಕೊಂಡರು.

ಅಚಲಾ ಅಲ್ಲಿಂದ ಕದಲಲಿಲ್ಲ. "ಸುಮ್ಮೆ ಕ್ಲಬ್‌ಗೆ ಯಾಕೆ ಹೋದ್ರಿ? ಟೆನ್ಸನ್ ಜೊತೆ ಆಯಾಸ ಕೂಡ" ರಿಪೋರ್ಟ್ ಮನೆ ತಲುಪಿರುತ್ತದೆಯೆಂದು ಅವರಿಗೆ ಗೊತ್ತು. ತಾವು ಆಫೀಸಿನಲ್ಲಿ ಯಾರನ್ನ ಭೇಟಿಯಾದರೂ ಅದರ ವರದಿ ಮನೆ ತಲುಪಿರುತ್ತದೆಯೆಂದು ಎಷ್ಟೋ ವರ್ಷಗಳ ಹಿಂದೆಯೇ ಗೊತ್ತಾಗಿತ್ತು. ಪ್ರೀತಿ, ಕಾಳಜಿಯೆನ್ನುವ ನವಿರಾದ ಭಾವನೆಯನ್ನ ಬಿಚ್ಚಿ ತಪಾಸಿಸುತ್ತಿದ್ದರು ಅಚಲಾ. "ಆ ಟೆನ್ಷನ್ ರಿಲ್ಯಾಕ್ಸ್ ಮಾಡಿಕೊಳ್ಳೋಕೆ ಹೋಗಿದ್ದಿದ್ದು. ನಂಗೆ ಊಟ ಬೇಡ. ನೀನ್ಹೋಗಿ ಮಾಡು" ಹೆಂಡತಿಯ ತೋಳು ತಟ್ಟಿದರು.

ಅಷ್ಟರಲ್ಲಿ ರೋಹಿತ್‌ನ ಕೂಗಿಗೆ ಅಚಲಾ ಏಳಬೇಕಾಯಿತು. ಅನುಮಾನದ ಸಂಕಷ್ಟ ನಾಲ್ಕು ದಿನದಿಂದ ಒಂದೇ ಹೊತ್ತಿಗೆ ಫೋನ್ ಮಾಡಿ ರೋಮಾನ ವಿಚಾರಿಸಿಕೊಂಡಿದ್ದರು. "ಈಗ ಬಾಸ್ ಹೊರಗೆಹೋದರು. ಏನೂ ಹೇಳ್ಲಿಲ್ಲ" ಒಂದೇ ಉತ್ತರ ಕ್ಲಬ್‌ಗೆ ಹೋಗಿದ್ದು ಅದರ ನಂತರ. ಅಷ್ಟರವರೆಗೂ ಎಲ್ಲಿದ್ದರು? ಸಣ್ಣ ಸಂಶಯ ಆಕೆಯನ್ನ ಭೂತವಾಗಿ ಕಾಡಿತು.

ಡಿನ್ನರ್ ಟೇಬಲ್ಲಿನ ಬಳಿಗೆ ಬಂದಾಗ ರೋಹಿತ್ ಹುಬ್ಬೇರಿಸಿದ. "ಪಪ್ಪ.. ಎಲ್ಲಿ?" ಕೂಡಲು ಹೊರಟವನು ಚೇರ್ ಸರಿಸಿ ಹೊರಟಾಗ ಅಚಲಾ ತಡೆದರು. "ಇವತ್ತ್ಯಾಕೋ ತುಂಬ ಆಯಾಸಗೊಂಡವರ ಹಾಗೇ ಕಾಣ್ತಾರೆ. ಸ್ವಂತ ಡ್ರಯ್ವ್ ಮಾಡೋದ್ರಿಂದ ಇರ್ಬಹ್ದು."

ನಿಂತ ರೋಹಿತ್ ಅನುಮಾನಿಸಿದ. "ಅಂಥ ಅಗತ್ಯವೇನು? ಬೇರೇನೋ ಇರುತ್ತೆ" ಧಡಧಡ ಮೆಟ್ಟಿಲು ಹತ್ತಿ ಮೇಲೆ ಹೋದ. ಮಂಚ ಖಾಲಿಯಾಗಿತ್ತು. ಬಾಲ್ಕನಿಯಲ್ಲಿ ಕೂತು ಶೂನ್ಯವನ್ನ ನಿಟ್ಟಿಸುತ್ತಿದ್ದರು. ಮುಖದ ಮೇಲೆ ವ್ಯಥೆಯ ನೆರಳು. "ಪಪ್ಪ..." ರೋಹಿತ್ ಅವರ ಕಾಲ ಬಳಿ ಹೋಗಿ ಕೂತ. "ವಾಟ್ ಈಸ್ ದಿ ಮ್ಯಾಟರ್? ನೀವೇನೋ ಮುಚ್ಚಿಡ್ತಾ ಇದ್ದೀರಾ!" ಬಲವಂತವಾಗಿ ನಕ್ಕು ತಲೆ ಅಡ್ಡಡ್ಡ ಆಡಿಸಿದರು. "ನಿಂಗ್ಯಾಕೆ ಅಂಥ ಸಂಶಯ? ಪ್ಲೀಸ್ ಗೋ ಅಂಡ್..." ಕೆಮ್ಮಿ ಗಂಟಲು ಸರಿಪಡಿಸಿ ಕೊಂಡರು.

ಆಮೇಲೆ ಐದು ನಿಮಿಷ ಮಾತಾಡಿಯೇ ಅವನು ಹಿಂದಿರುಗಿದ್ದು. ಅಚಲಾ ಆಗಲೇ ತಮ್ಮ ಊಟ ಮುಗಿಸಿ ಹಾಲ್‌ನಲ್ಲಿ ಕೂತು ಪೇಪರ್ ನೋಡುತ್ತಿದ್ದರು. ಗಂಡನಿಂದ ಒಂದು ರೀತಿಯ ಮುಖಭಂಗ.

ಮದುವೆಯ ನಂತರದ ದಿನಗಳನ್ನ ನೆನಪಿಸಿಕೊಂಡರು. ಶ್ರೀವಾಸ್ತವ ಸದಾ ವಿಮುಖರಾಗಿ ಇರುತ್ತಿದ್ದರು. ನಗು, ಮಾತು ಎಲ್ಲ ಬಲವಂತದ್ದು ಅನಿಸಿದ್ದುಂಟು.

"ಶ್ರೀ ತುಂಬ ಒಳ್ಳೆ ಯುವಕ. ನಮ್ಮಿಂದ ಹಣ ಪಡೆದುದಕ್ಕೆ ಅವನಲ್ಲಿ ಇನ್‌ಫೀರಿಯಾರಿಟಿ ಕಾಂಪ್ಲೆಕ್ಸ್ ಉಂಟಾಗಿದೆ. ಕೆಲವು ದಿನ ಅಷ್ಟೆ ಆಮೇಲೆ ತಾನಾಗಿ ಸರಿ ಹೋಗ್ತಾನೆ. ಕರ್ತವ್ಯದ ಜೊತೆ ಕೃತಜ್ಞತೆ ಉರುಳು ಬಿಗಿದುಕೊಂಡು ಅವನು ನಿನ್ನ ಪ್ರೀತಿಗೆ ಹೆಚ್ಚು ನಿಷ್ಠನಾಗುತ್ತಾನೆ" ಅಚಲಾ ತಂದೆ ತುಂಬು ಭರವಸೆಯಿಂದ ಹೇಳಿದ್ದರು.

ನಷ್ಟದಲ್ಲಿದ್ದ ಶ್ರೀ ಎಲೆಕ್ಟ್ರಾನಿಕ್ಸ್ ಚೇತರಿಸಿಕೊಳ್ಳಲು ಹತ್ತು ಲಕ್ಷ ಸಾಲದ, ಬಳುವಳಿಯ ರೂಪದಲ್ಲಿ ನೀಡಿದ್ದರು. ಅಳಿಯನನ್ನ ಮಗಳಿಗೆ ಸಾಲಗಾರನನ್ನಾಗಿಸಿದ್ದರು. ಬಡ್ಡಿಗಾಗಿ ಅವಳನ್ನ ಸದಾ ಸಂತೋಷದಿಂದ ನೋಡಿಕೊಳ್ಳಬೇಕೆಂಬ ಕರಾರನ್ನು ಸ್ಪಷ್ಟವಾಗಿ ಹೆಚ್ಚು ನಿರ್ದಿಷ್ಟ ಭಾವನಾತ್ಮಕ ಸಂಬಂಧವನ್ನಾಗಿರಿಸಿದ್ದರು ಚತುರ ತಂದೆ.

ಎರಡೇ ವರ್ಷಗಳಲ್ಲಿ ಶ್ರೀವಾಸ್ತವ ತಾಯಿ ತಂದೆ ತೀರಿಕೊಂಡಾಗ ಎಲ್ಲಕ್ಕೂ ಒಡೆಯಳು ಅಚಲಾ ಮಾತ್ರ. ಅದನ್ನ ಅರಿತೇ ಹೇರಿ, ಅಧಿಕಾರ ಚಲಾಯಿಸಿಕೊಂಡು ಬಂದದ್ದು.

"ಮಮ್ಮಿ..." ಆಕೆಯ ಕೈಯಲ್ಲಿನ ಪೇಪರ್ ಕಿತ್ತು ಟೀಪಾಯಿ ಮೇಲೆಸೆದ. "ಮಾವ ಬಂದ್ರೆ... ಈ ಮನೆಯಲ್ಲೇ ಇರ್ತಾರ?" ಬರಬಹುದಾದ ಮಾವನ ಬಗ್ಗೆ ಪ್ರಶ್ನಿಸುವುದರ ಜೊತೆ ತನ್ನದೊಂದು ಮಾತು ಸೇರಿಸಿದ. "ಗೆಸ್ಟ್‌ಗಳಾಗಿ ನಾಲ್ಕು ದಿನ ಇರಿಸ್ಕೋಬಹುದು ಅಷ್ಟೆ. ಅವುಗಳು ಇಲ್ಲೇ ತಳವೂರೋದು ನಂಗಿಷ್ಟವಿಲ್ಲ" ಬೆಚ್ಚಿಬಿದ್ದರು ಅಚಲಾ. ಈ ಮಾತುಗಳನ್ನಾಡುತ್ತಿರುವುದು ರೋಹಿತನಾ? ಉಗುಳು ನುಂಗಿದರು.

ತಮ್ಮ ಹಣವನ್ನು ಜೋಪಾನ ಮಾಡಿಯೇ ಅವರು ಕುವೈತ್‌ಗೆ ಹೋಗಿದ್ದು. ಉತ್ತಮ ಪೋಸ್ಟ್. ಕೈತುಂಬ ಸಂಬಳ. ಇಡೀ ಸಂಸಾರ ಅಲ್ಲೇ ಇದ್ದರು. ಮೂರು ವರ್ಷಕ್ಕೆ, ನಾಲ್ಕು ವರ್ಷಕ್ಕೊಮ್ಮೆಯೇ ಬಂದುಹೋಗುತ್ತಿದ್ದುದು. ಕೆಲವೊಮ್ಮೆ ಅದೂ ಇಲ್ಲ.

ಮಗನ ಮುಖವನ್ನು ದಿಟ್ಟಿಸಿದರು ಅಚಲ. "ಛಿ, ನಿನ್ಮಾತುಗಳು ನಂಗೆ ಇಷ್ಟವಾಗ್ಲಿಲ್ಲ. ನಿನ್ನ ಮಾವ ಬಂದ್ರೆ ನಿನ್ನ ಪಪ್ಪನಿಗೆ ಎಷ್ಟೋ ಹೆಲ್ಪ್ ಸಿಗುತ್ತೆ. ಅವ್ರಿಗೆ ರೆಸ್ಟ್ ಅಗತ್ಯವಿದೆ. ಹಾರ್ಟ್ ಅಟ್ಯಾಕ್ ಆದ್ಮೇಲೆ ಮೊದ್ಲಿನ ಉತ್ಸಾಹವೇ ಇಲ್ಲ" ಎಂದಕೂಡಲೇ ಕೊನೆಯ ಮಾತನ್ನ ತಳ್ಳಿ ಹಾಕಿದ.

"ನೆವರ್, ಅಂಥದ್ದೇನು ಇಲ್ಲ" ಅಂತೂ ಮಾವನ ಇಡೀ ಫ್ಯಾಮಿಲಿ ಇಲ್ಲೇ ತಳವೂರೋದು ಮಾತ್ರ ನಂಗೆ ಇಷ್ಟವಾಗೋಲ್ಲ. ಮೊದ್ಲೇ ತಿಳಿಸಿದ್ದೀನಿ. ಆಮೇಲೆ..." ಮೊಟಕುಗೊಳಿಸಿ ಎದ್ದುಹೋದ.

ಇದನ್ನ ಕನಸ್ಸಿನಲ್ಲಿಯೂ ಹೇಳೋಕೆ ಶ್ರೀವಾಸ್ತವ ಸಿದ್ಧವಿರಲಾರರು. ಆದರೆ ಹೆಚ್ಚು ಸ್ಪಷ್ಟವಾಗಿ, ಅಷ್ಟೇ ಸುಲಭವಾಗಿ ಹೇಳಿಮುಗಿಸಿದ್ದ ರೋಹಿತ್. ಯಾಕೆ ಇಂಥ ಪಟ್ಟು ಇವನದು? ಹೊರಡುವಾಗ ಶಿವಶಂಕರ್ ಎಲ್ಲಾ ಮಾರಿಬಿಟ್ಟಿದ್ದರು. ಅವರಿಗೆ ಭಾರತಕ್ಕೆ ಹಿಂದಿರುಗುವ ಇಚ್ಛೆಯೂ ಇರಲಿಲ್ಲ. ಲಂಡನ್‌ನಲ್ಲಿ ಮಕ್ಕಳನ್ನ ಶಾಲೆಗೆ ಸೇರಿಸಿ ಓದಿಸಿದ್ದರು. ಅಲ್ಲಿಯೇ ನೆಲೆಸುವ ಆಕಾಂಕ್ಷೆಯನ್ನು ಒಂದೆರಡು ಸಲ ತಿಳಿಸಿದ್ದರು. ಈಗ

ಅವರ ಉದ್ದೇಶ ಬದಲಾಗಿತ್ತು. ಸಂತೋಷದಿಂದ ಕುಣಿದು ಕುಪ್ಪಳಿಸಬೇಕಿದ್ದ ರೋಹಿತ್ ಅವರು ಜೊತೆಯಲ್ಲಿ ನೆಲೆಸುವುದನ್ನ ವಿರೋಧಿಸಿದ್ದರ ಜೊತೆ ಬಂಧಗಳಾಗಿ ದೂರ ಉಳಿಯಲಿಯೆನ್ನುವುದನ್ನ ಸೂಚ್ಯವಾಗಿ ತಿಳಿಸಿದ್ದ.

"ಡ್ಯಾಮ್ ಇಟ್..." ಮುಂದಿದ್ದ ಟೀಪಾಯಿಯನ್ನು ಅಚಲಾ ಕಾಲಿನಿಂದ ಒದ್ದರು. ಇದೇ ರೀತಿ ಮುಂದುವರಿದರೆ ರೋಹಿತ್ ಎಲ್ಲಿಗೆ ಹೋಗಿ ತಲುಪಬಹುದು? ಅವನೊಬ್ಬ ಅರಿಸ್ಟೋಕ್ರಾಟ್ ಆಗಬಹುದು. ಅವನ ಸರ್ವಾಧಿಕಾರದಲ್ಲಿನ ಬದುಕು ಹೇಗಿರಬಹುದು? ಭಯಪಟ್ಟರು.

ನಿದ್ದೆ ಬರದೇ ಹೊರಳಾಡಿದರೂ ಶ್ರೀವಾಸ್ತವ ಹಾಸಿಗೆಯಿಂದ ಮೇಲೇಳಲಿಲ್ಲ. ಉತ್ತರಿಸಬೇಕಾದ ಅಪಾಯವಿತ್ತು. ಇಂದಲ್ಲ ನಾಳೆ ಸತ್ಯ ತಿಳಿಸಬೇಕಾಗುತ್ತದೆಯೆಂಬ ಅರಿವು ಅವರಿಗೆ ಉಂಟಾಗಿತ್ತು. ಇಡೀ ಪ್ರಸಕ್ತಿಯ ಮೇಲೆ ಭಾಸ್ಕರ್ ಬಂಡೆಯೆಳೆದು ಬಿಟ್ಟಿದ್ದರು. ಆದರೆ ಅದನ್ನ ಎತ್ತಿ ಒಗೆಯಬೇಕೆನ್ನುವ ಸಿದ್ಧತೆ ಇವರದು. ಇಷ್ಟು ವರ್ಷದ ಬದುಕು ಅವರಿಗೇನೂ ಕೊಟ್ಟಿರಲಿಲ್ಲ. ಅಂಥ ಜೀವನ ದುರ್ಬರ.

ಬೆಳಿಗ್ಗೆ ಏಳುವಾಗ ಅಚಲಾ ರೆಟ್ಟೆ ಹಿಡಿದುಕೊಂಡರು. "ನಾವು ರೋಹಿತ್‌ನ ಸರ್‍ಯಾಗಿ ಬೆಳೆಸಲಿಲ್ಲ!" ಹೆಂಡತಿಯ ಮಾತಿಗೆ ಬೆಚ್ಚಿಬಿದ್ದರು. "ಈ ರೀತಿ ನೀನು ಯೋಚಿಸೋಕೆ ಕಾರಣ? ಆರಾಮಾಗಿ ಕಾಲೇಜು, ಫ್ರೆಂಡ್ಸ್ ಅಂತ ಓಡಾಡೋ ಏಜ್‌ನಲ್ಲಿ ಆಫೀಸ್‌ನಲ್ಲಿ ಬಂದು ಕೂತ್ಕೋತಾ ಇದ್ದಾನೆ. ಅದು ಅವ್ನ ಆಸಕ್ತಿಗೆ ಸಂಬಂಧಪಟ್ಟ ವಿಷ್ಯ." ಅವನ ಬಗ್ಗೆ ವಿವರಿಸಲು ಪ್ರಯತ್ನಿಸಿದರು. ಅಚಲಾ ಮುಖದ ಗೆಲುವು ಮತ್ತಷ್ಟು ಕುಗ್ಗಿತು. ರಾತ್ರಿ ನಡೆದ ಮಾತುಗಳನ್ನು ಶ್ರೀವಾಸ್ತವ ಮುಂದಿಟ್ಟರು.

ಶ್ರೀವಾಸ್ತವ ಮಾತಾಡಲಾರದೆ ಕೂತರು. ಆ ಮಾತುಗಳನ್ನೇ ಮುಖ್ಯವಾಗಿಟ್ಟು ಕೊಂಡು ರೋಹಿತ್‌ನ ಅರ್ಥೈಸಿಕೊಳ್ಳಲು ನೋಡಿದರು.

"ಸುಮ್ನೇ ಈ ವಿಷ್ಯಕ್ಕೆ ನೀನ್ಯಾಕೆ ತಲೆ ಕೆಡಿಸ್ಕೋತೀಯಾ! ನಾನು ಮಾತಾಡ್ತೀನಿ. ಹುಡುಗುತನದ ಆವೇಶ ಇದನ್ನೆಲ್ಲ ಆಡಿಸಿರಬೇಕು" ಸಂತೈಸಲು ನೋಡಿದರು. ಅಚಲಾ ಪೂರ್ತಿ ವಿಚಲಿತರಾಗಿದ್ದರು.

"ನಂಗ್ಯಾಕೋ ಅನುಮಾನ. ಅವನನ್ನ ಯಾರೋ ಎತ್ತಿ ಕಟ್ಟಿದ್ದಾರೆ" ಎಂದ ಕೂಡಲೇ ಶ್ರೀವಾಸ್ತವರಿಗೆ ಗಾಬರಿಯಾದರೂ ನಕ್ಕುಬಿಟ್ಟರು. "ಒಳ್ಳೇ ಕಲ್ಪನೆ! ಯಾರ್ಗೇ ಅಂಥ ಅಗತ್ಯವಿದೆ? ಈ ರೀತಿ ಯೋಚಿಸೋದ್ರಿಂದ ಮನಸ್ಸು ಘಾಸಿಗೊಳ್ಳುತ್ತೆ."

ಆದರೂ ಅಚಲಾ ಸಮಾಧಾನಗೊಳ್ಳಲಿಲ್ಲ. ರವಿಯೇ ಅವರ ಮಿದುಳಿನಲ್ಲಿ ಕುಣಿಯುತ್ತಿದ್ದ. ಪದೇಪದೇ ಅವನ ಕಣ್ಣುಗಳಲ್ಲಿನ ದಿಟ್ಟತನ ಮುಖದಲ್ಲಿನ ಗಾಂಭೀರ್ಯ ಅವರನ್ನ ದಿಕ್ಕೆಡಿಸುತ್ತಿತ್ತು ಯಾಕೆ... ಯಾಕೆ... ಯಾಕೆ? ಪ್ರಶ್ನೆಗೆ ಉತ್ತರಿಸಲಾರದೆ ಹೋಗು ತ್ತಿದ್ದರು.

ಅಂದು ಆಫೀಸಿಗೆ ಸ್ವಲ್ಪ ಬೇಗ ಹೋದವರು ಸೆಕ್ಷನ್ ಆಫೀಸರ್‌ನ ಕರೆಸಿಕೊಂಡು

ಯಾರು ಬಂದರೂ ಡಿಸ್ಟರ್ಬ್ ಮಾಡಬಾರದೆಂದು ಹೇಳಿದವರು ಸ್ವಲ್ಪ ಬದಲಾಯಿಸಿದರು.

"ರವಿ ಬಂದ್ರೆ... ಮಾತ್ರ ಒಳ್ಗೆ ಕಳ್ಸಿ" ಇಂದು ಬಂದೇಬರುತ್ತಾನೆಂಬ ಆಶಾವಾದ ಅವರದು ಪದೇಪದೇ ಕಾಲೇಜಿಗೆ ಫೋನ್ ಮಾಡಿ ವಿಚಾರಿಸುವುದು, ಕರೆಸಿಕೊಳ್ಳುವುದು ಅಷ್ಟು ಸರಿಯಾಗಿ ಕಂಡಿರಲಿಲ್ಲ. ಯಾವುದೋ ವಾಂಛೆ ಅವರನ್ನು ಬಲವಾಗಿ ಎಳೆಯುತ್ತಿತ್ತು. ಅಲ್ಲಿ ನಿರ್ಮಿತವಾಗುತ್ತಿದ್ದುದು ಪ್ರೀತಿಯ ಚೌಕಟ್ಟು.

ಅವರ ಎಣಿಕೆ ಸುಳ್ಳಾಗಲಿಲ್ಲ. ಫೋನ್ ಸದ್ದಾದಾಗ ಏನೋ ವಿವರಿಸುತ್ತಿದ್ದವರು ಎತ್ತಿದರು. "ರವಿ ಬಂದಿದ್ದಾರೆ, ಕಳ್ಸಿ ಕೊಡ್ತಾ?" ರೋಮಾ ಪರ್ಮಿಷನ್ ಕೇಳಿದಾಗ ಸಂತೋಷದಿಂದ ಅವರ ಮುಖ ಅರಳಿತು. "ವೈ ನಾಟ್? ಈಗ್ಲೆ ಕಳ್ಸು" ಫೈಲು ಮುಚ್ಚಿ ಪಕ್ಕಕ್ಕೆ ಸರಿಸಿದರು. "ಆಮೇಲೆ... ಬನ್ನಿ" ಅವರಿಗೆ ಆಶ್ಚರ್ಯವಾಯಿತು. "ಯೆಸ್ ಸರ್..." ಎದ್ದು ಹೋದರು. ಅದರ ಹಿಂದೆಯೇ ರವಿ ಬಂದ.

ಬಾಚಿ ತಬ್ಬಿಕೊಂಡು ಮುದ್ದಾಡಿಬಿಡಬೇಕೆಂಬ ಹಂಬಲವನ್ನು ಪ್ರಯಾಸದಿಂದ ಹತ್ತಿಕ್ಕಿದರು. "ಪ್ಲೀಸ್ ಕಮ್.. ಯಾಕೆ ಬರೋದೇ ಕಮ್ಮಿ ಮಾಡ್ದೇ? ಇದು ಸಹಿಸಲಾರದಂಥದ್ದು" ಕೋಪ ನಟಿಸಿದರು. ರವಿಗೆ ಆಪ್ಯಾಯಮಾನವೆನಿಸಿತು.

"ಕೂತ್ಕೋ... ರವಿ" ಹೆಚ್ಚು ಸಲುಗೆಯಿಂದ ಹೇಳಿದರು. ಈ ದಿನ ರವಿಯ ಮುಖದಲ್ಲಿ ಹೊಸತನದ ಜೊತೆ ಒಂದು ರೀತಿಯ ಪ್ರಜ್ವಲಿಸುವಿಕೆ. "ಗುಡ್ ನ್ಯೂಸ್ ಹೇಳೋಕೆ ಬಂದಿದ್ದೀಯಲ್ಲ! ಕಮಾನ್..." ಕಣ್ಣಲ್ಲೇ ಮೆಚ್ಚಿಗೆ ಸೂಚಿಸಿದರು.

ತಂದಿದ್ದ ಡಬ್ಬಿಯ ಮುಚ್ಚಳವನ್ನು ತೆರೆದು ಅವರ ಮುಂದಿಡಿದ. "ಇವತ್ತು ನನ್ನ ಬರ್ತ್ ಡೇ" ಎಂದಕೂಡಲೇ ಶ್ರೀವಾಸ್ತವರ ಸಂಯಮ ಹಾರಿಯೇಹೋಯಿತು. ಡಬ್ಬ ಪಕ್ಕಕ್ಕಿಟ್ಟು ಅವನನ್ನ ತಬ್ಬಿಕೊಂಡರು. "ಮೆನಿ ಹ್ಯಾಪಿ ರಿಟರ್ನ್ಸ್ ಆಫ್ ದಿ ಡೇ" ಅವರ ಗಂಟಲು ಮೃದುವಾಗಿ ಕಂಪಿಸುತ್ತಿತ್ತು. ಆನಂದಾತಿರೇಕದಿಂದ ಹೃದಯ ಹೊಯ್ದಾಡುತ್ತಿತ್ತು. ಶಾಂತತೆ ಇತ್ತು. ಉದ್ವೇಗವಿರಲಿಲ್ಲ. ಅಮೂಲ್ಯ ವಸ್ತುವನ್ನು ಪಡೆದರೂ ಗರ್ವವಿಲ್ಲದ ಮಹನೀಯವೆನಿಸಿಕೊಂಡರು.

ತಟ್ಟನೇ ತಮ್ಮ ಸರವನ್ನು ತೆಗೆದು ಅವನ ಕುತ್ತಿಗೆಗೆ ಹಾಕಿಬಿಟ್ಟರು. ತಬ್ಬಿಬ್ಬಾದ ರವಿ.

"ಸರ್..." ಸರವನ್ನು ತೆಗೆಯಲು ಹೋದಾಗ ತಡೆದರು. "ಬೇಡ, ನನ್ನ ಪ್ರಸೆಂಟೇಷನ್ ಆಗಿ ನಿನ್ನ ಕತ್ತಿನಲ್ಲೇ ಉಳಿಯಲಿ" ಮನದುಂಬಿ ಹೇಳಿದಾಗ ರವಿಗಂತೂ ಏನು ತೋಚದಂತಾಯಿತು. "ಇಂಥ ಕಾಸ್ಲಿ ಸರದ ಅಗತ್ಯ ನಂಗೆ ಇರ್ಲಿಲ್ಲ ನಿಮ್ಮ ಪ್ರೀತಿ, ಆಶೀರ್ವಾದ ಸಾಕಿತ್ತು" ಕಣ್ಣಂಚಿನ ಕಂಬನಿ ಕೆನ್ನೆಯ ಮೇಲೆ ಜಾರಿಯೇ ಬಿಟ್ಟಿತು. ಅವರ ತಣ್ಣನೆಯ ಬಾಹುಗಳಲ್ಲಿ ಕೆಲವು ನಿಮಿಷಗಳು ಅಡಗಿಹೋದ. ಎಂಥಹುದೋ ಅನಿರ್ವಚನೀಯವಾದ ಸಂತೋಷ, ಸಂತೃಪ್ತಿ ಅವನದಾಯಿತು.

ಶ್ರೀವಾಸ್ತವ ಡಬ್ಬಿಯಲ್ಲಿನ ಸ್ವೀಟ್ಸ್ ತಾವೇ ತೆಗೆದು ಅವನ ಬಾಯಿಗಿಟ್ಟು ಮತ್ತೊಮ್ಮೆ

ಶುಭ ಹಾರೈಸಿದರು. "ಮೆನಿ ಹ್ಯಾಪಿ ರಿಟರ್ನ್ಸ್ ಆಫ್ ದಿ ಡೇ. ಆ ಶುಭ ದಿನಗಳು ಸಿಹಿ ತಿನ್ನಿಸೋ ಅದೃಷ್ಟ ನಂಗಿರ್ಲಿ" ಮನ ತುಂಬಿದ ನುಡಿಗಳು.

"ಥ್ಯಾಂಕ್ಯೂ... ಸರ್... ಥ್ಯಾಂಕ್ಯೂ..." ಕೃತಜ್ಞತೆಯ ಭಾರದಿಂದ ಅವನ ಕೊರಳುಬ್ಬಿತು. ಇಂದಿನ ಈ ಕ್ಷಣಗಳು ಅವನ ಪಾಲಿಗೆ ಅಮೂಲ್ಯ. ಹುಟ್ಟಿದಾಗಿನಿಂದಲೇ ಕಳೆದುಕೊಂಡ ಪ್ರೀತಿ ಶ್ರೀವಾಸ್ತವ ರೂಪದಲ್ಲಿ ಸಿಕ್ಕಿತ್ತು.

ಅಷ್ಟರಲ್ಲಿ ರೋಹಿತ್ ಬಂದಿದ್ದರಿಂದ ವಾತಾವರಣ ಬದಲಾಯಿತು. ಅವನು ರವಿಯನ್ನು ನೋಡಿ ಹುಬ್ಬೇರಿಸಿದ. ಏನಾದರೂ ಸಹಾಯ ಬಯಸಿಯೇ ಬಂದಿರಬಹುದು. ಅನುಮಾನ ಎಂಬುದು ಅವನಲ್ಲೂ ಇಣುಕಿತು.

ಶ್ರೀವಾಸ್ತವ ಡಬ್ಬಿಯನ್ನ ತೆಗೆದು ಮಗನ ಮುಂದೆ ಹಿಡಿದರು. "ಇವತ್ತು ರವಿ ಬರ್ತ್‌ಡೇನಂತೆ, ಸ್ವೀಟ್ಸ್ ತಂದಿದ್ದಾನೆ" ಸಂತೋಷದಿಂದ ಒಂದು ಫೇಡೆ ಎತ್ತಿಕೊಂಡು ತಿಂದು ಆಕರ್ಷಕ ರೀತಿಯಲ್ಲಿ ಹುಟ್ಟಿದ ಹಬ್ಬಕ್ಕೆ ಶುಭಾಶಯ ಕೋರಿದ "ಡಿಯರ್ ಫ್ರೆಂಡ್, ಐ ವಿಶ್ ಯು..." ಕುತ್ತಿಗೆಯ ಮೇಲೆ ಕೈಯಾಡಿಸಿದ. "ಫೇಡಾ ಕೊಡುವ ದಿನಗಳು ನಿನ್ನ ಜೀವನದಲ್ಲಿ ಬಹಳಷ್ಟು ಸಲ ಬರಲಿ" ನಕ್ಕ.

ರವಿ ಇದ್ದಷ್ಟು ಹೊತ್ತು ಶ್ರೀವಾಸ್ತವರ ಮುಖದಲ್ಲಿ ಅತ್ಯಂತ ಸಂಭ್ರಮ, ಉತ್ಸಾಹ. ಹೊರಡಲು ಅವನು ಎದ್ದಾಗ ಆಹ್ವಾನ ಕೊಟ್ಟರು.

"ದಿನ ಸಂಜೆ ನಮ್ಮ ರೋಹಿತ್ ಜೊತೆ ಬ್ಯಾಡ್ಮಿಂಟನ್ ಆಡೋಕೆ ಬಾ" ರೋಹಿತ್ ಖುಷಿಯಿಂದ ತಲೆ ಕುಣಿಸಿದ. ಆದರೆ ರವಿ ತಣ್ಣಗೆ ನಿರಾಕರಿಸಿದ. "ಸಾರಿ, ಸರ್... ಫೈನಲ್ ಇಯರ್ ಓದೋದು ತುಂಬ ಇರುತ್ತೆ. ಎಲ್ಲಕ್ಕಿಂತ ಸಂಜೆಗಳ್ನ ನನ್ನ ಮಮ್ಮಿ ಜೊತೆ ಕಳೆಯೋಕೆ ಇಷ್ಟ" ಕ್ಷಣ ರವಿಯ ಮಮ್ಮಿಯ ಬಗ್ಗೆ ಅವರಿಗೆ ಅಸೂಯೆಯುಂಟಾಯಿತು.

ಕಡೆಗೆ ರೋಹಿತ್ ರಿಕ್ವೆಸ್ಟ್ ಮಾಡಿಕೊಂಡ: "ವೀಕ್ಲಿ ವನ್ಸ್ ಆದ್ರೂ ಬಾ. ಎವ್ವೆರಿ ಸಂಡೇ..." ತಂದೆಯ ಮುಖ ನೋಡಿದ. ಅವರ ನೋಟ ರವಿಯತ್ತ ಇತ್ತು. ಕೆಳ ತುಟಿಯನ್ನ ಕಚ್ಚಿಕೊಂಡ. 'ರವಿಯನ್ನ ಕಂಡರೆ ಶ್ರೀವಾಸ್ತವರಿಗೆ ಇಷ್ಟ' ಅದು ಒಂದು ಮಿತಿಯಲ್ಲಿದ್ದಿದ್ದರೇ ಅವನು ತಲೆ ಕೆಡಿಸಿಕೊಳ್ಳುತ್ತಿರಲಿಲ್ಲ.

"ಬರ್ತಿನಿ..." ರವಿ ಹೊರಟಾಗ ಶ್ರೀವಾಸ್ತವರ ಕಣ್ಣುಗಳಲ್ಲಿನ ಆತ್ಮೀಯತೆಯೆಲ್ಲ ಒಮ್ಮೆಲೇ ಬರಿದಾಗಿಹೋಯಿತು. "ನಂಗೆ ಒಂದಿಷ್ಟು ಕೆಲ್ಸ ಇದೆ. ಮಮ್ಮಿಗೆ ನಾನು ಬರೋಲ್ಲಾಂತ ಫೋನ್ ಮಾಡು" ಎಂದವರು ಫೋನ್‌ನಲ್ಲಿ ಸೆಕ್ಷನ್ ಆಫೀಸರ್‌ನ ಕರೆದರು. ಇನ್ನೊಂದು ಮಾತಿಲ್ಲ ರೋಹಿತ್ ಬಳಿಯಲ್ಲಿ.

ರೋಹಿತ್ ತನ್ನ ಟೇಬಲ್ಲಿಗೆ ಹೋದವನು ಕುಸಿದಂತೆ ಕೂತ. ಅವನ ತಿಳಿವಳಿಕೆಗೆ ಇವೆಲ್ಲ ಕ್ಲುಪ್ತ ವಿಷಯಗಳೇ. ಆದರೆ ಇಂದು 'ಚುರುಕ್' ಎಂದಿತ್ತು. ರವಿಯ ಬಗೆಗೆ ತಾಯಿಗೆ ಯಾಕಿಷ್ಟು ಅಸಹನೆಯೆಂದು ಇಂದು ಅವನಿಗೆ ಅರ್ಥವಾಯಿತು. ಶ್ರೀವಾಸ್ತವ ರಿಗೆ ರವಿಯಲ್ಲಿರುವುದು ಪ್ರೀತಿಯೋ, ಸಹಾನುಭೂತಿಯೋ? ಅಥವಾ ಇವೆರಡನ್ನೂ ಮೀರಿಸುವ ಅನುಕಂಪವೂ? ಅವನ ಮಿದುಳು ಅರ್ಥೈಸಿಕೊಳ್ಳಲಾರದೆ ಹೋಯಿತು.

ಆಮೇಲೆ ಶ್ರೀವಾಸ್ತವರಿಗೆ ಬರಿದಾದ ಅನುಭವವಾದರೂ ಹೆಚ್ಚು ಉತ್ಸಾಹ ಗೊಂಡರು. ಊಟಕ್ಕೆ ಹೋಗಬಾರದೆಂಬ ನಿರ್ಣಯವನ್ನ ಮುರಿದು ಮೇಲೆದ್ದವರು ರೋಹಿತ್‌ಗೆ ಫೋನ್ ಮಾಡಿದರು.

"ಮನೆಗೆ ಹೋಗೋಣ" ಪಕ್ಕದಲ್ಲಿದ್ದ ಡಬ್ಬಿಯನ್ನ ತೆಗೆದುಕೊಂಡರು. 'ನಂಗೆ ರವಿನ ಕಂಡ್ರೆ ಆಗೋಲ್ಲ' ಅಚಲಾ ಹೇಳಿದಂತಾಯಿತು. ಆಫೀಸ್ ಬಾಯ್‌ನ ಕರೆದು ಅವನ ಕೈಯ್ಯಲ್ಲಿಟ್ಟರು. "ನಿನ್ನ ಮಕ್ಕಿಗೆ ತಗೊಂಡ್ಹೋಗಿ ಕೊಡು" ತಗೆದಿಟ್ಟ ಒಂದು ಫೇಡಾ ತಾವೇ ತಿಂದರು.

ಹೋಗುವಾಗ ರೋಹಿತ್ ಡ್ರೈವ್ ಮಾಡುತ್ತಿದ್ದ. ತಟ್ಟನೆ ಒಂದು ಪ್ರಶ್ನೆ ಎತ್ತಿದ್ದ.

"ಪಪ್ಪ ರವಿ ಯಾರು?" ಶ್ರೀವಾಸ್ತವ ನಕ್ಕುಬಿಟ್ಟರು. "ರವಿ ಅಂದ್ರೆ... ರವಿನೆ, ನಂಗೆ ಗೊತ್ತಿರೋದು ಅಷ್ಟೆ. ಅವ್ನು ನಿನ್ನ ಕಾಲೇಜಿನ ಫೈನಲ್ ಇಯರ ಸ್ಟೂಡೆಂಟ್ ಎಂದು ಮಾತ್ರ ಗೊತ್ತು. ಯಾಕೆ ಈ ಪ್ರಶ್ನೆ?" ರೋಹಿತ್‌ನೇ ಸಂದಿಗ್ಧದಲ್ಲಿ ಬಿದ್ದ ಅವನ ಪರಿಸ್ಥಿತಿಯೇ ತಿಳಿಯದ ಇವರು ಏನು ಸಹಾಯ ಮಾಡಿರಬಹುದು? ಏನಾದರೂ ಕೇಳಬೇಕಾದರೂ ತನ್ನ ಮನೆಯ ನಿಸ್ಸಹಾಯಕತೆ ಅವನು ತೋಡಿಕೊಳ್ಳಬೇಕು. ಎರಡೂ ಇಲ್ಲ.

ಸ್ವಲ್ಪ ಕಾರಿನ ವೇಗ ತಗ್ಗಿಸಿದ. "ಡೋಂಟ್‌ಮೈಂಡ್, ಪಪ್ಪ ನೀವು ರವಿನ ಇಷ್ಟಪಡ್ತೀರಾ! ಯಾಕೆ?" ತೀವ್ರವಾದ ಗಾಂಭೀರ್ಯ ಅವರ ಮುಖದ ಮೇಲೆ ಆವರಿಸಿತು. ಚಿಂತನೆಯಲ್ಲಿ ಮುಳುಗಿಹೋಗಿರಬಹುದೆನಿಸಿತು ರೋಹಿತ್‌ಗೆ.

ಹೃದಯದ ಭಾವನೆಯನ್ನ ಸ್ಪಷ್ಟವಾಗಿ ಹೇಳುವುದು ಸಾಧುವಲ್ಲವೆನಿಸಿತು. "ನಂಗೆ ಗೊತ್ತಿಲ್ಲ. ಅವ್ನ ಸ್ವಭಾವ ನಂಗೆ ಇಷ್ಟವಾಗ್ಬಹ್ದು. ಅವ್ನ ಆಕರ್ಷಕ ವ್ಯಕ್ತಿತ್ವ ನನ್ನ ಮನ ಸೆಳೆದಿರಬಹ್ದು. ಇದೇಂತ... ಸ್ಪಷ್ಟವಾಗಿ ಹೇಳ್ಲಾರೆ" ಕ್ಷಣ ಭಾವುಕರಾದರು.

ರೋಹಿತ್ ಕಾರಿನ ವೇಗ ಹೆಚ್ಚಿಸಿದ. ಇಂಥದ್ದನ್ನೆಲ್ಲ ಆಳವಾಗಿ ತೆಗೆದುಕೊಳ್ಳುವುದು ಅವನ ಸ್ವಭಾವವಲ್ಲದಿದ್ದರೂ ಒಂದು ರೀತಿಯ ಹಿಂಸೆಯೆನಿಸಿತು. ತಂದೆ, ಮಗನ ನಡುವೆಯೂ ಅಂಥ ಅನ್ಯೋನ್ಯತೆ ಇಲ್ಲವೆನಿಸಿತು ಅವನಿಗೆ.

ಈಗಾಗಲೇ ರವಿ ಬಂದುಹೋದ ಸುದ್ದಿ ಆಚಲಾಗೆ ಮುಟ್ಟಿತ್ತು. ಆಗಾಗ ಫೋನ್ ಮಾಡಿ ಮೊದಲಿನಿಂದಲೂ ವಿಚಾರಿಸುತ್ತಿದ್ದುದು ವಾಡಿಕೆಯಾದರೂ ಇಂದು ಹೆಚ್ಚು ಉಪಯೋಗಕ್ಕೆ ಬಂದಿತ್ತು.

ಊಟಕ್ಕೆ ಕೂತಾಗ ಪ್ರಸ್ತಾಪವೆತ್ತಿಯೇಬಿಟ್ಟರು. "ರವಿ ಬಂದಿದ್ದನಂತೆ. ಹಗಲೆಲ್ಲ ಯಾಕೆ ಬರ್ತಾನೆ?" ತಿಳಿಸಾರಿನಲ್ಲಿ ಅನ್ನ ಕಲೆಸುತ್ತಿದ್ದ ಶ್ರೀವಾಸ್ತವ ತಲೆಯೆತ್ತಿದರು. "ಸಾಕಷ್ಟು ಜನ ಬಂದು ಹೋಗೋ ಕಡೆ ರವಿಯೊಬ್ಬ ಬರೋದು ಅತಿಶಯದ ವಿಷ್ಯವಲ್ಲ. ನನ್ನಿಂದ ಯಾವ್ದೇ ಹಣದ ಸಹಾಯ ಅವ್ನು ಪಡೀತಾ ಇಲ್ಲ" ಸ್ಪಷ್ಟಪಡಿಸಿದರು. ಅಚಲಾ

ಪದೇಪದೇ ಆಫೀಸ್‌ಗೆ ಫೋನ್ ಮಾಡುವುದು ಅವರಿಗೆ ಇಷ್ಟವಿರಲಿಲ್ಲ. ಹಾಗೆಂದು ಒಂದು ದಿನವೂ ಹೇಳಿದ್ದಿಲ್ಲ. "ಊಟಮಾಡು ಅಚಲಾ" ಮೊಸರಿನ ಬಟ್ಟಲನ್ನ ಹತ್ತಿರಕ್ಕೆಳೆದುಕೊಂಡರು.

ಆಮೇಲಿನ ಊಟ ನಿಧಾನವಾಗಿ ಸಾಗಿತು. ಎಂದಿನಂತೆ ಮಧ್ಯ ಪ್ರವೇಶಿಸಿ ಮಾತಾಡದೆ ತನ್ನ ಊಟ ಮುಗಿಸಿ ಎದ್ದುಹೋದ ರೋಹಿತ್. "ರವಿನ ನೀವು ಅಷ್ಟು ಹಚ್ಚಿಕೊಂಡಿರೋದು ರೋಹಿತ್‌ಗೆ ಕೂಡ ಕಷ್ಟ!" ಅಚಲಾ ಮತ್ತೊಂದು ಬಾಣ ಎಸೆದರು. ಆದ್ದರಿಂದ ಶ್ರೀವಾಸ್ತವ ಏನೂ ಘಾಸಿಗೊಳ್ಳಲಿಲ್ಲ. "ಏನು ನಿನ್ನ ಮಾತಿನ ಅರ್ಥ? ಅವನೇನು ಸದಾ ಬಂದು ಇರಲ್ಲ. ನನ್ನಿಂದ ಏನೂ ಪಡೀತಾ ಇಲ್ಲ. ಒಂದಿಷ್ಟು ಮಾತಾಡೋಕೂ ಯಾರದಾದ್ರೂ ಪರ್ಮಿಷನ್ ಬೇಕಾ?" ಸ್ವರವೇರದಿದ್ದರೂ ಮೊನಚಾಗಿತ್ತು, ಈಟಿಯಂತೆ ಬಗೆಯಿತು.

"ಸಾರಿ... ಅಚಲಾ" ಊಟ ಪೂರ್ತಿ ಮಾಡದೆಯೇ ಎದ್ದುಹೋದರು. "ಮನುಷ್ಯ ಜೀವನವಿಡೀ ಬೇರೆಯವ್ರಿಗಾಗಿಯೇ ಬದ್ಕೋದು ಕಷ್ಟ. ತನಗಾಗೇ ಸ್ವಲ್ಪ ಕಾಲವಾದ್ರೂ ಜೀವಿಸ್ಬೇಕು" ಅರ್ಥಪೂರ್ಣವಾಗಿ ಇಂದು ಮಾತಾಡಲು ಸಮರ್ಥರಾದರು. ಹೃದಯ, ಮನಸ್ಸು ಭಾವನೆಗಳು ಇನ್ನೂ ತನ್ನಲ್ಲಿ ಉಳಿದಿವೆಯೆನ್ನುವ ಅರಿವು ಶ್ರೀವಾಸ್ತವರಿಗೆ ಬಂದಿದ್ದು ಈಚೆಗೆ. ಚಕಿತಳಾದರು ಆಕೆ. ಯಾವುದಕ್ಕೆ ಈ ವಿಶ್ಲೇಷಣ?

ಮದುವೆಯ ನಂತರ ಶ್ರೀವಾಸ್ತವ ತನ್ನ ವ್ಯಕ್ತಿತ್ವವನ್ನ ಪೂರ್ತಿ ಕಳೆದುಕೊಂಡಿದ್ದರು. ನಿಮ್ಮಿಬ್ಬರ ಮಧ್ಯದ ಅನ್ಯೋನ್ಯತೆ? ಯಾರಾದರೂ ಪ್ರಶ್ನಿಸಿದರೆ ಹುಚ್ಚು ನಗೆ ನಗಬೇಕೆನಿಸಿತ್ತು.

ಅನ್ಯೋನ್ಯತೆ, ಪ್ರೀತಿ, ವಿಶ್ವಾಸ, ಪ್ರೇಮ, ದೈಹಿಕ ಸಂಬಂಧ ಉಸಿರೆತ್ತದೆ ನಡೆದು ಹೋದ ಕ್ರಿಯೆಗಳು. ಅಚಲ ನಕ್ಕಾಗ ನಕ್ಕಿದ್ದರು. ಕಣ್ಣಲ್ಲಿ ಕಣ್ಣು ಬೆರೆಸಿ ಲೋಕ ಕಂಡಿದ್ದರು. ತನಗಾಗಿ ಏನು ಅಲ್ಲ. ಕೃತಜ್ಞತೆಯ ಉರುಳಲ್ಲಿ ಬಂಧಿ. ಶ್ರೀವಾಸ್ತವ ನೀವು ಇಷ್ಟು ವರ್ಷದಿಂದ ಬದುಕಿದ್ದೀರಾ? ಎಂದು ಯಾರಾದರೂ ಈಗ ಕೇಳಿದರೆ ಖಂಡಿತ ಇಲ್ಲವೆನ್ನುತ್ತಿದ್ದರ ಜೊತೆ ಬದುಕೆಂದರೆ ಏನು? ಅವರನ್ನ ಪ್ರಶ್ನಿಸುತ್ತಿದ್ದರು.

"ಅಮ್ಮ, ನಾನು ಭಾಸ್ಕರನ ತಂಗಿನ ಮದ್ವೆಯಾದೆ" ಉಸುರಿದಾಗ ಆಕೆ ಬೆಚ್ಚಿಬಿದ್ದರು. ಅಂದು ಕಣ್ಣುಗಳಲ್ಲಿ ಭಯದ ನೆರಳು. "ನೀನು ಹುಡ್ಗಾಟಕ್ಕೂ ಹಾಗೆ ಹೇಳ್ಬೇಡ. ಇವತ್ತು ಅಚಲಾ ತಂದೆ ನಮ್ಮ ನೆರವಿಗೆ ಬರ್ದಿದ್ರೆ... ಮೂರು ಜನರೂ ಆತ್ಮಹತ್ಯೆ ಮಾಡಿಕೊಳ್ಳೋದರ ಜೊತೆ ನೂರಾರು ಜನ ಕೆಲ್ಸಗಾರರನ್ನು ಬೀದಿಪಾಲು ಮಾಡ್ಬೇಕಾಗುತ್ತೆ. ಅವರ ಸಂಸಾರಗಳು ಬೀದಿಪಾಲು ಶ್ರೀ ಎಲೆಕ್ಟ್ರಾನಿಕ್ಸ್ ಶಾಶ್ವತವಾಗಿ ಮುಚ್ಚಿಹೋಗುತ್ತೆ. ನಾವು ಹೆತ್ತು ಸಾಕಿ ಬೆಳೆಸಿದ ಮಗು ನಮ್ಮ ಕಣ್ಮುಂದೆ ಸಾಯಬಾರ್ದು."

ಅಂದು ಶ್ರೀ ವಾಸ್ತವ ಎದುರಿಸಿದ್ದು ಕ್ಲಿಷ್ಟ ಪರಿಸ್ಥಿತಿ. ತಾನಾಗಿ ಚಾರುಲತ ಕುತ್ತಿಗೆಗೆ ನೇಣು ಹಾಕಿದ್ದು ನೆನಸಿಕೊಂಡೇ, ಅಚಲು ಕುತ್ತಿಗೆಗೆ ಮಂಗಳ ಸೂತ್ರ ಬಿಗಿದಿದ್ದು.

ಇವೆಲ್ಲ ಸ್ವಲ್ಪ ತಹಬಂದಿಗೆ ಬಂದಕೂಡಲೇ ಹಳ್ಳಿಗೆ ಓಡಿದ್ದ ಶ್ರೀವಾಸ್ತವ. ಇಡೀ ತೋಟ 'ಬಿಕೋ' ಎನ್ನುತ್ತಿತ್ತು.

"ಭಾಸ್ಕರಪ್ಪ ಎಲ್ಲಾ ಮಾರ್ಕೊಂಡು ಹಳ್ಳಿ ಬಿಟ್ಹೋದ್ರು" ಎಂದು ಹಳ್ಳಿಗರು ಹೇಳಿದಾಗ ಶ್ರೀವಾಸ್ತವ ಭೂಮಿಗೆ ಕುಸಿದಿದ್ದರು. "ವಿಪರೀತ ಸಾಲ ಇತ್ತು. ವರ್ಷ ವರ್ಷಕ್ಕೆ ಬಡ್ಡಿ ಬೆಳೀತಾ ಹೋಗ್ತಾ ಇತ್ತು. ಅದ್ಕೇ ಹೋಗ್ಬಿಟ್ರು."

ಅವರು ಹೇಳಿದ್ದೊಂದೇ ಕಾರಣವೆನಿಸಲಿಲ್ಲ ಶ್ರೀವಾಸ್ತವರಿಗೆ. ತನ್ನಿಂದಲೇ ಭಾಸ್ಕರರ ಕುಟುಂಬ ಹಳ್ಳಿ ಬಿಟ್ಟುಹೋದದ್ದು ಎನ್ನುವ ನಿರ್ಧಾರಕ್ಕೆ ಬಂದರೂ ನಿಸ್ಸಹಾಯಕನಾದರು. ಅಂದಿನಿಂದ ಅವರ ಕಣ್ಣುಗಳು ಹುಡುಕುತ್ತಲೇ ಇತ್ತು.

* * *

ಭಾಸ್ಕರ ಅಂದು ಡೈರಿಯಿಂದ ಬಂದಿದ್ದು ಲೇಟಾಗಿಯೇ. ಅತ್ತಿಗೆ, ನಾದಿನಿಯರ ಜೊತೆ ರವಿ ಕೂಡ ಕಾಯುತ್ತಿದ್ದ. ಭಾಸ್ಕರರದು ಇನ್ನೂ ಐವತ್ತು ದಾಟದ ವಯಸ್ಸಾದರೂ ಅಂಥ ಲವಲವಿಕೆ ಅವರಲ್ಲಿ ಉಳಿದಿರಲಿಲ್ಲವೆನಿಸಿತು. ಒಂಟಿಯಾಗಿದ್ದ ಅವರ ಮುಖದಲ್ಲಿ ದಟ್ಟವಾದ ವೇದನ ಜೊತೆ ಅಪರಾಧ ಭಾವವಿರುತ್ತಿತ್ತು.

ಮೂವರನ್ನ ಒಟ್ಟಿಗೆ ನೋಡಿ ನಗೆ ಅರಳಿಸಿದರು ಭಾಸ್ಕರ್. "ಶಾಲೆಯಿಂದ ಬರೋ ಮಗುವಿಗಾಗಿ ಕಾಯುವಂತೆ ಕಾಯ್ತ ಇದ್ದೀರಲ್ಲ!" ಎಂದಾಗ ಚಾರುಲತ ಮೌನವಾಗಿ ಎದ್ದುಹೋದಳು. ಅಣ್ಣನ ಮುಂದೆ ಮಾತು ಪೂರ್ತಿ ಕಮ್ಮಿನೆ. "ಮಾವ, ಒಂದ್ನಾಲ್ಕು ದಿನ ನೀನು ಅತ್ತೆ ಎಲ್ಲಾದ್ರೂ ಹೋಗ್ಬನ್ನಿ. ಈ ಯಾಂತ್ರಿಕ ಬದ್ಕು ನಿಮ್ಮಲ್ಲಿನ ಉತ್ಸಾಹವನ್ನು ಬತ್ತಿಸಿಬಿಟ್ಟಿದೆ" ರವಿ ಸಲಹೆ ಇತ್ತ.

"ಹೇಗೂ ನಿನ್ನ ಪರೀಕ್ಷೆ ಮುಗೀತಲ್ಲ. ಎಲ್ಲರೂ ಒಟ್ಟಿಗೆ ಹೊಗೋಣ" ಉತ್ಸಾಹ ತೋರಿದರು. ನವಿರಾಗಿ ತಳ್ಳಿ ಹಾಕಿದ ರವಿ.

"ನೀವುಗಳು ಹೋಗ್ಬನ್ನಿ. ಮಮ್ಮಿ ನನ್ಜೊತೆಯಲ್ಲಿ ಇರ್ತಾರೆ. ಸದ್ಯಕ್ಕೆ ಒಂದು ಟೆಂಪರರಿ ಕೆಲ್ಸ ಸಿಕ್ಕಿದೆ."

ಭಾಸ್ಕರ್ ಚಕಿತರಾದರು. ಓದಿನಲ್ಲಿ ತಂದೆಯಷ್ಟೇ ಇಂಟಲಿಜೆಂಟ್ ರವಿ. ಅವನ ಪ್ರತಿಭೆ ಪೋಲಾಗುವುದು ಅವರಿಗಿಷ್ಟವಿಲ್ಲ. ಹಿಂದೆ ಇದೇ ಮಾತಾಡಿದಾಗ ರವಿ ಗಂಭೀರ ವಾಗಿದ್ದ.

"ನಂಗೆ ಅಂಥ ಕನಸುಗಳೇನು ಇಲ್ಲ. ಒಂದಿಷ್ಟು ಹಣ ಗಳಿಸಿಕೊಂಡು ಹಳ್ಳಿಗೆ ಹಿಂದಿರುಗಿ ನಮ್ಮ ತೋಟ, ಮನೆ ಬಿಡ್ಸಿಕೊಳ್ಳೋಣ. ಕೊಡ್ಲಿಲ್ಲಾಂದ್ರೆ ಹೊಸ್ದಾಗಿ ಅಲ್ಲೇ ವ್ಯವಸ್ಥೆ ಮಾಡಿಕೊಳ್ಳೋಣ. ಹಿರಿಯರಿಗೆ ತೋರೋ ಕೃತಜ್ಞತೆ ಇದೊಂದೇ." ಅವನಲ್ಲಿನ ಆಳವಾದ ಚಿಂತನೆಗೆ ಚಕಿತರಾಗಿದ್ದರು, ಮರುಗಿದ್ದರು. ಇಂದು ಕೂಡ ಅವನಿಗೆ ಅಂಥದ್ದೇ ಯೋಚನೆಗಳು ಇರಬಹುದು.

ಆದರೂ ಭಾಸ್ಕರ ಮನಸ್ಸು ನೊಂದಿತು. "ನಾಲ್ಕು ದಿನ ಆರಾಮಾಗಿ ಓಡಾಡಿ ಕೊಂಡಿರಬಹುದಿತ್ತು. ಈಗ ಅರ್ಜೆಂಟಾಗಿ ಯಾಕೆ ಕೆಲ್ಸ ಹುಡ್ಕಿಕೊಂಡೆ?" ರವಿ ನಸುನಕ್ಕ.

ಬಹಳ ತಿಳಿಸಿ ಹೇಳಿದ ಮೇಲೆಯೇ ಅವರು ಸುಮ್ಮನಾದದ್ದು. ತನ್ನ ಕಾರ್ಯ ತಾನು ಸರಿಯಾಗಿ ನಿರ್ವಹಿಸಿದ್ದೇನೆಯೋ ಎನ್ನುವ ಅನುಮಾನ ಭಾಸ್ಕರ್‌ಗೆ. ಎರಡು ಭಯಂಕರ ಆಪಾದನೆಗಳನ್ನು ಮುಲಾಜಿಲ್ಲದೆ ಹೊರಸುವ ಶ್ರೀವಾಸ್ತವ ಮಗನಿಗಾದ ಅನ್ಯಾಯಕ್ಕೆ ಎಂಥ ಪ್ರತಿಭಟನೆ ಸೂಚಿಸಬಲ್ಲರು, ಚಿಂತಿತರಾದರು.

ಈ ಊರು ಬಿಟ್ಟುಹೋಗುವ ನಿರ್ಧಾರ ಎಂದೂ ಬದಲಾಯಿಸಿಬಿಟ್ಟಿದ್ದರು. 'ಚಾರುಲತನ ಇಲ್ಲಿಂದ ಎತ್ತಿ ಹಾಕುವ ಪ್ರಯತ್ನ ಮಾತ್ರ ಮಾಡ್ಬೇಡ' ಶ್ರೀವಾಸ್ತವ ಕೋಪ ದಿಂದ ಎಚ್ಚರಿಸಿದ್ದರು. ಈಗ ಕಾಲದ ಗತಿಗೆ ಎಲ್ಲವನ್ನು ಒಪ್ಪಿಸಿ ಸುಮ್ಮನಿರುವುದಷ್ಟೇ ಅವರ ನಿರ್ಧಾರ.

ಮರುದಿನದಿಂದಲೇ ರವಿ ಕೆಲಸಕ್ಕೆ ಹೊರಟ. ಒಳಗೊಳಗೇ ಕುದಿದರು. ಚಾರುಲತ. ಇನ್ನಷ್ಟು ರವಿಯನ್ನ ಎತ್ತರದಲ್ಲಿರಿಸಿ ನೋಡುವ ಆಸೆ.

"ಬರ್ತಿನಿ..." ರವಿ ನಮಸ್ಕರಿಸಿದಾಗ ಕಣ್ಣಂಚಿನ ಕಂಬನಿಯನ್ನ ತೊಡೆದು ಕೊಂಡಳು. "ಡಿಗ್ರಿಗೇ ನಿನ್ನ ಓದು ಮುಗ್ಸೋ ಆಸೇನಾ? ಇನ್ನಷ್ಟು ಓದಿದ್ರೆ... ಚೆನ್ನಾಗಿತ್ತು. ಅಣ್ಣನಿಗೆ ಆಗ ಓದೋ ಇಚ್ಛೆ ಇದ್ರೂ ಡಿಗ್ರಿ ಮುಗಿಸೋಕೆ ಆಗ್ಲಿಲ್ಲ; ನೀನಾದ್ರೂ..." ಗಂಟಲು ಒತ್ತಿಮಾತು ನಿಲ್ಲಿಸಿದಾಗ ಕೈ ಹಿಡಿದುಕೊಂಡ.

"ಯು ಡೋಂಟ್ ವರೀ, ಮಮ್ಮಿ. ನಿನ್ಮಗ ಎಲ್ಲಾ ಪ್ರಯತ್ನ ಮಾಡ್ತಾನೆ. ರೆಸ್ಟ್ ಅಷ್ಯೂರ್ಡ್. ಬದುಕಿನಲ್ಲಿ ಕೆಲವು ಭರವಸೆಗಳಾದ್ರೂ ಈಡೇರುತ್ತೆ."

ತಾಯಿಯ ತಂಪಿನ ನೋಟದ ಭರವಸೆ ಅವನ ಮೈಯನ್ನ ಮೃದುವಾಗಿ ಸವರಿತು. 'ನನ್ನ ಭರವಸೆ, ಬದುಕು-ಎಲ್ಲಾ ನೀನೇ' ಆಕೆಯ ಕಣ್ನೋಟ ಅವನಲ್ಲಿ ಉಸುರಿತು.

ತನ್ನ ಹುಟ್ಟುಹಬ್ಬಕ್ಕೆ ಶುಭ ಹಾರೈಕೆಗಳ ಜೊತೆ ಸರವನ್ನ ಪಡೆದ ಮೇಲೆ ಅವನಿಗೆ ಒಂದು ರೀತಿಯ ಸಂಕೋಚವೆನಿಸಿತ್ತು. ಈ ಬಗ್ಗೆ ಅಚಲಾ ಅವರ ಪ್ರತಿಕ್ರಿಯೆ ವಿಭಿನ್ನವಾಗಿ ದ್ದರೆ... ರವಿಯ ಮನ ಮುದುಡುತ್ತಿತ್ತು.

ಈ ದಿನವೇ ಸರವನ್ನ ತೆಗೆದು ಪೊಟ್ಟಣ ಕಟ್ಟಿಟ್ಟ. ಬೆಲೆಬಾಳುವ ಪದಾರ್ಥಗಳನ್ನ ಶ್ರೀವಾಸ್ತವರಿಂದ ಪಡೆಯಲು ಅವನಿಗಿಷ್ಟವಿಲ್ಲ. ಹಿಂದಿರುಗಿಸುವ ಯೋಚನೆ ಅವನಿಗಿದ್ದರೂ ಸಾಧ್ಯವಾಗಿರಲಿಲ್ಲ.

ಭಾನುವಾರ ಸಂಜೆ ಹೊರಟ. ಅವನ ಮನ ಸಂಕೋಚಿಸುತ್ತಿದ್ದರೂ ಶ್ರೀವಾಸ್ತವ ರನ್ನ ನೋಡದೆ ಇರಲಾರನೆನಿಸಿದಾಗ ಸಂಕೋಚವನ್ನು ಬದಿಗೊತ್ತಿದ.

ಪರ್ಪ್ಸ್ ತೊಟ್ಟು ಬ್ಯಾಟು ಹಿಡಿದು ಬರುತ್ತಿದ್ದ ರೋಹಿತ್ ನಗುಮುಖದಿಂದಲೇ ಎದುರುಗೊಂಡ. "ಹಾಯ್... ರವಿ... ಎಲ್ಲಿ ನಾಪತ್ತೆಯಾಗಿದ್ದೆ? ಟಿ.ವಿ.ಯಲ್ಲಿ ಅನೌನ್ಸ್

ಮಾಡಬೇಕೆಂದಿದ್ದೆ" ಹಾಸ್ಯ ಮಾಡಿದರ ಜೊತೆ ಒಂದು ಮಾತ್ನ ಸೇರಿಸಿದ: "ನೀನು ಪಪ್ಪನ ನೋಡೋಕೆ ಬಂದೇ ಬರ್ತಿಯಾ ಅನ್ನೋ ಭರವಸೆ ನಂಗೆ."

ಆದರಿಂದ ರವಿಯ ಮನಸ್ಸೇನು ಘಾಸಿಗೊಳ್ಳಲಿಲ್ಲ. ಇಲ್ಲಿಗೆ ಬರಲು ಶ್ರೀವಾಸ್ತವರ ಆಕರ್ಷಕ ಮಾತ್ರ ಕಾರಣ. ರೋಹಿತ್ ಅವನಿಗೇನು ಗೆಳೆಯನಲ್ಲ. ಮನೆಯವರೆಗೂ ಎಳೆದೊಯ್ಯುವಂಥ ಪರಿಚಯವೂ ಅಲ್ಲ.

ಜೊತೆಯಲ್ಲಿಯೇ ಒಳಗೆ ಕರೆದೊಯ್ದ. ಶ್ರೀವಾಸ್ತವ, ಅಚಲಾ ಫ್ಯಾಮಿಲಿ ಗೆಳೆಯ ರೊಂದಿಗೆ ಮಾತಾಡುತ್ತಿದ್ದರು. ಸ್ವಲ್ಪ ರೋಹಿತ್ ತಡೆದಿದ್ದರೇ ಅಥವಾ ಬೇರೆ ಕಾರಣವನ್ನೊಡ್ಡಿ ರವಿನ ಕಳುಹಿಸಿಬಿಟ್ಟಿದ್ದರೆ ಮುಂದಿನ ಚಿತ್ರ ಬದಲಾಗುತ್ತಿತ್ತೇನೋ! ಆದರೆ ಆದದ್ದೇ ಬೇರೆ.

"ಪಪ್ಪ ರವಿ ಬಂದಿದ್ದಾನೆ" ರೋಹಿತ್ ಕೂಗಿ ಹೇಳಿದವನು ರವಿಯ ಕಡೆ ತಿರುಗಿದ "ನನ್ನ ಫ್ರೆಂಡ್ ಕಾಯ್ತಾ ಇರ್ತಾರೆ, ಸಾರಿ..." ಹೊರಟುಬಿಟ್ಟ.

ಅವರುಗಳನ್ನ ಬಿಟ್ಟು ಶ್ರೀವಾಸ್ತವ ಎದ್ದು ಬಂದರು. "ರವಿ ನನ್ನ ಪ್ರಪೋಸಲ್ ತಳ್ಳಿಹಾಕ್ಬಿಟ್ಟೆ. ಪರೀಕ್ಷೆ ಮುಗ್ಧ ಮೇಲೂ ಬರದಂಥ ರಾಜಕಾರ್ಯ" ಬೇಸರ ವ್ಯಕ್ತಪಡಿಸಿ ದರು. ರವಿ, ತನ್ನ ಮಧ್ಯದ ಸಂಬಂಧವನ್ನ ಅವರು ಲೆಕ್ಕ ಹಾಕಲಿಲ್ಲ. ಅವನು ತನ್ನವನು ಎನ್ನುವಂಥ ಭ್ರಾಂತಿ ಅವರಿಗೆ.

"ಸಾರಿ, ಸರ್..." ವಿನಯದಿಂದ ಕ್ಷಮೆ ಯಾಚಿಸಿದ ರವಿ.

ಬಂದವರನ್ನ ಪೂರ್ತಿಯಾಗಿ ಮರೆತವರಂತೆ ರವಿಯ ಜೊತೆ ಹೊರ ಬಂದ ಶ್ರೀವಾಸ್ತವ. ಕಾಂಪೌಂಡ್‌ನಲ್ಲಿ ಲಾನ್ ಮೇಲೆ ಹಾಕಿದ್ದ ಛೇರ್ ಮೇಲೆ ಕೂತರು.

"ಹೇಗೆ ಮಾಡಿದ್ದಿ, ಪರೀಕ್ಷೆಯಲ್ಲಿ?" ಅಕ್ಕರೆಯಿಂದ ಪ್ರಶ್ನಿಸಿದವರು ಸೀಟು ಬೆನ್ನು ಬಿಟ್ಟು ಮುಂದಕ್ಕೆ ಬಂದರು. "ಅದೇನು ಹಣೆಯ ಮೇಲೆ?" ಅವರೆದೆಯ ಬಡಿತ ಏರಿತು.

ರವಿಯ ಕೈ ಹಣೆಯ ಅಂಚನ್ನ ಮೃದುವಾಗಿ ಸವರಿತು. "ಏನಿಲ್ಲ ಪೆಟ್ಟಾಗಿತ್ತು. ಈಗ ಏನಿಲ್ಲ. ಆದ್ರೂ ನನ್ನ ಮಮ್ಮಿ ಇನ್ನೂ ಟ್ರೀಟ್‌ಮೆಂಟ್ ನಿಲ್ಲಿಸಿಲ್ಲ" ಅಮ್ಮನನ್ನ ಜ್ಞಾಪಿಸಿ ಕೊಂಡ.

ಅಷ್ಟಕ್ಕೇ ಸಮಾಧಾನಗೊಳ್ಳದ ಶ್ರೀವಾಸ್ತವ ಎದ್ದು ಬಂದು ಪ್ಲಾಸ್ಟರ್ ಹಾಕಿದ್ದ ಜಾಗವನ್ನು ಬೆರಳಿನಿಂದ ಸವರಿ ನೋಡಿ ಆದ ಗಾಯದ ಅಂದಾಜು ಮಾಡಿದರು.

"ಸ್ವಲ್ಪ ಕೇರ್‌ಫುಲ್ ಆಗಿರೋದು ಒಳ್ಳೇದು!" ಎಂದಾಗ ರವಿಯ ಕಣ್ಣುಗಳಲ್ಲಿ ಗಲಿಬಿಲಿಯ ನಂತರ ಮಿಂಚು. ಅಪ್ಪ ಅಥವಾ ಅಮ್ಮ ತನ್ನ ಪ್ರೀತಿಯ ಕುಡಿಯನ್ನ ಎಚ್ಚರಿಸುವಂಥ ಅಂತರಂಗದ ತೀವ್ರತೆಯನ್ನ ಕಂಡ.

ಸಣ್ಣ ಫಲಾಹಾರವಾಯಿತು. ಅವನ ಪರೀಕ್ಷೆಯ ಬಗ್ಗೆ ಎಲ್ಲವನ್ನು ಕೇಳಿ ತಿಳಿದುಕೊಂಡರು ಶ್ರೀವಾಸ್ತವ. ಬೇರೆಯವರನ್ನ ವಿಚಾರಿಸುವಾಗಿನ ಜಾರಿಕೆಯ ಬದಲು ಸ್ವಂತದವರನ್ನ ವಿಚಾರಿಸುವ ಆಳ ಇತ್ತು.

"ಮುಂದೇನು... ಮಾಡ್ತೀಯಾ?" ಛೇರಿನ ಹಿಡಿಯನ್ನ ಸವರಿದರು. "ಸದ್ಯಕ್ಕೆ ಕೆಲಸದ ಪ್ರಯತ್ನ" ಎಂದಕೂಡಲೇ ಶ್ರೀವಾಸ್ತವ ಬೆಚ್ಚಿ ಬಿದ್ದರು. ಅದು ಅವರಿಗೆ ಇಷ್ಟವಿಲ್ಲ. ಡಿಗ್ರಿಯ ಮೊದಲ ವರ್ಷದಲ್ಲಿಯೇ ಕಾಲೇಜಿಗೆ ಮಗ ಕೈ ಮುಗಿದಾಗಲೂ ಬಹುಶಃ ಅವರಲ್ಲಿ ಇಂತಹ ಚಡಪಡಿಕೆಯುಂಟಾಗಿರಲಿಲ್ಲ.

"ಈಗ ಅಂತಹ ಅಗತ್ಯವೇನು?" ಎಂದಾಗ ರವಿ ನಕ್ಕುಬಿಟ್ಟ. "ಖಂಡಿತ ಅಗತ್ಯವಿದೆ. ನಂಗೆ ಮುಂದೆ ಓದೋ ಇಚ್ಛೆ ಇಲ್ಲ" ಕರಾರುವಾಕ್ಕಾಗಿ ಹೇಳಿದ. ಇಂದಿನವರೆಗೂ ಮನೆಯವರ ಬಗ್ಗೆ ಅವನೇನೂ ತಿಳಿಸಿರಲಿಲ್ಲ. 'ತಂದೆ... ಇಲ್ಲ!' ಎಂದು ನೋವಿನ ಕಣ್ಣುಗಳಲ್ಲಿ ಉತ್ತರಿಸಿದಂದಿನಿಂದ ಶ್ರೀವಾಸ್ತವ ತಾವೇನೂ ಪ್ರಶ್ನಿಸಲು ಹೋಗಿರಲಿಲ್ಲ. ಇಂದು ಅವನ ಪರಿವಾರದ ಬಗ್ಗೆ ತೀವ್ರವಾಗಿ ಯೋಚಿಸತೊಡಗಿದರು.

ಅಷ್ಟರಲ್ಲಿ ಬಂದ ಆಳು ವಿನಯದಿಂದ ಹೇಳಿದ: "ಅಮ್ಮಾವರು ಕರೀತಾ ಇದ್ದಾರೆ. ಇವ್ರನ್ನ ಕಳ್ಸಿ ನೀವು ಒಳ್ಗೇ ದಯಮಾಡಿಸ್ಬೇಕಂತೆ" ಮೊದಲ ಕರೆ ಸರಿ. ಎರಡನೆಯದು ಅಧಿಕಾರ, ಅವರ ಉಂಗುಷ್ಠದಿಂದ ನೆತ್ತಿಯವರೆಗೆ ಹತ್ತಿಕೊಂಡು ಉರಿದಂತಾಯಿತು. "ನೀನ್ಹೋಗು..." ಅವನನ್ನ ಕಳಿಸಿದರು.

ಅರ್ಥಮಾಡಿಕೊಂಡ ರವಿ ಮೇಲೆದ್ದ. "ಬರ್ತಿನಿ" ಎಂದವನು ಪೊಟ್ಟಣವನ್ನ ಅವರ ಮುಂದಿಡಿದ. "ನಿಮ್ಮ ಆಶೀರ್ವಾದ ಸಾಕು; ಸರ ಬೇಡ" ಎಂದ ಮೆಲುದನಿಯಲ್ಲಿ.

ಶ್ರೀವಾಸ್ತವ ರವಿಯ ಮುಖವನ್ನು ಸರವನ್ನು ಬದಲಿಸಿ ಬದಲಿಸಿ ನೋಡಿದವರು ಮುಖ ಗಂಟಿಕ್ಕಿದರು. "ಯಾಕೆ ತೆಗೆದೆ?" ತಾವೇ ಪೊಟ್ಟಣ ಬಿಚ್ಚಿ ಸರವನ್ನು ಅವನ ಕುತ್ತಿಗೆಗೆ ಹಾಕಿದರು. "ಯಾವತ್ತೂ ತೆಗೀಬಾರ್ದು" ಎಂದವರ ಮುಖ ಕಳೆಗುಂದಿತು. ಭಾರವಾದ ಉಸಿರೆಳೆದು ದಬ್ಬಿದರು. "ಐ ಲವ್ ಯು ರವಿ, ನಂಗೆ ನಿನ್ಕಂಡ್ರೆ ಇಷ್ಟ. ನನ್ನ ಎದೆಯಾಳದ ತುಡಿತಾನ ನಿಂಗೆ ಹೇಗೆ ವಿವರಿಸ್ಲಿ? ಪ್ಲೀಸ್... ನೀನು ಆಗಾಗ ಬಾ. ನಂಗೋಸ್ಕರ ಬಾ ರವಿ" ಅವನ ಕೈಹಿಡಿದು ಮೃದುವಾಗಿ ತುಟಿಗೊತ್ತಿಕೊಂಡರು. ಈ ದೃಶ್ಯ ನೋಡಿ ಸ್ತಂಭೀಭೂತರಾದರು ಅಚಲಾ.

ರವಿ ಅವರೆದೆಯ ಪ್ರೀತಿಯ ಅಲೆಗಳ ಮೇಲೆ ತೂರಿಹೋದ. ಅವನ ನಿರ್ಧಾರ ಅಚಲವಾಯಿತು. ಅಲ್ಲಿ ಸಂಕೋಚ, ಅಂಜಿಕೆ, ಹಿಂಜರಿಕೆಯ ಗೋಡೆಗಳು ಕುಸಿದು ಬಿದ್ದವು.

"ಖಂಡಿತ ಬರ್ತಿನಿ" ತುಂಬು ಆಶ್ವಾಸನೆಯಿಂದ ಅವನ ದನಿ ಭಾರವಾಯಿತು. ಅವರ ಕೈಯನ್ನು ತುಟಿಗೊತ್ತಿಕೊಂಡ. ಸೃಷ್ಟಿಯ ಆಕರ್ಷಣೆಗೆ, ವೈಚಿತ್ರ್ಯಕ್ಕೆ ಕ್ಷಣ ಗಾಳಿ ಕೂಡ ನಿಂತು ಆಶ್ಚರ್ಯ ವ್ಯಕ್ತಪಡಿಸಿತು. ಗಿಡ ಹೂಗಳೆಲ್ಲ ಹರ್ಷದಿಂದ ನರ್ತಿಸಿದವು.

ಆದರೆ ಒಂದು ಜೋಡಿ ಕಣ್ಣುಗಳು ಈ ದೃಶ್ಯ ನೋಡಲಾರದ ತಲ್ಲಣಿಸುತ್ತಿದ್ದವು: ಅಚಲಾ ಎದೆಯಲ್ಲಿ ಭರ್ಜಿ ಹಾಕಿದಂಥ ನೋವು. ರೋಹಿತ್‌ನ ಶ್ರೀವಾಸ್ತವ ಪ್ರೀತಿಯಿಂದಲೇ ಕಾಣುತ್ತಿದ್ದರು. ಅದರಲ್ಲಿ ಇಂಥ ಉತ್ಕಂಠತೆ ಇತ್ತಾ? ಪ್ರಶ್ನೆ ಗಾಳಿಯಲ್ಲಿ ತೇಲಿಹೋಯಿತು.

ಅವರ ಮುಂದಿನಿಂದಲೇ ರವಿ ಸಾಗಿಹೋದ. ಅಚಲಾ ಈಗ ಇದ್ದಿದ್ದು ಬೆಂಕಿಯ ಮಧ್ಯೆ. ಅದರ ಕಾವು ಅವರ ಮೈಮನಗಳನ್ನ ಸುಡುತ್ತಿತ್ತು. ರವಿ... ರವಿ... ರವಿ.. ಗಾಳಿ ಕೂಡ ಆ ಹೆಸರನ್ನೇ ಜಪಿಸುವಂತೆ ಕಂಡಿತು.

ಶ್ರೀವಾಸ್ತವ ಹೆಂಡತಿಯನ್ನ ಅಲಕ್ಷಿಸಿ ಒಳಗೆ ನಡೆದರು. ಒಂದು ಕಾಲದಲ್ಲಿ ಏನು ಅನ್ನಿಸದ, ತೀವ್ರತೆ ಉಂಟುಮಾಡದ ಮಾತು, ಅಧಿಕಾರಗಳಿಗೆ ಅವರೆದೆ ಸಿಟ್ಟಿಗೆದ್ದು ಕುದಿಯುತ್ತಿತ್ತು ಇಂದು.

ಕೋಣೆಗೆ ಬಂದ ಶ್ರೀವಾಸ್ತವ ಫೋನ್ ಎತ್ತುವ ವೇಳಗೆ ಅಚಲಾ ಬಂದರು. "ರವಿ ಯಾರು? ನಿಮ್ಮ ಅವನ ಸಂಬಂಧವೇನು?" ಉದ್ವಿಗ್ನತೆಯಿಂದ ಪ್ರಶ್ನಿಸಿದರು.

ನಿಧಾನವಾಗಿ ಫೋನನ್ನ ಹುಕ್ ಮೇಲಿರಿಸಿದರು. ಡಯಲ್ ಮೇಲೆತ್ತಿದ ಬೆರಳು ಕೆಲವು ನಂಬರ್‌ಗಳನ್ನ ಅನಾವಶ್ಯಕವಾಗಿ ತಿರುವಿತು. ಸಂಬಂಧ... ರವಿಯ ಮುಖ ತೇಲಿದ ಕೂಡಲೇ ಅವರೆದೆಯಲ್ಲಿ ನವಿರಾದ ತೊಯ್ದಾಟ, ಮಧುರವಾದ ಆಲಾಪನ ತನ್ನ ರವಿಯ ಮಧ್ಯದ ಸಂಬಂಧ ಏನು? ಏನು ಇಲ್ಲವೆನಿಸಲಿಲ್ಲ.

"ನಂಗೆ ಅರ್ಥವಾಗ್ತ ಇಲ್ಲ! ರವಿನ ಕಂಡ್ರೆ ನಂಗೆ ಪ್ರೀತಿ ಇದ್ಕೇ ನೀನು ಯಾವ್ದೇ ಸಂಬಂಧ ಅಂದ್ರೂ ನನ್ನದೇನು ವಿರೋಧವಿಲ್ಲ. ಐ ಲವ್ ರವಿ. ಐ ಲೈಕ್ ಹಿಮ್" ಹೆಚ್ಚು ಸ್ಪಷ್ಟವಾಗಿಯೇ ವಿವರಿಸಿದರು. ಮುಚ್ಚಿಟ್ಟು ಮುಂದೆಯೂ ಆತ್ಮಕ್ಷೋಭೆ ಮಾಡಿಕೊಳ್ಳ ಬೇಕೆನಿಸಲಿಲ್ಲ.

ಅಚಲಾ ನಿಂತಲ್ಲಿಯೇ ವಿಗ್ರಹವಾದರು. ಬೇರೆ ರೀತಿಯಲ್ಲಿ ಹೇಳಿದ್ದರೆ ಹಗೆ ಪ್ರತಿಕ್ರಿಯಿಸುತ್ತಿದ್ದರೋ, ಆದರೆ ನೇರವಾಗಿ ಹೇಳಿದ್ದರಿಂದ ಮುಂದಿನ ಮಾತುಗಳಿಗಾಗಿ ಪದಗಳು ಹುಡುಕಬೇಕಾಯಿತು ಆಕೆ.

"ಅವ್ನು ಅನಾಥ ಇರ್ಬಹ್ದು. ಅದ್ಕೇ ನಿಮ್ಮ ಕರುಣೆ, ಅನುಕಂಪ" ತಾವೇ ವಿಶ್ಲೇಷಿಸಿದರು. ಶ್ರೀವಾಸ್ತವರ ಮನಸ್ಸು ಒಪ್ಪಲಿಲ್ಲ. "ನಂಗೇನು ಹಾಗೆ ಅನ್ನಿಸೋಲ್ಲ. ರವಿ ಬಗ್ಗೆ ನಂಗಿರೋದು ಮಮತೆಯೇ ವಿನಃ ಕರುಣೆ, ಅನುಕಂಪವಲ್ಲ. ಅವನಂಥವನ ಬಗ್ಗೆ ಹೆಮ್ಮೆಪಡಬೇಕಷ್ಟೆ."

ವಿಷಯ ಇನ್ನಷ್ಟು ಆಳಕ್ಕೆ ಇಳಿಯಿತು. ಅಚಲಾಗೆ ದಿಕ್ಕು ತೋಚದಂತಾಯಿತು. ಲೋಕಕ್ಕೆ ಬೆಳಕು ಕೊಡುವ 'ರವಿ' ತನ್ನನ್ನು ಕತ್ತಲೆಯ ಕೂಪಕ್ಕೆ ತಳ್ಳಿದನಲ್ಲ ಎಂದು ಯೋಚಿಸತೊಡಗಿದರು ಆಕೆ. ಇಂಥ ಸಂಬಂಧ ಮುಂದುವರಿಯುವುದು ಆಕೆಗೆ ಸುತರಾಂ ಇಷ್ಟವಿಲ್ಲ.

ಗಂಡನ ಕೈಯನ್ನು ತಮ್ಮ ಕೈಯೊಳಗೆ ತಗೊಂಡರು. ಅತ್ಯಂತ ಆತ್ಮೀಯವಾಗಿ ಶ್ರೀವಾಸ್ತವರ ಮುಖ ನೋಡಿದರು.

"ಇದು ಮುಂದುವರಿಯೋದ್ಬೇಡ. ರೋಹಿತ್ ತಪ್ಪು ತಿಳ್ಕೊತಾನೆ. ತಂದೆ ಮಕ್ಕಳಲ್ಲಿ ಅನವಶ್ಯಕ ಘರ್ಷಣೆ. ರವಿನ ಆದಷ್ಟು ದೂರ ಇಡೀ. ನಿಮ್ಗೆ ಕೊಡ್ಬೇಕೂಂತ

ಅನ್ನಿಸಿದ್ರೆ ಒಂದೆರಡು ಲಕ್ಷ ಕೊಟ್ಬಿಡಿ. ಅಲ್ಲಿಗೆ ಮುಗ್ದುಹೋಗ್ಲಿ" ಕೇಳಿಕೊಂಡರು. ಆ ಬೀಸಿದ ಪೆಟ್ಟು ನೇರವಾಗಿ ಶ್ರೀವಾಸ್ತವರ ಹೃದಯಕ್ಕೆ ಬಿದ್ದಿತ್ತು.

ಶ್ರೀವಾಸ್ತವ ಕಣ್ಣುಗಳು ಕಿರಿದಾಗಿ ಅದರಡಿಯಲ್ಲಿ ನೆರಿಗೆಗಳು. ತುಟಿಯಂಚಿನಲ್ಲಿ ಪುಟದ ನೋವು ಮುಖವನ್ನೆಲ್ಲ ಆವರಿಸಿಕೊಂಡಿತು. ಆರ್ದ್ರ ನೋಟ ಬೀರಿದರು. ಮರುಕ್ಷಣವೇ ಅವರಲ್ಲಿನ ಭಾವನೆಗಳು ಸೆಟೆದುಕೊಂಡವು.

"ಅಚಲಾ, ಈ ವಿಷ್ಯದಲ್ಲಿ ನೀನು ಸುಮ್ಮನಿರೋದು ಒಳ್ಳೇದು. ಇಪ್ಪತ್ತು ವರ್ಷದ ಹೀನಾಮಾನ ಬದ್ಕಿನ ಬಗ್ಗೆ ನಂಗೆ ಅಸಹ್ಯ. ಮುಂದೆ ಕೂಡ ಅಂಥ ಜೀವನ ನಡೆಸಬೇಕೇನಿಲ್ಲ. ಮೈಂಡ್ ಇಟ್" ಸ್ವಲ್ಪ ಸಹನೆ ಕಳೆದುಕೊಂಡರು. ಅಚಲಾ ಕೈಯನ್ನು ಕೊಡವಿ ಎದ್ದುಹೋದರು.

ಆಕೆಗೆ ಇನ್ನಷ್ಟು ಸ್ಪಷ್ಟವಾಯಿತು. ರವಿ ಯಾರೋ ಅಲ್ಲ! ಯಾರಿಗಾಗಿಯೋ ಹೆಂಡತಿಯನ್ನ ಶ್ರೀವಾಸ್ತವ ಎದುರುಹಾಕಿಕೊಳ್ಳಲು ಸಾಧ್ಯವಿಲ್ಲ. ಅವರ ಮಿದುಳು ಚುರುಕಾಗಿ ಕೆಲಸ ಮಾಡಿತು. ದೃಢ ನಿರ್ಧಾರಕ್ಕೆ ಬಂದರು.

ಈ ಮಾತುಕತೆಗಳ ನಂತರ ಇಬ್ಬರಲ್ಲೂ ಮೌನ ತಲೆ ಹಾಕಿತು. ಅವಶ್ಯಕತೆ ಇದ್ದಷ್ಟೇ ಮಾತು. 'ಬೆಸ್ಟ್ ಫೇರ್' ಅವಾರ್ಡ್ ಕೊಡುವ ದಿನ ಶಿವ ಪಾರ್ವತಿಯರ ಗಂಧದ ವಿಗ್ರಹವನ್ನು ನೆನಪು ಕಾಣಿಕೆಯಾಗಿ ಕೊಟ್ಟಿದ್ದರು. ಮಧುರ ಪ್ರೇಮ, ದಾಂಪತ್ಯಕ್ಕೆ ಜಗತ್ತಿನ ಮಾತಾಪಿತೃಗಳಾದ ಆದರ್ಶ ದಂಪತಿಗಳೇ ಸಾಕ್ಷಿ ಎನ್ನುವಂಥ ಪವಿತ್ರ ಭಾವ. ಆ ಪ್ರತಿಮೆ ಈಗ ನಕ್ಕಿರಬೇಕು ಅಥವಾ ದಯನೀಯ ನೋಟ ಬೀರಿರಬಹುದು.

ಇಪ್ಪತ್ತು ವರ್ಷಗಳ ಸುಂದರ ದಾಂಪತ್ಯ ಬದುಕನ್ನ ಅಸಹ್ಯಿಸಿಕೊಂಡು ಸ್ಪಷ್ಟವಾಗಿ ಹೇಳಿದ್ದರು. ತಲೆಬುಡ ಅಚಲಾಗೆ ಅರ್ಥವಾಗಲಿಲ್ಲ. ಪ್ರೀತಿ, ಪ್ರೇಮ, ಸುಖ–ಗಹಗಹಿಸಿ ನಕ್ಕು ಹಾಸ್ಯ ಮಾಡಿದ್ದವು.

ಎರಡೇ ದಿನಕ್ಕೆ ಅಚಲಾ ಪೂರ್ತಿ ವಿಷಯ ರವಿಯ ಬಗ್ಗೆ ಸಂಗ್ರಹಿಸಿಬಿಟ್ಟರು. ಅವನಿಗೆ ತಂದೆ ಇಲ್ಲ! ಆ ಬಗ್ಗೆ ಯಾರಿಗೂ ಏನು ಗೊತ್ತಿಲ್ಲ. ಹೆತ್ತ ತಾಯಿ, ಅತ್ತೆ ಮಾವನ ಜೊತೆ ವಾಸಿಸುತ್ತಿದ್ದಾನೆ. ಮಾವ ಡೈರಿಯಲ್ಲಿ ಲೆಕ್ಕ ಬರೆದರೇ ತಾಯಿ ಟೀಚರಾಗಿ ದುಡಿಯುತ್ತಿದ್ದಾರೆ. ಈಚೆಗೆ ಒಂದು ಪ್ರೆಸ್‌ನಲ್ಲಿ ಅವನು ಕೆಲಸಕ್ಕೆ ಸೇರಿಕೊಂಡಿದ್ದಾನೆ. ಒಟ್ಟಿನಲ್ಲಿ ಉತ್ತಮ ಜನ. ಇದಿಷ್ಟರಿಂದಲೇ ಏನು ಊಹಿಸುವುದಕ್ಕಾಗಲಿಲ್ಲ ಅಚಲಾಗೆ.

"ಒಂದ್ವರ್ಷ ಅಥವಾ ಅದಕ್ಕೂ ಸ್ವಲ್ಪ ಮುಂಚೆನಿಂದ ಆ ಜನ ಇಲ್ಲಿದ್ದಾರೆ. ಮನೆ ಕೂಡ ಸ್ವಂತ ಬಳುವಳಿ. ಯಾರೂ ಆ ಸಂಸಾರದ ಬಗ್ಗೆ ಕೆಟ್ಟ ಮಾತು ಆಡ್ಲಿಲ್ಲ" ವೃದ್ಧ ಜಾನ್ ತಾನು ಸಂಗ್ರಹಿಸಿಕೊಂಡು ಬಂದಿದ್ದ ವಿಷಯ ತಿಳಿಸಿದರು.

ಈಗ ಆಕೆಯ ಕುತೂಹಲ ಹುಟ್ಟಿದ್ದು ರವಿಯ ತಂದ ಬಗ್ಗೆ. "ರವಿಯ ತಂದೆ ಬಗ್ಗೆ ಸ್ವಲ್ಪ ವಿಷ್ಯ ಸಂಗ್ರಹಿಸು" ಎಂದಾಗ ಜಾನ್ ತಲೆ ಅಡ್ಡಡ್ಡ ಆಡಿಸಿದ. "ನಾನು ಈಗಾಗ್ಲೆ ಆ ಪ್ರಯತ್ನ ಮಾಡ್ದೇ. ಏನೂ ಪ್ರಯೋಜನವಿಲ್ಲ. ಯಾರ್ಗೂ ಆ ವ್ಯಕ್ತಿಯ ವಿಷ್ಯ ಗೊತ್ತಿಲ್ಲ. ಇಲ್ಲಿಗೆ ಬಂದವ್ರು... ಇದಿಷ್ಟೇ ಜನ" ತನ್ನ ಕೆಲಸ ಮುಗಿಯಿತು ಎನ್ನುವಂತೆ ಹೇಳಿ ಹೋದ.

ಇಷ್ಟು ಅಕ್ಕರೆ, ಪ್ರೀತಿ ತೋರುವ ಶ್ರೀವಾಸ್ತವ ಇದ್ದೂ ಕೂಡ ರವಿ ಒಂದು ಪ್ರೈವೇಟ್ ಕಲಸಕ್ಕೆ ಸೇರುವ ಅಗತ್ಯವಿತ್ತೆ? ಅಥವಾ ನಾಟಕವೇ? ತಮಗೆ ರವಿಯ ಮೇಲಿರುವ ಪ್ರೀತಿಯನ್ನು ವ್ಯಕ್ತಪಡಿಸಿದವರು ಕರೆದು ಕೆಲಸ ಕೊಡಲು ಹಿಂಜರಿಯುತ್ತಾರೆಯೇ? ಪ್ರಶ್ನೆಗಳು ವರ್ತುಲಾಕಾರದಂತೆ ಸುತ್ತುವರಿಯಿತು.

ತಾಯಿ ತಂದೆಯರ ನಡುವೆ ಸಂಪೂರ್ಣವಾಗಿ ಮಾತುಕತೆ ನಿಂತುಹೋದದ್ದು ರೋಹಿತ್‌ನ ಗಮನಕ್ಕೆ ಬಂದಾಗ ಹೌಹಾರಿದ್ದ.

"ಪಪ್ಪನ ಜೊತೆ ಮಾತಾಡ್ತಾ ಇಲ್ವಾ? ಬೇರೆಯವ್ರು ಹೊಟ್ಟೆಕಿಚ್ಚು ಪಡುವಷ್ಟು ಅನ್ಯೋನ್ಯವಾಗಿದ್ರಿ" ವಾದಕ್ಕೆ ನಿಂತ ಅಚಲಾ ಕಣ್ಣುಗಳು ತೇವಗೊಂಡವು.

"ಏನಿಲ್ಲ, ಮಾತಾಡ್ದೇ ಏನು" ಜಾರಿಸಿದರು.

ರೋಹಿತ್ ಒಪ್ಪಲಿಲ್ಲ. ಸದಾ ಹಸನ್ಮುಖರಾಗಿರುತ್ತಿದ್ದ ಶ್ರೀವಾಸ್ತವ ಗಂಭೀರ ವಾಗಿರುತ್ತಿದ್ದರು. ಇವನು ಕಟ್ ಮಾಡುತ್ತಿದ್ದ ಜೋಕ್‌ಗೆ ಬರೀ ನಸುನಗೆ. ತುಟಿ ತೆರೆದು ಧ್ವನಿ ಹೊರಡಿಸಿ ನಗಲು ಕೂಡ ಅವರಿಗೆ ಇಷ್ಟವಿದ್ದಂತೆ ಕಂಡಿರಲಿಲ್ಲ.

"ನನ್ನ ಬಕ್ರಾ ಅಂತ ತಿಳಿದಿದ್ದೀಯಾ! ನೋ... ನೋ... ನಂಗೆಲ್ಲ ಗೊತ್ತು? ಏನಾಗಿದೆ ನಿಮ್ಮಿಬ್ಬರಿಗೆ?" ದನಿಯೇರಿಸಿದ.

ಅಚಲಾ ಮೌನ ವಹಿಸಿದರು. ನಮ್ಮಿಬ್ಬರ ನಡುವೆ ಪ್ರೀತಿ, ಅನ್ಯೋನ್ಯತೆಯೆಂಬ ಭ್ರಾಂತಿ ಮಾತ್ರವಿತ್ತು ಎಂಬುದು ಶ್ರೀವಾಸ್ತವರ ಮಾತಿನಿಂದ ಅವರಿಗೆ ಅರಿವಾಗಿತ್ತು.

"ನನ್ನ ಕೇಳೋಕ್ಕಿಂತ ನಿನ್ನ ಪಪ್ಪನೇ ಕೇಳು. ಅವರೇ ಏನಾದ್ರೂ... ಹೇಳ್ಬಹ್ದು" ತೀವ್ರ ಅಸಮಾಧಾನದಿಂದ ನುಡಿದರು. ಅತಿಯಾದ ಸಲುಗೆ ಇರುವ ತಾಯಿಗಿಂತ ತಂದೆಯನ್ನ ಕೇಳುವುದು ಅವನಿಗೆ ಕಷ್ಟವೆಂದು ಗೊತ್ತು.

"ಪಪ್ಪನ ಸುದ್ದಿ ಬಿಡು. ನೀನು... ಹೇಳು. ರವಿಯ ವಿಷ್ಯಕ್ಕೆ ಅಲ್ಲ ತಾನೇ?" ಪ್ರಶ್ನೆಗೆ ಉತ್ತರವು ಕೂಡ ಅವನೇ ಹೇಳಿದಂತಾದಾಗ ಆಕೆಗೆ ನೆಮ್ಮದಿಯೆನಿಸಿತು. "ಹೌದು, ರವಿ ಯಾರು? ಅವನಿಗ್ಯಾಕೆ ಅಷ್ಟು ಪ್ರಾಶಸ್ತ್ಯ? ಬಂದ ಆತ್ಮೀಯರ ನಡುವಿನ ಮಾತು ನಿಲ್ಲಿಸಿ ಅವನ ಬಳಿಯಲ್ಲಿ ಹೊರ್‍ಗೆ ಕೂಡುವಂಥದ್ದೇನು?" ಮೂಗಿನ ಹೊಳ್ಳೆಗಳು ಕೋಪದಿಂದ ಅರಳಿದವು.

ರೋಹಿತ ಮೊದಲು ನಕ್ಕುಬಿಟ್ಟ, ಆದರೆ ಉದಾಸೀನವಾಗಿ ತಳ್ಳಿ ಹಾಕುವಂಥ ವಿಷಯವಾಗಿ ಕಾಣಲಿಲ್ಲ. ಅವನೇ ಗಮನಿಸಿದ್ದ.

"ರವಿಗೆ ಪಪ್ಪ ಏನೂ ಕೊಟ್ಟಿಲ್ಲಮ್ಮ. ಅವ್ನೇ ಬೇರೆ ಪ್ರೆಸ್‌ನಲ್ಲಿ ಕೆಲ್ಸಕ್ಕೆ ಸೇರ್ಕೊಂಡಿದ್ದಾನೆ. ಬೇಡುವ ಯುವಕನಂತೂ ಅಲ್ಲ" ಅರೆಮನಸ್ಸಿನಿಂದ ನುಡಿದ. ಆ ಬಗ್ಗೆ ಅವನಿಗೂ ಅಸಮಾಧಾನವಿತ್ತು.

ಅಚಲಾ ಅತ್ತೇಬಿಟ್ಟರು.

"ಅವ್ರಿಗೆ ಹಣ, ಅಂತಸ್ತು, ಆಸ್ತಿ ಕೊಡ್ದೇ ಇರ್ಬಹ್ದು ಆದ್ರೆ..." ಮುಂದೆ ಹೇಳಲಾರದೆ ಹೋದರು. ಗಂಡ ಬೇರೊಂದು ಹೆಣ್ಣಿನಲ್ಲಿ ಅನುರಕ್ತನಾಗಿದ್ದಾನೆಂದು ದೂರಲು ಸಾಧ್ಯವಿರಲಿಲ್ಲ, "ರವಿ ಬಗ್ಗೆ ಅವರಿಗೆ ವಿಪರೀತ ಪ್ರೀತಿ. ಅವನನ್ನ ನೋಡ್ದ ಕೂಡ್ಲೇ ನಿಮ್ತಂದೆ ಕಣ್ಣುಗಳು ಹೇಗೆ ಮಿನುಗುತ್ತೆ ಗೊತ್ತಾ. ಉದಾಸೀನ ಮಾಡೋದು ತಪ್ಪು!" ಬೆಂಕಿಯ ಕಡ್ಡಿ ಹಚ್ಚಿ ನಿರ್ಮಲವಾದ ರೋಹಿತ್ ಮನಸ್ಸಿನೊಳಕ್ಕೆ ಎಸೆದು ಬಿಟ್ಟರು. ಅದು ಆರಿಹೋಗಬಹುದು ಅಥವಾ ಸ್ವಲ್ಪ ಉರಿ ಕಾಣಿಸಿಕೊಡು ನಂದಿಹೋಗಬಹುದು. ಅಕಸ್ಮಾತ್ ಪೂರ್ತಿ ಹೊತ್ತಿಕೊಂಡು ಸುತ್ತಲ ಪರಿಸರವನ್ನ ನಾಶ ಮಾಡಬಹುದು.

"ಅದಕ್ಕೋಸ್ಕರ ನೀವಿಬ್ರೂ ಜಗಳವಾಡಿದ್ರಾ? ರವಿ ಏನಾದ್ರೂ ಸುಂದರ ಹೆಣ್ಣಾಗಿದ್ರೆ ಮಾತ್ರ ನೀನು ತಲೆಕೆಡಿಸ್ಕೋಬೇಕಿತ್ತು. ರವಿಯಿಂದ ಯಾವ್ದೇ ತೊಂದರೆ ಇಲ್ಲ. ನೀನು ಬೇಕಾದ್ರೆ ಅವ್ನ ಬಂದಾಗ ನಾಲ್ಕು ಮಾತಾಡು" ವಿರಸ ತೊಡೆಯಲು ನಿಶ್ಚಯಿಸಿದ.

"ನಂಗೆ ರವಿನ ಕಂಡ್ರೆ ಇಷ್ಟವಿಲ್ಲ!" ಕಿಡಿಕಾರಿದರು ಅಚಲಾ. ರೋಹಿತ್ ಫಕಫಕನೆ ನಕ್ಕ. "ಇದು ಫೂಲಿಶ್ ಅಷ್ಟೆ. ಯಾವ್ದೋ ರವಿಯಂಥ ಹುಡುಗನಿಗಾಗಿ ಪಪ್ಪನ ಜೊತೆ ಮಾತು ಬಿಟ್ಟಿದ್ದೀಯಾ. ನಾನು ಕಾಂಪ್ರಮೈಸ್ ಮಾಡಿಸ್ತೀನಿ" ಅಪ್ಪ, ಅಮ್ಮನ ನಡುವಿನ ಬಿಗುವನ್ನು ಸಡಿಲಿಸಲು ನಿಶ್ಚಯಿಸಿದವನು ಆಗಲೇ ಕಾರ್ಯೋನ್ಮುಖನಾದ.

ಟೈಮ್ ನೋಡಿ ಡಯಲ್ ತಿರುಗಿಸಿದ. "ಹಲೋ..." ಶ್ರೀವಾಸ್ತವರ ಸ್ವರ ಇಂದು ಸ್ವಲ್ಪ ಒರಟಾಗಿದೆಯೆನಿಸಿತು ಅವನಿಗೆ. "ಹಲೋ ಪಪ್ಪ ನಾನು ರೋಹಿತ್. ಮನೆಯಿಂದ ಮಾತಾಡ್ತಾ ಇದ್ದೀನಿ. ಅಮ್ಮ ಸುಮ್ನೇ ಅಳ್ತಾ ಇದ್ದಾಳೆ..." ಎರಡು ನಿಮಿಷದ ಮೌನದ ನಂತರ ನುಡಿದರು. "ನಾನು ಈಗ ಯಾವ್ದೋ ಪೇಪರ್ ಅಟೆಂಡ್ ಮಾಡ್ತಾ ಇದ್ದೀನಿ. ಕಾರಣ ವಿಚಾರ್ಸು. ಸಂಜೆ ಮಾತಾಡೋಣ" ಫೋನ್ ಇಟ್ಟುಬಿಟ್ಟರು. ಅವನಿಗಂತೂ ಭಯಂಕರ ಆಶ್ಚರ್ಯ. ಒಂದು ಸಲ ಫೋನ್ ಬಂದರೇ ಎಂಥ ಕೆಲಸವಾದರೂ ಬಿಟ್ಟು ಓಡಿಬಂದಿದ್ದ ದಿನಗಳುಂಟು. ಈಗ... ತೀರಾ ವಿಮುಖ. ಇದಕ್ಕೆ ರವಿಯನ್ನ ಕಾರಣ ಮಾಡುವುದು ಪೆದ್ದುತನವೆನಿಸಿತು.

ಅದನ್ನ ಸ್ಪಷ್ಟವಾಗಿ ತಿಳಿಸಿದ: "ಮಮ್ಮಿ ನಿಮ್ಮಿಬ್ಬರ ಮಧ್ಯದ ವೈಮನಸ್ಕತೆಗೆ ರವಿ ಖಂಡಿತ ಕಾರಣನಲ್ಲ; ಬೇರೇನೋ ಇದೆ. ನೀನು ಅವ್ರಿಗೆ ಬೇಜಾರಾಗೋ ಹಾಗೆ ನಡ್ಕೊಂಡಿದ್ದೀಯಾ. ಅದ್ಕೇ ಕಾರಣ ಬರೋ ಮಾವನ ಫ್ಯಾಮಿಲಿ ಇರ್ಬೆಕು" ಮನಸ್ಸಿನ ಲ್ಲಿದ್ದುದ್ದನ್ನ ಹೊರಗೆಡವಿದ. ಅವರುಗಳು ಬರುವ ವಿಷಯ ತಿಳಿದ ಮೇಲೆ ರೋಹಿತ್ ಕಹಿ ಕಾರುತ್ತಿದ್ದ.

"ರೋಹಿತ್..." ಗದರಿದರು.

"ಯಾಕೆ ಎಕ್ಸೈಟ್ ಆಗ್ತಿಯಾ! ತವರುಮನೆಯವ್ರ ಬಗ್ಗೆ ನಿಂಗೆ ಹೆಚ್ಚಿನ ಅಭಿಮಾನ, ಆದ್ರೆ... ನಂಗಿಲ್ಲ. ಪಪ್ಪ ಸಹಿಸ್ಕೋಬಹ್ದು. ನಾನು ಸಹಿಸೋಲ್ಲ. ಈಗಿನಿಂದ್ಲೇ ಅವ್ರ ವ್ಯವಸ್ಥೆಗೆ ತಯಾರಿ ನಡ್ಸಿ. ಅವ್ರುಗಳು ಬಂದು ಇಲ್ಲಿರೋದ್ಬೇಡ" ರವಿಯಿಂದ ಮಾತು ಎಲ್ಲಿಗೋ ಹೊರಳಿತು.

"ಅವ್ರುಗಳು ಇಲ್ಲೇ ಇರ್ತಾರೆ. ಇರ್ಬೇಕೂ..." ಕೋಪದಿಂದ ಕೂಗಿದರು ಅಚಲಾ. "ಶ್ರೀ ಎಲೆಕ್ಟ್ರಾನಿಕ್ಸ್‌ನಲ್ಲಿ ಅವ್ರಿಗೂ ಪಾಲುಂಟು."

ರೋಹಿತ್ ಕೆಂಪೇರಿದ ಮುಖದಲ್ಲಿ ಭುಸುಗುಟ್ಟಿದ. ಶ್ರೀ ಎಲೆಕ್ಟ್ರಾನಿಕ್ಸ್‌ನಲ್ಲಿ ಪಾಲು! ಅವನ ದವಡೆಗಳು ಬಿಗಿದವು. ಅದಕ್ಕಾಗಿ ನಿರಂತರವಾಗಿ ದುಡಿದ ತಂದೆಯ ಚಿತ್ರ ಇಣುಕಿತು. ಮುಷ್ಟಿ ಬಿಗಿಹಿಡಿದು ಗಾಳಿಯಲ್ಲಿ ಗುದ್ದಿದ.

"ನೆವರ್... ನೆವರ್... ಆ ಕನಸನ್ನೂ ಕೂಡಾ ಕಾಣ್ಬೇಡ ಶ್ರೀವಾಸ್ತವರಿಗೆ ನಾನೊಬ್ಬನೇ ಮಗ. ಮೈಂಡ್ ಇಟ್. ಈ ಮನೆ ಬಾಗಿಲು ಹತ್ತೋಕೆ ಅವ್ರನ್ನ ಬಿಡೋಲ್ಲ" ಹಲ್ಲು ಕಡಿದ.

ಅಚಲಾ ಭಯಗ್ರಸ್ತರಾದರು. ಮುಂದಿನ ಚಿತ್ರಗಳೆಲ್ಲ ತಲೆಕೆಳಗಾಯಿತು. ಸರಾಗ ವಾಗಿ ಉಸಿರೆಳೆದುಕೊಳ್ಳಲು ಒದ್ದಾಡಿದರು.

ಫೋನ್ ಎತ್ತಿದ ರೋಹಿತ್ ಡಯಲ್ ತಿರುಗಿಸಿದ. "ಪ್ಲೀಸ್ ಪಪ್ಪ, ನೀವು ಈಗ್ಲೆ ಬನ್ನಿ. ಒಂದಿಷ್ಟು ಮಾತಾಡೋದಿದೆ" ಇಟ್ಟುಬಿಟ್ಟ.

ಹತ್ತು ನಿಮಿಷದಲ್ಲಿ ಶ್ರೀವಾಸ್ತವ ಬಂದರು. ಗಾಬರಿ, ಆತಂಕವಿಲ್ಲದೆ ಸಹಜ ವಾಗಿಯೇ ಇದ್ದರು.

ರೋಹಿತ್ ಮನೆಯಲ್ಲಿದ್ದಾಗ ಒಂದಲ್ಲ ಒಂದು ಸದ್ದು ಇರುತ್ತಿತ್ತು. ಸ್ಟೀರಿಯೋ ಹಾಕಿರುತ್ತದೆ, ಇಲ್ಲ ವಿಡಿಯೋ ಆನ್ ಮಾಡಿರುತ್ತಿದ್ದ ಅಥವಾ ತಾನಾದರೂ ಜೋರು ದನಿಯಲ್ಲಿ ಹಾಡುತ್ತಿದ್ದ. ಇದು ಅವನ ಮನೆಯಲ್ಲಿರುತ್ತಿದ್ದುದಕ್ಕೆ ಹೆಗ್ಗುರುತುಗಳು. ಇಂದು ಮಾತ್ರ ನಿಶ್ಶಬ್ದವಾಗಿತ್ತು.

ನೇರವಾಗಿ ಶ್ರೀವಾಸ್ತವ ತಮ್ಮ ಕೋಣೆಗೆ ಹೋದರು. ತಾಯಿ, ಮಗ ಎದುರು ಬದುರಾಗಿ ಕೂತಿದ್ದರು. ಅವರುಗಳ ಮುಖದಲ್ಲಿ ಪ್ರಸನ್ನತೆ ಇರಲಿಲ್ಲ.

"ರೋಹಿತ್, ವಾಟ್ ಇಸ್ ದಿ ಮ್ಯಾಟರ್?" ಅವ ಪಕ್ಕದಲ್ಲಿಯೇ ಸೋಫಾ ಮೇಲೆ ಕೂತು ಅಚಲಾ ಕಡೆ ನೋಡಿದರು. "ಏನು ವಿಷ್ಯ ಅಚಲಾ? ತಾಯಿ, ಮಗ ಯಾವುದಾದ್ರೂ ಹೊಸ ವಿಷ್ಯಕ್ಕೆ ಜಗಳ ಆಡಿದ್ರಾ?"

ಅಚಲಾ ಮುಖ ತಿರುಗಿಸಿ ನಿಟ್ಟುಸಿರು ದಬ್ಬಿದರು. ಸರಸರ ನೋಡಿದ ರೋಹಿತ್ ತಂದೆಯ ಕಡೆ ತಿರುಗಿ ಸರಿಯಾಗಿ ಕೂತ.

"ಪಪ್ಪ ಮಾವನ ಫ್ಯಾಮಿಲಿ ಇಲ್ಲಿ ಯಾಕೆ ಬರುತ್ತೆ?" ಸ್ವಲ್ಪ ಅಸಹನೆಯಿಂದಲೇ ಪ್ರಶ್ನಿಸಿದಂತಿತ್ತು. ಶ್ರೀವಾಸ್ತವ ತುಟಿಯ ಮೇಲೆ ನಾಲಿಗೆಯಾಡಿಸಿ "ಜಸ್ಟ್ ವನ್ ಮಿನಿಟ್..." ಒಳಗೆಹೋದವರು ಮೂರು ಕವರನ್ನ ತಂದು ಅವನ ಮುಂದೆ ಹಾಕಿದ್ದರು. "ಅದಕ್ಕೇ ಕಾರಣಗಳ್ನ ಅವ್ರೇ ಬರ್ದುಕೊಂಡಿದ್ದಾರೆ. ಓದಿ ನೋಡು. ನಿಶ್ಚಿಂತೆಯಿಂದ ಉಸಿರಾಡಿದರು. ರೋಹಿತ್‌ನ ಕೋಪದ ಗಾಳಿ ಅವರಿಗೂ ಬಡಿದಿತ್ತು.

"ಓದಿದ್ದೀನಿ..." ಪತ್ರಗಳನ್ನ ಪಕ್ಕಕ್ಕೆ ಸರಿಸಿದ. "ಬೀ ಕಾಮ್... ಇನ್ನೊಂದ್ಸಲ ಓದಿ

ನೋಡು. ನಿಂಗೆ ಕಾರಣ ಸ್ಪಷ್ಟವಾಗಿದ್ರೆ... ನೀನು ನನ್ನ ಪ್ರಶ್ನೆ ಮಾಡ್ತಾ ಇರ್ಲಿಲ್ಲ" ಶಾಂತವಾಗಿ ಹೇಳಿದರು. ಅವರುಗಳು ಬಂದು ಇಲ್ಲಿ ಉಳಿಯುವುದರ ಬಗ್ಗೆ ಮಗನ ವಿರೋಧವಿದೆಯೆಂದು ಅಚಲಾ ಮೊದಲೇ ತಿಳಿಸಿದ್ದರು.

ಓದುವ ಅಗತ್ಯ ಕಾಣದಿದ್ದರೂ ಅವಿಧೇಯತೆ ತೋರಬಾರದೆಂಬ ಉದ್ದೇಶ ದಿಂದ ಓದಿದ. ಕೆಲವು ಉದ್ದಿಮೆಗಳಲ್ಲಿ ತೊಡಗಿಸಿದ್ದ ಹಣ ಹಿಂದಿರುಗಿಲ್ಲವೆಂದು ಅಸ್ಪಷ್ಟ ವಾಗಿ ತಿಳಿಸಿದ್ದರು. ಇನ್ನು ಮೂರು ತಿಂಗಳಲ್ಲಿ ಅವರುಗಳು ಇಲ್ಲಿಗೆ ಬರುವವರು.

"ಅವರ ಹಣೆಬರಹಕ್ಕೆ ನಾವು ಹೊಣೆಯಲ್ಲ. ಅವ್ರುಗಳು ಬಂದು ಇಲ್ಲಿರೋದ್ನ ನಾನು ಇಷ್ಟಪಡೋಲ್ಲ!" ಕೋಲು ಎರಡು ತುಂಡಾಗುವಂತೆ ಹೇಳಿದ ಶ್ರೀವಾಸ್ತವ ಸುಮ್ಮನಾಗಿಬಿಟ್ಟರು.

ರೋಹಿತ್‌ನ ವಯಸ್ಸೆಷ್ಟು? ವಿದ್ಯಾಭ್ಯಾಸವೆಷ್ಟು? ಶ್ರೀ ಎಲೆಕ್ಟ್ರಾನಿಕ್ಸ್ ಬಗ್ಗೆ ಅವನಿ ಗೇನು ಗೊತ್ತು? ಅದರಲ್ಲಿ ಅವನ ಪಾಲೆಷ್ಟು? ಯೋಚಿಸಿದಷ್ಟೂ ತಾವು ತಿಳಿದಿದ್ದಕ್ಕಿಂತ ಹೆಚ್ಚು ಬೆಳೆದಂತೆ ಕಂಡ.

"ಈಗೇನು ಮಾಡ್ಬೇಕೂಂತೀಯಾ?" ಬಹಳ ಮೃದುವಾಗಿ ಪ್ರಶ್ನಿಸಿದರು. ರೋಹಿತ್ ಪ್ಯಾಂಟ್ ಜೇಬಿನಲ್ಲಿ ಕೈ ತುರುಕಿ ಚೆನ್ನಾಗಿ ನಿಂತು "ನಾವು ನೆಗ್ಲೆಕ್ಟ್ ಮಾಡಿ ದ್ರಾಯ್ತು. ಅವ್ರ ಭವಿಷ್ಯದ ದಾರಿ ಅವರದ್ದು" ಅಂದ.

ಶ್ರೀವಾಸ್ತವ ತುಟಿ ಕಚ್ಚಿಕೊಂಡರು. ಅವರಿಗೆ ಅಯೋಮಯವಾಗಿ ಕಂಡಿತು. ಕಾಲೇಜು, ಫ್ರೆಂಡ್ಸ್ ಎಂದು ಕೆಲವು ದಿನಗಳೂ ಹಿಂದೆ ಓಡಾಡಿಕೊಂಡಿದ್ದ ರೋಹಿತ್ ಇಷ್ಟು ಕಟುವಾಗಿ, ನಿಷ್ಠೂರವಾಗಿ ಹೇಗೆ ಮಾತಾಡಬಲ್ಲ? ಅದಕ್ಕೆ ಹಿನ್ನೆಲೆ ಏನು?

ಅಚಲಾ ಕಣ್ಣಂಚಿನ ನೀರು ತೊಡೆದುಕೊಂಡಾಗ ಶ್ರೀವಾಸ್ತವಗೆ 'ಅಯ್ಯೋ' ಎನಿಸಿತು. ತುಂಬು ಅಕ್ಕರೆಯಿಂದ ಪಾಲಿಸಿದ ಮಗ ತಾನು ಈ ರೀತಿ ಮಾತಾಡುವುದು ಸಾಧ್ಯವಿತ್ತೆ?

"ಯೂಸ್ ಮಸ್ಟ್‌ಹ್ಯಾವ್ ಇಟ್ಸ್‌ಫ್ಲಿಂಗ್. ಯೌವ್ವನದಲ್ಲಿ ಇಂಥ ಆವೇಶ ಸಹಜ. ಬಹಳ ಕಾಲ ನಿಲ್ಲೋಲ್ಲ. ಡೋಂಟ್ ವರೀ" ಹೆಂಡತಿಯ ಭುಜ ತಟ್ಟಿದರು.

ರೋಹಿತ್ ಅಷ್ಟರಲ್ಲಿ ಬಂದು ಅವರ ಸನ್ನಿಹದಲ್ಲಿ ನಿಂತ. "ನಾನೊಬ್ನೇ ತಾನೇ ಪಪ್ಪ. ನಿಮ್ಮ ಮಗ! ಅವ್ರಿಗೆಲ್ಲ ಪಾಲು ಯಾಕೆ?" ಅರ್ಥವಾಗದವರಂತೆ ಶ್ರೀವಾಸ್ತವ ಹೆಂಡತಿಯ ಕಡೆ ತಿರುಗಿದರು.

"ಹೌದು, ಶ್ರೀ ಎಲೆಕ್ಟ್ರಾನಿಕ್ಸ್ ಇವನೊಬ್ಬನದೇ ಅಲ್ಲ; ನನ್ನ ಅಣ್ಣನ ಸಂಸಾರಕ್ಕೂ ಪಾಲಿದೆ. ಆ ದಿನ ನನ್ನಂದೆ ಹಣ ಕೊಡದಿದ್ರೆ... ಈ ದಿನ ಅದರ ಹೆಸರು ಕೂಡ ಇರುತ್ತಾ ಇರ್ಲಿಲ್ಲ. ಆ ಕೃತಜ್ಞತೆ ಅಪ್ಪ ಮಕ್ಕಳಲ್ಲಿ ಇರ್ಬೇಕು" ಜಾಡಿಸಿ ಮುಖಕ್ಕೆ ಒದ್ದಂತಾಯಿತು ಶ್ರೀವಾಸ್ತವಗೆ. ಅದನ್ನು ನೆನಪಿಸುವ ಅಗತ್ಯವೇ ಇರ್ಲಿಲ್ಲ. ಇಪ್ಪತ್ತು ವರ್ಷ ಆ ಕೃತಜ್ಞತೆಯ ಉರುಳಿನಲ್ಲೇ ಅವರು ಬಂಧಿಯಾಗಿದ್ದು ಇನ್ನು ಇರಲಾರರು. "ಆ ಮಾತು ಈಗ

ಪ್ರಸ್ತುತವಾಗಿತ್ತ? ಬೇರೆ ಸಮಯದಲ್ಲಿ ರೋಹಿತ್‌ಗೆ ತಿಳಿಸಬಹುದಿತ್ತು. ಎಲ್ಲಾ ಹೇಳುವ ಸಂದರ್ಭ ಬಂದಾಗ ನಾನೇ ಹೇಳ್ತಾ ಇದ್ದೆ" ಬಿಡಿಬಿಡಿಯಾಗಿ ತಿಳಿಸಿದರು.

ಅಚಲಾ ಮನಸ್ಥಿತಿ ಇಂದು ಸರಿ ಇರಲಿಲ್ಲ "ಅವನಲ್ಲಿ ಈ ಮನೋಭಾವ ಬೆಳೆಯೋಕೆ ನೀವೇ ಕಾರಣ. ನಮ್ಮ ಮೇಲೆ ಸೇಡು ತೀರ್ಸಿಕೊಂಡ್ರಿ" ಆಡಬಾರ್ದ್ದು ಆಡಿ ನಾಲಿಗೆ ಕಚ್ಚಿಕೊಂಡರು.

ಮೊದಲ ಸಲ ಹೆಂಡತಿಯ ಮೇಲೆ ಕೈಯೆತ್ತಿದವರು ತಡೆದರು. ಎಂಥ ದೊಡ್ಡ ಆಪಾದನೆ! ಅದನ್ನು ತಡೆದುಕೊಳ್ಳುವ ಶಕ್ತಿಯೇ ಅವರಿಗಿರಲಿಲ್ಲ. ಯಾವುದೋ ಧೀಃಶಕ್ತಿ ಆ ಸಮಯದಲ್ಲಿ ಎದೆಗುಂದದಂತೆ ನೋಡಿಕೊಂಡಿತು.

"ಛೇ..." ಕೈಕೈ ಹಿಸುಕಿಕೊಂಡರು: "ತಾಯಿ ಮಗನ ಮಧ್ಯದ ಪುಟ್ಟ ವಿವಾದಕ್ಕೆ ನನ್ನ ಕರೀಬಾರ್ದಿತ್ತು. ನೀವಿಬ್ರೇ ಪರಿಹರಿಸಿಕೊಳ್ಳಬಹುದಿತ್ತು" ಹೊರಗೆಹೋದರು.

ರೋಹಿತ್‌ಗಂತು ತಲೆ ಕೆಟ್ಟಂತಾಯಿತು "ಮಮ್ಮಿ ನಿಂಗೇನಾಗಿದೆ? ಪಪ್ಪ ಎಂದೂ ಮಾವನ ಸಂಸಾರದ ಬಗ್ಗೆ ನನ್ಹತ್ರ ಮಾತಾಡೇ ಇಲ್ಲ. ಅವರೆಲ್ಲ ಜೊತೆಯಾಗಿ ಇರೋದೆ ಅಪ್ರಿಗಿಷ್ಟ. ವಿರೋಧ ನಂದೇ" ನಂಬಿಸುವ ಪ್ರಯತ್ನವನ್ನೇನು ಅವನು ಮಾಡಲು ಹೋಗಲಿಲ್ಲ. ಇಂದು ಅವನ ಮನ ತುಂಬ ನೊಂದಿತ್ತು.

ಕೂದಲಲ್ಲಿ ಕೈಹಾಕಿ ಕಿತ್ತ. "ಗೋ ಟು ಹೆಲ್. ನಂಗೆ ಈ ಮನೆ ಬೇಡ ಶ್ರೀ ಎಲೆಕ್ಟ್ರಾನಿಕ್ಸ್ ಬೇಡ. ನಾನು ಪಪ್ಪ ಎಲ್ಲಾದ್ರೂ ದೂರ ಹೋಗಿಬಿಡ್ತೀವಿ." ಬಿಕ್ಕಿಬಿಕ್ಕಿ ಅತ್ತ. ತಾಯಿಯ ಬಳಿ ಸಲುಗೆ, ಪ್ರೀತಿ ಹೆಚ್ಚಿದ್ದರೂ ತಂದೆಯ ಬಗ್ಗೆ ಅಪಾರವಾದ ಅಭಿಮಾನ. ಅವರ ವ್ಯಕ್ತಿತ್ವದ ಬಗ್ಗೆ ಗೌರವ. "ಪಪ್ಪನ ಹಾಗೆ ಅಂದು ನೀನು ನೋಯಿಸ್ಬಾರ್ದಿತ್ತು. ಒಡೆದ ಕನ್ನಡಿಯಲ್ಲಿ ಉತ್ತಮವಾದ ಪ್ರತಿಬಿಂಬ ಕಾಣೋಲ್ಲ!" ಚಿಕ್ಕವಯಸ್ಸಿನ ರೋಹಿತ್‌ನ ಬಾಯಲ್ಲಿ ಅನುಭವಯುತ ಮಾತುಗಳು. ದಂಗಾದರು ಅಚಲಾ.

ರೋಹಿತ್ ಬಂದಾಗ ಬಟ್ಟೆ ಬದಲಾಯಿಸಿದ ಶ್ರೀವಾಸ್ತವ ಮ್ಯಾಗಝೈನ್ ನೋಡುತ್ತಿದ್ದರು. ಯಾವುದೇ ಕ್ಷೋಭೆ ಇಲ್ಲದೆ ಅವರ ಮುಖ ಪ್ರಶಾಂತವಾಗಿತ್ತು. ಹೇಗೆ ಸಾಧ್ಯ?

ಹೃದಯಾಘಾತದ ನಂತರ ಡಾಕ್ಟರ್ ಎಚ್ಚರಿಸಿದ್ದರು: "ಅವರನ್ನ ಹುಷಾರಾಗಿ ನೋಡ್ಕೊಳ್ಳಿ. ಎಕ್ಸೈಟ್ ಆಗೋಕೆ ಅವಕಾಶ ಕೊಡ್ಬೇಡಿ. ಅವ್ರ ಶಾಂತಿ, ನೆಮ್ದೀ, ಸಂತೋಷದ ಕಡೆ ನಿಮ್ಮ ಗಮನವಿರ್ಲಿ" ಅದನ್ನು ಯಾರೂ ಮರೆತಿಲ್ಲ ಅಷ್ಟೆ. ಆ ಬಗ್ಗೆ ತಾವೇನಾದರೂ ಗಮನ ಕೊಡುತ್ತಿದ್ದೀವಾ? ಇಲ್ಲವೆನಿಸಿತು. ಈಚೆಗೆ ಒಂಟಿತನ ಇಷ್ಟಪಡುತ್ತಿದ್ದುದು ಅವನ ಗಮನಕ್ಕೆ ಬಂದಿತ್ತು. ಯಾಕೆ? ಪ್ರಶ್ನೆಗಳು... ಪ್ರಶ್ನೆಗಳು... ಪ್ರಶ್ನೆಗಳು... ಒಂದಕ್ಕೂ ಉತ್ತರವಿಲ್ಲ ಅವನ ಬಳಿ.

ಅವರ ಬಳಿಯಲ್ಲಿ ಹೋಗಿ ಕೂತ. "ಎಕ್ಸ್‌ಕ್ಯೂಸ್ ಮಿ, ಪಪ್ಪ ನನ್ನ, ಹಠ ಮಾತುಗಳಿಂದ ನಿಮ್ಮ ಮನಸ್ಸಿಗೆ ಬೇಸರವಾಗಿದೆ" ಕ್ಷಮೆ ಬೇಡಿದ.

"ಲೀವ್ ಮೀ ಅಲೋನ್, ರೋಹಿತ್. ನಂಗೆ ಈಗ ಮಾತು ಬೇಡವೆನಿಸಿದೆ. ನನ್ನ ಪಾಡಿಗೆ ನನ್ನ ಬಿಟ್ಟುಬಿಡು" ಲಾಂಗ್ ಛೇರಿನಲ್ಲಿ ಹಿಂದಕ್ಕೆ ಒರಗಿ ಕಣ್ಮುಚ್ಚಿದರು.

ರೋಹಿತ್ ಹೊರಗೆದ್ದು ನಡೆದ.

ಗಂಡಸರ ಬಗ್ಗೆ ಶ್ರೀವಾಸ್ತವಗೆ ಸಹಾನುಭೂತಿ, ಅದಕ್ಕೂ ಮೀರಿದ ಕರುಣೆ. ಮಾವನ ಮನೆಯಿಂದ ಪಡೆದ ದಕ್ಷಿಣೆ, ಬಳುವಳಿ, ಸಹಾಯ, ಸಾಲ ಹೇಗೆ ವ್ಯಕ್ತಿಯ ಹೆಗಲೇರಿ ಸವಾರಿ ಮಾಡುತ್ತೆ. ಅದರಿಂದ ಅವನಿಗೆ ಎಂದಾದರೂ ವಿಮುಕ್ತಿಯುಂಟೆ? ಇಲ್ಲವೆನಿಸಿತು. ಬಳುವಳಿ ರೂಪಾಯಿ ಇರಬಹುದು, ಲಕ್ಷವಿರಬಹುದು. ಅಂತರದಲ್ಲಿ ವ್ಯತ್ಯಾಸ ಇರಬಹುದು. ಆದರೆ ಪರಿಣಾಮ ಮಾತ್ರ ಒಂದೇ. ಆ ಗಂಡನ್ನ ಹೆಣ್ಣೆಂದೂ ಪ್ರೀತಿಸಲಾರಳು, ಪ್ರೇಮಿಸಲಾರಳು, ಆರಾಧಿಸಲಾರಳು. ಕಪ್ಪುಮಚ್ಚೆಯಂತೆ ಅವರ ದಾಂಪತ್ಯದ ಮೇಲೆ ಹಣದ ಪ್ರಸಂಗ ನಿಂತುಹೋಗುತ್ತೆ. ಅವಕಾಶ ಸಿಕ್ಕಾಗಲೆಲ್ಲ ಹಂಗಿಸಿ ಅವನ ವ್ಯಕ್ತಿತ್ವವನ್ನೇ ಕೊಂದುಬಿಡ್ತಾಳೆ.

ಅವರ ಆಲೋಚನಾ ಧಾಟಿ ಆಳವಾಗುತ್ತಿದ್ದಂತೆ ಕತ್ತಲು ಮೂಡಿ ಆಕಾಶದಲ್ಲಿ ನಕ್ಷತ್ರಗಳು ಮಿನುಗತೊಡಗಿದವು.

* * *

ಭಾಸ್ಕರ್ ಹೂ ತರಕಾರಿ ಕೊಂಡು ಮಾರ್ಕೆಟ್‌ನಿಂದ ಹೊರ ಬಂದರು. "ಮಾವ,, ನಾನ್ಬರ್ತೀನಿ" ಎಂದಿದ್ದ ರವಿ ಪತ್ತೆ ಇರಲಿಲ್ಲ. ಹತ್ತು ನಿಮಿಷ ಕಾದರು. ಆಮೇಲೆ ಆಟೋ ಸ್ಟ್ಯಾಂಡ್ ಕಡೆ ನಡೆದರು.

ಸ್ವಲ್ಪ ಮುಂದಕ್ಕೆ ಹೋದ ಕಾರು ನಿಂತಿತು. ಡ್ರೈವರ್ ಇಳಿದುಬಂದ. "ಯಜಮಾನ್ರು ಕರೀತಾರೆ" ಭಾಸ್ಕರ್ ಏನಾದರೂ ಹೇಳುವ ಮುನ್ನ ಬಾಸ್ಕೆಟ್‌ಗಳನ್ನು ಕಸಿದುಕೊಂಡು ಮುಂದಕ್ಕೆ ಹೊರಟಾಗ ಹಿಂಬಾಲಿಸುವುದು ಅವರಿಗೆ ಅನಿವಾರ್ಯ.

ಅವರ ನಿರೀಕ್ಷೆಯಂತೆ ಕಾರಿನಲ್ಲಿದ್ದುದು ಶ್ರೀವಾಸ್ತವ. ಡೋರ್ ತಳ್ಳಿ "ಹತ್ತು... ಹತ್ತು..." ಎಂದವರು ಕೈಹಿಡಿದು ಒಳಗೆಳೆದುಕೊಂಡರು. ಬಾಸ್ಕೆಟ್‌ನಲ್ಲಿನ ಮಲ್ಲಿಗೆ ಹೂವಿನ ಪರಿಮಳ ಆಘ್ರಾಣಿಸುತ್ತ "ಏನು ವಿಶೇಷ? ಬಹಳಷ್ಟು ಖರೀದಿಸಿದಂತೆ ಕಾಣುತ್ತಲ್ಲ" ಛೇಡಿಸಿದರು. ಅದು ಮೊದಲಿನ ಧಾಟಿಯೆ.

ಒಂದೆರಡು ನಿಮಿಷ ಬೇಕಾಯಿತು ಸುಧಾರಿಸಿಕೊಳ್ಳಲು ಭಾಸ್ಕರ್‌ಗೆ. "ಅಂಥದ್ದೇನಿಲ್ಲ, ದಿನನಿತ್ಯದ ಖರೀದಿಯೆ" ಸುಳ್ಳು ಹೇಳಿದರು. ಸತ್ಯ ತಿಳಿಸಲು ಅವರಿಗೆ ಇಷ್ಟವಾಗಲಿಲ್ಲ. ಶ್ರೀವಾಸ್ತವ ಮುಕ್ತವಾಗಿ ನಕ್ಕರು. "ಗೆಳೆಯನನ್ನು ಮನೆಗೆ ಕರ್ದು ಒಪ್ಪತ್ತು ಊಟ ಹಾಕಲಾರ್ದಂಥ ಕಂಜೂಸ್. ನಾನೇನು ಬರೋಲ್ಲ ಹೆದರಬೇಡ" ಹಾಸ್ಯದ ಜೊತೆ ವ್ಯಂಗ್ಯವೂ ಇತ್ತು. ಒಳದನಿಯಲ್ಲಿ ಅಪಾರವಾದ ನೋವು ಇತ್ತು.

"ವಾಟ್ ಡು ಯೂ ಡೂ, ಮೈ ಫ್ರೆಂಡ್?" ಗೆಳೆಯನ ಕಡೆ ತಿರುಗಿ ಕಣ್ಣು

ಮಿಟುಕಿಸಿದರು. ಭಾಸ್ಕರ್ ಚಕಿತರಾದರು. "ಶ್ರೀ... ನಿನ್ನ ವಯಸ್ಸೆಷ್ಟು? ಏನೇನೂ ಬದಲಾಗಿಲ್ಲ" ಇಲ್ಲಿ ಇಣಕಿದ್ದು ಮೆಚ್ಚಿಗೆ. ಶ್ರೀವಾಸ್ತವ ಬೇರೆಡೆ ಮುಖ ತಿರುಗಿಸಿಕೊಂಡರು.

ಕಾರು ವೇಗವಾಗಿ ಹೋಗುತ್ತಿತ್ತು. ಭಾಸ್ಕರ್ ಅತ್ತಿ ನೋಡಿದರು. ಎಲ್ಲಿಗೆ ಕರೆದೊಯ್ಯಬಹುದು? ಹೋಟೆಲ್ ಪ್ಲಾಟಿನಂ ಇನ್ನೊಂದು ಮೂಲೆಗೆ ಹೋಯಿತು.

"ಶ್ರೀ... ಈಗ ಎಲ್ಲಿಗೆ?" ಕೇಳಿದರು.

"ಮನೆಗೆ... ನನ್ನ ಮನೆಗೆ" ಒತ್ತಿ ಹೇಳಿದರು. "ನೀನು ಮನೆ ತಲಪೋದು ಒಂದೆರಡು ಗಂಟೆ ತಡವಾಗ್ಬಹ್ದು, ಅಷ್ಟೆ."

ಭಾಸ್ಕರ್‌ಗೆ ಗೆಳೆಯನ ಬಗ್ಗೆ ತುಂಬು ಪ್ರೀತಿಯಿದ್ದರೂ ಅವನ ಮನೆಗೆ ಹೋಗುವುದು, ಹತ್ತಿರವಾಗುವುದು, ಮುಂದಿನ ದುರಂತಗಳಿಗೆ ಕಾರಣವಾಗುವುದು ಇಷ್ಟವಿಲ್ಲ.

ಶ್ರೀವಾಸ್ತವರ ಕೈಹಿಡಿದುಕೊಂಡರು. "ಈಗ್ಬೇಡ, ಅರ್ಜೆಂಟಾಗಿ ನಂಗೆ ಬೇರೆ ಕೆಲ್ಸವಿದೆ. ಇನ್ನೊಂದ್ಸಲ ನಿನ್ನ ಮನೆಗೆ ಬರ್ತಿನಿ" ದೈನ್ಯತೆ ಇತ್ತು ಶ್ರೀವಾಸ್ತವ ಕರಗಲಿಲ್ಲ.

ಕಾರು ನೇರವಾಗಿ ಕಾಂಪೌಂಡ್ ದಾಟಿ ಬಾಲ್ಕನಿಯಲ್ಲಿ ನಿಂತಾಗ ಶ್ರೀವಾಸ್ತವ ಡೋರ್ ತೆರೆಯುವ ಮುನ್ನ ಭಾಸ್ಕರರ ಕಡೆಗೆ ನೋಡಿದರು.

"ಇಳೀ... ಇಳೀ... ನಿನ್ನ ಹಾಗೆ ಆತ್ಮವಂಚನೆ ಮಾಡಿಕೊಳ್ಳೋಕೆ ನಂಗೆ ಇಷ್ಟವಿಲ್ಲ. ಇಂಥ ಬದ್ಕಿನಿಂದ ನಾವುಗಳು ಕಳ್ದುಕೊಳ್ಳೋದು ಬಹಳ. ಈ ದಿನವಾದ್ರೂ ಒಟ್ಟಿಗೆ ಕೂತು ಊಟ ಮಾಡೋಣ."

ಇನ್ನೊಂದು ಮಾತಾಡುವುದಕ್ಕೆ ಭಾಸ್ಕರ್‌ನಿಂದ ಸಾಧ್ಯವಿರಲಿಲ್ಲ. ಮೌನವಾಗಿ ಇಳಿದವರು ಡ್ರೈವರ್‌ಗೆ ಆ ಬ್ಯಾಸ್ಕೆಟ್‌ಗಳನ್ನ ಒಳಗೆ ತಂದಿಡಲು ಹೇಳಿದರು.

"ಬಹಳ ವರ್ಷಗಳ ದೀರ್ಘ ಅವಧಿಯ ನಂತರ ನಿನ್ನ ಮನಗೆ ಬರ್ತಾ ಇದ್ದೀನಿ. ಬರಿ ಕೈಯಲ್ಲಿ ಬೇಡ" ಎಂದಾಗ ಶ್ರೀವಾಸ್ತವ ಏನೂ ಹೇಳಲಿಲ್ಲ. ಇಷ್ಟು ಮಾತ್ರ ಒಗ್ಗಿಕೊಂಡಿದ್ದು ಅವರಿಗೆ ಸಂತೋಷವಾಗಿತ್ತು.

ಮನೆ ತುಂಬ ನಿಶ್ಯಬ್ದವಾಗಿತ್ತು. ಭಾಸ್ಕರ್ ಕಣ್ಣರಳಿಸಿದರು. ಹಿಂದಿನ ಭವ್ಯತೆ, ಶ್ರೀಮಂತಿಕೆ ಇಂದು ನಾಲ್ಕು ಪಟ್ಟು ಹೆಚ್ಚಾಗಿತ್ತು.

"ವಂಡರ್‌ಫುಲ್! ಪೆಂಟಾಸ್ಟಿಕ್! ಒಳ್ಳೆ ಕಲೆಕ್ಷನ್‌ನ ಒಂದೆಡೆ ಸೇರಿಸಿದ್ದೀಯಾ" ಗೋಡೆಯ ಮೇಲಿನ ಪೈಂಟಿಂಗ್‌ನ ನೋಡಿದರು. ಶ್ರೀವಾಸ್ತವ ದನಿಯೆತ್ತಿ ನಕ್ಕರು.

"ಆ ಮೆಚ್ಚಿಗೆಯೆಲ್ಲ ನನಗಲ್ಲ, ಅಚಲಾಗೆ."

ಅಷ್ಟರಲ್ಲಿ ಅಚಲಾನೆ ಹೊರಗೆಬಂದರು. ಸಹಜವಾಗಿ ಪರಿಚಯಿಸಿದರು. "ನನ್ನ ಗೆಳೆಯ ಭಾಸ್ಕರ್. ನಾವು ನಾಲ್ಕು ವರ್ಷ ಒಟ್ಟಿಗೆ ಕಲಿತವರು, ತುಂಬ ಆದರ್ಶವಾದಿ."

"ತುಂಬ ಸಂತೋಷ" ಚುಟುಕಾಗಿ ಹೇಳಿದರು ಅಚಲಾ. ಆ ಬಗ್ಗೆ ಶ್ರೀವಾಸ್ತವ ತಲೆಯೇನು ಕೆಡಿಸಿಕೊಳ್ಳಲಿಲ್ಲ. "ಈಗ್ಬಂದೆ..." ಮೆಟ್ಟಿಲೇರಿ ಮೇಲೆ ಹೋದರು. ಭಾಸ್ಕರ್ ಸೋಫಾ ಕೊನೆಗೆ ಕೂತರು.

ಈಗಲೂ ಭಾಸ್ಕರ್‌ಗೆ ಶ್ರೀವಾಸ್ತವ ಮಾಡಿದ್ದು ತಪ್ಪೆನಿಸುತ್ತಿತ್ತು. ತನ್ನನ್ನ ಕರೆತರುವ ಅಗತ್ಯವಿರಲಿಲ್ಲ. ಅದು ನಿಕಟಕ್ಕೆ ದಾರಿ ಮಾಡಿಕೊಡುತ್ತದೆ.

ತಣ್ಣನೆಯ ಹಣ್ಣಿನ ರಸವನ್ನು ಅಚಲಾ ತಂದಿಟ್ಟರು. "ನಿಮ್ಮ ಬಗ್ಗೆ ಎಂದೂ ಏನೂ ಹೇಳಿರಲಿಲ್ಲ. ಈಗಿನ ಟೆನ್ಷನ್ನಲ್ಲಿ ಎಲ್ಲಾ ಮರ್ರುಬಿಟ್ಟಿದ್ದಾರೆ" ಎಂದಾಗ ಭಾಸ್ಕರ್ ತುಟಿಯಂಚಿನ ಮೇಲೆ ಬಲವಂತದ ನಗೆ ತಂದುಕೊಂಡರು.

"ಅದು ಸಹಜ!" ಅಷ್ಟೇ ಹೇಳಿದ್ದು.

ಶ್ರೀವಾಸ್ತವ ಬರುವ ವೇಳೆಗೆ ಅಚಲಾ ಸಾಕಷ್ಟು ಮಾತಾಡಿದರು. ಭಾಸ್ಕರ್ ಬಹಳ ಎಚ್ಚರದಿಂದ ತೀರಾ ಮಾಟಕ್ಕಾಗಿ ಅಥಮ ನಸುನಗುವಿನಿಂದ ಅವರ ಮಾತುಗಳಿಗೆಲ್ಲ ಪ್ರತಿಕ್ರಿಯೆ ವ್ಯಕ್ತಪಡಿಸಿದ್ದರು.

ತುಂಬಿದ ಬ್ಯಾಸ್ಕೆಟ್‌ಗಳು ಅಲ್ಲಿಯೇ ಇತ್ತು. ಒಂದು ಸಲ ಕಣ್ಣಾಡಿಸಿದರು ಶ್ರೀವಾಸ್ತವ.

"ಈ ತರಕಾರಿ ಹಣ್ಣುಗಳನ್ನ ನಮಗಾಗಿ ತಂದಿದ್ದಾನೆ. ಒಳ್ಗಡೆ ಇರಿಸೋಳಕ್ಷೇಳು. ರೆಡಿಯಾಗಿದ್ರೆ ಊಟಕ್ಕೆ ಬರ್ತಿವಿ" ಎಂದರು. ಅಚಲಾ ಮೌನವಾಗಿ ಒಳಗೆ ಹೋದರು.

ಊಟದ ಮಧ್ಯೆ ಶ್ರೀವಾಸ್ತವ ತಮ್ಮ ಕಾಲೇಜಿನ ದಿನಗಳಲ್ಲಿ ನಡೆದ ಘಟನೆಗಳನ್ನು ನೆನೆದರು. ಊಟದ ಮಧ್ಯೆ ಸಿಕ್ಕ ನಾಲ್ಕು ಒಣಮೆಣಸಿನಕಾಯಿಯನ್ನು ಆರಿಸಿ ಹಾಕಿದ ಶ್ರೀವಾಸ್ತವ ಕನ್ನಡ ಲೆಕ್ಚರರ್ ಹೇಳಿದ ಜೋಕನ್ನು ನೆನಪಿಸಿಕೊಂಡರು.

ತಾವು ಪ್ರತಿದಿನ ತಿಂಡಿ ತಿನ್ನುತ್ತಿದ್ದ ಹೋಟೆಲ್‌ನಲ್ಲಿ ಇತ್ತೀಚೆಗೆ ಉಪ್ಪಿಟ್ಟಿನಲ್ಲಿ ಹೆಚ್ಚು ಹೆಚ್ಚು ಕೂದಲು ತುಂಡುಗಳು ಸಿಕ್ಕುತ್ತಿದ್ದುದನ್ನು ಸಹಿಸದ ಗ್ರಾಹಕರು ಮಾಲೀಕರಿಗೆ ಒಂದು ಸಲಹೆ ಕೊಟ್ಟರು. "ಉಪ್ಪಿಟ್ಟನ್ನು ಕೂದಲು ತುಂಡುಗಳನ್ನೂ ಬೇರೆ ಬೇರೆ ತಟ್ಟೆಗಳಲ್ಲಿಟ್ಟರೆ ರುಚಿಗೆ ತಕ್ಕಂತೆ ನಾವೇ ಬೆರೆಸಿಕೊಂಡು ತಿನ್ನಬಹುದು" ಎಂದು.

ಭಾಸ್ಕರ್ ಕೂಡ ಜೋರಾಗಿ ನಕ್ಕುಬಿಟ್ಟರು. ಆ ದಿನಗಳು ಬೆಳದಿಂಗಳಿನಂತೆ ಸುಂದರವಾಗಿದ್ದವು ಎಂದುಕೊಂಡರು. ಬಹಳ ಸುಲಭವಾಗಿ ಶ್ರೀವಾಸ್ತವ ಗೆಳೆಯನನ್ನ ಹಿಂದಕ್ಕೊಯ್ದು ಬಿಟ್ಟರು.

ಗಂಟೆಗಳು ಕೂಡ ನಿಮಿಷಗಳಾಯಿತು. ಒಂದೂ ಮಾತಾಡದವರು ಅಚಲಾ ಮಾತ್ರ. ಇಂದು ಶ್ರೀವಾಸ್ತವರ ಒಳ್ಳೆ ಮುಖವನ್ನು ಅವರಿಗೆ ಕಂಡಂತಾಗಿತ್ತು. ಇಷ್ಟು ನವಿರಾಗಿ, ಮಧುರವಾಗಿ ತಮ್ಮೊಳಗೆ ಎಂದಾದರೂ ಬೆರೆತುಹೋದುದ್ದುಂಟೆ? ಬರೀ ಗೊಂದಲವೆ. ತರ್ಕಿಸಲಾರದೆ ಹೋಗುತ್ತಿದ್ದರು.

ಸುಖದ ಅಮಲಿನಲ್ಲಿ ಮುಳುಗಿದ್ದ ಭಾಸ್ಕರ ತಟ್ಟನೆ ಎಚ್ಚೆತ್ತರು. "ಶ್ರೀಮತಿಯವ್ರ ಪರಿಚಯವಾಯ್ತು. ಮಗ ಎಲ್ಲಿ?" ಅದಕ್ಕೆ ಅಚಲಾನೆ ಉತ್ತರಿಸಿದರು. "ಆಫೀಸ್ನಲ್ಲಿದ್ದಾನೆ. ಇವ್ರ ಹೆಗಲ ಮೇಲಿನ ಜವಾಬ್ದಾರಿಯನ್ನು ಪೂರ್ತಿಯಾಗಿ ಅವನೇ ಹೊತ್ತುಕೊಂಡಿದ್ದಾನೆ" ಇಬ್ಬರ ಪಾಲಿಗೆ ಅನಿರೀಕ್ಷಿತ ಉತ್ತರ.

"ಇನ್ನ ನನ್ನ ಅಗತ್ಯವೇನು ಇಲ್ಲ!" ಸೂಕ್ಷ್ಮವಾಗಿ ನಗುನಗುತ್ತಲೇ ನುಡಿದರು ಶ್ರೀವಾಸ್ತವ: "ರೋಹಿತ್‌ಗೆ ಫೋನ್ ಮಾಡು ಅಚಲಾ. ಊಟ ಬಿಟ್ಟು ಕೆಲ್ಸ ಮಾಡೋಂಥ ಪರಿಸ್ಥಿತಿಯೇನು ಇಲ್ಲ."

ಬಾಲ್ಕನಿಯವರೆಗೂ ಜೊತೆಯಲ್ಲೇ ಬಂದ ಶ್ರೀವಾಸ್ತವ ತಟ್ಟನೆ ಬದಲಾದರು. "ನಿನ್ನ ವಿಷ್ಯ ಏನು ತಿಳಿಸೊಲ್ವಾ? ನಾನು ಕೋರ್ಟಿಗೆ ಹೋಗಬೇಕಾದ ಅಗತ್ಯ ಒಂದು ದಿನ ಬರ್ಬಹ್ದು" ಅರ್ಥಗರ್ಭಿತವಾಗಿತ್ತು ಮಾತು. ಭಾಸ್ಕರ್ ಏನಾದರೂ ನುಡಿಯುವ ಮುನ್ನ ಡ್ರೈವರ್‌ನ ಕರೆದು ಡ್ರಾಪ್ ಮಾಡಲು ತಿಳಿಸಿದರು. "ಅವ್ರು ಎಲ್ಲಿ ಹೇಳ್ತಾರೋ ಅಲ್ಲಿ ಇಳ್ಸಿಬಿಡು" ಎಂದವರು ಭಾಸ್ಕರ್ ಕಡೆ ತಿರುಗಿದರು.

"ಇನ್ನು ಆಗಾಗ ಬಾ. ಯಾರ ಬಗ್ಗೇನು ನೀನೇನು ಹೇಳ್ಬೇಡ. ನಾನೇನು ಕೇಳೋಲ್ಲ" ಕೈ ಕುಲುಕಿ, ಕಣ್ಣಲ್ಲೇ ನಕ್ಕು ಬೀಳ್ಕೊಟ್ಟರು.

ಭಾಸ್ಕರ್ ತಮ್ಮ ಮನೆಯ ತಿರುವಿನ ಸ್ವಲ್ಪ ದೂರದಲ್ಲಿಯೇ ಇಳಿದುಬಿಟ್ಟರು. ಆತಂಕ, ಭಯ ಇದ್ದರೂ ಒಂದು ರೀತಿಯ ನೆಮ್ಮದಿ ಇಂದು. ಶ್ರೀವಾಸ್ತವರ ಜೊತೆ ಕಳೆದ ಕ್ಷಣಗಳು ಅಮೂಲ್ಯವೆನಿಸಿತು.

ಗೆಲುವಾದ ಮುಖ ಹೊತ್ತು ಮನೆಯೊಳಕ್ಕೆ ಅಡಿಯಿಟ್ಟಾಗ ರವಿ ಹಣೆಗೆ ಕೈಯೊತ್ತಿದ. "ಮಾವ, ನಿಮ್ಮನ್ನು ಹುಡ್ಕಿ ಹುಡ್ಕಿ ಸಾಕಾಯ್ತು. ನೀವೇನಾದ್ರೂ ತರಕಾರಿ ಬೆಳೆಯೋ ಕಡೆಗೆ ಹೋಗಿದ್ರಾ?" ಕೇಳಿದ.

ಕೂತ ಭಾಸ್ಕರ್ ಷರಟು ಬಿಚ್ಚಿ ತಗುಲಿ ಹಾಕಿ ಫ್ಯಾನ್ ಸ್ವಿಚ್ ಒತ್ತಿದರು. ಮನ ಹರ್ಷವಾಗಿದ್ದಿತು. ರವಿಯ ಮುಖ ನೋಡಿದಕೂಡಲೆ ಅಪರಾಧಿಯಂತೆ ಕುಗ್ಗಿದ್ದರು. ತಂದೆ–ಮಕ್ಕಳ ಅನ್ಯೋನ್ಯ ಸಂಬಂಧದಿಂದ ಅವರಿಬ್ಬರನ್ನು ದೂರಮಾಡಲು ತಮಗಿರುವ ಅಧಿಕಾರವಾದರೂ ಏನು? ವಿವೇಚನೆಯೊಳಗೆ ಬಿದ್ದರು.

ರವಿ ಅವರ ತೋಳಿಡಿದು ಅಲುಗಾಡಿಸಿದ. "ಮಾವ... ಮಾವ..." ವಾಸ್ತವಕ್ಕೆ ಮರಳಿದರು. "ಏನೋ... ಲೇಟಾಯ್ತು" ರವಿ ಮತ್ತೆ ಪ್ರಶ್ನಿಸಲು ಹೋಗಲಿಲ್ಲ. ಸುಕನ್ಯ ಮಾತ್ರ ಬೇಸರ ವ್ಯಕ್ತಪಡಿಸಿದರು. "ಬ್ಯಾಸ್ಕೆಟ್‌ಗಳು ಡೈರಿಯಲ್ಲೇ ಉಳಿದುಹೋಯಿತು. ಅವು ಯಾರ ಸೊತ್ತೊ?"

ಅಂದು ಪ್ರೆಸ್‌ಗೆ ಲೀವ್ ಹಾಕಿ ಮನೆಯಲ್ಲೇ ಉಳಿದಿದ್ದ ರವಿ ಸಂಜೆ ಶ್ರೀವಾಸ್ತವರನ್ನು ಭೇಟಿ ಮಾಡಲು ನಿಶ್ಚಯಿಸಿದ್ದ. ಈಗ ಅವನು ಅಚಲಾ ಅವರ ಅಸಹನೆಯನ್ನು ಲೆಕ್ಕಕ್ಕೆ ತೆಗೆದುಕೊಳ್ಳಲಾರ.

ಹೊರಗೆ ಹೊರಡುವ ವೇಳೆಗೆ ಚಾರುಲತ ತಾವು ಎದ್ದರು. "ರವಿ, ನಾನು ಒಂದು ಸ್ವಲ್ಪ ಬರ್ತಿನಿ. ಮನೆಯಲ್ಲಿ ಸ್ವಲ್ಪ ಹೆಡ್‌ಮಿಸ್‌ನ ಕಂಡುಬರ್ಬೇಕು" ತಲೆದೂಗಿದ.

ಸುಕನ್ಯ, ಭಾಸ್ಕರರನ್ನ ಹತ್ತು ದಿವಸಗಳ ಪ್ರವಾಸಕ್ಕೆ ರವಿ ಒಪ್ಪಿಸಿದ್ದ. ಟೂರಿಸಂನಲ್ಲಿ ಕೆಲವು ಪುಣ್ಯಕ್ಷೇತ್ರಗಳ ಜೊತೆ ಐತಿಹಾಸಿಕ ಸ್ಥಳಗಳನ್ನು ಸಂದರ್ಶಿಸುವ ಉತ್ತಮ ಕಾರ್ಯಕ್ರಮ. ಭಾಸ್ಕರ್ ವಿರೋಧ ಕೊನೆಯವರೆಗೂ ಇತ್ತು.

"ಪ್ಲೀಸ್ ಹೋಗ್ಬಾ.. ಅಣ್ಣ, ಸದಾ ತನ್ನ ಬಗ್ಗೆ ಯೋಚ್ನೋನು ಸ್ವಾರ್ಥಿ. ಅತ್ತಿಗೇನ... ನೋಡು; ನಾಲ್ಕು ಗೋಡೆಗಳ ಮಧ್ಯೆ ಯಂತ್ರವಾಗಿಬಿಟ್ಟಿದ್ದಾಳೆ. ನಿನ್ನ ಆಗದಿದ್ರೇನೇ... ಸುಖವಾಗಿ ಇರ್ತಾ ಇದ್ದಳೇನೋ!" ಚಾರುಲತ ವಾದಿಸಿದಾಗ ತಲೆತಗ್ಗಿಸಿ ಒಪ್ಪಿಕೊಂಡಿದ್ದರು.

ಅಡ್ವಾನ್ಸ್ ಹಣಕ್ಕಾಗಿ ಅಪ್ಲಿಕೇಷನ್ ಕೊಟ್ಟಿದ್ದ ಚಾರುಲತ ಒಮ್ಮೆ ಏಕಾಂತವಾಗಿ ಮುಖ್ಯೋಪಾಧ್ಯಾಯಿನಿಯವರನ್ನ ಕಾಣಲು ನಿಶ್ಚಯಿಸಿದ್ದರು.

ನಡೆದುಹೊರಟವರು ಪಕ್ಕದ ರೋಡಿಗೆ ತಿರುಗಿದಾಗ ಚಾರುಲತ "ರವಿ, ನೀನು ಎಲ್ಲಾದ್ರೂ ಹೋಗೋ ಹಾಗಿದ್ರೆ ಹೋಗು. ನಾನು ಅವರನ್ನ ಭೇಟಿ ಮಾಡಿ ಮನೆಗೆ ಹೋಗ್ತಿನಿ" ನಿಂತರು.

ರವಿ ತಲೆಯೆತ್ತಿ ಆಕಾಶದ ಕಡೆ ನೋಡಿದ. ಕಪ್ಪು ಮೋಡಗಳಿಂದ ಆವೃತವಾಗಿತ್ತು. ಮಳೆ ಕೆಲವು ನಿಮಿಷಗಳಲ್ಲಿ ಅಥವಾ ಕೆಲವು ಗಂಟೆಗಳಲ್ಲಿ ಬರಬಹುದು.

"ನೋ... ನೋ... ನಿಮ್ಮ ಕೆಲಸ ಮುಗ್ಸಿಕೊಳ್ಳಿ ಟೈಮ್ ಇದ್ರೆ... ನಾನು ಆಮೇಲೆ ಹೋಗ್ತೀನಿ" ತಾಯಿಯೊಂದಿಗೆ ಹೆಜ್ಜೆ ಹಾಕಿದ.

ರವಿ ತನ್ನ ಕಾಲೇಜಿನಲ್ಲಿ ನಡೆದ ಜೋಕ್‌ಗಳನ್ನು ಹೇಳಿ ನಗಿಸುತ್ತಿದ್ದ. ಬಂದ ಕಾರು ಸೋಕಿದಂತೆ ನಿಂತುಬಿಟ್ಟಿತು. ಶ್ರೀವಾಸ್ತವ ತುಟಿ ಕಚ್ಚಿ ನೋಡಿದರು.

"ನಮಸ್ತೆ ಸರ್..." ಕಾರಿನ ವಿಂಡೋ ಬಳಿಗೆಬಂದ. "ಈಗ ನಿಮ್ಮಲ್ಲಿಗೇ ಬರೋಣಾಂತ ಇದ್ದೆ!" ತುಸು ಬಗ್ಗಿದ ಶ್ರೀವಾಸ್ತವ ನೋಟ ಹಿಂದಕ್ಕೆ ಹರಿಯಿತು. ಸಂಶಯವೇ ಇಲ್ಲ! 'ಚಾರುಲತ, ಚಾರುಲತ' ಗಾಳಿ ತೂಗಿ ಕಿವಿಗೆ ಮುಟ್ಟಿಸಿತು. ಹಾಯೆನಿಸಿತು ಕ್ಷಣ.

ಡೋರ್ ತೆರೆದು ಶ್ರೀವಾಸ್ತವ ಕೆಳಗಿಳಿದರು. ಕೈ ಎಡ ಎದೆಯನ್ನು ಕ್ಷಣಕಾಲ ಸವರಿತು. ತಾನು ಬಾಳಿನಲ್ಲಿ ಏನೂ ಅನುಭವಿಸಲಿಲ್ಲ! ಕೆಲವೇ... ಕೆಲವು ದಿನಗಳಾದರೂ ತನ್ನ ಕನಸಿನ ಪುಟಗಳನ್ನ ಮೊಗಚಬೇಕು, ಅದುವರೆಗೂ ತಾನು ಬದುಕಿರಬೇಕು.

ಕ್ಷಣ 'ಛಳಕ್' ಹೊಡೆದಂತೆ ಭಾಸವಾದ ಎದೆ ಮಾಮೂಲಿಗೆ ಮರಳಿತು. ದೀರ್ಘವಾಗಿ ಉಸಿರೆಳೆದು ಪ್ರಯಾಸದಿಂದ ದಬ್ಬಿದರು.

"ಮಮ್ಮಿ..." ಹಿಂದಕ್ಕೆ ಹಿಂದಿರುಗಿದ ಎತ್ತಲೋ ನೋಟ ಹರಿಸಿದ ಚಾರುಲತ ಕೆಳ

ತುಟಿಯನ್ನ ಬಿಗಿಯಾಗಿ ಹಲ್ಲಿನಡಿಯಲ್ಲಿ ಕಚ್ಚಿಕೊಂಡಿದ್ದರು. "ಇವ್ರು ನನ್ನ ಮಮ್ಮಿ..." ಪರಿಚಯಿಸಿದ. ಕ್ಷಣ ಆಕಾಶ, ಭೂಮಿ ಒಂದಾದಂತಾಯಿತು ಶ್ರೀವಾಸ್ತವಗೆ. ಕ್ಷಣ ಕತ್ತಲಿಟ್ಟಿತು ಕಣ್ಣುಗಳು. ಕ್ಷಣಗಳನ್ನ ಲೆಕ್ಕ ಹಾಕಿದರು.

ರವಿ ಗಾಬರಿಯಾದ. "ಸರ್..." ಶ್ರೀವಾಸ್ತವರ ಸನ್ನಿಹಕ್ಕೆ ಬಂದ. ಕಣ್ಣುಗಳನ್ನು ಮತ್ತಷ್ಟು ಅಗಲಿಸಿ ನೋಡಿದರು. ರಕ್ತ ಗುರುತಿಸಿತ್ತು "ಏನಿಲ್ಲ ಗಿಡ್ಡಿನೆಸ್" ಹಣೆಯೊತ್ತಿದಾಗ ತೋಳಿಡಿದುಕೊಂಡು ಮರದ ಬಳಿಗೆ ಕರೆದೊಯ್ದ.

ಚಾರುಲತಗೆ ಆ ಕ್ಷಣ ಇಡಿಯಾಗಿ ಭೂಮಿ ತಮ್ಮನ್ನ ನುಂಗಿಬಿಡಬಾರದೇ ಎನ್ನಿತು. ಆಶ್ಚರ್ಯವೆನ್ನುವಂತೆ ಶ್ರೀವಾಸ್ತವ ಐದೇ ನಿಮಿಷದಲ್ಲಿ ಚೇತರಿಸಿಕೊಂಡರು.

"ಥ್ಯಾಂಕ್ಯೂ... ರವಿ" ಅವನ ತೋಳು ತಟ್ಟಿ ಚಾರುಲತ ಕಡೆ ನೋಟ ಹರಿಸಿದರು. ಇಪ್ಪತ್ತೊಂದು ವರ್ಷದ ಹಿಂದಿನ ಮುಖದ ಮಾರ್ದವತೆ ಇನ್ನೂ ಮಾಸಿಲ್ಲವೆನಿಸಿತು. "ನಮ್ಮ... ತಾಯಿ." ರವಿ ಮತ್ತೊಮ್ಮೆ ಪರಿಚಯಿಸಿದಾಗ ಚಾರುಲತ ಪ್ರಯತ್ನಪೂರ್ವಕವಾಗಿ ಕೈಜೋಡಿಸಿದರು. "ನಮಸ್ತೆ" ಶ್ರೀವಾಸ್ತವರ ನೋಟದಲ್ಲಿ ಪ್ರೀತಿ, ಅಭಿಮಾನ ತುಂಬಿಕೊಂಡಿತು. "ನೀವು ಅದೃಷ್ಟವಂತರು! ರವಿಯಂಥ ಮಗ ಎಲ್ಲರಿಗೂ ಇರೋಲ್ಲ" ಮೆಚ್ಚಿಗೆಯಾಡಿದಾಗ ಚಾರುಲತ ಕಣ್ಣಂಚಿನಲ್ಲಿ ಕಂಬನಿ ಶೇಖರವಾಯಿತು. ಇದೆಂತಹ ಪರಿಸ್ಥಿತಿ! ತಾಯಿ ತಂದೆಯರನ್ನ ಒಬ್ಬರಿಗೊಬ್ಬರಿಗೆ ಪರಿಚಯಿಸುವ ರವಿ.. ಅಳು ಬರಬಹುದೆಂದು ಮುಖ ಪಕ್ಕಕ್ಕೆ ತಿರುಗಿಸಿಕೊಂಡರು.

ಮಾತಾಡಿದ ಶ್ರೀವಾಸ್ತವ ಕಾರು ಹತ್ತಿದರು. "ಬನ್ನಿ ಮನೆ ಹತ್ತಿರ ಡ್ರಾಪ್ ಮಾಡ್ತೀನಿ" ಸ್ಟೇರಿಂಗ್ ವೀಲ್ ಮೇಲೆ ಕೈಇಟ್ಟರು. "ಬೇಡ ಸರ್, ಇಲ್ಲೊಂದಿಷ್ಟು ಕೆಲಸ ಇದೆ. ಇವತ್ತು ಅಪರೂಪಕ್ಕೆ ನನ್ನ ಮಮ್ಮಿ ನನ್ನೊಜತೆ ಹೊರ್ಗೆ ಬಂದಿದ್ದಾರೆ. ಹೋಟೆಲ್ ಪ್ಲಾಟನಂಗೆ ಕರ್ಕೊಂಡ್ಹೋಗ್ತೀನಿ" ಎಂದ ಗೆಲುವಿನಿಂದ.

ಘರ್ಜಿಸ ಬಯಸುವ ಮೋಡಗಳು ತಂಗಾಳಿಯೊಂದಿಗೆ ಸಾಧ್ಯವಿಲ್ಲವೆಂದು ಉಸುರಿದಂತೆ ಬಲವಾದ ಗಾಳಿ ಹೊತ್ತು ತಂದಿತು.

ನಾಲ್ಕು ಹೆಜ್ಜೆ ಮುಂದಕ್ಕೆ ಹೋದ ಚಾರುಲತ ಎದೆಯಲ್ಲಿ ಭಯಂಕರ ತಳಮಳ. ರವಿ, ನೀನು ಅವ್ರ ಜೊತೆ ಮನೆಯವರ್ಗೂ ಹೋಗು. ಯಾಕೋ ಮಾಮೂಲಾಗಿ ಕಾಣ್ಸೋಲ್ಲ. ನಾನ್ಹೋಗ್ತೀನಿ" ದಾಪುಗಾಲು ಹಾಕುತ್ತ ಕಾಣುವ ಹೆಡ್‌ಮಿಸ್ ಮನೆಯತ್ತ ನಡೆದಾಗ ರವಿಗೆ ಅದೇ ಸರಿಯೆನಿಸಿತು.

"ನಾನು ನಿಮ್ಜೊತೆ ಬರ್ತೀನಿ, ಸರ್" ಡೋರ್ ತೆಗೆದು ಹತ್ತಿ ಕೂತ. 'ಎದುರು ಕಾಣ್ಸೋದೇ ಹೆಡ್‌ಮಿಸ್‌ನ ಮನೆ. ಮಮ್ಮಿ ಹೋಗಿರ್ತಾರೆ' ಡೋರ್ ಮುಚ್ಚಿಕೊಂಡ. ಬೇಡವೆನಿಸಲಿಲ್ಲ ಶ್ರೀವಾಸ್ತವಗೆ. ಹೋಗುತ್ತಿರುವ ಚಾರುಲತನ ತಡೆಯುವ ಆಸೆ. ಆದರೆ ಅನುಮಾನದ ಎಳೆ ಹಿಂದಕ್ಕೆಳೆದು ಅವರನ್ನ ಕ್ಷೋಭೆಗೊಳಿಸುತ್ತಿತ್ತು.

ಆದರೂ ರವಿ ಹತ್ತಿರ ಕೂತಿದ್ದು ಆಪ್ಯಾಯಮಾನ. ಅವರ್ಣೀಯವಾದ

ಸಂತೋಷ. ಶಾಂತಚಿತ್ತರಾಗಿಯೇ ಕಾರು ನಡೆಸುತ್ತಿದ್ದರು. ಶುಭ್ರ ಆಕಾಶದಲ್ಲಿ ಹೊಯ್ದಾಡುವ ಕಪ್ಪು ಮೋಡದಂತೆ ಅನುಮಾನದ ತೆರೆಗಳು ಏಳುತ್ತಿದ್ದವು.

ಒಂದೇ ಒಂದು ಪ್ರಶ್ನೆ ಕೇಳಿದರು. "ರವಿ, ನೀನು ಯಾವ ಪ್ರೆಸ್‌ನಲ್ಲಿ ಕೆಲ್ಸ ಮಾಡ್ತಾ ಇರೋದು?"

ರವಿ ಕ್ಷಣ ಯೋಚಿಸಿದ. ಇಂದು ಶ್ರೀವಾಸ್ತವ ಮಾಮೂಲಾಗಿಲ್ಲವೆನಿಸಿತು. ಸದಾ ಡ್ರೈವರ್ ಇರುತ್ತಿದ್ದ ಕಾರಿನಲ್ಲಿ ಈಚೆಗೆ ಸ್ಟೈರಿಂಗ್ ವೀಲ್ ಮುಂದೆ ಶ್ರೀವಾಸ್ತವ ಕೂಡು ತ್ತಿದ್ದುದು ಅವನಿಗೆ ಆಶ್ಚರ್ಯವಾಗಿ ಕಾಣುತ್ತಿತ್ತು.

"ಪೆರ್ಲಿ ಪ್ರೆಸ್‌ನಲ್ಲಿ" ಎಂದವ ಉಗುಳು ನುಂಗಿದ. "ನಿಮ್ಮ ಆರೋಗ್ಯ ಯಾಕೋ ಸರಿಯಿಲ್ಲ ಅನಿಸುತ್ತೆ ಡ್ರೈವರ್ ಬದಲು ನೀವೇ ಡ್ರೈವಿಂಗ್ ಮಾಡ್ತೀರಾ... ನನ್ನ ಮಾತುಗಳು ಹೆಚ್ಚಾಯಿತೇನೋ!" ಸಂಕೋಚಿಸಿದ. ಅವರು ಎಷ್ಟೇ ಪ್ರೀತಿ, ವಿಶ್ವಾಸದಿಂದ ಕಂಡಿದ್ದರೂ ಅವನ ಮಾತು, ನಡತೆ ಒಂದು ಮಿತಿಯಲ್ಲಿರುತ್ತಿತ್ತು.

"ನಂಗೆ ಮೊದ್ಲಿನಿಂದ್ಲೂ ಡ್ರೈವಿಂಗ್ ಇಷ್ಟ. ಕೆಲವು ಒತ್ತಡಗಳು ವ್ಯಕ್ತಿಯ ಆಸೆ, ಆಕಾಂಕ್ಷೆಗಳನ್ನು ತುಳಿದುಬಿಡುತ್ತೆ" ಒಗಟಿನಂತೆ ಹೇಳಿದರು.

ಮನೆ ತಲುಪಿದ ಕೂಡಲೇ, ಇಳಿಯುವ ಮುನ್ನ ರವಿಯನ್ನು ದೀರ್ಘವಾಗಿ ನೋಡಿದರು. "ನಾಳೆ ಸ್ವಲ್ಪ ಬಾ. ನಾನು ನಿಂಗೋಸ್ಕರ ಆಫೀಸ್‌ನಲ್ಲಿ ವೈಟ್ ಮಾಡ್ತಾ ಇರ್ತಿನಿ" ಎಂದವರು ಡ್ರೈವರ್‌ನ ಕಳಿಸಿದರು.

ಇಳಿಯಲು ಹೋದವನು ಸುಮ್ಮನೆ ಕೂತ. ಕಾರು ಹಿಂದಕ್ಕೆ ಹೊರಟಿತು. ಗಾಳಿಯ ಜೊತೆ ಒಂದೊಂದೆ ಹನಿಗಳು ಉದುರಲಾರಂಭಿಸಿದ್ದವು.

"ಇಲ್ಲಿ... ನಿಲ್ಲು" ಎಂದವ ಇಳಿದ. ಕಾರು ಹಿಂದಕ್ಕೆ ತಿರುಗಿ ವೇಗವಾಗಿ ಹೋಯಿತು. ವ್ಯಕ್ತಿಯ ಆಸೆ-ಆಕಾಂಕ್ಷೆಗಳ ಬಗ್ಗೆ ಮಾತಾಡಿದ ಶ್ರೀವಾಸ್ತವ ಬೇರೆಯಾಗಿ ಕಂಡರು? 'ಈ ಜಗತ್ತಿನಲ್ಲಿ ಯಾರೂ ಸುಖಿಗಳಲ್ಲ! ಹಲವು ಹತ್ತು ಸಮಸ್ಯೆಗಳ ಮಧ್ಯೆಯ ಮನುಷ್ಯನ ಬದುಕು ಅದರಲ್ಲೇ ತೃಪ್ತಿಯಾಗಿರುವುದು ಕಂಡುಕೊಳ್ಳಬೇಕು' ಆಗಾಗ ಭಾಸ್ಕರ್ ಈ ಮಾತುಗಳನ್ನಾಡುತ್ತಿದ್ದರು.

ಶ್ರೀವಾಸ್ತವಗೆ ಇಂದು ಮೆಟ್ಟಿಲು ಹತ್ತುವುದು ಕೂಡ ಪ್ರಯಾಸವೆನಿಸಿತು. ಇಡೀ ಮೈಯಲ್ಲಿನ ಶಕ್ತಿಯೆಲ್ಲ ಕರಗಿ ಪೂರ್ತಿ ನಿಶ್ಯಕ್ತತೆ ಅವರನ್ನ ಆವರಿಸಿಬಿಟ್ಟಿತು. ಈ ಹಂತ ಬರಬಾರದೆಂದೇ ಡಾಕ್ಟರರ ಎಚ್ಚರಿಕೆ.

ಬಟ್ಟೆ ಬದಲಾಯಿಸಿದವರು ಮಲಗಿಬಿಟ್ಟರು. ಅವರಲ್ಲಿ ವಿರೋಧಾಭಾಸಗಳು ಹುಟ್ಟಿಕೊಂಡಿದ್ದವು. ಅರ್ಥೈಸಿಕೊಳ್ಳಲಾರರು. ಭಾಸ್ಕರ್ ಚಾರುಲತ ವಿಷಯ ಪೂರ್ತಿ ಯಾಗಿ ಮುಚ್ಚಿಟ್ಟಿದ್ದು ಯಾಕೆ? ಕಾರಣ ಸ್ಪಷ್ಟವಾಗಿತ್ತು ಅದನ್ನ ಭಾಸ್ಕರ್ ವಿವರಿಸಿದ್ದ ಕೂಡ. ಆದರೂ ಸಂದೇಹ ಅವರನ್ನ ಬಾಧಿಸತೊಡಗಿತು.

"ನಮ್ಮ... ಮಮ್ಮಿ..." ರವಿ ಪರಿಚಯಿಸಿದ ಆ ಮಾತು ಎಲ್ಲೆಡೆ ಪ್ರತಿಧ್ವನಿಸ ತೊಡಗಿತು. ಚಾರುಲತ ಮಗ ರವಿ! ಬಹುಶಃ... ಭಾಸ್ಕರ್ ತಂಗಿಗೆ ಬೇರೆ ಮದುವೆ ಮಾಡಿರಬಹುದೆ? ಅವರೆದೆಯಲ್ಲಿ ವಿಪರೀತ ತಳಮಳ. 'ನೋ... ನೋ... ಸಾಧ್ಯವೇ ಇಲ್ಲ' ಎದ್ದು ಕೂತರು. ಬೆವರಿನಿಂದ ಅವರ ಮೈ ತೊಯ್ದುಹೋಯಿತು.

ಯಾಕೆ ಇಂಥ ಸ್ವಾರ್ಥ? ಕೆಟ್ಟ ಮನೋಭಾವ? ಮನ ಗಹಗಹಿಸಿತು. ತಾಳಿ ಕಟ್ಟಿದ ಗಂಡನಿಂದ ಅವಳಿಗೆ ಸಿಕ್ಕಿದ್ದು ಬರೀ ನಾಲ್ಕೈದು ದಿನದ ಸಾನ್ನಿಧ್ಯ. ಇಪ್ಪತ್ತನೇ ಶತಮಾನದ ಅಂಚಿನಲ್ಲಿಯೂ ಅವನನ್ನ ಕಾದು ಕಣ್ಣೀರು ಸುರಿಸಬೇಕೆ? ನೆವರ್... ಬೇಡ... ಬೇಡ... ಅವಳ ಜೀವನವನ್ನು ಮುಕ್ತವಾಗಿ ಆಯ್ದುಕೊಳ್ಳುವ ಹಕ್ಕು ಅವಳಿಗಿದೆ, ಇರಬೇಕು! ಮತ್ತೊಂದು ತೀರ್ಮಾನ.

ಬಾಲ್ಕನಿಯಲ್ಲಿ ಶತಪಥ ಹಾಕಿದರು. ಎರಡು ಸಲ ಫೋನ್ ಎತ್ತಿಕೊಂಡರು. ಈಗ ಭಾಸ್ಕರ್ ಅವರಿಗೆ ಪೂರ್ತಿ ಒಳ್ಳೆಯ ಸ್ನೇಹಿತನಾಗಿ ಕಾಣಲಿಲ್ಲ.

"ಯಾಕೆ ಪಪ್ಪ ಇಷ್ಟೊಂದು ಎಕ್ಸೈಟ್ ಆಗಿದ್ದೀರಾ?" ರೋಹಿತ್‌ನ ಸ್ವರ ತೇಲಿ ಬಂದಾಗ ಹೊರ ಪ್ರಪಂಚಕ್ಕೆ ಬಂದರು. "ಏನಿಲ್ಲ... ಯೋಚಿಸ್ತಾ ಇದ್ದೆ ಬಾ ಬಾ..." ಆಹ್ವಾನಿಸಿದರು. ಆ ಟೆನ್ಸನ್‌ನಿಂದ ರಿಲ್ಯಾಕ್ಸ್ ಆಗಬೇಕಿತ್ತು.

ಇಬ್ಬರೂ ಒಟ್ಟಿಗೆ ಚಹಾ ಕುಡಿದರು. ಅಷ್ಟೊತ್ತಿಗೆ ಸ್ವಲ್ಪ ಸಮಾಧಾನಕ್ಕೆ ಬಂದಿತ್ತು ಶ್ರೀವಾಸ್ತವರ ಮನಸ್ಸು. ಸ್ವಲ್ಪ ಮಟ್ಟಿಗಾದರೂ ಮುಕ್ತವಾಗಿ ಮಾತಾಡಬಲ್ಲವರಾಗಿದ್ದರು.

"ನಮ್ಮಲ್ಲಿ ತಯಾರಾಗ್ತಾ ಇರೋ ರೆಫ್ರಿಜಿರೇಟಗೆ ಮಾರುಕಟ್ಟೆ ಕಮ್ಮಿಯಾಗಿದೆ ಪಪ್ಪ. ಈ ಬಗ್ಗೆ ನಾವೊಂದು ತೀರ್ಮಾನಕ್ಕೆ ಬರ್ಬೇಕು" ರೋಹಿತ್ ಹೇಳಿದಾಗ ಅವನ ಆಸಕ್ತಿಯನ್ನು ಮೆಚ್ಚಿಕೊಂಡರು.

"ಷೂರ್, ಈಗ ನಮ್ಮ ಕಂಪನಿ ರೆಫ್ರಿಜಿಯೇಟರ್ಸ್‌ಗೆ ಮಾತ್ರವಲ್ಲ, ಬೇರೆ ಕಂಪನಿ ತಯಾರಿಕೆಗೂ ಮಾರುಕಟ್ಟೆ ಇಲ್ಲ. ಕಾರಣ, ಹಣದ ಕೊರತೆ, ಜನರಲ್ಲಿ ಹಣವಿಲ್ಲ. ಹಣ ಕೆಲವರಲ್ಲಿ ಮಾತ್ರ ಸೇರಿಹೋಗಿದೆ. ನೂರು ಜನರಿಗೆ ಸಮಾನವಾಗಿ ಹಂಚಿಹೋಗ ಬಹುದಾದ ಸಂಪತ್ತು ಹತ್ತು ಜನರಲ್ಲಿ ಉಳಿದರೇ ಮಿಕ್ಕ ತೊಂಬತ್ತು ಜನರದು ಖಾಲಿ ಕೈ. ಆ ಹತ್ತು ಜನ ಈಗಾಗ್ಲೆ ಕೊಂಡು ಮುಗಿಸಿದ್ದಾರೆ. ಮತ್ತೆ ಅವ್ರು ಕೊಳ್ಳೋಲ್ಲ. ಅದರಿಂದ ನಮ್ಮ ಗಿರಾಕಿಗಳು ಈ ತೊಂಬತ್ತು ಜನ ಮಾತ್ರ. ಅವ್ರು ಹಣವಂತರಾಗೋಕೆ ಮಾತ್ರ ನಮ್ಮ ಬೆಂಬಲ" ನಕ್ಕರು. ಇಷ್ಟು ಸರಳವಾಗಿ ವಿಶ್ಲೇಷಿಸಿದ ತಂದೆಯನ್ನು ಅಭಿಮಾನದಿಂದ ನೋಡಿದ.

"ಪಪ್ಪ ಡೋಂಟ್ ಮೈಂಡ್, ನಾನು ನಿಮ್ಮನ್ನೊಂದು ಪ್ರಶ್ನೆ ಕೇಳ್ತಾ?" ನಸುನಕ್ಕರು. "ಓಕೆ... ಮೈ ಸನ್" ಎಂದರು.

ರೋಹಿತ್ ಏನು ಹೇಳಬಹುದು? ನನಗಿಂತ ನಿಮ್ಮ ರವಿಯ ಮೇಲೆ ಪ್ರೀತಿ ಇದೆ ಎನ್ನಬಹುದು. ಅದಕ್ಕೆ ಕಾರಣವೇನೆಂದು ಮತ್ತೆ ಪ್ರಶ್ನಿಸಬಹುದು. ಇತ್ತೀಚಿನ ನನ್ನ ಅಚಲಾ ನಡುವಿನ ವಿಮುಖತ ಬಗೆಗೆ ಕಾರಣ ಕೇಳಬಹುದು. ಇತ್ಯಾದಿ... ಇತ್ಯಾದಿ...

ಆದರೆ ರೋಹಿತ್ ಅವರ ನಿರೀಕ್ಷೆಯನ್ನು ಸುಳ್ಳು ಮಾಡಿದ. ಶ್ರೀ ಎಲೆಕ್ಟ್ರಾನಿಕ್ಸ್‌ನಲ್ಲಿ ತನ್ನ ಅಣ್ಣನ ಮಕ್ಳಿಗೂ ಪಾಲಿದೆ ಅಂದಳಲ್ಲ ಮಮ್ಮಿ..." ಬೆರಳುಗಳಿಂದ ಕ್ರಾಪನ್ನ ಸರಿ ಮಾಡಿಕೊಂಡ ರೋಹಿತ್ ಕಣ್ಣುಗಳಲ್ಲಿ ವಿರೋಧದ ಜೊತೆ ತೀವ್ರವಾದ ಕುತೂಹಲವೂ ಇತ್ತು.

"ಅದ್ರಲ್ಲಿ ತಲೆ ಕೆಡ್ಸಿಕೊಳ್ಳೋದೇನಿದೆ. ನಿನ್ನ ತಾತ ಶ್ರೀ ಎಲೆಕ್ಟ್ರಾನಿಕ್ಸ್ ಮುಚ್ಚೋ ಸ್ಥಿತಿಯಲ್ಲಿದ್ದಾಗ ಸಹಾಯ ಮಾಡಿ ಆ ಹಂತದಿಂದ ಪಾರು ಮಾಡಿದ್ರು. ಆ ಕೃತಜ್ಞತೆಯ ಉರುಳು ಅದರ ಯಜಮಾನನ ಕುತ್ತಿಗೆಯಲ್ಲಿ ಇರುತ್ತೆ. ಇರಬೇಕು ಕೂಡ" ಮೃದುವಾಗಿ ಹೇಳಿದರು.

ರೋಹಿತ್ ಕಂಗೆಟ್ಟ ಅದೊಂದು ಕಾರಣಕ್ಕೆ ಬೆಳೆದ ಬೃಹತ್ ಸಂಸ್ಥೆಯಲ್ಲಿ ಪಾಲು ಕೊಡುವುದೇ? ಸಹಿಸಲಾರದೆ ಹೋದ.

"ಸಾರಿ, ಪಪ್ಪ.. ನಂಗೆ ಒಪ್ಗೇ ಇಲ್ಲ!" ಎಂದಾಗ ಅವನ ಕರುಣೆಯ ನೋಟ ಹರಿಸಿದರೂ ಮನದಲ್ಲೇ ನಕ್ಕರು. "ಆ ಫ್ಯಾಮಿಲಿ ಈ ಸಂಸ್ಥೆಯ ಪಾಲುದಾರರೂ ಕೂಡ. ಅವ್ರುಗಳು ನಿನ್ನ ಮಾವ, ಅತ್ತೆ ಅವರ ಮಕ್ಳು. ಅದು ರಕ್ತಸಂಬಂಧದ ಅನುಬಂಧ. ವ್ಯಾವಹಾರಿಕವಾಗಿ ಯೋಚ್ಸಬಾರ್ದು" ಬುದ್ಧಿ ಹೇಳಿದರು.

ಕಾಲೇಜು, ಮನೆಯೆಂದು ಓಡಾಡಿಕೊಂಡಿದ್ದ ರೋಹಿತ್‌ಗೆ ಏನೂ ತಿಳಿಯದು. ಸದಾ ವೆಹಿಕಲ್‌ಗಳನ್ನು ಬದಲಿಸುವ ಹವ್ಯಾಸದ ಜೊತೆ ಜಾಲಿಯಾಗಿದ್ದ. ಈಗ ಕತ್ತಲೆಯ ಗುಹೆ ಹೊಕ್ಕಂತಾಗಿತ್ತು. ಅದರಲ್ಲಿ ಕಲ್ಲು ಮುಳ್ಳು, ಪ್ರಾಣಿಗಳಂಥ ಎಷ್ಟು ಸಮಸ್ಯೆಗಳು ಇದೆಯೋ! ಕ್ಷಣ ದಿಕ್ಕು ಕೆಟ್ಟಂತಾಯಿತು ಅವನಿಗೆ.

"ಬಿ ಡೇರ್, ರೋಹಿತ್. ಸಂಬಂಧಗಳು ಯಾವಾಗ್ಲೂ ಮುದ ಕೊಡುವಂಥ ನವಿರಾದದ್ದು. ವ್ಯಾವಹಾರಿಕವಾಗಿ ಬಳಸ್ಕೋಬಾರ್ದು" ಬೆನ್ನು ತಟ್ಟಿದರು. ತಾನು ಬಿದ್ದಿದ್ದು ವ್ಯಾವಹಾರಿಕ ಬಂಧನದಲ್ಲೇ.

ಅಂದು ದಿಕ್ಕು ತೋಚದಂತೆ ಹೇಳಿದ್ದ. "ಪಪ್ಪ ನಂಗೆ ಈ ಮದ್ವೆ ಇಷ್ಟವಿಲ್ಲ. ಅವ್ರಿಗೆ ಹಣ ಸಹಾಯ ಮಾಡೋ ಶಕ್ತಿ ಇದೆ. ಹೇಗೂ ಸ್ನೇಹಿತ್ರು. ಸಾಕಾದಷ್ಟು ಬಡ್ಡಿ ಪಡೀಲಿ, ಪಾಲುಗಾರಿಕೆ ಬೇಕಾದ್ರೆ ತೊಗೊಳ್ಳಿ" ತಂದೆಯ ಮುಂದೆ ದೈನ್ಯದಿಂದ ಕೈಕಟ್ಟಿ ನಿಂತಿದ್ದ.

"ಸಾರಿ, ಮೈ ಸನ್, ಅವ್ರು ಅದ್ಕೆ ಒಪ್ಪಿಕೊಳ್ಳೋಲ್ಲ. ಸಂಬಂಧ ಬೆಳೆಸೋ ಮೂಲಕ ಹಣ ಕೊಡಬಲ್ಲರೇ ವಿನಹ ಸ್ನೇಹಕ್ಕಾಗಿ ಅಲ್ಲ. ಅಚಲಾನ ಮದ್ವೆ ಆಗೋ ದಾರಿ ಬಿಟ್ಟು.." ಮಾತುಗಳನ್ನ ಪೂರ್ತಿ ಮಾಡಲಾರದೆ ಹೋಗಿದ್ದರು.

ಬುದ್ಧಿವಂತ ಮನುಷ್ಯ. ಶ್ರೀ ಇಂಡಸ್ಟ್ರೀಸ್‌ನ ಪಾಲುಗಾರಿಕೆಯ ಜೊತೆಗೆ ಶ್ರೀವಾಸ್ತವನನ್ನ ಮಗಳಿಗೆ ಸಂಗಾತಿಯಾಗಿರಿಸಿದ್ದರು. ಅಲ್ಲಿ ಅವನನ್ನ ಬಿಗಿದಿದ್ದು ಕಬ್ಬಿಣದ ಸಂಕೋಲೆಗಳು, ಬಿಡಿಸಿಕೊಂಡು ಹೊರಬರಲಾರದಂತ ಶಕ್ತಿಯುತವಾದದ್ದು. ಪಾಲುಗಾರಿಕೆಯಿಂದ ನಿವಾರಿಸಿಕೊಂಡಿದ್ದರು. ಆದರೆ ತಿಳಿಸಲಿಲ್ಲ.

ವ್ಯವಹಾರದ ಹಿಂದೆ ಇಂಥದೊಂದು ನರಳಿಕೆ ಇದೆಯೆಂದು ರೋಹಿತ್‌ಗೇನು ಗೊತ್ತು! ಸುಂದರ ಸ್ವಪ್ನ ಒಡೆದು ವಾಸ್ತವ ಸ್ಥಿತಿ ಹರಡಿಕೊಂಡಾಗ ದಿಗ್ಭ್ರಮೆಗೊಂಡಿದ್ದ.

ಹತ್ತು ನಿಮಿಷ ಮೌನವಾಗಿದ್ದ ರೋಹಿತ್ ದಢಾರನೆ ಎದ್ದ. "ನಿಮ್ಮ ಕುತ್ತಿಗೆಯಲ್ಲಿ ಬಿದ್ದ ಸರಪಳಿಗೆ ನಾನು ಬದ್ಧನಲ್ಲ. ಅಪ್ರ ಪಾಲುಗಾರಿಕೆಗೆ ನಾನು ಒಪ್ಪೋಲ್ಲ" ಕೂಗಾಡಿದ ಶ್ರೀವಾಸ್ತವ ಮಾತಾಡಲಿಲ್ಲ.

ಅವನೆದ್ದು ಹೋದಮೇಲೆ ಅವರು ತಮ್ಮ ಪ್ರಪಂಚಕ್ಕೆ ಮರಳಿದರು. ಇಲ್ಲಿ ರವಿ, ಚಾರುಲತ ಮಾತ್ರ ಇದ್ದರು.

ಅಷ್ಟರಲ್ಲಿ ಅಚಲಾ ಒಳಗೆಬಂದರು. "ರೋಹಿತ್‌ಗೆ ಎಲ್ಲೋ ಹುಚ್ಚು ಹಿಡಿದಿದೆ. ಈಗಿನ ಆಟ ಹುಡುಗುತನದ ಪರಮಾವಧಿ. ಲಾಯರ್ ಹತ್ರ ಕನ್‌ಸಲ್ಟ್ ಮಾಡ್ತೀನೀಂತ ಕೂತಿದ್ದಾನೆ" ತೋಡಿಕೊಂಡರು.

"ಸ್ವಲ್ಪ ಅಪ್ಪಿಗೆ ತಿಳ್ಸಿ ಹೇಳಿ" ಎಂದಾಗ ಶ್ರೀವಾಸ್ತವ ನಿರಾಕರಿಸಿದ್ರು. "ಬೇಡ ಅಚಲಾ, ಅವನಾನಾಗೇ ಸಮಾಧಾನದ ಸ್ಥಿತಿಗೆ ಬರ್ತಾನೆ. ಅವನಲ್ಲಿ ಆ ಮನಸ್ಥಿತಿ ಉಂಟಾದುದು ಸರಿ. ಅಪ್ಪುಗಳ ಪಾಲಿನ ಬಗ್ಗೆ ನೀನು ಮಾತಾಡ್ಬಾರದಿತ್ತು" ಮೃದುವಾಗಿ ಆಕ್ಷೇಪಿಸಿದರು.

ಕ್ಷಣ ಉದ್ವಿಗ್ನರಾದರು ಅಚಲಾ. ರೋಹಿತ್ ಆಟದ ಪರಿಚಯ ಅವರಿಗಿತ್ತು. ಮುಂದೆ ನಡೆಯಬಹುದಾದದ್ದು ಯುದ್ಧಕಾಂಡ. ಮಗ ಸ್ವಲ್ಪಕ್ಕೆ ಬಗ್ಗುವವನಲ್ಲ. ಸತ್ಯ ಪ್ರಕಟವಾಗುವ ಸಂದರ್ಭ... ಬಂದರೇ, ಆಕೆಯ ಹೃದಯ ಹಿಂಡಿತು. ಪಾಲುಗಾರಿಕೆಯ ಪೂರ್ಣ ಭರವಸೆ ನೀಡಿ ಪತ್ರ ಬರೆದಿದ್ದರು ಅಣ್ಣನಿಗೆ.

ಆಕೆಯ ನೋಟ ಶ್ರೀವಾಸ್ತವರ ಕತ್ತಿನ ಬಳಿ ಹೋಗಿನಿಂತಿತು. "ಸರ... ಎಲ್ಲಿ?" ಉತ್ತರ ಎಲ್ಲಿಗೆ ಒಯ್ಯಬಹುದೆಂದು ಶ್ರೀವಾಸ್ತವರಿಗೆ ಗೊತ್ತಿತ್ತು. ಒಂದು ಸುಳ್ಳು ಹೇಳಿ ಮತ್ತೊಂದು ಸುಳ್ಳು ಹೇಳುವ ಅವಕಾಶವನ್ನ ಇಷ್ಟಪಡಲಿಲ್ಲ. "ರವಿ, ಅಪ್ಪು ಬರ್ತ್‌ಡೇ ದಿನ ಸ್ವೀಟ್ಸ್ ತಗೊಂಡ್ ಬಂದಿದ್ದಾ; ಆಗ ಸರ ಅಪ್ಪಿಗೆ ಹುಟ್ಟುಹಬ್ಬದ ಕಾಣಿಕೆಯಾಗಿ ಕೊಟ್ಟುಬಿಟ್ಟೆ."

ಅಂದು ಕಣ್ಣಾರೆ ನೋಡಿದ್ದರು. ಸುಳ್ಳು ಹೇಳಿ ಜಾರಿಸಿದ್ದರೆ ಹೇಗೆ ಪ್ರತಿಕ್ರಿಯಿಸುತ್ತಿದ್ದರೋ, ಇಂದು ಕನಲಿಹೋದರು.

"ರವಿ... ರವಿ... ಆ ರವಿ ಯಾರು? ಅಪ್ಪು ಹುಟ್ಟಿದ ಹಬ್ಬಕ್ಕೆ ಕೊಡೋಕೆ ಬೇರೇನೂ ಸಿಕ್ಕಲಿಲ್ವಾ? ಅಷ್ಟೊಂದು ಕರುಣೆ ಇದ್ದರೇ ನೂರೋ, ಸಾವಿರವೋ ಕೊಟ್ಟು ಆಶೀರ್ವಾದ ಮಾಡೇಕಾಗಿತ್ತು. ಹಣದಿಂದ ಅಪ್ಪಿಗೂ ಅನ್ಕೂಲವಾಗ್ತ ಇತ್ತು. ಚಿನ್ನ ಅವನಂಥವ್ರಿಗೆ ಹೊರೆ" ಅಸಹನೆ ಸಿಡಿಯಿತು. ರವಿ... ರವಿ... ರವಿ... ಅವನನ್ನು ಸುಟ್ಟುಬಿಡುವಷ್ಟು ಕೆಟ್ಟ ಕೋಪ.

ಎದೆಯ ಮೇಲೆ ಕೈಕಟ್ಟಿ ಸೀಲಿಂಗ್ ಕಡೆ ನೋಡಿದರು ಶ್ರೀ ವಾಸ್ತವ. ಅದು ಮುಗಿದ ವಿಷ್ಯ; "ನಂಗೆ ಕೊಡ್ಬೇಕೂಂತ ಅನ್ನಿಸ್ತು, ಕೊಟ್ಟೆ" ಸುಲಭವಾಗಿ ಹೇಳಿದರು.

ಅಚಲಾ ಒಳಗೊಳಗೇ ಉರಿದುಬಿದ್ದರು. ಕನಿಷ್ಠ ಮೂವತ್ತು ಗ್ರಾಂ ತೂಕದ ಚಿನ್ನದ ಸರ, ಮದುವೆಗೆ ಮುನ್ನಿನಿಂದ ಶ್ರೀವಾಸ್ತವರ ಕುತ್ತಿಗೆಯಲ್ಲಿದ್ದ ಸರ. ಕೆಲವು ಬದಲಾವಣೆಗಳು ಬಂದಿದ್ದರೂ, ಸರವೇನು ಸ್ಥಾನಪಲ್ಲಟವಾಗಿರಲಿಲ್ಲ.

"ಇದು ಕ್ಷಮ್ಸಿಲಾರದಂಥ ತಪ್ಪು! ಯಾವ್ದೇ ನಿರ್ಧಾರ ತೆಗ್ದುಕೊಳ್ಳೋವಾಗ... ಹೆಂಡ್ತಿ, ಮಗ ಇದ್ದಾರೆ ಅನ್ನೋ ಜ್ಞಾಪ್ಕ ನಿಮ್ಗೆ ಇರಬೇಕಿತ್ತು. ನಾಳೆ ನಿಮ್ಮ ಇಷ್ಟ ಬಂತೂಂತ ಶ್ರೀ ಎಲೆಕ್ಟ್ರಾನಿಕ್ಸ್ ಕೊಟ್ಟುಬಿಡಿ. ನಾವಿಬ್ರೂ ಹೋಗಿ ಬೀದಿಯಲ್ಲಿ ನಿಲ್ತೀವಿ" ತಾಳ್ಮೆ ಕಳೆದುಕೊಂಡು ಅಚಲಾ ಕಹಿ ಕಕ್ಕಿದರು. ಈ ವಾಗ್ಬಾಣಗಳನ್ನು ಅತ್ಯಂತ ಶಾಂತವಾಗಿಯೇ ತಡೆದುಕೊಂಡರು ಶ್ರೀವಾಸ್ತವ.

ಅಚಲಾ ಇದುವರೆಗೂ ಎಂದೂ ಆ ರೀತಿ ಮಾತಾಡಿರಲಿಲ್ಲ ಅಥವಾ ಮಾತಾಡುವ ಅಗತ್ಯ ಬಂದಿರಲಿಲ್ಲ. ಇಂದು ರವಿಯನ್ನುವ ಹೆಸರೇ ಅವರನ್ನ ರೇಗಿಸುತ್ತಿತ್ತು.

"ಸರ್ ನಿಮ್ಮ ಸ್ವಂತ ಸಂಪಾದ್ನೆಯೇನು ಅಲ್ಲ. ತಾತನ ಸೊತ್ತು ಮೊಮ್ಮಗನಿಗೆ. ಅದು ರೋಹಿತ್‌ಗೆ ಸೇರ್ಬೇಕು. ನಾನು ಅದ್ನ ರವಿಯಿಂದ ವಾಪ್ಸುಪಡೀತೀನಿ. ಅಕಸ್ಮಾತ್ ಕೊಡ್ಲಿಲ್ಲಾಂದ್ರೆ... ಪೊಲೀಸ್‌ಗೆ ಕಂಪ್ಲೇಂಟ್ ಕೊಡುಸ್ತೀನಿ" ಆವೇಶದಲ್ಲಿ ತಾವೇನು ಮಾತಾಡುತ್ತಿದ್ದೇವೆಂದು ಅಚಲಾಗೆ ತಿಳಿಯದೆ ಹೋಯಿತು.

ಶ್ರೀವಾಸ್ತವರ ಕೈ ಬಂದು ಆಕೆಯ ಕೆನ್ನೆಗೆ ಅಪ್ಪಳಿಸಿತು. 'ಷಟಪ್, ಇನ್ನೊಂದ್ಸಲ ಇಂಥ ಮಾತುಗಳ್ನ ಆಡಿದ್ರೆ ಕೊಂದುಬಿಡ್ತೀನಿ ಬೀ ಕೇರ್‌ಫುಲ್'" ಹೂಂಕರಿಸಿದ್ದರು.

ಇಂಥ ಭಯಂಕರ ಕೋಪ ಅಚಲಾ ಕಂಡಿದ್ದು ಮೊದಲ ಸಲ. ಸದಾ ಮುಗುಳ್ನಗೆ ಬೀರುತ್ತಿದ್ದ ಶ್ರೀವಾಸ್ತವರ ತುಟಿಗಳು ಕಂಪಿಸುತ್ತಿದ್ದವು ಕೋಪದಿಂದ. ಮರುಕ್ಷಣವೇ ಆಕೆಯ ಮನದಲ್ಲಿ ಭಯ ಹೆಪ್ಪುಗಟ್ಟಿತು. ಡಾಕ್ಟರ್ ಎಚ್ಚರಿಕೆ ಕರೆಗಂಟೆಯಂತೆ ಕೇಳಿಸಿತು.

ಅಷ್ಟೇ ಬೇಗ ಸಮಾಧಾನಕ್ಕೆ ಹಿಂದಿರುಗಿದ ಶ್ರೀವಾಸ್ತವ ಹೊರಗೆ ನಡೆದರು. ಸದ್ಯಕ್ಕೆ ಈ ಮನೆ, ಪರಿಸರದಿಂದ ಸ್ವಲ್ಪ ಹೊತ್ತಾದರೂ ಆಚೆ ಉಳಿಯಬೇಕಿತ್ತು.

ಮೆಟ್ಟಿಲು ಇಳಿದು ಕಳಗೆ ಬರುವವೇಳೆಗೆ ಅಚಲಾ ಓಡಿಬಂದರು. "ನಂಗ್ಯಾಕೋ ಭಯ ಆಗುತ್ತೆ, ಎಲ್ಲಿಗೂ ಹೋಗ್ಬೇಡಿ."

ಶ್ರೀವಾಸ್ತವ ಹೆಂಡತಿಯ ಮಾತುಗಳತ್ತ ಗಮನ ಕೊಡಲೇ ಇಲ್ಲ. ಹೋಗಿ ಕಾರಿನಲ್ಲಿ ಕೂತು ಸ್ಟಾರ್ಟ್ ಮಾಡುವ ವೇಳೆಗೆ ರೋಹಿತ್ ಓಡಿಬಂದ.

"ಪಪ್ಪ ಎಕ್ಸ್‌ಕ್ಯೂಸ್ ಮಿ. ನಾನು ನಿಮ್ಮ ಜೊತೆ ಬರ್ತೀನಿ" ಎಂದಾಗ ಅವನ ಕೈ ಹಿಡಿದು ಮೃದುವಾಗಿ ಅಮುಕಿದರು. "ಒಂದರ್ಧ ಗಂಟೆ ಒಬ್ನೇ ಓಡಾಡಿ ಬರ್ತೀನಿ. ಡೋಂಟ್ ಫಿಯರ್" ಕಾರು ಮುಂದಕ್ಕೆ ಹೋಯಿತು.

ರೋಹಿತ್ ನಿಂತಲ್ಲಿಯೇ ಕಲ್ಲಾದ. ಎಲ್ಲರೂ ಅಸೂಯೆಪಡುವಂತ ಸುಂದರ ಬದುಕಾಗಿತ್ತು ಅವರ ಫ್ಯಾಮಿಲಿಯದು. ಈಗ ಒಂದೊಂದೇ ಸಮಸ್ಯೆಗಳು ಹುಟ್ಟಿಕೊಳ್ಳ ತೊಡಗಿದ್ದವು.

ಸುತ್ತಲೂ ಕತ್ತಲು, ವಿದ್ಯುತ್ ದೀಪಗಳು ನಿರಂತರವಾಗಿ ಕತ್ತಲಿನ ಜೊತೆ ಹೋರಾಡುತ್ತಿದ್ದವು. ಅಂತೂ ಪ್ರಶಾಂತವಾದ ವಾತಾವರಣ. ಇಪ್ಪತ್ತು ಕಿಲೋಮೀಟರ್ ಕ್ರಮಿಸಿದ ಮೇಲೆಯೇ ಕಾರು ನಿಂತಿದ್ದು ಸಿಟಿಯಿಂದ ಸ್ವಲ್ಪದೂರ ಇಳಿದು ನಡೆದರು, ಭೋರ್ಗರೆಯುತ್ತಿದ್ದ ಸಮುದ್ರ ಕಡೆಗೆ. ರಾತ್ರಿಯಲ್ಲಿ ಸಮುದ್ರದ ಅಬ್ಬರ ಜೋರು. ಜುಳು ಜುಳು ಹರಿದುಬರುವ ನದಿ ಸಮುದ್ರದ ನೆನಪನ್ನು ತಂದಿತು.

ಮೌನವಾಗಿ ಹೋಗಿ ಮರಳಿನ ಮೇಲೆ ಕೂತರು. ಮದುವೆಯ ನಂತರ ಅಚಲಾನ ನೋಯಿಸಿದ್ದುಂಟಾ? ಈ ಪ್ರಶ್ನೆಗೆ ಹೆಚ್ಚು ನಿಖರವಾಗಿ ಅಚಲಾ ಮಾತ್ರ ಉತ್ತರಿಸಬಲ್ಲಳು. ಕೃತಜ್ಞತೆ ಶ್ರೀವಾಸ್ತವರನ್ನ ಯಂತ್ರವಾಗಿಸಿತ್ತು.

ಈ ಯೋಚನೆಗಳಿಂದ ಬೇಗ ಕಳಚಿಕೊಂಡರು. ಚಾರುಲತ ಮನ ಅತ್ತ ಹೊರಳಿತು. ಭಾಸ್ಕರ್, ಚಾರುಲತೆಗೆ ಮದುವೆ ಮಾಡಿರಬಹುದೆ? 'ನನ್ನ ಮಮ್ಮಿ' ರವಿಯ ಮಾತುಗಳು ಗಾಳಿಯಲ್ಲಿ ತೇಲಿಬಂದವು. ರವಿಯ ಮೇಲೆ ಬಾಧಿಸುವ ಮಮತೆ, ಅಂತಃಕರಣಗಳ ಅರ್ಥವೇನು? ಒಂದು ರೀತಿಯ ಸಂತೋಷ ತುಂಬಿಕೊಂಡಿತು ಅವರ ಮೈಮನಗಳಲ್ಲಿ.

'ರವಿ ನನ್ನ ಮಗ, ರವಿ ನನ್ನ ಮಗ' ಕೂಗಿ ಇಡೀ ಜಗತ್ತಿಗೇ ಹೇಳಬೇಕೆನಿಸಿತು. ಸರ ಕೊಟ್ಟರೇ ಸಹಿಸದ ಅಚಲಾ ರವಿ ತನ್ನ ಸ್ವಂತ ಮಗನೆಂದು ತಿಳಿದಾಗ ಹೇಗೆ ವರ್ತಿಸಬಹುದು? ಭೀಕರ ದುರಂತ!

ಸುಯ್ಕೆಂದು ಗಾಳಿ ಬೀಸಿದಾಗ ಶ್ರೀವಾಸ್ತವರ ಮೈಕಂಪಿಸಿತು. ಎದ್ದು ಬಹಳ ನಿಧಾನವಾಗಿ ಕಾರಿನತ್ತ ನಡೆದರು. ತನ್ನ ಬದುಕೆಷ್ಟು ದಿನ? ಕೈ ಎಡ ಎದೆಯ ಮೇಲೆ ಮೃದುವಾಗಿ ಆಡಿತು. ಹಿತವಾಗಿ ನುಡಿಯುವ ಈ 'ಲಬ್ ಡಬ್, ಲಬ್ ಡಬ್' ಯಾವ ಕ್ಷಣದಲ್ಲಿಯಾದರೂ ಕೆಲಸ ನಿಲ್ಲಿಸಬಹುದು.

ಕಾರಿನಲ್ಲಿ ಬಂದು ಕೂತ ಶ್ರೀವಾಸ್ತವ ಸ್ಟೇರಿಂಗ್ ವೀಲ್ ಮೇಲೆ ತಲೆ ಇಟ್ಟರು. ತಾವು ತಾವಾಗಿ ಬದುಕಿದ್ದು ಒಂದಿಷ್ಟು ವರ್ಷಗಳು. ಅನಂತರ ತಮಗೆ ಮನಸ್ಸು, ಹೃದಯ ಇತ್ತೆ? ಇದ್ದರೂ ಅದರ ಅರಿವಿತ್ತೆ? ಅಚಲಾ ನೆರಳು ಗಹಗಹಿಸಿ ನಕ್ಕಿತು.

ಕಾರಿನ ವೇಗವನ್ನು ನಿಧಾನಿಸಿದರು. ತನಗಾಗಿ ಕೆಲವು ದಿನಗಳಾದರೂ ಬದುಕ ಬೇಕು. ಅದುವರೆಗೂ ತನ್ನ ಬಾಳಪುಟಗಳು ಮೊಗಚಿಹೋಗಬಾರದು. ಆಸೆಯೊಂದು ಮೂಡಿತು.

* * *

ಭಾಸ್ಕರ್, ಸುಕನ್ಯ ಹೊರಟಮೇಲೆ ಚಾರುಲತಗೆ ಮನೆಯಲ್ಲಿ 'ಬಿಕೋ' ಎನಿಸಿತು. ಓದುವ ದಿನಗಳಲ್ಲಿ ಮತ್ತೆ ಇಲ್ಲಿಗೆ ಅವರುಗಳು ಬಂದ ಕೆಲವು ದಿನಗಳು ಮಾತ್ರ ಅಣ್ಣನಿಂದ ದೂರವಿದ್ದಿದ್ದು. ಹಿಂದೆಯೇನು ಈಗಲೂ ಭಾಸ್ಕರ್ 'ಚಾರು' ಎನ್ನುತ್ತಲೇ ಮನೆಯೊಳಗೆ ಬರುತ್ತಿದ್ದುದು. ಅಣ್ಣ-ತಂಗಿಯ ಅನುಬಂಧ ಬಿಗಿಯಾಗಿತ್ತೇ ವಿನಹ ಸಡಿಲಗೊಂಡಿರ ಲಿಲ್ಲ.

ಸುಕನ್ಯ ಎಂದಾದರೂ ರೇಗಿಕೊಂಡಾಗ ಚಾರುಲತ ಕಂಗಾಲಾಗುತ್ತಿದ್ದರು. "ಬೇಡ ಅತ್ಗೆ, ಅಣ್ಣನ್ನ ಏನೂ ಅನ್ನಬೇಡ. ನನ್ನ ಅದೃಷ್ಟ ಚೆನ್ನಾಗಿಲ್ಲ. ನಾನು ಇಷ್ಟಪಟ್ಟೆ ತಾನೇ ಮದ್ವೇ ಆಗಿದ್ದು. ಆಮೇಲೆ ನಡ್ದು ಹೋದುದಕ್ಕೆ ಅಣ್ಣ ಕಾರಣನಲ್ಲ" ಸಮರ್ಥಿಸಿಕೊಳ್ಳು ತ್ತಿದ್ದರು.

ಆದರೆ ಸುಕನ್ಯ ಪ್ರಬುದ್ಧರಂತೆ ನೋವಿನ ನಗೆ ನಗುತ್ತಿದ್ದರು.

"ಅಣ್ಣ-ತಂಗಿ ಇಬ್ರೂ ಸರ್ರ್ಯಾಗಿದ್ದೀರಾ! ಇಲ್ದಿದ್ರೆ ನಿನ್ನ ಬದ್ಕು, ಈ ತರಹ ಆಗ್ತಾ ಇರ್ಲಿಲ್ಲ. ಅವರಮ್ಮ ಹೇಳ್ದ ಮಾತುಗಳನ್ನ ಕೇಳಿಕೊಂಡು ಕನಿಷ್ಠ ಶ್ರೀವಾಸ್ತವನ ಭೇಟಿ ಮಾಡ್ದೆ ಬಂದರು. ಇದೇನು ತಂಗಿಯ ಮೇಲಿನ ಪ್ರೀತಿಯ ಲಕ್ಷಣವಾ? ಈಗ್ಲೂ ಗೆಳೆಯನ ಭವಿಷ್ಯದ ಬಗ್ಗೆ ಚಿಂತೆ" ಹಂಗಿಸಿ ನುಡಿಯುತ್ತಿದ್ದರು. ಇಂಥ ಎಷ್ಟೋ ಮಾತುಗಳನ್ನ ಕೇಳಿದರೂ ಭಾಸ್ಕರ್ ತುಟಿಯೆರಡು ಮಾಡುತ್ತಿರಲಿಲ್ಲ. ಅವರಿಗೆ ತಮ್ಮ ತಪ್ಪಿನ ಅರಿವು ಇತ್ತು.

ನೆನಪುಗಳು ದಟ್ಟವಾದಾಗ ಚಾರುಲತ ಕಣ್ತುಂಬಿ ಬಂತು. ಕೂತು ಮನ ಪೂರ್ತಿ ಅತ್ತರು. ಹಚ್ಚಹಸಿರು ವಸಂತದಲ್ಲಿಯೇ ಒಣಗಿಹೋಗಿತ್ತು 'ಶ್ರೀ ನಿನ್ನ ಕಣ್ತುಂಬ ನೋಡೋ ಅವಕಾಶನು ನಂಗಿಲ್ಲ' ಅವರಿಬ್ಬರ ಬದುಕಿನ ಮಧ್ಯೆ ಬಂದ ಹೆಣ್ಣಿನ ಬಗ್ಗೆ ಎಂದೂ ಯೋಚಿಸಿದವರೇ ಅಲ್ಲ.

"ಅಮ್ಮ..." ಬಾಗಿಲು ತಳ್ಳಿಕೊಂಡು ಬಂದ ರವಿ ನಿಂತುಬಿಟ್ಟ ಕೆಂಪತ್ತಿದ್ದ ಮುಖ, ತುಂಬಿದ ಕಣ್ಣಾಲಿಗಳು, ಪ್ರಯಾಸದಿಂದ ಅರಗಿಸಿಕೊಂಡ. "ಮಮ್ಮಿ ಹೊಟ್ಟೆ ಹಸಿವು..." ಬಟ್ಟೆ ಬದಲಾಯಿಸಲು ಕೋಣೆಗೆ ಹೋದ. ವಿಷಯ ಚಿಕ್ಕಂದಿನಲ್ಲೇ ತಿಳಿದರೂ 'ತಂದೆ' ಎನ್ನುವ ವ್ಯಕ್ತಿ ಪ್ರಶ್ನೆಯಾಗಿದ್ದ ಭಾಸ್ಕರ್ ಎಂದೂ ತಿಳಿಸಲಾರರು. "ರವಿ, ವಿಷ್ಯ ತಿಳಿಯೋದ್ರಿಂದ ಬರೀ ನೋವು. ಎಂದೂ ನಿನ್ನಮ್ಮನ ಬಳಿ ಪ್ರಶ್ನಿಸಬೇಡ. ನಿನ್ನ ಪಾಲಿಗೆ ತಾಯಿ ಆಸರೆಯೊಂದೆ" ಸ್ಪಷ್ಟವಾಗಿ, ಅಷ್ಟೇ ಮೃದುವಾಗಿ, ಮನವೊಲಿಸುವಂತೆ ಹೇಳಿ ದ್ದರು. ರವಿ ವಿವೇಕಿ, ಅರ್ಥ ಮಾಡಿಕೊಂಡಿದ್ದ. ಯಾರನ್ನೂ ಹಿಂಸಿಸಬೇಕೆನಿಸಿರಲಿಲ್ಲ.

ಹೊರಬರುವ ವೇಳೆಗೆ ಚಾರುಲತ ತಿಂಡಿ ರೆಡಿ ಮಾಡಿದ್ದರು. "ಹೇಗೂ, ರಿಸಲ್ಟ್ ಬರ್ಲೋವರ್ಗೂ ಕಾಯಬಹುದಿತ್ತು. ನೀನು ಪ್ರೆಸ್‌ನಲ್ಲಿ ಕೆಲ್ಸ ಮಾಡೋದು ನಿನ್ನ ಮಾವನಿಗೂ ಇಷ್ಟವಿಲ್ಲ" ರವಿ ನಸುನಕ್ಕು ತಿಂಡಿಯ ಪ್ಲೇಟು ತೆಗೆದುಕೊಂಡ.

"ರಿಸಲ್ಟ್ ಬರ್ಬಹುದ್ದು ಕ್ಲಾಸ್‌ಗೇನು ಮೋಸವಿಲ್ಲ. ಆದ್ರೆ... ತಕ್ಷಣಕ್ಕೆ ಎಲ್ಲಿ ಕೆಲ್ಸ ಸಿಕ್ಕುತ್ತೆ?

ಮನೆಯಲ್ಲಿರೋದೋ, ಅಥ್ವಾ ಗುರಿ ಇಲ್ದೇ ಓಡಾಡೋದೋ... ಯಾವುದಾದ್ರೂ ಕೆಲ್ಸ ಸಿಕ್ಕೋವರೂ ಪ್ರೆಸ್‌ಗೆ ಹೋಗ್ತೀನಿ. ಒಂದಿಷ್ಟು ಕಲಿತಂಗೂ ಆಗುತ್ತೆ" ಪ್ಲೇಟ್‌ನಲ್ಲಿ ಉಪ್ಪಿಟ್ಟು ತಿನ್ನತೊಡಗಿದ. ಅವನಿಗೇನು ಹಸಿವು ಇರಲಿಲ್ಲ. ಅದು ಆ ಸಂದರ್ಭ ಎದುರಿಸಿದ ರೀತಿ ಅಷ್ಟೆ.

ಮೇಲೆದ್ದ ಚಾರುಲತ "ಕಾಫಿ ತರ್ತೀನಿ" ಎಂದಾಗ ರವಿ ಉಪ್ಪಿಟ್ಟು ಪ್ಲೇಟು ಕೆಳಗಿಟ್ಟ. "ಮಮ್ಮಿ ವನ್ ಮಿನಿಟ್, ನಿಮ್ಹತ್ರ ಒಂದು ವಿಷ್ಯ ಮಾತಾಡ್ಲೇಬೇಕು. ಪ್ಲೀಸ್, ಕೂತ್ಕೊಳ್ಳಿ" ಕೈ ತೊಳೆದು ಬಂದು ಅವಳ ಮುಂದೆ ಕೂತ.

ಬಹಳ ಸಂಕೋಚಿಸಿದ. "ಮಮ್ಮಿ ನಿಮಗೊಂದು ಕೇಳ್ಲಾ? ನಿಮ್ಮ ಮನಸ್ಸಿಗೆ ಬೇಸರವಾಗುತ್ತೆ ಆದ್ರೆ... ಇಡೀ ಜೀವನ ಕ್ಯೂರಿಯಾಸಿಟಿಯಲ್ಲೇ ಕಳೀಬೇಕು. ಜಸ್ಟ್... ಕ್ಯೂರಿಯಾಸಿಟಿ... ಮತ್ತೇನು ಇಲ್ಲ. ನನ್ತಂದೆ ಯಾರು? ಅವ್ರ ಹೆಸರು ಎನಫ್. ಇನ್ನೇನು ಕೇಳೋಲ್ಲ ಮಮ್ಮಿ" ಅವನ ಗಂಟಲು ಗದ್ಗದಿತವಾಯಿತು. ಕಣ್ಣಲ್ಲಿ ಹರಿದ ಕಂಬನಿ ಕೆನ್ನೆಯ ಮೇಲಿಳಿಯಿತು. "ಆ ವಿಷ್ಯ ಎತ್ತಿದ್ರೆ, ನಿನ್ನ ಮನಸ್ಸಿಗೆ ನೋವಾಗುತ್ತೆ ಆದ್ರೆ.. ನಾನೇನು ಮಾಡ್ಲಿ ಮಮ್ಮಿ? ನನ್ನ ಹೃದಯದಲ್ಲಿರೋ ನೋವು ಭಯಂಕರ, ಪ್ಲೀಸ್... ಜಸ್ಟ್ ಕ್ಯೂರಿಯಾಸಿಟಿ ಮಮ್ಮಿ. ಒಬ್ಬ ಮಗನಿಗೆ ಕನಿಷ್ಟ ತಂದೆಯ ಪ್ರೀತಿ, ಆಸರೆಗಳು ಇಲ್ಲದಿದ್ರೂ... ನೋಡೋದು... ಅದೂ ಬೇಡ. ಇಂಥವರ ಮಗಾಂತ ತಿಳ್ದುಕೊಳ್ಳೋದೂ ಬೇಡ್ವಾ! ಪ್ಲೀಸ್... ಮಮ್ಮಿ..." ತುಟಿ ಕಚ್ಚಿ ಆಳು ನುಂಗಿದ ಚಾರುಲತಗೆ ನೋಡಲಾಗಲಿಲ್ಲ. 'ಅಯ್ಯೋ ದೇವರೇ...' ಅವಳ ಹೃದಯ ಕಾಣದ ದೇವರಲ್ಲಿ ಮೊರೆಯಿಟ್ಟಿತು.

"ಚಾರು, ಎಂದೂ ರವಿಗೆ ಶ್ರೀವಾಸ್ತವ ಬಗ್ಗೆ ತಿಳಿಸ್ಬೇಡ. ಮುಂದಿನ ಪರಿಣಾಮ ಗಳು ಭಯಂಕರ. ಅನಾಯಾಸವಾಗಿ ಎದ್ದು ಕುಟುಂಬಗಳು ಛಿದ್ರವಾಗುತ್ತೆ" ಎಚ್ಚರಿಸಿ ದ್ದರು ಭಾಸ್ಕರ್.

ಚಾರುಲತ ತುಟಿ ಕಚ್ಚಿ ನಿಸ್ಸಹಾಯಕರಾಗಿ ಕಣ್ಣೀರು ಸುರಿಸಿದರು. "ಸಾರಿ; ರವಿ..." ತಬ್ಬಿಕೊಂಡು ಅತ್ತರು. "ಆ ಕ್ಯೂರಿಯಾಸಿಟನ ತೊಡೆದು ಹಾಕು. ನೀನು ತಿಳಿಯೋ ದ್ಬೇಡ."

ಎದ್ದು ಹೋದ ರವಿ ಮುಖ ತೊಳೆದು ಬಂದ. "ಸಾರಿ, ಮಮ್ಮಿ... ಸ್ವಲ್ಪ ಹೊರ್ಗಡೆ ತಿರ್ಗಾಡಿ ಬರ್ತೀನಿ" ಹೊರನಡೆದ. ಅವನ ಪ್ರಕ್ಷುಬ್ಧಮನಸ್ಥಿತಿ ಶಾಂತಗೊಳ್ಳಲು ಏಕಾಂತ ಅಗತ್ಯವಿತ್ತು.

ಫುಟ್‌ಪಾತ್‌ನ ಉದ್ದಕ್ಕೂ ನಡೆದುಕೊಂಡು ಹೊರಟಿದ್ದ ರವಿಯನ್ನ ರೋಹಿತ್ ಸ್ವರ ಹಿಡಿದು ನಿಲ್ಲಿಸಿತು. "ಹಾಯ್... ರವಿ..." ನ್ಯೂ ಡ್ರೆಸಸ್‌ನಿಂದ ಹೊರಬರುತ್ತಿದ್ದವನು ಅವನತ್ತಲೇ ಬಂದ. "ಅರೆ, ನಿನ್ನ ನೋಡಿ ಬಹಳ ದಿನ ಆಯಿತಲ್ಲ; ನೀನು ಪ್ರೆಸ್‌ನಲ್ಲಿ ಕೆಲ್ಸಕ್ಕೆ ಇದ್ದೀ ಅಂದಿ. ಐ ಡೋಂಟ್ ಬಿಲೀವ್' ಬಡಬಡ ಮಾತಾಡಿದ.

ರವಿ ಹೂ ಅರಳಿದಂತೆ ನಸುನಕ್ಕ. ಆ ನಗು ತನಗೆ ಪರಿಚಿತವೆನಿಸಿತು.

ರೋಹಿತ್‌ಗೆ. ಎಲ್ಲಿ? ಯಾರು ಈ ತರಹ ನಗಬಲ್ಲರು. ಬಹುಶಃ ರವಿಯ ಮುಖದಲ್ಲೇ ಈ ನಗುವನ್ನು ಕಂಡಿರಬಹುದೆಂದು ಸಮಾಧಾನ ಮಾಡಿಕೊಂಡ.

"ಈಗ್ಹೇಳು... ನಾನು ಕೇಳಿದ್ದು ನಿಜನಾ?" ರವಿಯ ಎದೆಗೊಂದು ಹೊಡೆದ. "ನಾನಂತೂ ನಂಬೋಲ್ಲ! ನಿಂಗೆ ಕೆಲ್ಲದ ಅಗತ್ಯವೇನು?" ಅವನ ಪ್ರಶ್ನೆ ವಿಚಿತ್ರವೆನಿಸಿತು ರವಿಯ ಮುಖದಲ್ಲಿ ಅಚ್ಚರಿ ನಟಿಸಿದ.

"ಅಂದರೆ, ನಿನ್ನ ಪ್ರಕಾರ ನಾನು ಕೆಲ್ಸಕ್ಕೆ ಲಾಯಕ್ಕಾದ ವ್ಯಕ್ತಿನೇ ಅಲ್ಲಾಂತ ತಾನೇ! ಆರಾಮಾಗಿ ಫುಟ್‌ಪಾತ್ ಪ್ರೇಮಿಯಾಗಿಬಿಡ್ತೀನಿ" ನಗುತ್ತ ಹೇಳಿದ.

ಚಪ್ಪಾಳೆ ತಟ್ಟಿ ಜೋರಾಗಿ ನಕ್ಕ ರೋಹಿತ್. ಅವನದು ಆರ್ಭಟದ ನಗೆಯೇ. ಮುಂದೇನಾದರೂ ಇದ್ದರೆ ಬಡಿದು ನಗುವುದು ಅವನ ಸ್ವಭಾವ.

"ವಾಟ್ ಎ ಫೈನ್ ಜೋಕ್. ದಾರಿಯಲ್ಲಿ ಮಾತಾಡೋಣ" ಅವನ ಕೈ ಹಿಡಿದಾಗ ರವಿ ನಿರಾಕರಿಸಿದ. "ಸಾರಿ ಬಾಬ, ನಂಗೆ ಬೇರೆ ಕೆಲ್ಸ ಇದೆ. ಬರೋಕಾಗೋಲ್ಲ. ಸಾರಿ, ಎಬೌಟ್ ದಟ್..." ಮತ್ತೊಮ್ಮೆ ಕ್ಷಮೆ ಯಾಚಿಸಿದ. ಇವನ 'ಸಾರಿ'ಗಳನ್ನು ಕೇಳಲು ರೋಹಿತ್ ಸಿದ್ಧವಿಲ್ಲ. ಕೈಹಿಡಿದು ಕಾರಿನತ್ತ ಎಳೆದೊಯ್ದ.

ಕಾರಿನ ಚಕ್ರಗಳು ಉರುಳತೊಡಗಿದವು. "ರವಿ, ಇನ್‌ಶ್ಯೂರೆನ್ಸ್ ಮಾಡ್ಸಿದ್ದೀಯಾ? ನನ್ನ ಡ್ರೈವಿಂಗ್ ಪ್ರತಿಯೊಬ್ಬರಿಗೂ ಅಪನಂಬಿಕೆ." ರವಿ ಅವನ ಮಾತಿಗೆ ಪ್ರತಿಕ್ರಿಯಿಸುವುದಿಲ್ಲ. ರೋಹಿತ್ ಮಾತಾಡುವುದು ಹೀಗೇನೇ. ಅವನನ್ನು ಅಲ್ಪಸ್ವಲ್ಪ ಬಲ್ಲವರಿಗೆಲ್ಲ ಗೊತ್ತು.

"ರೋಹಿತ್ ಈಗ ಎಲ್ಲಿಗೆ?" ಮೆಲ್ಲಗೆ ಪ್ರಶ್ನಿಸಿದ.

"ಬೇಕೂಂದ್ರೆ ನಿಮ್ಮ ಮನೆಗೆ... ಇಲ್ಲಾಂದ್ರೆ ನಮ್ಮ ಮನೆಗೆ. ಬಹುಶಃ ಪಪ್ಪ ಕೂಡ ಮನೆಯಲ್ಲೇ ಇರ್ತಾರೆ. ನಿನ್ನ ನೋಡಿದ್ರೆ... ಅವ್ರಿಗೆ ಖುಷಿ, ಆ ಸಂದರ್ಭದಲ್ಲಿ ನಾನೇನಾದ್ರೂ ಲಾಭ ಪಡ್ಯೋಕೆ ಸಾಧ್ಯಾನಾ... ಯೋಚಿಸ್ತೀನಿ" ಹರಟಿದ.

"ಇವತ್ತು ನಮ್ಮ ಮನೆಯಲ್ಲಿ ಯಾರೂ ಇಲ್ಲ. ಇನ್ನೊಂದು ದಿನ ಇನ್‌ವೈಟ್ ಮಾಡ್ತೀನಿ. ಈಗ ನಿಮ್ಮ ಮನೆಗೆ ಬೇಡ. ಸದ್ಯಕ್ಕೆ ಇನ್ನೆಲ್ಲಾದ್ರೂ... ಇಳ್ಸಿಬಿಡು" ಎಂದ.

ಆದರೆ ರೋಹಿತ್ ನಿಲ್ಲಿಸುವ ಯತ್ನವೇ ಮಾಡಲಿಲ್ಲ. ಎರಡು ದಿನದಿಂದ ಶ್ರೀವಾಸ್ತವ ಅವನ ಬಳಿಯಲ್ಲಿ ಮಾತಾಡಿರಲಿಲ್ಲ. ಒರಟಾಗಿ ಮಾತಾಡಿದ್ದ ಅದಕ್ಕೆ ಪಶ್ಚಾತ್ತಾಪವಾಗಿತ್ತು ಕೂಡ. ಆದರೆ ಅದನ್ನು ಒಪ್ಪಿಕೊಳ್ಳಲಾರ. ಗೆಲುವು ಅವರದಾಗುತ್ತದೆಂಬ ಭಯ ಅವನಿಗೆ ಯಾರನ್ನಾದರೂ ಸಲಹೆ ಕೇಳಬೇಕೆನಿಸಿತ್ತು. ಅಂತಹ ಬುದ್ಧಿವಂತ ಜನರಾರೂ ಅವನ ಸ್ನೇಹಿತರಾಗಿರಲಿಲ್ಲ.

"ರವಿ, ನಿನ್ಹತ್ರ ಮಾತಾಡ್ಬೇಕು" ಸ್ವಲ್ಪ ಗಂಭೀರವಾಗಿ ಹೇಳಿದ. ರವಿ ಚಕಿತನಾದ "ಏನಂಥ ಕ್ಲಿಷ್ಟವಿಷ್ಯ? ಮೊದ್ಲು ಕಾರು ಎಲ್ಲಾದ್ರೂ ನಿಲ್ಸು... ಆಮೇಲೆ ಮಾತಾಡೋಣ" ಎಂದ. ರೋಹಿತ್ ಡ್ರೈವಿಂಗ್ ಬಗ್ಗೆ ಅವನಿಗೂ ಭಯ.

ತನ್ನ ಮಾವನ ಬಗ್ಗೆ ವಿವರಿಸಿದ ರೋಹಿತ್ ನಂತರ ರವಿಯನ್ನು ಕೇಳಿದ: "ಶ್ರೀವಾಸ್ತವ, ಅಚಲಾಗೆ ನಾನೊಬ್ನೇ ಮಗ. ಬೇರೆಯವರಿಗೆ ನಾನು ಯಾಕೆ ಪಾಲು ಕೊಡ್ಲಿ?" ವಿವೇಚನೆಯ ಹಿಂದೆ ಯಾವುದೋ ಭಯ ಅವನನ್ನು ಕಾಡುತ್ತಿದೆಯೆಂದು ರವಿ ಸುಲಭವಾಗಿ ಗುರ್ತಿಸಿದ.

ಹಿಂದಕ್ಕೆ ಒರಗಿದ ರವಿ ಕ್ಷಣ ಯೋಚಿಸಿದ. "ಅವುಗಳ ಉದ್ದೇಶದ ಹಿಂದೆ ಪ್ರಬಲ ವಾದ ಕಾರಣ ಇರ್ಬೇಕು. ಅವ್ರುಗಳು ಕೂಡ ಬೇರೆಯಲ್ಲ. ನಿನ್ನ ಸೋದರಮಾವ, ಅವರ ಮಕ್ಳು ತಾನೆ. ಅವರಲ್ಲಿನ ಎಫಿಷಿಯನ್ಸಿಯಿಂದ ಇನ್ನಷ್ಟು ತಾಂತ್ರಿಕವಾಗಿ ಅಭಿವೃದ್ಧಿ ಪಡ್ಸಬಹ್ದು ನಿಮ್ಮ ಫ್ಯಾಕ್ಟರಿನ. ನಿನ್ನಪ್ಪನಿಗೂ ಅವ್ರುಗಳು ಬಂದ್ಮೇಲೆ ಸ್ವಲ್ಪ ಟೆನ್ಷನ್ ಕಡ್ಮೆ ಆಗ್ಬಹ್ದು."

ರವಿಯ ಮಾತುಗಳಿಗೆ ರೋಹಿತ್ ಬಲವಾಗಿ ತಲೆ ಕೊಡವಿದ.

"ಪ್ಲೀಸ್, ಯು ಅಂಡರ್‌ಸ್ಟಾಂಡ್ ಮಿ ರವೀ. ಅವರ ತಂದೆ, ನನ್ನ ತಾತ ನನ್ನ ಪಪ್ಪನಿಗೆ ಹೆಲ್ಪ್ ಮಾಡಿರ್ಬಹ್ದು. ಅವರ ಹಿಂದೆ ಸ್ವಾರ್ಥ ಇತ್ತು. ಬಡ್ಡಿ ಸಮೇತ ತೀರಿಸ್ಲೀ ಅಂತಲ್ಲ. ನೋ... ನೋ... ನಾನು ಒಪ್ಪೋಲ್ಲ" ಮುಷ್ಟಿ ಬಿಗಿಹಿಡಿದು ಸ್ಟೀರಿಂಗ್‌ವ್ಹೀಲ್ ಮೇಲೆ ಗುದ್ದಿದ. ಇದು ಅನ್ಯಾಯ – ಅವನ ಮನ ಗರ್ಜಿಸುತ್ತಿತ್ತು.

ರವಿ ಅವನ ಭುಜದ ಮೇಲೆ ಕೈಯಿಟ್ಟ "ಡೋಂಟ್ ಬಿ ಎಕ್ಸೈಟೆಡ್. ಯಾರ ಪಾಲು ಏನಿದ್ರೂ... ಶ್ರೀ ಎಲೆಕ್ಟ್ರಾನಿಕ್ಸ್ ಓನರ್. ಭಾವಿ ಎಂ.ಡಿ. ನೀನೇ" ಸಂತೈಯಿಸಲೂ ನೋಡಿದ.

ರೋಹಿತ್ ಗಾಯಗೊಂಡ ಹುಲಿಯಂತೆ ಕಂಡರೂ ನಿಸ್ಸಹಾಯಕನೆನಿಸಿತು. ಚುರುಕು ಕಮ್ಮಿಯ ಜೊತೆ ಅವನಿಗೆ ಸೋಮಾರಿತನ ಜಾಸ್ತಿ. ಬಡಬಡಿಸುವವನೇ ವಿನಃ ಕಾರ್ಯತಃ ಮಾಡಲು ಮುಂದಾಗಲಾರ. ಇದು ಅವನ ದೌರ್ಬಲ್ಯ.

"ಈಗ ನೀನೇನು ಮಾಡ್ಬೇಕೂಂತ ಇದ್ದೀಯಾ?" ಅವನನ್ನೇ ಕೇಳಿದ. ರೋಹಿತ್ ಭಾರವಾದ ಬಿಸಿಯುಸಿರು ದಬ್ಬಿದ. "ನಂಗೆ ಗೊತ್ತಾಗ್ತ ಇಲ್ಲ. ಅವುಗಳು ಒಟ್ಟಿಗೆ ಹಿಂದಿರುಗೋದರಲ್ಲಿ ಏನಾದ್ರೂ ದುರುದ್ದೇಶವಿದ್ರೆ ವಕೀಲರ ಸಲಹೆ ಕೇಳೀನೀಂತ ರೋಪ್ ಹಾಕ್ದೇ" ಕೈಯಾಡಿಸಿದ.

ರವಿ ನೇರವಾಗಿ ವಿಷಯಕ್ಕೆ ಬಂದ. "ರೋಹಿತ್, ನಿನ್ನ ವಯಸ್ಸೆಷ್ಟು? ಬಹುಶಃ ಇಪ್ಪತ್ತು ದಾಟಿರಲ್ಲ. ಇನ್ನೂ ಓದೋ ವಯಸ್ಸು. ಆರಾಮಾಗಿರು. ಇಷ್ಟೆಲ್ಲ ಶ್ರೀ ಎಲೆಕ್ಟ್ರಾನಿಕ್ಸ್‌ನ ವಿಸ್ತರಿಸಿದ ನಿನ್ನ ಪಪ್ಪನಿಗೆ ಅದನ್ನು ಮಗನಿಗಾಗಿಯೇ ಉಳಿಸಿಡಬೇಕೆಂಬ ಆಸೇನೂ ಇರುತ್ತೆ. ತನ್ನ ಮಗನಿಗಿಂತ, ತನ್ನಣ್ಣನ ಮಗನನ್ನು ಯಾವ ತಾಯಿನೂ ಪ್ರೀತಿ ಸೋಲ್ಲ. ಷೇಕ್ಸ್‌ಪಿಯರ್‌ನ ಹ್ಯಾಮ್ಲೆಟ್‌ನಲ್ಲಿ ಗರ್‌ಟ್ರೂಡ್ ಕೆಟ್ಟ ಹೆಂಗಸಿರಬಹುದು. ಪತಿ ಬದುಕಿದ್ದಾಗಲೇ ಅವನ ತಮ್ಮನೊಡನೆ ಅನೈತಿಕ ಸಂಬಂಧ ಬೆಳೆಸಿದ ಪತಿತೆ ಮತ್ತು ಗಂಡ ತೀರಿಹೋದ ನಂತರ ಮೈದುನನ್ನೇ ಮದುವೆಯಾಗುತ್ತಾಳೆ. ಆದರೆ ಹ್ಯಾಮ್ಲೆಟ್‌ನಲ್ಲಿನ

ಅವಳ ತಾಯ ಪ್ರೇಮ ನಿರ್ವಾಜ್ಯ. ಸದಾ ಮಗನ ಕ್ಷೇಮವನ್ನೇ ಚಿಂತಿಸುತ್ತಾಳೆ. ಅವನೆಷ್ಟು ಕೆಟ್ಟ ಮಾತಾಡಿದರೂ ನಿಂದಿಸದ ಅವಳ ಮಮತೆ ಅಪಾರ. ಅಂಥ ಕೆಟ್ಟೆ ಹೆಣ್ಣೇ ಮಗನ ಮೇಲೆ ಅಷ್ಟೊಂದು ಪ್ರೇಮ ಹರಿಸುವಾಗ ನಿನ್ನ ತಾಯಿಯಂಥ ಹೆಣ್ಣು ನಿನ್ನ ಭವಿಷ್ಯದ ಬಗ್ಗೆ ಯೋಚಿಸಲಾರರೆ. ಬೀ ಕಾಮ್. ಸಮಾಧಾನವಾಗಿದ್ರೆ ಎಲ್ಲಾ ಸರಿಹೋಗುತ್ತೆ" ಸಾಂತ್ವನ ನೀಡಿದ. ರವಿಯ ಆಳವಾದ ಮಾತುಗಳು ಆ ಕ್ಷಣದಲ್ಲಿ ಅವನಿಗೆ ತಟ್ಟಿರಬಹುದು. ಆದರೆ ಮರುಕ್ಷಣದ ಬಗ್ಗೆ ಗ್ಯಾರಂಟಿ ಇಲ್ಲ.

ರವಿ ಇನ್ನೊಂದು ಸಲಹೆ ಇತ್ತ. "ಆರಾಮಾಗಿ ನಿನ್ನ ಎಜುಕೇಷನ್ ಕಂಟಿನ್ಯೂ ಮಾಡು. ನಿನ್ನ ತಂದೆಯ ವಯಸ್ಸು ಐವತ್ತು ಕೂಡ ಮುಟ್ಟಿರಲಿಕ್ಕಿಲ್ಲ. ಕನಿಷ್ಠ ಇನ್ನೂ ಮುವ್ವತ್ತು ವರ್ಷವಾದ್ರೂ ಅವ್ರು ಶ್ರೀ ಎಲೆಕ್ಟ್ರಾನಿಕ್ಸ್ ನೋಡಿಕೊಳ್ಳಬಲ್ಲರು. ನೀನೇನು ತಲೆ ಕೆಡಿಸ್ಕೋಬೇಡ."

ಮೌನವಾಗಿ ಕೂತ ರೋಹಿತ್ ತಲೆಯೆತ್ತಿದ. "ನನ್ನ ಪಪ್ಪನಿಗೆ ಒಂದ್ಸಲ ಹೃದಯಾಘಾತವಾಗಿದೆ" ಎಂದಕೂಡಲೇ ರವಿ ಹೃದಯ ಚೂರುಚೂರು ಆದಂತಾಯಿತು. ನಾಲಿಗೆಯಲ್ಲಿನ ಪಸೆ ಒಣಗಿ ಅವನ ಮೈ ಬೆವರಿತು. "ನೋ... ನೋ... ಹಾಗೇನು ಆಗೋಲ್ಲ" ಅವನೇ ಉದ್ವಿಗ್ನನಾಗಿ ಬಿಟ್ಟ. ಅವನಲ್ಲಿನ ಶಕ್ತಿಯು ನಾಶವಾದಂತಾಯಿತು.

"ನಿಮ್ಮ ಮನೆಗೆ ಹೋಗೋಣ, ರೋಹಿತ್" ಶ್ರೀವಾಸ್ತವರನ್ನು ನೋಡಬೇಕೆಂಬ ಹಂಬಲವನ್ನು ಹತ್ತಿಕ್ಕದಾದ. "ಓ... ಮೈ ಫ್ರೆಂಡ್. ಥ್ಯಾಂಕ್ಯೂ ಫಾರ್ ಯುವರ್ ಕೈಂಡ್ ಸಜೆಷನ್." ಕಾರಿಗೆ ಜೀವ ಬಂತು.

ರವಿ ಗಂಭೀರವಾಗಿಬಿಟ್ಟ. ಬೆಳಗಿನಿಂದ ಎರಡು ಸಲ ಅಪ್‌ಸೆಟ್. ಶ್ರೀವಾಸ್ತವ ಅವನ ಬಗ್ಗೆ ಏನು ಆದರ ವಿಶ್ವಾಸ, ಗೌರವ ತೋರುತ್ತಿದ್ದರೋ, ಅದಕ್ಕಿಂತ ಸ್ವಲ್ಪ ಹೆಚ್ಚೆನಿಸುವಷ್ಟು ಅವರ ಮೇಲೆ ಪ್ರೀತಿ, ಗೌರವ, ಅದಕ್ಕೆ ಮೀರಿದ ಯಾವುದೋ ಭಾವ.

ರೋಹಿತ್ ಪ್ರಕಾರ ಶ್ರೀವಾಸ್ತವ ಮನೆಯಲ್ಲೇ ಇದ್ದರು. ಆದರೆ ಡಾಕ್ಟರ್‌ರನ್ನು ನೋಡಿ ಹೌಹಾರಿದ.

"ಶ್ರೀವಾಸ್ತವ ಈಸ್ ಪರ್‌ಫೆಕ್ಟ್‌ಲಿ ನಾರ್ಮಲ್. ನಿನ್ನ ಮಮ್ಮಿ ಭಯ ಅಷ್ಟೆ. ಒಂದ್ಮೂರು ದಿನ ರೆಸ್ಟ್ ತಗೊಳ್ಳಲಿ" ಅವನ ಆತಂಕ ಅರಿತು ಡಾಕ್ಟರ್ ನುಡಿದಾಗ ರವಿ, ರೋಹಿತ್‌ರ ಏರಿದ ಹೃದಯದ ಬಡಿತ ನಾರ್ಮಲ್‌ಗೆ ಇಳಿಯದಿದ್ದರೂ ಸ್ವಲ್ಪ ತಗ್ಗಿತು.

ಮೆಟ್ಟಿಲು ಇಳಿದುಬಂದ ಅಚಲಾ ಅಲ್ಲಿಯೇ ತಡೆದರು. "ಈಗ ಪಪ್ಪನ್ನ ನೋಡೋದ್ಬೇಡ. ಅವ್ರಿಗೆ ರೆಸ್ಟ್ ಬೇಕು" ಎಂದಕೂಡಲೇ ಹೊರಟಿದ್ದ ಡಾಕ್ಟರ್ ಅವರ ಸಹಾಯಕ್ಕೆ ಬಂದರು. "ನೋ... ನೋ... ಶ್ರೀವಾಸ್ತವರನ್ನ ಹೋಗಿ ನೋಡ್ಲಿ. ಫ್ಯಾಕ್ಟರಿ, ಫೈಲ್, ಆಫೀಸ್, ಟೆನ್ಷನ್ ಮಾತ್ರ ಬೇಡಾಂದೆ. ಆರಾಮಾಗಿ ಹೋಗಿ ಮಾತಾಡ್ಲಿ. ಬೇಗ ಗೆಲುವಾಗ್ತಾರೆ."

ಸೂಚನೆ ಸಿಕ್ಕ ಕೂಡಲೇ, ರವಿ, ರೋಹಿತ್ ಮೇಲಕ್ಕೆ ಹಾರಿದರು. ರವಿಯನ್ನ

ತಡೆಯಲಾಗದುದಕ್ಕೆ ತಮ್ಮನ್ನು ಬಯ್ದುಕೊಳ್ಳುವುದರ ಜೊತೆ ರೋಹಿತ್ ಮೇಲೂ ಬೇಸರಗೊಂಡರು ಅಚಲಾ.

ದಿಂಬಿಗೊರಗಿ ಶ್ರೀವಾಸ್ತವ ಕಣ್ಮುಚ್ಚಿದ್ದರು. ಮುಖದಲ್ಲಿ ತುಂಬು ಪ್ರಸನ್ನತೆ ಇದ್ದರೂ ಆಳವಾಗಿ ಗಮನಿಸಿದಾಗ ಚಿಂತೆಯಿಂದ ಆವೃತವಾಗಿತ್ತು.

"ಪಪ್ಪ.." ನಿಧಾನವಾಗಿ ಕಣ್ಣು ತೆರೆದವರು ಕಿರುನಗೆ ಬೀರಿ ಎದ್ದುಕೂತರು. ರವಿ ದಿಂಬನ್ನು ಹಿಂದಕ್ಕಿಟ್ಟಾಗ ಅವನನ್ನು ಅಪ್ಪಿ ಮುಂದಲೆ ಸವರಿ ಹಣೆಗೆ ಹೂಮುತ್ತನ್ನೊತ್ತುವ ಆಸೆಯಾಯಿತು. ಆದರೆ ಮುಂದಿದ್ದ ರೋಹಿತ್‌ನ ಗಮನಿಸಿದರು. "ಈ ರವಿ ನಿಂಗೆ ಎಲ್ಲಿ ಸಿಕ್ದಾ? ಜಗತ್ತಿಗೆ ಬೆಳಕು ನೀಡೋ ರವಿ ನೀತಿ, ನಿಯಮಗಳಿಗೆ ಬದ್ಧ. ಈ ರವಿ..." ಕೈಯಾಡಿಸಿ ನಕ್ಕರು.

ಪಕ್ಕದಲ್ಲಿ ಕೂತ ರೋಹಿತ್. ಅವರ ಕೈಯನ್ನು ತನ್ನ ಕೈಯೊಳಗೆ ತಗೊಂಡ. "ಪ್ಲೀಸ್, ಪಪ್ಪ ನನ್ನ ಕ್ಷಮ್ಸಿ. ಬರೀ ಆವೇಶಕ್ಕೆ ಒಳಗಾಗಿದ್ದೆ. ನೀವು ಮನಸ್ಸಿಗೆ ಹಚ್ಚಿ ಕೊಂಡ್ಬಿಟ್ರಿ" ಪಶ್ಚಾತ್ತಾಪವಿತ್ತು.

"ವಾಟ್ ಯು ಆರ್ ಟಾಕಿಂಗ್ ನಾನ್ಸೆನ್ಸ್. ನಿನ್ನ ಮಾತುಗಳ್ನ ನಾನು ಮನಸ್ಸಿಗೆ ಹಚ್ಚಿಕೊಂಡ್ನಾ. ಯು ಆರ್ ಟೂ ಯಂಗ್, ನಿಮ್ಗೆ ನಲವತ್ತೈದು ವರ್ಷ ದಾಟಿದೆ ಅಂದ್ರೆ ನಂಬೋಕಾಗೋಲ್ಲ ಅಂತಿದ್ದ ಜನಕ್ಕೆ ಇದೊಂದು ಸಣ್ಣ ಉದಾಹರಣೆ ಅಷ್ಟೆ. ಬರೀ ಜೋಕ್... ನಿಮ್ಮಮ್ಮನ್ನ ಫೂಲ್ ಮಾಡೋಕೆ" ಕಣ್ಣೊಡೆದು ನಕ್ಕರು. ರೋಹಿತ್ ದಂಗಾದ. ರೆಪ್ಪೆ ಮಿಟುಕಿಸುವುದು ರೋಹಿತ್‌ನಿಂದಾಗಲಿಲ್ಲ. ತಂದೆ, ಮಗನ ಸಂವಾದ ಕೇಳುತ್ತ ಮೌನವಾಗಿ ನಿಂತಿದ್ದ ರವಿ.

"ಶಬಾಷ್, ಪಪ್ಪ! ನೀವು ಕಣ್ಣೊಡ್ಡಿದ್ದಕ್ಕೆ ನಾನೇ ಬೋಲ್ಡ್ ಆದೆ. ಇನ್ನು ಹೆಣ್ಣುಗಳ ಗತಿ, ರಿಯಲೀ ಫೆಂಟಾಸ್ಟಿಕ್, ಕಾಲೇಜು ದಿನಗಳಲ್ಲಿ ನಿಮ್ಮ ಹಿಂದೆ... ದೊಡ್ಡ ಹುಡ್ಗಿಯರ ಗುಂಪೇ ಇರ್ಬೇಕು. ಅಷ್ಟು ಜನರಲ್ಲಿ ನೀವು ಒಬ್ಬರನ್ನಾದ್ರೂ ಪ್ರೀತಿಸಿರ್ತೀರಾ. ಆ್ಯಮ್ ಐ... ಕರೆಕ್ಟ್" ಹಾಸ್ಯ ಮಾಡಿದ.

"ಯೂ ಫೂಲ್... ಗೆಟ್‌ಔಟ್" ಕೋಪ ನಟಿಸಿದರು. "ಕೂತ್ಕೋ ರವಿ, ನಿಂತಿರೋ ಪನಿಷ್‌ಮೆಂಟ್ ನಿಂಗ್ಯಾಕೆ?" ಅವನತ್ತ ಗಮನ ಹರಿಸಿದರು.

ರವಿ ಸ್ವಲ್ಪ ದೂರದಲ್ಲಿದ್ದ ಸೋಫಾ ಮೇಲೆ ಕೂತ. ಅವನ ಅವರ ನಡುವಿನ ಅಂತರವನ್ನು ಶ್ರೀವಾಸ್ತವ ಲೆಕ್ಕ ಹಾಕಿದರು. ಆದರೆ ಹೃದಯಕ್ಕೆ ಎಷ್ಟು ಹತ್ತಿರ.

ಅಷ್ಟರಲ್ಲಿ ಅಚಲಾ ಬಂದು ಮಗನ ಮೇಲೆ ರೇಗಿಕೊಂಡರು. "ಡಾಕ್ಟ್ರು ರೆಸ್ಟ್‌ನಲ್ಲಿ ರೋಕೆ ಹೇಳಿದ್ದಾರೆ. ನೀನು ಹೆಚ್ಚು ಮಾತಾಡಿಸ್ಬೇಡ" ಪರೋಕ್ಷವಾಗಿ ಈ ಸೂಚನೆ ರವಿಗೆಂದು ಮೂವರಿಗೂ ಗೊತ್ತಾಯಿತು. ಭಂಡತನ ಮಾಡುವುದು ರವಿಯಂತಹವರಿಗೆ ಸರಿಯಲ್ಲ.

"ಬರ್ತಿನಿ, ಸರ್." ಮೇಲೆದ್ದ.

ಶ್ರೀವಾಸ್ತವರ ಎದೆಗೆ ಭರ್ಜಿಯಿಂದ ತಿವಿದಂತಾಯಿತು. "ಕೂತ್ಕೋ... ರವಿ. ಆರೋಗ್ಯವಾಗಿರೋ ವ್ಯಕ್ತಿಗೆ ರೆಸ್ಟ್ ಅಂತ ವಿಧಿಸೋದು ಒಂದು ರೀತಿಯ ಪನಿಷ್‌ಮೆಂಟ್" ಅರ್ಥಗರ್ಭಿತವಾಗಿ ಹೇಳಿದರು ಶ್ರೀವಾಸ್ತವ. ಅಚಲಾಗಂತೂ ಅಂಗುಷ್ಟದಿಂದ ನೆತ್ತಿಯವರೆಗೂ ಬೆಂಕಿ ಹಾಕಿಕೊಂಡಂತಾಯಿತು. ಆದರೂ ತಾಳ್ಮೆ ವಹಿಸಿದರು.

"ಜಾಸ್ತಿ ಮಾತು ಬೇಡ. ಅವರಿಬ್ರೂ ಆಡಿದ್ದು ನೀವು ಕೇಳಿ, ಅಷ್ಟೆ" ಮುಖಭಂಗಿತರಾಗದೆ ತಮ್ಮದೊಂದು ಸಲಹೆಯನ್ನು ಕೊಟ್ಟು ಹೋದರು.

ರೋಹಿತ್ ವಾಚ್ ಕಡೆ ನೋಡಿದ. ಅವನಿಗೊಂದು ಅಪಾಯಿಂಟ್‌ಮೆಂಟ್ ಇತ್ತು. ಈಗಲೂ ಗೆಳೆಯರ ಹಿಂಡೇನೂ ಕಮ್ಮಿ ಇರಲಿಲ್ಲ. ಮೊನಾಲಿಸಾ ರೆಸ್ಟೋರೆಂಟ್‌ನಲ್ಲಿ ಎಲ್ಲರಿಗೂ ಐಸ್‌ಕ್ರೀಂ ಕೊಡಿಸುವ ಭರವಸೆ ಇತ್ತಿದ್ದ.

ಅರ್ಥಮಾಡಿಕೊಂಡವರಂತೆ ಶ್ರೀವಾಸ್ತವ "ಎಲ್ಲೋ ಹೋಗ್ಬೇಕು ತಾನೆ. ನಿನ್ನ ಮಮ್ಮಿ ಪರ್ಮಿಷನ್ ತಗೊಂಡ್ಹೋಗು. ಈ ರೀತಿಯ ಸುತ್ತಾಟ ಒಳ್ಳೇದಲ್ಲ" ಎಚ್ಚರಿಸುವುದನ್ನು ಮರೆಯಲಿಲ್ಲ. ಸದ್ಯಕ್ಕಂತೂ ಆವನು ಬದಲಾಗಲಾರನೆಂದು ಅವರಿಗೆ ಗೊತ್ತು.

ತಾಯಿಯ ಬಳಿ ಜಗಳವಾಡುವ, ಶ್ರೀವಾಸ್ತವ ಬಳಿ ತನ್ನ ಅಸಹನೆ ತೋರುವ ರೋಹಿತ್ ಆ ವಿಷಯವನ್ನು ಗಂಭೀರವಾಗಿ ಚಿಂತಿಸಲಾರನೆಂಬುದು ಅವರಿಗೆ ಗೊತ್ತು.

"ಬೇಗ್ಬರ್ತಿನಿ... ಡ್ಯಾಡಿ" ಎಂದವನು ರವಿಯ ಕಡೆ ತಿರುಗಿ "ಸಾರಿ, ಒಂದಿಷ್ಟು ಹೊತ್ತು ಮಾತಾಡ್ತಾ ಕೂತಿರು" ಎಂದವನು ಹಾರಿಹೋದ. ಅವನು ಹೋದತ್ತಲೇ ನೋಡಿದರು ಶ್ರೀವಾಸ್ತವ.

ಅವರ ನೋಟ ರವಿಯ ಕಡೆ ತಿರುಗಿದಾಗ ಅತ್ಯಂತ ಪ್ರಸನ್ನವಾಗಿತ್ತು. 'ಹೌ ಆರ್ ಯು, ಮೈ ಬಾಯ್?' ಪ್ರೀತಿಯಿಂದ ವಿಚಾರಿಸಿದರು. ಅವರ ಅಂತರಂಗದಲ್ಲಿ ಮಮತೆಯನ್ನು ಉಕ್ಕಿಸುವ ರವಿಯ ಬಗ್ಗೆ ಅವರಿಗೆ ಅನುಮಾನವಿಲ್ಲ. ಆದರೂ ಒಂದು ರೀತಿಯ ಚಡಪಡಿಕೆ. "ಡೋಂಟ್ ಮೈಂಡ್, ನಿನ್ನ ಒಂದು ಪ್ರಶ್ನೆ ಕೇಳ್ಲಾ?" ಅವರ ಕಿರಿದಾದ ಕಣ್ಣುಗಳಲ್ಲಿ ಭಾವನಾಮಯ ಲೋಕವಿತ್ತು. "ಕೇಳಿ, ಸರ್... ಅಂಥಾ ಸಸ್ಪೆನ್ಸ್ ಏನಿದೆ ನನ್ನ ಬದ್ಕಿನಲ್ಲಿ?" ಈ ದಿನ ಅವನ ಮುಖದಲ್ಲಿ ಮಿನುಗಿದ ವಿಷಾದದಿಂದ ಬೆಚ್ಚಿದರು. ಎರಡು ಕ್ಷಣ ಮೌನದ ನಂತರ "ನಿನ್ತಂದೆ ಎಲ್ಲಿದ್ದಾರೆ? ನಂಗೆ ಅವರ ಬಗ್ಗೆ ತಿಳಿಯೋ ಕುತೂಹಲ."

ರವಿ ಕೂತಿದ್ದ ಸ್ಟೈಲ್ ಬದಲಾಯಿಸಿದ, "ಸಾರಿ, ಸಾರ್. ನಂಗೆ ಅವರ ಬಗ್ಗೆ ಏನೂ ಗೊತ್ತಿಲ್ದೇ ಇರೋದ್ರಿಂದ ನಿಮ್ಗೆ ಹೇಳ್ಲಾರೆ. ಈ ಸತ್ಯ ಎಲ್ಲೋ ಹುದುಗಿಹೋಗಿದೆ. ಅದು ಗೂಢವಾಗಿಯೇ ಇರುತ್ತೆ. ನಂಗೆ ನೂರು ಜನ ಹೆಮ್ಮೆಪಡುವಂಥ ತಾಯಿ ಮಾತ್ರ ಇದ್ದಾಳೆ" ಅಭಿಮಾನ ಅವನ ಕಣ್ಣುಗಳಲ್ಲಿ ತುಳುಕಿತು. ಇನ್ನು ಸ್ಪಷ್ಟಪಡಿಸುವ ಅಗತ್ಯ ಅವರಿಗೆ ಕಾಣಲಿಲ್ಲ.

"ಬಾ ರವಿ... ಇಲ್ಲಿ ಕೂತ್ಕೋ" ತಮ್ಮ ಬಳಿಯಲ್ಲೇ ಕೂಡಿಸಿಕೊಂಡರು. ಅವನ

ಕಣ್ಣುಗಳಲ್ಲಿ ಚಾರುಲತ ಕನಸುಗಳನ್ನು ಕಂಡಂತಾಯಿತು. "ನೀನು ಇವತ್ತು ಮಾಮೂಲಿಯಾಗಿಲ್ಲ. ಎನಿಥಿಂಗ್ ರಾಂಗ್?" ಎಂದಾಗ ಅಡ್ಡಡ್ಡ ತಲೆಯಾಡಿಸಿದ.

ಮಗನನ್ನು ಹತ್ತಿರವೆ ಇರಿಸಿಕೊಳ್ಳುವ ಶ್ರೀವಾಸ್ತವ ಆಕಾಂಕ್ಷೆ ಬಹಳ ಎತ್ತರಕ್ಕೆ ಬೆಳೆಯಿತು. "ನೀನು ಇಷ್ಟಪಟ್ರೆ ಶ್ರೀ ಎಲೆಕ್ಟ್ರಾನಿಕ್ಸ್‌ನಲ್ಲೇ ಕೆಲ್ಸ ಮಾಡ್ಬಹ್ದು"

"ಇಲ್ಲ, ನಂಗೆ ಅಲ್ಲಿ ಕೆಲ್ಸ ಮಾಡೋಕೆ ಇಷ್ಟವಿಲ್ಲ. ನಿಮ್ಮ ಸ್ನೇಹ, ವಿಶ್ವಾಸ ಎರಡೇ ಸಾಕು. ನಿಮ್ಮಿಂದ ನಾನು ಹೆಲ್ಪ್ ಬಯಸೋಲ್ಲ."

ಬಾಗಿಲಿಗೆ ಬಂದ ಅಚಲಾಗೆ ಈ ಮಾತುಗಳು ಅತ್ಯಂತ ಸ್ಪಷ್ಟವಾಗಿ ಕೇಳಿಸಿತು. ರವಿಯ ಸ್ವಾಭಿಮಾನವನ್ನು ಮೆಚ್ಚಿಕೊಂಡರೂ ಅವನನ್ನು ಅಷ್ಟು ಇಷ್ಟಪಡುವ ಶ್ರೀವಾಸ್ತವ ಬಗ್ಗೆ ಕೋಪವೇನು ಕಮ್ಮಿಯಾಗಲಿಲ್ಲ.

"ರಿಸಲ್ಟ್ ಬಗ್ಗೆ ಆತಂಕನಾ?" ಅವನನ್ನೇ ನೋಡುತ್ತ ಪ್ರಶ್ನಿಸಿದರು. "ಇಲ್ಲ, ಕ್ಲಾಸ್ ಬರಬಹ್ದೂಂತ ನನ್ನ ಎಕ್ಸ್‌ಪೆಕ್ಟೇಷನ್... ಪಾಸ್‌ಗಂತೂ ಮೋಸ ಇಲ್ಲ. ಆದರೆ ಮುಂದೆ ಓದೋ ಇಚ್ಛೆ ಇಲ್ಲ. ನಂಗೆ ಕೆಲ್ಸದ ಅಗತ್ಯವಿದೆ. ಯಾವುದಾದ್ರೂ ಕೆಲ್ಸ ಸಿಕ್ಕೋವರ್ಗೂ ಪ್ರೆಸ್ ಅಂತೂ ಇದೆ. ನಾನಾಗಿ ನಾನು ಬಿಡೋವರ್ಗೂ ಅವ್ರು ನನ್ನನ್ನ ಕೆಲ್ಸದಿಂದ ತೆಗ್ಯೋಲ್ಲ. ದಟ್ಸ್ ಎನಫ್."

ದಿಂಬಿಗೊರಗಿ ಶ್ರೀವಾಸ್ತವ ಸೀಲಿಂಗ್ ದಿಟ್ಟಿಸತೊಡಗಿದರು. ಶ್ರೀ ಎಲೆಕ್ಟ್ರಾನಿಕ್ಸ್ ನಂಥ ದೊಡ್ಡ ಸಂಸ್ಥೆ ಮಾಲೀಕನಾಗಬೇಕಿದ್ದ ರವಿಗೆ ಕೆಲಸದ ಬಗ್ಗೆ ಆತಂಕ, ಭವಿಷ್ಯದ ಬಗ್ಗೆ ಚಿಂತೆ. ಅವರ ಮನ ನೊಂದಿತು. ಜನ್ಮಕ್ಕೆ ಕಾರಣನಾದ ವ್ಯಕ್ತಿಗೆ ಮತ್ತೇನು ಕರ್ತವ್ಯಗಳಿಲ್ಲವೇ?

"ಬರ್ತೀನಿ ಸರ್..." ಮೇಲೆದ್ದಾಗ ಅವನ ಕೈಹಿಡಿದುಕೊಂಡರು. ತನ್ನೆತ್ತರ ಬೆಳೆದುನಿಂತಿರುವ ರವಿ ಮಗುವಿನಲ್ಲಿ ಹೇಗಿರಬಹುದು? ಸ್ವೀಟಾಗಿ.. ಮುದ್ದಾಗಿ.. ಲವ್ಲಿಯಾಗಿ.. ಅವೇನು ಕಾಣದೆ ಹೋಗಿದ್ದರೂ, "ನಂಗೂ ಇನ್ಮೇಲೆ ಹೆಚ್ಚು ಕೆಲ್ಸ, ಟೆನ್ಷನ್ ಆಗೋಲ್ಲಾಂತ ಕಾಣಿಸುತ್ತೆ. ನಮ್ಮ ರೋಹಿತ್‌ಗೆ ಪಿ.ಎ. ಆಗ್ಬಿಡು" ಕಷ್ಟದಿಂದ ಹೇಳಿದರು.

ಈ ಆಫರ್ ಒಪ್ಪಿಕೊಳ್ಳಲು ರವಿ ಸಿದ್ಧನಿಲ್ಲ.

"ಸಾರಿ ಸರ್, ಶ್ರೀ ಎಲೆಕ್ಟ್ರಾನಿಕ್ಸ್‌ನಲ್ಲಿ ಯಾವ್ದೇ ಕೆಲ್ಸಕ್ಕೆ ಜಾಯಿನ್ ಆಗೋಕೆ ನಂಗಿಷ್ಟ ವಿಲ್ಲ" ನಿಲ್ಲಲಾರದೆ ಹೊರಬಂದ.

ಎದುರಾದ ಅಚಲಾ ಕಣ್ಣುಗಳಲ್ಲಿ ಕಿಡಿ ಇತ್ತು. 'ಈ ನಾಟ್ಕ ಸಾಕು. ಏನಾದ್ರೂ ಸಹಾಯ ಪಡ್ಕೋಬೇಕೆನ್ನೋ ಇಚ್ಛೆಯಿಂದ್ಲೇ ಬರ್ತಾ ಇದ್ದಿದ್ದು. ಮುಂದಿನ ಪ್ಲಾನ್ ಏನು?' ಅವರ ಮುಖಭಾವವೇ ಪ್ರಶ್ನಿಸಿದಂತಾಯಿತು.

"ಸ್ವಲ್ಪ... ಬಾ" ಅಚಲಾ ಅವನನ್ನು ಮುಂದಿನ ಸಿಟ್ಟಿಂಗ್ ರೂಮಿಗೆ ಕರೆದೊಯ್ದರು. "ಕೂತ್ಕೋ... ಬರ್ತೀನಿ" ಅಸಡ್ಡೆಯಿಂದ ಹೇಳಿದಾಗ ಅವನ ಮೈ

ಉರಿಯಿತು. ಈಕೆಯಿಂದ ಅವಮಾನಗೊಳ್ಳುವ ಕರ್ಮ ತನಗೇಕೆ? ಛಿ... ಬರಲೇಬಾರದು ಎಂದುಕೊಂಡ.

ಅಚಲಾ ಹತ್ತು ನಿಮಿಷಗಳ ನಂತರ ಬಂದರು. ಒಂದು ಕವರ್‌ನ ಅವನ ಮುಂದೆ ಹಾಕಿದರು. "ಈ ಲೆಟರ್ ಮುಂಬೈ ಅರವಿಂದ ಫಾರ್ಮಾಸೂಟಿಕಲ್ ಕಂಪನಿಗೆ. ನಿಂಗೆ ಅವ್ರು ಗ್ಯಾರಂಟಿಯಾಗಿ ಕೆಲ್ಸ ಕೊಡ್ತಾರೆ."

ರವಿ ಕವರ್‌ನ, ಆಕೆಯ ಮುಖವನ್ನ ಬದಲಿಸಿ ಬದಲಿಸಿ ನೋಡಿದ. ಇವರಿಗೇಕೆ ತನ್ನ ಬಗ್ಗೆ ಇಷ್ಟೊಂದು ಕೋಪ? ರೋಹಿತ್‌ನ ಸ್ನೇಹಿತನೆಂದೇ? ಶ್ರೀವಾಸ್ತವ ತನ್ನನ್ನು ಪ್ರೀತಿಯಿಂದ ಕಾಣುತ್ತಾರೆಂದೇ? ಅರ್ಥವಾಗಲಿಲ್ಲ.

"ನೀವು ನನ್ನ ತಪ್ಪು ತಿಳ್ಕೊಂಡ್ರಿ. ನಾನು ನಿಮ್ಮ ಫ್ಯಾಮಿಲಿಯಲ್ಲಿ ಯಾರನ್ನೂ ಕೆಲ್ಸ ಕೇಳಿಲ್ಲ. ಮುಂದೆ ಕೇಳೋಲ್ಲ. ಒಂದನೇ ವರ್ಗದ ಜನ ಮಿಕ್ಕವರನ್ನೆಲ್ಲ ಭಿಕ್ಷುಕರು ಅಂತ ತಿಳೀಬಾರ್ದು. ನಿಮ್ಮ ರೆಕಮಂಡೇಷನ್ ಇಲ್ದೇನೇ ಕೆಲ್ಸ ಸಂಪಾದಿಸಿಕೊಳ್ಳಬಲ್ಲೆ. ಥ್ಯಾಂಕ್ಯೂ..." ಆ ಕವರ್‌ನತ್ತ ನೋಟ ಕೂಡ ಹರಿಸಲಿಲ್ಲ.

ಗೇಟು ದಾಟಿದವನು ಗಂಟೆಗಟ್ಟಲೆ ಸುತ್ತಾಡಿ ಮನೆ ತಲುಪಿದಾಗ ಕತ್ತಲೆ ತನ್ನ ಚಾಪವನ್ನು ಭೂಮಿಯ ಮೇಲೊದೆಸುವ ಸಿದ್ಧತೆಯಲ್ಲಿತ್ತು. ಮನೆ ಪೂರ್ತಿ ನಿಶ್ಯಬ್ದ.

ಓದುತ್ತಿದ್ದ ಪುಸ್ತಕ ಪಕ್ಕಕ್ಕಿಟ್ಟು ಚಾರುಲತ ಮೇಲೆದ್ದರು. "ಇವತ್ತು ತುಂಬ ಕಾಯ್ಸಿಬಿಟ್ಟೆ. ರವಿ ಇಡೀ ದಿನ ಬೋರ್!" ಸಹಜವಾಗಿತ್ತು ಮಾತು. ಕೆಲವು ಗಂಟೆಗಳ ಕೆಳಗೆ ಪ್ರಸ್ತಾಪವಾದ ವಿಷಯದ ನೆರಳು ಕೂಡ ಇಣಕದಂತೆ ಚಾರುಲತ ಎಚ್ಚರ ವಹಿಸಿದ್ದರು.

ರವಿ ಬಟ್ಟೆ ಬದಲಾಯಿಸಿ ಬಂದು ತಾಯಿಯ ಮುಂದೆ ಕೂತವನು ಅಂಗೈ ಚಾಚಿ ಬಿಡಿಸಿದ. "ಶ್ರೀವಾಸ್ತವ ನನ್ನ ಹುಟ್ಟಿದ ಹಬ್ಬದ ದಿನ ಪ್ರಸೆಂಟೇಷನ್ ಆಗಿ ಕೊಟ್ರು. ಅಂದು ಸ್ವೀಕರಿಸಿದ್ರೂ... ಮತ್ತೆ ಹಿಂದಿರುಗಿಸಿದೆ. ಅವ್ರು ನೊಂದುಕೊಂಡ್ರು. ಇದ್ನ ನಾನು ಹಾಕಿಕೊಳ್ಲಾ?" ವಯಸ್ಸು ಮರೆತು ಕೇಳಿದ. ಚಾರುಲತ ಸುಲಭವಾಗಿ ಗುರ್ತಿಸಿದರು. ಎದೆಯಾಸರೆ ಪಡೆದು ಮೈ ಮರೆತಾಗ ಅವರ ತುಂಬು ಕೆನ್ನೆಗಳಿಗೆ ಮುತ್ತಿಕ್ಕಿತ್ತು. ಎಂದಾದರೂ ಮರೆಯಲು ಸಾಧ್ಯವೆ? ಆಪ್ಯಾಯಮಾನದಿಂದ ಕೈಗೆ ಎತ್ತಿಕೊಂಡರು.

"ಮಾವಂಗೆ ಅವ್ರ ಮಗ ರೋಹಿತ್ ಬಗ್ಗೆ ಸದಭಿಪ್ರಾಯವಿಲ್ಲ. ಈಗ ಬೇಜಾರು ಮಾಡ್ಕೋಬಹುದ್ದು. ಆದ್ರೆ... ನಂಗಿಷ್ಟ ಶ್ರೀವಾಸ್ತವರ ಬಗ್ಗೆ ನನ್ನ ಮನಸ್ಥಿತಿ ವಿಪರೀತವಾದದ್ದು. ಅವರ ಬಗ್ಗೆ ನನಗೆ ಸ್ವಲ್ಪ ಹೆಚ್ಚೆನಿಸುವಂಥ ಪ್ರೀತಿ. ಯಾಕೇಂತ ನಂಗಂತೂ ಗೊತ್ತಾಗ್ತ ಇಲ್ಲ" ಬಿಚ್ಚಿಟ್ಟ; ಅವನಿಗೇನು ಮರೆಮಾಚಬೇಕೆನಿಸಿರಲಿಲ್ಲ. ಇದನ್ನೇ ಒಮ್ಮೆ ಭಾಸ್ಕರ್ ಮುಂದೆ ಕೂಡ ವಿವರಿಸಿದ್ದ.

ಚಾರುಲತ ಪೂರ್ತಿ ಗೊಂದಲಕ್ಕೆ ಬಿದ್ದರು. "ನಾನೇನು ಹೇಳ್ಲಿ.. ರವಿ ಸಾಮಾನ್ಯವಾದ ಯಾವ್ದೇ ವಸ್ತು ಕೊಟ್ಟಿದ್ರೂ ಚಿಂತಿಸ್ಟೇಕಿರಲಿಲ್ಲ. ಚಿನ್ನ ಅಂದರೆ ಬೆಲೆ ಬಾಳೋ ವಸ್ತು.

ಕುತ್ತಿಗೆಯಲ್ಲಿದ್ದದ್ದು ಕೊಟ್ಟರೂಂದ್ರೆ... ಅವ್ರ ಮನೆಯವರ ಮನಸ್ತಾಪ ನಿನ್ಮೇಲೇ. ಚಿನ್ನ ನಿನ್ನಿಂದ ಶಾಂತವಾಗಿರೋ ಅವ್ರ ಮನೆಯಲ್ಲಿ ವಿರಸ ಹುಟ್ಟಿಕೊಳ್ಳುತ್ತೆ. ಇದಕ್ಕೆಲ್ಲ ನೀನು ಯಾಕೆ ಕಾರಣವಾಗ್ತಿ?" ವಿವೇಕಿಸಿದರು.

ಇದೆಲ್ಲ ನಿಜವೆಂದುಕೊಂಡರೂ ಸರ ಹಿಂದಿರುಗಿಸಿ ಶ್ರೀವಾಸ್ತವ ಮನಸ್ಸಿಗೆ ನೋವುಂಟುಮಾಡುವುದರ ಜೊತೆ ಅವನೆದೆಗೂ ಚೂರಿ ಹಾಕಿದಂತಾಗುತ್ತಿತ್ತು. ಅವನಿಗೆ ಚಿನ್ನದ ಮೇಲಿನ ವ್ಯಾಮೋಹಕ್ಕಿಂತ ಶ್ರೀವಾಸ್ತವರು ಅಕ್ಕರೆಯಿಂದ ಕೊಟ್ಟಿದ್ದು ಎನ್ನುವ ಅಭಿಮಾನವೇ ಜಾಸ್ತಿ ಇತ್ತು.

"ಇಲ್ಲ ಮಮ್ಮಿ, ಅವ್ರು ಪ್ರೀತಿಯಿಂದ ನನ್ನ ಕುತ್ತಿಗೆಗೆ ಹಾಕಿದ್ದಾರೆ. ಇವತ್ತು ಅವ್ರ ಮುಖಕ್ಕೆ ಕಿತ್ತೆಸೆದು ಅವಮಾನ ಮಾಡ್ಲಾರೆ. ನಂಗೇ ಇರಲಿ" ಕುತ್ತಿಗೆಯಲ್ಲಿ ಹಾಕಿಕೊಂಡುಬಿಟ್ಟ. ಚಾರುಲತ ಕೂಡ ತಡೆಯಲಿಲ್ಲ. ಅನಿರೀಕ್ಷಿತವಾಗಿ ಬೆಳೆದ ಅವರಲ್ಲಿನ ಮಧುರ ಬಾಂಧವ್ಯ. ಕಿತ್ತೆಸೆಯುವ ಕಟುಕತನ ಬೇಡೆನ್ನುವ ನಿರ್ಣಯಕ್ಕೆ ಬಂದರು.

"ನಿನ್ನಿಷ್ಟ ರವಿ..." ಕಡೆಯ ಸ್ವರದಲ್ಲಿ ಅನುಮಾನ ತೇಲಿತು. "ವಿರೋಧಿಸದಿದ್ದರೂ ಅಣ್ಣನಿಗೆ ಇಷ್ಟವಾಗಲಾರ್ದು" ಬೇರೆ ವಿಷಯದಲ್ಲಿಯಾಗಿದ್ದರೆ ಆಳವಾಗಿ ಯೋಚಿಸಿ ಒಂದು ನಿಲುವಿಗೆ ಬದ್ಧನಾಗುತ್ತಿದ್ದ. ಇಂದು ಅದನ್ನೆಲ್ಲ ಗಾಳಿಗೆ ತೂರಿಬಿಟ್ಟ. "ಮಾವನಿಗೆ ನಾನೇ ಹೇಳ್ತೀನಿ. ಚಿನ್ನದ ಮೇಲಿನ ಮೋಹದಿಂದ ಸರ ನಂಗಿಷ್ಟವಾಗ್ಲಿಲ್ಲ. ಶ್ರೀವಾಸ್ತವ ಬಗ್ಗೆ, ನನ್ನ ಹೃದಯ ಮೃದುವಾಗಿ ಸ್ಪಂದಿಸುತ್ತೆ. ಇಷ್ಟವಾಗದ ವ್ಯಕ್ತಿಯ ಬಗ್ಗೆ ಸಾವಿರ ವಿಷಯಗಳನ್ನು ಮುಂದಿಡಬಹುದ್ದು. ಇಷ್ಟವಾದ ವ್ಯಕ್ತಿಯ ಹಿನ್ನೆಲೆಯಲ್ಲಿ ಕಾರಣ ಹುಡ್ಕಲಾಗದು" ತರ್ಕಬದ್ಧ ವಾಗಿ ಹೇಳಿದ ಚಾರುಲತ ಏನೂ ಮಾತಾಡಲಿಲ್ಲ.

ಬೆಳಿಗ್ಗೆ ತಿಂಡಿ ಮಾಡಿಟ್ಟು ಚಾರುಲತ ಮನೆ ಬಿಟ್ಟಾಗ ಏಳಕ್ಕೆ ಐದು ನಿಮಿಷವಿತ್ತು. ನಡದೇ ಹೋಗಬೇಕಿತ್ತು. ಸಾವಕಾಶವಾಗಿ ಹೋದರೆ ಇಪ್ಪತ್ತು ನಿಮಿಷದ ಹಾದಿ. ಸ್ವಲ್ಪ ಹೆಜ್ಜೆಯ ವೇಗ ಹೆಚ್ಚಿಸಿದರೆ ಹದಿನೈದು ನಿಮಿಷದಲ್ಲಿ ತಲುಪಬಹುದು. ಏಳೂವರೆಯೊಳಗೆ ಅಲ್ಲಿರಬೇಕು.

"ರವಿ, ತಿಂಡಿ ತಿನ್ನು, ಫ್ಲಾಸ್ಕ್‌ನಲ್ಲಿ ಕಾಫಿ ಇದೆ. ಮೊಸರನ್ನ ಡಬ್ಬಿಗೆ ಹಾಕಿದ್ದೀನಿ. ಸ್ವಲ್ಪ ಮನೆಗೆ ಬೇಗ್ಬಾ" ಇದನ್ನೆಲ್ಲ ಹೇಳಿದ್ದು ಚಾರುಲತ ಅಲ್ಲ ರವಿ. "ಇಷ್ಟೇ ಅಲ್ಲ ಮಮ್ಮಿ ಇದಿಷ್ಟು ಮಾಡ್ತೀನಿ. ನಾನು ಹೇಳೋ ಪ್ರಕಾರ ಮಧ್ಯಾಹ್ನ ರಜ ಹಾಕ್ಬನ್ನಿ. ಇವತ್ತು ಹೋಟಲ್ ಪ್ಲಾಟಿನಂನಲ್ಲಿ ಸಂಜೆ ತಿಂಡಿ."

ಬಾಗಿಲು ದಾಟದ ಚಾರುಲತ ಹಿಂದಕ್ಕೆ ಹೋದರು. 'ರಜ ಕೊಡೋಲ್ಲ." ನೀನು ಹೋಗ್ಬಾ, ಸಂಜೆ ಯಾರಾದ್ರೂ ಮನೆಯಲ್ಲಿರೋದು ಒಳ್ಳೇದು" ಎಂದಾಗ ರವಿ ತಡೆದ.

"ಮಾ, ಮುರ್ಖು ಬಿಲ್‌ಕುಲ್ ಪಸಂದ್ ನಹೀ; ನೀನು ಬರಲೇಬೇಕು. ಅಲ್ಲಿ ಒಂಟೊಂಟಿ ಜನ ಹೋಗೋಲ್ಲ. ಪುಟ್ಟ ಮಕ್ಕು ತಾಯ್ತಂದೆಯರ ಜೊತೆ. ತಾಯ್ತಂದೆ ಯರು ತಮ್ಮ ಮಕ್ಕಳ ಜೊತೆ. ಕನಸು ಕಾಣೋ ದಂಪತಿಗಳು ಕಲ್ಪನೆಯಲ್ಲಿ ತೇಲಿ ಹೋಗೋ

ಜೋಡಿಗಳು ಇವರುಗಳ ಮಧ್ಯೆ ನಾನೊಬ್ನೇ ಹೋಗಿ ಏನ್ಮಾಡ್ಲಿ? ನೀನು ಬರಲೇಬೇಕು" ಒತ್ತಾಯದ ಹಿಂದೆ ಹಠವೂ ವ್ಯಕ್ತವಾಯಿತು. ಕಣ್ಣಿನಾಳದಲ್ಲಿದ್ದ ನೋವು ಚಾರುಲತ ಬಿಟ್ಟು ಬೇರೆಯವರು ಅರ್ಥಮಾಡಿಕೊಳ್ಳಲು ಸಾಧ್ಯವೇ?

"ಓಕೆ... ಓಕೆ... ಖಂಡಿತ ಬರ್ತಿನಿ" ಮಗನ ಕ್ರಾಪ್ ಕೆದರಿದರು. "ಒಂದು ಕಂಡಿಷನ್. ನೀನು ನಾನು ಹೇಳ್ದಂಗೆ ಕೇಳ್ಬೇಕು" ಮುಖದಲ್ಲಿ ಪಶ್ಚಾತ್ತಾಪ ನಟಿಸಿ ಕಿವಿಗಳನ್ನು ಹಿಡಿದುಕೊಂಡು ಮೂರು ಬಸ್ಕಿ ಹೊಡೆದ.

"ಶೋಭಾ, ಶೋಭಾ.. ನಿನ್ನ ಮಾತು ಮೀರಿದ್ದು ಎಂದಾದ್ರೂ ಉಂಟಾ? ಹಿಮಾಲಯ ಹಾರೂಂದ್ರೂ ರೆಡಿ" ಎಂದ. ಪ್ರೀತಿಯಿಂದ ಚಾರುಲತ ಕಿವಿ ಹಿಂಡಿ "ಬರ್ತಿನಿ..." ಐದು ನಿಮಿಷ ಕಳೆದುಹೋದದ್ದು ಗಮನಕ್ಕೆ ಬಂದಾಗ ಹೆಜ್ಜೆಯ ವೇಗ ಹೆಚ್ಚಿಸಿದರು.

ಇಂದು ಚಾರುಲತ ಮನ ಉಲ್ಲಾಸವಾಗಿತ್ತು. ಅಲ್ಲಿ ಮಗನ ಬಗೆಗಿನ ಪ್ರೀತಿಯ ಕಾರಂಜಿಗಳು. ಬರಡಾದ ಬದುಕಿನಲ್ಲಿ ರವಿ ಒಂದು ಆಶಾಕಿರಣ. ಶ್ರೀವಾಸ್ತವ ಕಹಿಯ ಜೊತೆ ಸಿಹಿಯಂಥ ರವಿಯನ್ನು ಮಾತ್ರ ಉಡುಗೊರೆ ಕೊಟ್ಟಿದ್ದರು.

ಸಿಟಿಯಿಂದ ಆಚೆ. ಆ ಸಮಯದಲ್ಲಿ ರಸ್ತೆಯಲ್ಲಿ ವಾಹನ ಸಂಚಾರದ ಜೊತೆ ಜನ ಸಂಚಾರವೂ ಕಡಿಮೆ. ಶಾಲೆಯ ಮೆಟಡೋರ್ ಓಡಾಟ ಅಷ್ಟೆ.

ಬೆಳಗಿನ ಪ್ರಶಾಂತ ಸಮಯ. ನಡೆಯಲು ಕೂಡ ಉತ್ಸಾಹ.

"ಚಾರು..." ಸ್ವರ ಹರಿದುಬಂದಾಗ ಚಾರುಲತ ನಿಂತುಬಿಟ್ಟರು. ಒಂದು ಹೆಜ್ಜೆ ಎತ್ತಿಡಲಾರದೆ ಹೋದರು. ಶ್ರೀವಾಸ್ತವ್ ಬೆನ್ನಿನಿಂದ ಶಾಲು ಇಳಿದುಬಿದ್ದಿತ್ತು. "ನನ್ನ ನೆನಪು ಪರಿಚಯವೊಂದೂ ನಿಂಗಿಲ್ಲ ಅಲ್ವಾ?" ನಾಲ್ಕು ಹೆಜ್ಜೆ ಮುಂದಕ್ಕೆ ನಡೆದು ಬಂದರು. "ನನ್ನ ಕಣ್ಣುಗಳ ನೋಡಿ ಹೇಳು..." ಚಾರುಲತ ತಲೆಯೆತ್ತಲಾರದೆ ಹೋದರು ಸಂತೋಷ, ಉದ್ವೇಗದ ಹಿಂದೆ ಭಯ. ಭಾಸ್ಕರ್ ಎಂದೂ ವಿಷಯ ಮುಚ್ಚಿಟ್ಟಿರಲಿಲ್ಲ. ವೈಭವೀಕರಿಸಿರಲಿಲ್ಲ. ಸತ್ಯವನ್ನು ಸ್ಪಷ್ಟವಾಗಿಯೇ ತಿಳಿಸಿದ್ದರು. "ಚಾರು, ನಿಜ್ವಾಗಿ ಶ್ರೀ ಕೃತಘ್ನನಲ್ಲ, ಕೆಟ್ಟವನಲ್ಲ. ಪರಿಸ್ಥಿತಿಗೆ ಬಂಧಿಯಾಗ್ಬಿಟ್ಟ" ಈ ಮಾತನ್ನು ಕೆಲವು ಸಲ ಹೇಳಿದ್ದರು.

ಶ್ರೀವಾಸ್ತವ ಮುಖದ ಮೇಲಿನ ಗಡಸುತನ, ಅತೃಪ್ತಿ. ಅಸಹನೆ ಕರಗಿ ಮಾಧುರ್ಯ ಮಿನುಗಿತು.

"ಏಯ್... ಚಾರು..." ಹಿಂದಿನ ತುಂಟತನದ ದನಿ "ಶ್ರೀ..." ಎರಡು ಕ್ಷಣಗಳಲ್ಲಿ ಶ್ರೀವಾಸ್ತವ ತೋಳಿನಲ್ಲಿದ್ದರು. ಯಾವುದೇ ಉದ್ವೇಗಕ್ಕೆ ಒಳಗಾಗದೆ ಶ್ರೀವಾಸ್ತವ "ಬಹಳ ವರ್ಷಗಳ ನಂತರ ಸಿಕ್ಕೇ. ನಿನ್ನ ಶ್ರೀ ಈಗ್ಲೂ ಹಾಗೇ ಇದ್ದಾನೆ!" ಬೆನ್ನು ಸವರುತ್ತಿದ್ದರು.

ಈಗ ಸುತ್ತಲಿನ ಪ್ರಪಂಚ ಸುಂದರವಾಗಿತ್ತು. ಅಚ್ಚಹಸಿರಿನಿಂದ ಕೂಡಿತ್ತು.

ಜೀವಂತವಾಗಿತ್ತು. ಗಾಳಿ ಕೂಡ ಸಂತೋಷವಾಗಿ ಬೀಸಿ ಶುಭ ಕೋರುತ್ತಿತ್ತು ಈ ಮಿಲನಕ್ಕೆ.

ನಿಮಿಷಗಳ ನಂತರ ಬೇರ್ಪಟ್ಟಾಗ ಶ್ರೀವಾಸ್ತವ ಮೋಹಕ ನೋಟ ಬೀರಿದರು. "ಏನೂ ಬದಲಾಗಿಲ್ಲ. ಅಂದಿನ ಕೆನ್ನೆಯ ಕೆಂಪು ಸ್ವಲ್ಪ ಕೂಡ ಮಸುಕಾಗಿಲ್ಲ" ಗೇಲಿ ಮಾಡಿದರು. ಈಗಲೂ ರಂಗಾಯಿತು ಚಾರುಲತ ಕೆನ್ನೆಗಳು.

"ನಂಗೆ ಶಾಲೆಗೆ ಹೊತ್ತಾಯ್ತು" ಎಂದಾಗ ಕೈ ಹಿಡಿದುಕೊಂಡರು. "ಬೇಡ ಚಾರು, ಇನ್ನು ಇರೋಷ್ಟು ದಿನವಾದ್ರೂ ಜೊತೆಯಾಗಿ ಇರೋಣ. ನಾನು ಈಗ ಯಾರನ್ನೂ ಲೆಕ್ಕಿಸೋಲ್ಲ" ದೃಢತೆ ಇತ್ತು.

ಫಳಫಳನೆ ಎರಡು ಕಣ್ಣೀರಿನ ಬಿಂದುಗಳು ಚಾರುಲತ ಕಂಗಳಿಂದ ಉರುಳಿದವು. "ಬೇಡ, ಇಷ್ಟು ದಿನ ಬೇರೆ ಬೇರೆ ಬದ್ಕಿಗೆ ಹೊಂದಿಕೊಂಡಿದ್ದೀವಿ. ಹಾಗೇ ಇದ್ದು ಬಿಡೋಣ" ಎಂದಕೂಡಲೇ ಶ್ರೀವಾಸ್ತವ ರೇಗಿದರು.

"ವಾಟ್ ನಾನ್ಸೆನ್ಸ್ ಯು ಆರ್ ಟಾಕಿಂಗ್. ಇನ್ನು ಆತ್ಮಕ್ಷೋಭೆ ಸಾಕು. ಭಾಸ್ಕರ ಎಲ್ಲಿ? ಅವನನ್ನು ಕೋರ್ಟಿಗೆ ಎಳೆಯದಿದ್ರೆ... ಕೇಳು."

ಚಾರುಲತ ತನ್ಮಯರಾಗಿ ಅವರನ್ನೇ ನೋಡಿದರು. ವರ್ಷಗಳು ಉರುಳಿದರೂ ಆ ಪ್ರೀತಿ, ಪ್ರೇಮ ಇನ್ನೂ ಜೀವಂತ.

"ಪ್ಲೀಸ್, ಸ್ವಲ್ಪ ಅರ್ಥಮಾಡ್ಕೊಳ್ಳಿ. ದೊಡ್ಡ ಅನಾಹುತಗಳು ನಮ್ಮ ಬದ್ಕಿನಲ್ಲಿ ನಡ್ಯೋದ್ಬೇಡ" ಚಾರುಲತ ಬೀಳ್ಕೊಟ್ಟು ನಡೆದರು. ಖಾಲಿಯಾಗಿದ್ದ ಹೃದಯ ಇಂದು ತುಂಬಿಕೊಂಡಿತ್ತು ಶ್ರೀವಾಸ್ತವಗೆ. ಆದರೂ ಯಾವುದೋ ಭಯ. 'ಡೋಂಟ್ ಕೇರ್' ಎನ್ನುವಂಥ ಆತ್ಮವಿಶ್ವಾಸ.

ಶ್ರೀವಾಸ್ತವ ಕಾರು ಹತ್ತಿದರು.

* * *

ಕೇಬಲ್ ಶ್ರೀವಾಸ್ತವ ಕೈಸೇರಿದಾಗ ದಿಢೀರ್ ನಿರ್ಧಾರದ ಬಗ್ಗೆ ಸಂಶಯಿಸಿದರು. ನಾಲ್ಕು ದಿನದ ಹಿಂದೆ ಫೋನ್‌ನಲ್ಲಿ ಅಚಲಾ ಅಣ್ಣ ರಾಜೇಂದ್ರ ಬರಲು ಒಂದೆರಡು ತಿಂಗಳುಗಳಾದರೂ ಬೇಕಾಗುತ್ತೆ ಎಂದು ಹೇಳಿದ್ದರು ಆದರೆ ಬದಲಾದ ಹಠಾತ್ ನಿಲುವಿನ ಬಗ್ಗೆ – ಹೆಚ್ಚು ತಲೆ ಕೆಡಿಸಿಕೊಳ್ಳಲು ಹೋಗಲಿಲ್ಲ.

ರೋಹಿತ್‌ನ ಕೂಗಿ ಹೇಳಿದರು. "ನಿಮ್ಮ ಅತ್ತೆ ಮಾವ, ಮಕ್ಳು ಬರ್ತಾರೆ. ಮಮ್ಮಿಗೆ ತಿಳ್ಸು" ಕೈಗೆ ಪತ್ರಿಕೆ ಎತ್ತಿಕೊಂಡರು.

ಸಂತೋಷದಿಂದಿದ್ದ ರೋಹಿತ್ ಕೋಪದಿಂದ ಕುದಿದ. "ಪಪ್ಪ ಅವ್ರಿಗೆ ಬೇರೆ ಮನೆ ವ್ಯವಸ್ಥೆನೇ ಮಾಡಿ. ಇಲ್ಲಿಗೆ ಅವ್ರುಗಳು ಬರೋದ್ಬೇಡ."

ಶ್ರೀವಾಸ್ತವ ಮುಖದ ಮುಂದೆ ಹಿಡಿದ ಪೇಪರ್ ಕೆಳಗಿಳಿಯಿತು. ಹುಬ್ಬುಗಳು

ಬೆಸೆದುಕೊಂಡು ಕಣ್ಣುಗಳು ಕಿರಿದಾದವು. ರಾಜಿಗೆ ಬಂದಂತೆ ಕಾಣುತ್ತಿದ್ದ ರೋಹಿತ್ ಪಟ್ಟಾಗಿ ಕೂಡುತ್ತಿದ್ದ. ಇದರ ಹಿನ್ನೆಲೆ ಏನು?

"ಅಪ್ಪ ನಿಧಾನವಾಗಿ ಯೋಚ್ಸಬಹುದ್ದು. ಮೊದ್ಲು ವಿಷ್ಯನ ಮಮ್ಮಿಗೆ ಮುಟ್ಸು" ಮತ್ತೆ ಪೇಪರ್ ಕೈಗೆತ್ತಿಕೊಂಡರು. "ಪ್ಲೀಸ್, ಡ್ಯಾಡಿ..." ಅವರ ಕೈಯಲ್ಲಿನ ಪೇಪರ್ ಕಿತ್ತುಕೊಂಡ. ಅವನಲ್ಲಿನ ಮೃದುಗುಣಗಳು ಸತ್ತು ಬೇಗ ಒರಟಾಗಿಬಿಡುತ್ತಿದ್ದ ಈ ನಡುವೆ ಕಪಾಳಕ್ಕೆ ಬಾರಿಸುವಷ್ಟು ಕೋಪ ಶ್ರೀವಾಸ್ತವಗೆ. "ಯೂ ಬ್ಲಡೀ, ಗೆಟ್ಔಟ್. ನನ್ನ ರೇಗಿಸ್ಬೇಡ" ಒಳಗಿನ ಉಸಿರನ್ನು ಎಳೆದುಕೊಂಡರು.

ಮೂರು ದಿನದಿಂದ ಅವರು ಅಪಾರವಾದ ದುಃಖದ ಕಡಲಲ್ಲಿ ಮುಳುಗಿ ಹೋಗಿದ್ದರು. ಇಡೀ ಭಾಸ್ಕರ್ ಫ್ಯಾಮಿಲಿಯೇ ಇಲ್ಲಿರಲಿಲ್ಲ. ಯಾರಿಂದಲೋ ಡೈರಿ, ರವಿ ಕೆಲಸ ಮಾಡುತ್ತಿದ್ದ ಪ್ರೆಸ್‌ನಿಂದ ಕೂಡ ವಿಷಯ ಕಲೆಕ್ಟ್ ಮಾಡಲು ಪ್ರಯತ್ನಪಟ್ಟಿದ್ದರು. ಯಾರಿಗೂ ಗೊತ್ತಿಲ್ಲ. ಮನೆಯನ್ನ ತೀರಾ ಕಡಿಮೆ ಬೆಲೆಗೆ ಮಾರಿಬಿಟ್ಟಿದ್ದರು. 'ಭಾಸ್ಕರ್, ನಿನ್ನದು ಪೂರ್ತಿ ಅಲೆಮಾರಿಯ ಬದುಕಾಯಿತು.' ಎರಡು ಸಲವೂ ಕಾರಣ ತಾವೇ. 'ಅಂದು ಹಠ ಮಾಡಿ ಚಾರುಲತನ ಮದ್ವೆಯಾಗದಿದ್ದರೇ ಹೇಗೋ ಹಳ್ಳಿಯಲ್ಲಿ ಇರುತ್ತಿದ್ದ. ಮತ್ತೆ ಚಾರುಲತನ ಭೇಟಿಯಾಗದಿದ್ದರೇ ಇಲ್ಲಿಂದ ಹೋಗುತ್ತಿರಲಿಲ್ಲ. ಅವರುಗಳ ನೆಮ್ಮದಿಯ ಬದುಕಿಗೆ ನಾನೇ ಬೆಂಕಿ.'

ರೋಹಿತ್ ಏನೋ ಆಗ ಹೋದ. ಮತ್ತೆ ಹತ್ತು ನಿಮಿಷದ ನಂತರ ಬಂದ. ಅಸ್ತವ್ಯಸ್ತವಾದ ಕ್ರಾಪ್‌ನಂತೆಯೇ ಅವನ ಮನಸ್ಥಿತಿಯೂ ಕೂಡ ಅನ್ನಿಸಿತು.

"ಪಪ್ಪ..." ಅವರ ಹತ್ತಿರಕ್ಕೆ ಬಂದ. "ನಂಗೆ ಆ ಜನ ಬೇಕಿಲ್ಲ. ಹೇಗಾದ್ರೂ ಅವಾಯ್ಡ್ ಮಾಡಿ. ನಿಮ್ಮ ಮಗನಿಗಾಗಿ ಅಷ್ಟು ಮಾಡಲಾರಿರ?" ದೈನ್ಯದಿಂದ ಕೇಳಿ ಕೊಂಡಾಗ ಅವರ ಕರುಳು ಚುರುಕ್ ಎಂದಿತು. ಹೇಗೆ ಹೇಳಿಯಾರು? ಬೇರೆ ದೇಶದಲ್ಲಿರೋ ಸೋದರಮಾವ, ಅವರ ಮಕ್ಕಳ ಬಗ್ಗೆ ಇವನಿಗ್ಯಾಕೆ ದ್ವೇಷ, ತಿರಸ್ಕಾರ?"

ಅವನ ಭುಜದ ಮೇಲೆ ಕೈಯಿಟ್ಟು ಪ್ರೀತಿಯ ನೋಟ ಬೀರಿದರು. "ಏನಾಗಿದೆ ರೋಹಿತ್? ಅವ್ರುಗಳು ನಿನ್ನ ಸ್ವಂತದ ಜನ. ತೀರಾ ರಕ್ತಸಂಬಂಧಿಗಳು. ಅವರಾಗಿ ಅವರು ಬರುವಾಗ, ನಾವು ಉದಾಸೀನ ಮಾಡುವುದು ಎಷ್ಟು ಸರಿ?" ರೋಹಿತ್ ತಲೆ ಕೊಡವಿದ ನೋವಿನಿಂದ.

ತಕ್ಷಣ ಅವರ ಕಾಲುಗಳನ್ನು ಹಿಡಿದುಕೊಂಡುಬಿಟ್ಟ. "ಬೇಡ ಪಪ್ಪ. ಈ ಮನೆಗೆ ಅವರುಗಳು ಬಂದು ಬೀಡು ಬಿಟ್ಟರೆ ಮತ್ತೆಂದೂ ಹೋಗೋಲ್ಲ. ಅದ್ಕೆ ಅವಕಾಶ ಕೊಡ್ಬೇಡಿ" ನಿಖರವಾಗಿ ಹೇಳಿದ. ಶ್ರೀವಾಸ್ತವಗಂತು ಆಶ್ಚರ್ಯ!

ಹಿಂದೆ ಅವರುಗಳು ಬಂದಾಗ ಪಿಕ್‌ನಿಕ್, ಫಿಲಂ, ಸೈಟ್ ಸೀಯಿಂಗ್ ಅಂತ ಓಡಾಡುತ್ತಿದ್ದ. ಅವರುಗಳು ಇಲ್ಲೇ ಬಂದು ನೆಲೆಸುವ ವಿಷಯ ಪ್ರಸ್ತಾಪವಾದಾಗಲೇ ಅವನ ವಿರೋಧ ವ್ಯಕ್ತವಾದದ್ದು.

ಈ ವಿಷಯದಲ್ಲಿ ನೇರವಾಗಿ ಅವರು ಪ್ರಸ್ತಾಪ ಮಾಡಿದರೇ ಸಿಡಿಮದ್ದಿನ ಕೋಟೆಗೆ ಬೆಂಕಿ ಬಿದ್ದಂತೆ. ಅಚಲಾ ಈಗಾಗಲೇ ಅಣ್ಣನ ಸಂಸಾರಕ್ಕಾಗಿ ಸಡಗರ, ಸಂಭ್ರಮ ದಿಂದ ಮುಂದಿನ ಎರಡು ರೂಮುಗಳ ಜೊತೆ ಮೇಲೊಂದು ರೂಮನ್ನು ಸಜ್ಜುಗೊಳಿಸು ತ್ತಿದ್ದರು.

ಎಬ್ಬಿಸಿ ಸಮಾಧಾನಿಸಿ ಅಚಲಾನ ಕರೆತರಲು ಅವನನ್ನೇ ಕಳಿಸಿದರು. ಶ್ರೀವಾಸ್ತವ ರಿಗೆ ಎಲ್ಲದರ ಮೇಲೂ ದಿವ್ಯ ನಿರ್ಲಕ್ಷ್ಯ. ಈ ಸಂಕೋಲೆಯಿಂದ ತಪ್ಪಿಸಿಕೊಂಡು ದೂರ ಓಡಿಬಿಡಬೇಕೆಂಬ ಇಚ್ಛೆ.

ತಾಯಿ, ಮಗ ಕೂಡಿಯೇ ಬಂದರು. ಕೆಲವು ಕ್ಷಣದ ಮೌನದ ನಂತರ ಶ್ರೀವಾಸ್ತವ ತಾವೇ ಮಾತು ಆರಂಭಿಸಿದರು.

"ಅವ್ರುಗಳು ಇಲ್ಲೇ ಇರೋಕೆ ರೋಹಿತ್ ಇಷ್ಟಪಡ್ತಾ ಇಲ್ಲ. ಹಿಂದಿನ ಮನನ ಅವ್ರಿಗಾಗಿ ಸಿದ್ಧಪಡಿಸೋಣ. ಹೆಚ್ಚು ದೂರ ಇರೋಲ್ಲ. ಆ ಮನೆ ಈ ಮನೆಯ ಓಡಾಟದಲ್ಲಿ ಒಂದಿಷ್ಟು ಛೇಂಜ್ ಸಿಕ್ಕುತ್ತೆ" ಅತ್ಯಂತ ಸಮಾಧಾನವಾಗಿಯೇ ವಿವರಿಸಿದರು.

ಅಚಲಾ, ರೋಹಿತ್, ಶ್ರೀವಾಸ್ತವರನ್ನ ಬದಲಿಸಿ ಬದಲಿಸಿ ನೋಡಿದರು. ಈಗ ಒಪ್ಪಿಕೊಂಡರೇ ಮೊದಲ ಸೋಲೆನಿಸಿತು. ಸಾಧ್ಯವೂ ಇರಲಿಲ್ಲ.

"ನಾನು ಒಪ್ಪೋಲ್ಲ. ಇಷ್ಟು ದೊಡ್ಡ ಬಂಗ್ಲೆಯಲ್ಲಿ ಜನರಿದ್ದರೇನೇ... ಚೆನ್ನ. ಅವುಗಳಿಂದ ಅವ್ನಿಗೇನು ತೊಂದರೆ ಇಲ್ಲ." ಅವರನ್ನ ಸಮರ್ಥಿಸಿಕೊಂಡರು. ಇಂಥ ಕೆಟ್ಟ ಹಠ ಇವಳಲ್ಲಿ ಹೇಗೆ ನುಸುಳಿತು?

ರೋಹಿತ್ ಕಡೆ ನೋಡಿದರು. ಪೆಚ್ಚಾಗಿದ್ದಂತೆ ಕಂಡ. ಕೆಟ್ಟ ತಲೆನೋವೆನಿಸಿತು.

"ಹೇಗೋ... ಏನೋ... ಇಬ್ರೂ ರಾಜಿಯಾಗಿ. ಬಂದವರ ಮುಂದೆ ಗಲಾಟೆ ಬೇಡ. ಕೇಬಲ್ ಸುದ್ದಿ ಮುಟ್ಟಿತಾ?" ಹೆಂಡತಿಯ ಕಡೆ ತಿರುಗಿದರು. ಯಾವುದೇ ಪ್ರತಿಕ್ರಿಯೆ ಬರದಾಗ ನಿಸ್ಸಹಾಯಕತೆಯ ನೋಟಚೆಲ್ಲಿದರು ರೋಹಿತ್ ಕಡೆಗೆ.

ಅವನು ಬುಸುಗುಟ್ಟುತ್ತಿದ್ದ. "ಅವ್ರು ಇಲ್ಲಿ ಬರೋಕೆ ನಾನು ಬಿಡೋಲ್ಲ. ಬೇಕಿದ್ರೆ ಪೊಲೀಸ್ ಸಪೋರ್ಟ್ ತಗೋತೀನಿ" ಛಾಲೆಂಜ್ ಎಸೆದ ಇಬ್ಬರೂ ಅವಾಕ್ಕಾದರು.

ಕಾನೂನು, ಪೊಲೀಸ್ ಬಗೆಗೆ ಮಾತಾಡುವಷ್ಟು ಪ್ರಬುದ್ಧನಾದನೆ? ಇದೆಲ್ಲ ಯಾರದೋ ಚಿತಾವಣೆ. ಈಗ ಅವರಿಗೆ ಅಪರಾಧಿಯಾಗಿ ಕಂಡಿದ್ದು ರವಿ.

"ಈ ಮಸಲತ್ತು ಎಲ್ಲಾ ರವೀದೆ! ಅಪ್ಪ ಮಗನಿಗೆ ಅವನನ್ನು ಕಂಡ್ರೆ ಇಷ್ಟ. ಮೆಜಾರಿಟಿ ಅವನ ಕಡೆಗೆ. ಅವುಗಳು ಬಂದು ಇಲ್ಲಿ ನಿಂತರೇ... ನಾನು ಬಲವಾಗ್ತಿನೀಂತ ತಾನೇ ನಿಮ್ಮ ಪ್ಲಾನ್?" ಗುರಿ ಇಟ್ಟು ಎಸೆದರು. ಈಗಾಗಲೇ ನೊಂದಿದ್ದ ಶ್ರೀವಾಸ್ತವ ಕುಗ್ಗಿಹೋದರು.

"ಛಿ, ಮನುಷ್ಯನ ಕಲ್ಪನೆಗೂ ಒಂದು ಮಿತಿ ಇರುತ್ತೆ. ಅನವಶ್ಯಕವಾಗಿ ಈ ವಿಷ್ಯ

ದಲ್ಲಿ ರವೀನ ಯಾಕೆ ಎಳೀತೀಯಾ? ಅವ್ನಿಗೆ ಇಲ್ಲಿ ಸಿಕ್ಕೋದೇನಿದೇ?'' ಹುಬ್ಬು ಗಂಟಿಕ್ಕಿದರು.

ಅಚಲಾ ಮುಖ ಇನ್ನಷ್ಟು ಬಿಗಿದುಕೊಂಡಿತು.

''ಮಗನಿಗೆ ಪಿ.ಎ. ಮಾಡ್ತೀನೀಂತ ಆಫರ್ ಮಾಡಿದ್ರಿ. ನಾಳೆ ಎಂ.ಡಿ. ಸೀಟು ಕೊಡಿ'' ಹಂಗಿಸಿದರು. ಶ್ರೀವಾಸ್ತವ ರೆಟ್ಟೆ ಹಿಡಿದು ಎಳೆದೊಯ್ದು ಬಾಗಿಲು ಹಾಕಿದರು.

'ಬೆಸ್ಟ್ ಫೇರ್, ಆದರ್ಶ ದಂಪತಿಗಳು'ಗಳ ಅವಾರ್ಡ್‌ಗೆ ಗಂಧದ ಕಟ್ಟು ಹಾಕಿಸಿದ್ದ ದೊಡ್ಡ ಪ್ರೇಮ್ ಅವರ ಗಮನ ಸೆಳೆಯಿತು. ಅಚಲಾಗೆ ಅದೆಂದರೆ ಅಚ್ಚುಮೆಚ್ಚು. ಪ್ರತಿದಿನ ಆಕೆಯೇ ಒರೆಸಿಡುತ್ತಿದ್ದರು.

ನಿಧಾನವಾಗಿ ಕಟ್ಟುಬಿಚ್ಚಿ ಹರಿದು ಚೂರು ಮಾಡಿ ಕಸದಬುಟ್ಟಿಗೆ ಹಾಕಿದರು. ತಮ್ಮನ್ನ ತಾವು ವಂಚಿಸಿಕೊಳ್ಳುವುದಕ್ಕಿಂತ ಹೀನ ಮನಸ್ಸತ್ವ ಬೇರಿಲ್ಲವೆನಿಸಿತು.

ರೋಹಿತ್ ಗಾಬರಿಯಾದ. "ಪಪ್ಪ ನೀವು ಹರೀಬಾರ್ದಿತ್ತು. ಅಮ್ಮನಿಗೆ ಆ ಸರ್ಟಿಫಿಕೇಟ್ ಬಗ್ಗೆ ತುಂಬ ಹೆಮ್ಮೆ ಅಕ್ಕರೆ, ತುಂಬ ನೊಂದ್ಕೋತಾಳೆ'' ಎಂದ ಅವನಿಗೆ ಹೆಚ್ಚು ಇಷ್ಟವಾದ ಸಮಯದಲ್ಲಿಯೇ ಅವು 'ಅಮ್ಮ' ಎಂದು ಸಂಬೋಧಿಸುತ್ತಿದ್ದುದು. ಶ್ರೀವಾಸ್ತವ ಏನೂ ಪ್ರತಿಕ್ರಿಯೆ ವ್ಯಕ್ತಪಡಿಸಲಿಲ್ಲ.

ಮಗನ ಕಡೆ ತಿರುಗಿದರು. "ನೀನು, ನಿನ್ನ ಮಮ್ಮಿ ಇಬ್ರೂ ನನ್ಮಾತು ಕೇಳೊಲ್ಲ! ಇಬ್ರೆ, ಮಾತಾಡಿ ಡಿಸೈಡ್ ಮಾಡಿ'' ತಣ್ಣಗೆ ನುಡಿದು ರೋಹಿತ್‌ಗೆ ಹೋಗುವಂತೆ ಸನ್ನೆ ಮಾಡಿದರು.

ಹೊರಟವನನ್ನು ಶ್ರೀವಾಸ್ತವ ಮಾತುಗಳು ನಿಲ್ಲಿಸಿದವು. "ನಂಗೆ ಇನ್ನೂ ಕೆಲವು ದಿನಗಳಾದ್ರೂ ಬದ್ಕೋ ಆಸೆ ಇದೆ. ತಾಯಿ, ಮಗ ಸೇರ್ಕೊಂಡ್ ನನ್ನ ಸಾವಿಗೆ ದೂಡೋ ಪ್ರಯತ್ನ ಮಾಡ್ಬೇಡಿ'' ಮಗನಿಗೆ ಬೆನ್ನು ಹಾಕಿ ಹೇಳಿದವರು ಹೋಗುವಂತೆ ಕೈಯಿಂದಲೇ ಸನ್ನೆ ಮಾಡಿದರು.

ಕುರ್ಚಿಗೆ ಒರಗಿದ ಶ್ರೀವಾಸ್ತವ ಕಣ್ಣೀರು ಸುರಿಸಿದರು. ಅಚಲಾ ಕುತ್ತಿಗೆಗೆ ತಾಳಿ ಕಟ್ಟಿದಂದೇ ತಮ್ಮ ಆಸೆ, ಕನಸುಗಳ ಜೊತೆ ವ್ಯಕ್ತಿತ್ವವನ್ನು ಗಾಳಿಗೆ ತೂರಿದ್ದರು. ಹೆಂಡತಿ ನಕ್ಕಾಗ ನಕ್ಕು, ಮಾತಾಡಿಸಿದಾಗ ಮಾತಾಡಿ, ಬೇಕೆನಿಸಿದಾಗ ಸೇರಿ ತಾವು ಜೀತದ ಆಳಾಗಿಬಿಟ್ಟಿದ್ದರು. ಮೇಲ್ಮುಖದ ಬದುಕಿನಲ್ಲಿ ತೃಪ್ತಿ ಎಂಬ ಭ್ರಮೆ ಇತ್ತು. ಹೊರಗಿನ ಪ್ರಪಂಚಕ್ಕೆ ಹಾಗೇ ಕಾಣುತ್ತಿತ್ತು. ಹೃದಯ, ಮನಸ್ಸುಗಳು ಹಾಯಾಗಿ ನಿದ್ರಿಸಿಬಿಟ್ಟಿದ್ದವು. ಮಿದುಳೊಂದೇ ಇಷ್ಟು ವರ್ಷ ಕ್ರಿಯಾಶೀಲವಾಗಿದ್ದುದು.

ಯಾಕೋ ಅಚಲಾ ಮೇಲಿನ ಸಂದೇಹ ದಟ್ಟವಾಯಿತು. ಆ ಇಡೀ ಸಂಸಾರ ಕಾಣೆಯಾದ್ದುದ್ದಕ್ಕೆ ಈಕೆ ಎಷ್ಟರಮಟ್ಟಿನ ಹೊಣೆ? ಅವಿವೇಕದ ಆಪಾದನೆ ಹೊರಿಸಲಾರರು.

* * *

ಊಟ ಬೇಡವೆಂದ ಶ್ರೀವಾಸ್ತವ ಉಡುಪು ಧರಿಸಿ ಹೊರಹೊರಟಾಗ ಅಚಲಾ ಬಂದರು.

"ನಾನು... ಬರ್ತೀನಿ" ಎಂದರು ಅಚಲಾ. ಶ್ರೀವಾಸ್ತವ ಆಕೆಯತ್ತ ನೋಟ ಹರಿಸದೇ "ಎಲ್ಲಿಗೆ? ನಾನು ಯಾವ್ದೇ ಪಾರ್ಟಿ ಅಟೆಂಡ್ ಮಾಡೋಕೆ ಹೋಗ್ತಾಯಿಲ್ಲ" ಸೀರಿಯಸ್ಸಾಗಿ ಕೇಳಿ ಹೊರನಡೆದರು.

ಎಂದಿನಂತೆ ಡ್ರೈವರ್ ಓಡಿಬರಲಿಲ್ಲ. ಸ್ವಿಚ್ ಬೋರ್ಡಿನಲ್ಲಿ ಕೀಬಂಚ್ ಇರಲಿಲ್ಲ. ಆಳಿಗೆ ಹೇಳಿದರು. "ಹೋಗಿ ಕೀ ಬಂಚ್ ತಗೊಂಡ್ಬಾ..." ಹೋದ ಅನು ಬರೀ ಕೈಯಲ್ಲಿ ಹಿಂದಿರುಗಿದ. "ಅಮ್ಮಾವರು ಇಲ್ಲಾಂದ್ರು..." ಆಳುಗಳ ಮುಂದೆ ತೀರಾ ಕೇವಲವಾಗಿ ಬಿಡಲು ಅವರಿಗಿಷ್ಟವಿರಲಿಲ್ಲ. ಒಳಗಡೆ ಬಂದು ಆಫೀಸ್‌ಗೆ ಕಾರಿಗೆ ಫೋನ್ ಮಾಡಿದರು.

ಹತ್ತು ನಿಮಿಷದಲ್ಲಿ ಬಂತು. ಡ್ರೈವರ್ ಇಳಿದುಬಂದಾಗ ಹೇಳಿದರು. "ಕೀ ಬಂಚ್ ಕಳೆದಿದೆ, ತಗೊಂಡ್ಹೋಗಿ ಷೆಡ್‌ಗೆ ತಳ್ಳು."

ಐದು ನಿಮಿಷದಲ್ಲಿ ಕಾರು ಕಣ್ಮರೆಯಾಯಿತು. ಅಚಲಾ ಹೊರಬಂದವರು ಕೀ ಬಂಚ್‌ನ ಕೆಳಗೆ ಹಾಕಿದರು.

"ಸಿಕ್ತು, ಗ್ಯಾರೇಜ್‌ಗೇನು ತಳ್ಳೋದ್ಬೇಡ ನೀನ್ಹೋಗು" ಎಂದು ಅವನನ್ನು ಕಳುಹಿಸಿ ಬಿಟ್ಟರು. ರೋಹಿತ್ ಹಠವೊಂದು ಕಡೆ. ಆಗಾಗ ಕಣ್ಮುಂದೆ ಸುಳಿದು ಮರೆಯಾಗುವ ರವಿಯೊಂದು ಕಡೆ. ತಲೆ ಕೆಟ್ಟಂತಾಗಿತ್ತು.

ಆಪಾದನೆಯನ್ನೇನೋ ಮುಲಾಜಿಲ್ಲದೆ ಹೊಡಿಸಿದ್ದರು. ಸಾಬೀತು ಮಾಡುವುದು ಆಕೆಗೆ ಕಷ್ಟ. ರವಿ ಈಚೆಗೆ ಬಂದಿರಲಿಲ್ಲ ಮಾತ್ರವಲ್ಲ. ಅವನ ಕುಟುಂಬ ಪೂರ್ತಿ ಈ ಊರು ಬಿಟ್ಟುಹೋಗಿದ್ದರು ಎನ್ನುವ ಸುದ್ದಿ ಕೂಡ ಆಕೆಯ ಕಿವಿ ಮುಟ್ಟಿತ್ತು. ಎಲ್ಲಿಗೆ ಹೋಗಿರ ಬಹುದು? ಅದರಲ್ಲಿ ಶ್ರೀವಾಸ್ತವರ ಕೈವಾಡವೇನಾದರೂ ಇದೆಯೇ? ಮನ ಒಪ್ಪಲಿಲ್ಲ. ಈಚೆಗೆ ಅವರ ಮಾತು, ವ್ಯವಹಾರವೆಲ್ಲ ಸಾಫ್‌ಸೀದಾ. ಸತ್ಯ ಕಹಿಯಾಗಿದ್ದರೂ ಹೇಳಲು ಹಿಂಜರಿಯುತ್ತಿರಲಿಲ್ಲ.

"ಯಾಕೆ, ಆ ಫ್ರೇಮ್‌ನ ಹಾಳು ಮಾಡಿದ್ರಿ. ಎಷ್ಟೋ 'ಫೇರ್'ಗಳಲ್ಲಿ ಮೊದಲನೆಯ ದಾಗಿ ಆಯ್ಕೆಯಾದವು ನಾವು. ಅದು ಪ್ರತಿಷ್ಠಿತ ಅವಾರ್ಡ್" ಎಂದಾಗ ಶ್ರೀವಾಸ್ತವ ನಕ್ಕುಬಿಟ್ಟರು.

"ಕೋಪದಿಂದ ಮಾಡಿದ್ದಲ್ಲ. ವಿವೇಚಿಸಿಯೇ ಹಾಳು ಮಾಡಿದ್ದು. ಕೊಟ್ಟವ್ರು ದಾರಿ ತಪ್ಪಿದ್ರೂಂದ್ರೆ... ಪಡೆದವ್ರು ಮೋಸ ಮಾಡ್ಕೊಬಾರ್ದು. ಆದು ನಮಗಲ್ಲ. ಅವ್ರುಗಳ ಉದ್ದೇಶವೇ ಸಫಲವಾಗ್ಲಿಲ್ಲ" ಕಹಿ ಹರಿದಾಡಿತ್ತು ಅವರ ಮುಖದ ಮೇಲೆ. ಅವಮಾನಿಸು ವುದು, ಹಂಗಿಸುವುದು ಅವರ ಉದ್ದೇಶವಲ್ಲವೆಂದು ಅಚಲಾಗೆ ಅರಿವಿತ್ತು. ಅಂದರೆ... ಆಕೆ ಮುಂದಕ್ಕೆ ಯೋಚಿಸಲು ಹಿಂಜರಿಯುತ್ತಿದ್ದರು.

ಆ ಘಟನೆಯ ನಂತರ ಶ್ರೀವಾಸ್ತವ ಬೇರೆಯ ಕೋಣೆಯಲ್ಲಿ ಮಲಗುತ್ತಿದ್ದರು.

ಮಾತು ಪೂರ್ತಿ ಕಡಿಮೆ. ಅಗತ್ಯವಿದ್ದಾಗ ನಗಲು ಸಹ ಅವರ ತುಟಿಗಳು ಹಿಂಜರಿಯುತ್ತಿದ್ದವು.

"ಸಾರಿ, ಅಚಲಾ... ತಪ್ಪು ನನ್ನದಾದ್ರೂ ಶಿಕ್ಷೆ ನಿನಗೆ. ಇದ್ನ ಏನಂತಾರೋ ನಂಗೆ ಗೊತ್ತಿಲ್ಲ. ಕ್ಷಮ್ಸಿಬಿಡು" ಎರಡು ದಿನದ ಹಿಂದೆ ಹೇಳಿದ್ದರು. ಬಹುಶಃ ಆಕೆ ಶ್ರೀವಾಸ್ತವ್‌ಗಿಂತ ಮುಂದಿನ ಭವಿಷ್ಯ, ಶ್ರೀ ಎಲೆಕ್ಟ್ರಾನಿಕ್ಸ್ ಬಗ್ಗೆ ಯೋಚಿಸುತ್ತಿದ್ದರು.

ಕೇಬಲ್ ಪ್ರಕಾರ ಹಿಂದಿರುಗದ ಅಚಲಾ ಅಣ್ಣನ ಫ್ಯಾಮಿಲಿ ಇನ್ನು ಹದಿನೈದು ದಿನ ಮುಂದಕ್ಕೆ ಹಾಕಿದ ವಿಷಯ ತಿಳಿಸಿದ್ದರು. ಅಂದು ಒಂದೇ ಸಿಡಿಮಿಡಿ ಅಚಲಾದು.

ಫೋನ್‌ನಲ್ಲಿ ಗಟ್ಟಿಯಾಗಿ ಹೇಳುತ್ತಿದ್ದರು. "ಇಲ್ಲಿ ನಾನು ಕಾಯ್ತಾ ಇದ್ದೀನಿ. ನೀನು ಬರೋದು ಯಾಕೆ ಮುಂದಕ್ಕೆ ಹಾಕ್ದೇ? ಅವ್ರು ಈಗ ಸರ್ರ್ಯಾಗಿಲ್ಲ. ನಂಗೇನೋ ಅನುಮಾನ. ಒಂದ್ಸಲ ಹಾರ್ಟ್ ಅಟ್ಯಾಕ್ ಆದ್ಮೇಲೆ ಅವ್ರ ಬಗ್ಗೆ ನಂಗೆ ಭರವಸೆಯೇ ಇಲ್ಲೇ ಹೋಗಿದೆ."

ಅಷ್ಟೊತ್ತಿಗೆ ಬಂದ ಶ್ರೀವಾಸ್ತವ ಅಲ್ಲೇ ನಿಂತರು. 'ರವಿ'ಯ ಪ್ರಸ್ತಾಪ ಎರಡು ಮೂರು ಸಲ ಆಯಿತು. ಅವರು ಬರುವುದನ್ನೇ ವಿರೋಧಿಸುತ್ತಿದ್ದ ರೋಹಿತ್ ಸುದ್ದಿ ಎತ್ತಲಿಲ್ಲ. ಅವರ ಗಂಟಲಲ್ಲಿ ಏನೋ ಹಿಡಿದಂತಾಯಿತು. ಮರಳುಗಾಡಿನಲ್ಲಿ ನಿಂತು ತಾನು ಅಚ್ಚ ಹಸುರಿನ ಭ್ರಮೆಯಲ್ಲಿ ತೇಲಿಹೋದೆನೇನೋ!

ಕೆಮ್ಮಿ ಗಂಟಲು ಸರಿಪಡಿಸಿಕೊಂಡಾಗ ಅಚಲಾ ರಿಸೀವರ್ ಇಟ್ಟರು. "ಅನಗತ್ಯವಾಗಿ ರವಿಯ ವಿಷಯ ಯಾಕೆ ಎಳೀತೀಯಾ? ಅವನೇನು ಈ ಮನೆಯಲ್ಲಿದ್ದಾನಾ? ಅಥವಾ ನಿನ್ನ ರೋಹಿತ್ ಹಾಗೇ ಅವರ್ಮೇಲೆ ಹಾರಾಡ್ತಾ ಇದ್ದಾನಾ? ಪದೇಪದೇ ಅವ್ನ ಹೆಸರೆತ್ತೋದು ನಂಗೆ ಇಷ್ಟವಾಗೋಲ್ಲ!" ಕೋಪದಿಂದ ಹೇಳಿದರು.

ಅಚಲಾ ಮೊದಲು ಪೆಚ್ಚಾದರು. ಆದರೆ ರವಿಯನ್ನು ವಹಿಸಿಕೊಂಡಾಗ ಅವರಿಗೆ ಸರಿಕಾಣಲಿಲ್ಲ. 'ನಿನ್ನ ರೋಹಿತ್' ಎಂದಿದ್ದು ಬೆಂಕಿಯ ಮೇಲೆ ತುಪ್ಪ ಹಾಕಿದಂತಾಗಿತ್ತು.

ಬಿಚ್ಚುತ್ತಿದ್ದ ಟೈಯನ್ನು ಕಿತ್ತು ದೂರ ಎಸೆದ ಅಚಲಾ. "ನಿಮ್ಮ ರವಿಯ ಮೇಲೆ ಈ ಅಭಿಮಾನ ಯಾಕೆ? ಕದ್ದುಮುಚ್ಚಿ ನಾಟ್ಕ ಆಡೋರ ಕಂಡರೆ... ನಂಗೆ ರೋಷ. ರೋಹಿತ್ ನನ್ಮಗ, ರವಿ ನಿಮ್ಮಮಗಾನಾ?" ಎಂದಾಗ ಆ ಸಮಯದಲ್ಲೂ ಶ್ರೀವಾಸ್ತವ ತುಟಿಯಂಚಿನಲ್ಲಿ ಕೆಳನಗು ಮಿನುಗಿತು. "ಹೌದು..." ತಣ್ಣಗೆ ಉಸುರಿದರು.

ಅನಿರೀಕ್ಷಿತವಾಗಿ ಬಾಂಬ್ ಆಸ್ಫೋಟನೆಯಾದಂತಾಯಿತು ಅಚಲಾಗೆ. ಅಂಥದ್ದನ್ನು ಅವರು ಊಹಿಸಲು ಸಾಧ್ಯವಿರಲಿಲ್ಲ.

"ನಾನು ನಂಬೋಲ್ಲ!" ಎರಡೂ ಕಿವಿಮುಚ್ಚಿ ಕಿರುಚಿದರು. "ಇದು ಸಾಧ್ಯಾನೇ ಇಲ್ಲ. ನಾನು ಒಪ್ಪೋಲ್ಲ. ಯಾರೂ ಒಪ್ಪೋಲ್ಲ. ಇವೆಲ್ಲ ನಿಮ್ಮ ಪ್ಲಾನ್."

ನಿರ್ಲಿಪ್ತ ನೋಟ ಬೀರಿದರು ಹೆಂಡತಿಯ ಕಡೆಗೆ. "ಏನಾದ್ರೂ ಅಂದ್ಕೋ. ಅನವಶ್ಯಕವಾಗಿ ರವಿ ಪ್ರಸ್ತಾಪ ಮಾಡ್ಬೇಡ. ನೀನು ರೋಹಿತ್‌ನ ನೋಡ್ಕೊ ಸಾಕು." ಕ್ಲಿಷ್ಟವಾದುದ್ದನ್ನು ಸರಳವಾಗಿ ಹೇಳಿದರು.

ಮತ್ತೆ ಶ್ರೀವಾಸ್ತವರ ಮುಂದೆ ಬಂದು ನಿಂತರು. "ರವಿ, ನಿಮ್ಗೇ ಏನಾಗ್ಬೇಕು?" ಸಹಾನುಭೂತಿಯಿಂದ ನೋಡಿದರು ಶ್ರೀವಾಸ್ತವ. "ನೀನ್ಯಾಕೆ ರವಿ ಬಗ್ಗೆ ತಲೆ ಕೆಡಿಸ್ಕೋತೀಯಾ? ಅವ್ನು ನಿನ್ನ ಕನಸ್ಸಿನಲ್ಲಿ ಬರೋಕು ಇಷ್ಟಪಡೋಲ್ಲ" ಸ್ವರ ಮೊನಚಾಗಿತ್ತು. ಭರ್ಜಿಯಂತೆ ಇರಿಯಿತು.

"ಅಂದರೇ... ಅಮ್ಮ ನನ್ನನ್ನ ದ್ವೇಷಿಸ್ತಾನೆ!" ಅಚಲಾ ರಾಗ ಎಳೆದಾಗ ತಲೆ ಕೆಟ್ಟಂತಾಯಿತು ಶ್ರೀವಾಸ್ತವರಿಗೆ. "ಕೀಪ್ ಕ್ವೈಟ್, ಸುಮ್ನೆ ಇರೋಕೆ ನಿಂಗೇನು ಕೊಡ್ಬೇಕು? ಯಾಕೆ ಸುಮ್ನೆ ತಲೆ ಬಿಸಿ ಮಾಡ್ತೀಯಾ?" ಸಂಕಟದಿಂದ ಒದ್ದಾಡಿದರು.

ಶ್ರೀವಾಸ್ತವ ಹೋದ ಎಷ್ಟೋ ಹೊತ್ತಿನವರೆಗೂ ಅಚಲಾ ಯೋಚಿಸುತ್ತಿದ್ದರು. 'ರವಿ ನನ್ಮಗ' ಶ್ರೀವಾಸ್ತವ ತಾವೇ ಒಪ್ಪಿಕೊಂಡಿದ್ದರು. ಆದರೆ ಅಂತಹ ಸುಳಿವು, ಸೂಕ್ಷ್ಮ ಕೂಡ ಅವರಿಗೆ ಸಿಕ್ಕಲಿಲ್ಲ. ಇನ್ನೊಂದು ಹೆಣ್ಣಿನ ಜೊತೆ ಸ್ನೇಹ ಬೆಳೆಸಿದ್ದರು ಎಂದು ಕಲ್ಪಿಸಿಕೊಳ್ಳಲು ಕೂಡ ಸಾಧ್ಯವಿಲ್ಲದ್ದು.

ರೋಮಾ ಅಂತಹ ಸುಂದರಿಯ ಕಡೆ ಕೂಡ ಕಣ್ಣು ಹಾಯಿಸುತ್ತಿರಲಿಲ್ಲ. ಅವರ ನೋಟ ಕೂಡ ಯಾವಾಗಲೂ ಪವಿತ್ರವಾಗಿಯೇ ಇರುತ್ತಿತ್ತು. ಇದನ್ನ ಶ್ರೀವಾಸ್ತವ ಶತ್ರುಗಳೂ ಕೂಡ ಒಪ್ಪಿಕೊಳ್ಳುತ್ತಾರೆಂದು ಅಚಲಾಗೆ ಗೊತ್ತು. 'ರವಿ ನನ್ಮಗ' ಶ್ರೀವಾಸ್ತವ ಒಪ್ಪಿಕೊಂಡಿದ್ದರು, ಹೇಗೆ?

"ಗಂಡಿನ ಬಗ್ಗೆ ಹೆಚ್ಚು ಗ್ಯಾರಂಟಿ ಇಟ್ಟುಕೊಳ್ಳೋದೇ ತಪ್ಪು. ಸಮಯ, ಸಂದರ್ಭಗಳು ಸಿಕ್ಕಾಗ ಉಪಯೋಗಿಸಿಕೊಳ್ಳದೇ ಬಿಡ್ಲಾರ. ಇದೊಂದು ಸತ್ಯ." ಅಪರೂಪಕ್ಕೆ ಬರುವ ಸಮಯ ಸೇವಕಿ ನಿರ್ಮಲ ಆಗಾಗ ಹೇಳುತ್ತಿದ್ದರು. ಪ್ರತಿಷ್ಠಿತರ ತೆರೆಮರೆಯ ಜೀವನದ ಇತಿಹಾಸವೇ ಆಕೆಯ ಬಳಿ ಇತ್ತು. ಅಂಥವರೂ ಕೂಡ ಶ್ರೀವಾಸ್ತವರನ್ನು ಗೌರವಿಸಿದ್ದರು. ಒಂದು ತರಹ ನಗುತ್ತಿದ್ದರು. "ಆ ಕಣ್ಣು ನೋಡು, ಹೇಗೆ ಫಳಫಳ ಹೊಳೆಯುತ್ತೆ. ಅಲ್ಪ ತೃಪ್ತಿ ಮನುಷ್ಯನಲ್ಲ, ಮಹಾ ರಸಿಕ" ಬಸುಗುಟ್ಟಿದ್ದರು. ಆಗ ಅಚಲಾ ಕೂಡ ನಕ್ಕು ಸುಮ್ಮನಾಗಿದ್ದರು. ಅಂತಹ ಅನುಮಾನಕ್ಕೆ ಕಾರಣವೇ ಸಿಕ್ಕಿರಲಿಲ್ಲ ಈಗ.. ರವಿ...

ಆಗಲೇ ರೋಮಾಗೇ ಬುಲಾವ್ ಹೋಯಿತು. "ಡ್ರೈವರ್, ಈಗಲೇ ಕರ್ಕೊಂಡ್ಬಾ ತೀರಾ ಅರ್ಜೆಂಟ್ ಅಂತ ಹೇಳು" ಕಾರು ಹೋದಮೇಲೆ ತಾನು ಮಾಡಿದ್ದು ಸರಿಯೇ? ತಮ್ಮಿಬ್ಬರ ಮಧ್ಯೆ ಇಣಕಿರುವ ವಿರಸ ಮೂರನೆಯವರ ಮೂಲಕ ಇಡೀ ಸಮಾಜಕ್ಕೆ ಗೊತ್ತಾಗಬೇಕೆ? ಹಾಡಿ, ಹರಸಿ ಹೊಗಳಿದ ಜನರ ಮುಂದೆ ನಗೆಪಾಟಲು.

ಅಚಲಾ ಬಾಯಿಗೆ ಕೈಅಡ್ಡ ಇಟ್ಟು ಬಿಕ್ಕಿದರು ಗಂಡನ ಹ್ಯಾಂಡ್‌ಸಮ್ ಪರ್ಸನಾಲಿಟಿ, ಎಫಿಷಿಯನ್ಸಿಯ ಬಗ್ಗೆ ಆಕೆಗೆ ಅಪಾರ ಅಭಿಮಾನದ ಜೊತೆ ಇಂಥ ವ್ಯಕ್ತಿಯ ಪೂರ್ತಿ ಜೀವನ ತಾನೆಂಬ ಹೆಮ್ಮೆ ಕೂಡ. ಈಗ 'ಹೆಮ್ಮೆ'ಯ ಬುಡಕ್ಕೆ ಕೊಡಲಿ ಪೆಟ್ಟು ಬಿದ್ದಿತ್ತು. ಈ ಏಟು ಸಹಿಸಲಾರದಂಥದ್ದು.

ಗಾಬರಿಯಿಂದಲೇ ಬಂದಳು ರೋಮಾ. "ಕ್ಯಾ ಮೇಮ್ ಸಾಬ್? ಬಾಸ್ ಎಲ್ಲಿ? ಏನು ತಪ್ಪಾಗಿದೆಯೇಂತ ಜೀವ ನಡುಗ್ತಾ ಇದೆ" ಅವಳು ಎದೆಯ ಮೇಲೆ ಕೈ ಇಟ್ಟುಕೊಂಡಳು. ಅನವಶ್ಯಕವಾಗಿ ಶ್ರೀವಾಸ್ತವ ಎಂದೂ ಹೇಳಿ ಕಳಿಸರು. ಕೆಲವೊಮ್ಮೆ ಅವಶ್ಯಕತೆ ಇದ್ದಾಗಲೂ ಮ್ಯಾನೇಜ್ ಮಾಡಿಕೊಳ್ಳಲು ಸಾಧ್ಯವಾದರೆ ಅವಳಿಗೆ ತೊಂದರೆ ಕೊಡುತ್ತಿರಲಿಲ್ಲ.

"ಸ್ವಲ್ಪ... ಬಾ..." ಮುಂದಿನ ಸಿಟ್ಟಿಂಗ್ ರೂಮಿಗೆ ಕರೆದೊಯ್ದು ಬಾಗಿಲು ಹಾಕಿಕೊಂಡಾಗ ರೋಮಾಗೆ ಗಾಬರಿಯಾಯಿತು. "ಬಾಸ್ ಎಲ್ಲಿ?" ಈಚೆಗಿನ ದಿನಗಳಲ್ಲಿ ಶ್ರೀವಾಸ್ತವ ಹೆಚ್ಚು ನಿರ್ಲಿಪ್ತರಾಗಿರುತ್ತಿದ್ದುದು ಅವಳ ಗಮನಕ್ಕೆ ಬಂದಿತ್ತು. ಹಣವಿದ್ದವರ ಬದುಕು ರಹಸ್ಯದ ಕೋಟೆ!

"ನಿಮ್ಮ ಬಾಸ್ ಅಲ್ಲ, ಹೇಳಿ ಕಳಿಸಿದ್ದು ನಾನೇ. ಒಂದಿಷ್ಟು ಮಾತಾಡೋದಿತ್ತು. ನಿಂಗೆ ರವಿ ಬಗ್ಗೆ ಏನಾದ್ರೂ ಗೊತ್ತಾ?"

ರೋಮಾ ಗೊಂದಲದಲ್ಲಿ ಬಿದ್ದಳು. ರವಿಯ ಬಗ್ಗೆ ಅವಳಿಗೇನೂ ಗೊತ್ತಿಲ್ಲ. ಆಗಾಗ ಬರುತ್ತಿದ್ದ. ಆಗೆಲ್ಲ ಶ್ರೀವಾಸ್ತವ ಹೆಚ್ಚು ಸಂತೋಷದಿಂದಿರುತ್ತಿದ್ದರು. ಸಂತೃಪ್ತಿ ಇರುತ್ತಿತ್ತು ಮುಖದ ಮೇಲೆ.

ರಹಸ್ಯವಾಗಿ ಕರೆದು ಕೇಳಿದ್ದು ರೋಮಾಗೆ ಇಷ್ಟವಾಗಲಿಲ್ಲ. "ಯಾವ ರವಿ? ಅಡ್ಮಿನಿಸ್ಟ್ರೇಷನ್ ಸೆಕ್ಷನ್‌ನಲ್ಲಿ ರವಿ ಅನ್ನೋರು ಯಾರೂ ಇಲ್ಲ. ಯೂನಿಯನ್ ಸೆಕ್ರೆಟರಿ ಹೆಸರು ರವಿಕಿರಣ ಪೋತದಾರ್. ಅವರ ಬಗ್ಗೇನೂ ನಂಗೇನು ಗೊತ್ತಿಲ್ಲ" ಎಂದಾಗ ಇದು ನಟನೆಯೆ ಎಂದು ಯೋಚಿಸಿದರು ಅಚಲಾ. ಶ್ರೀವಾಸ್ತವ ಬಗ್ಗೆ ಹೆಚ್ಚಿನ ಗೌರವ, ಅಭಿಮಾನ ಅವಳಿಗೆ. ಬಾಯಿ ಬಿಡುವುದು ಕಷ್ಟವೆನಿಸಿತು.

"ರೋಮಾ, ಈ ವಿಷ್ಯದಲ್ಲಿ ನಂಗೆ ನೀನು ಹೆಲ್ಪ್ ಮಾಡ್ಲೇಬೇಕು. ರವಿ ಆಗಾಗ ಮನೆಗೂ ಬರ್ತಾ ಇದ್ದ. ಅವ್ನು ರೋಹಿತ್‌ನ ಬ್ಲಾಕ್‌ಮೇಲ್ ಮಾಡ್ತಾ ಇದ್ದಾನೆ. ಏನೂ ಹೇಳ್ದೇ ಇವ್ನು ಹೆದ್ರಿ... ಸಾಯ್ತಾ ಇದ್ದಾನೆ. ನಿಮ್ಮ ಬಾಸ್ ಆರೋಗ್ಯ ದೃಷ್ಟಿಯಿಂದ ಏನೂ ಹೇಳೋ ಹಾಗಿಲ್ಲ. ಅವ್ರನ್ನ ಕೂಡ ರವಿ ಬ್ಲಾಕ್‌ಮೇಲ್ ಮಾಡ್ತಾ ಇದ್ದಾನೇಂತ ಅನ್ನಿಸುತ್ತೆ. ನಿಂಗೆ ತಿಳಿದಷ್ಟು ಹೇಳು."

ಯಾಕೊ, ರೋಮಾಗೆ ಯಾವುದೂ ನಿಜವೆನಿಸಲಿಲ್ಲ. ಅಚಲಾ ಅನುಮಾನದಲ್ಲಿ ಬಿದ್ದು ಒದ್ದಾಡುತ್ತಿದ್ದಾರೆ. ವಿಷಯ ತಿಳಿಯಲು ಇಷ್ಟೆಲ್ಲ ಯೋಜನೆ. ರವಿಯ ಮುಖವನ್ನು ನೆನೆಸಿಕೊಂಡಳು. ನಾಲ್ಕಾರು ಸಲ ಫೋನ್‌ನಲ್ಲಿ ವಿಷಯ ತಿಳಿಸಿ ಅವಳೇ ಛೇಂಬರ್‌ಗೆ ಕಳಿಸಿದ್ದಳು.

ರವಿಯ ಬಗ್ಗೆ ಅಂಥ ಊಹೆ ಕೂಡ ಮಾಡಲು ಸಾಧ್ಯವಿರಲಿಲ್ಲ. ತೀರ ಸಾದಾ ಸೀದಾ ಬುದ್ಧಿವಂತ ವಿದ್ಯಾರ್ಥಿಯಂತೆ ಕಾಣುತ್ತಿದ್ದ ಎಂದೂ ಹಣ ಪಡೆದಿದ್ದು ಕೂಡ ಅವಳ ಗಮನಕ್ಕೆ ಬಂದಿರಲಿಲ್ಲ.

"ನಂಗೆ ಹಾಗೆ ಅನ್ನಿಸೋಲ್ಲ!" ರೋಮ ಹಿಂದೆಗೆಯದೆ ಹೇಳಿದಳು. "ನೀವು ಅಷ್ಟೊಂದು ಹೆದರೋ ಕಾರಣವಿಲ್ಲ ಮೇಡಮ್. ನೇರವಾಗಿ ಬಾಸ್‌ಗೆ ತಿಳ್ಸಿ. ಇಂಥ ವಿಷ್ಯಗಳಿಗೆಲ್ಲ ಅವ್ರೇನು ಕಂಗೆಡೋಲ್ಲ."

ಅಚಲಾ ಒಳಗೊಳಗೆ ಸಿಟ್ಟಿನಿಂದ ಕುದಿದರು. ಹೊರಮುಖಕ್ಕೆ ಶಾಂತವಾಗಿಯೇ ಇದ್ದರು. ಎಲ್ಲರಿಗೂ ಇಷ್ಟವಾಗಿ ಒಳ್ಳೆಯವನಾಗಿ ಕಾಣಲು ರವಿಯಲ್ಲೇನಿದೇ?

"ನಿಂಗೆ ವಿಷ್ಯ ಪೂರ್ತಿಯಾಗಿ ಗೊತ್ತಿಲ್ಲ. ರವಿಯ ಬಗ್ಗೆ ಎಷ್ಟು ತಿಳಿದಿದ್ಯೋ ಅಷ್ಟು ಹೇಳು. ಮಿಕ್ಕಿದ್ದು ನಾನು ನೋಡ್ಕೊತೀನಿ" ಆವೇಶದಿಂದ ಅವರ ವಿವೇಕ ಕೈ ಕೊಟ್ಟಿತು.

"ನಂಗೇನೂ ಗೊತ್ತಿಲ್ಲ. ಒಂದೆರಡು ಸಲ ರವಿ ಅನ್ನೋ ಯುವಕ ಬಂದಿದ್ದ. ಬಾಸ್ ಛೇಂಬರ್‌ಗೆ ಕರ್ಸಿಕೊಂಡು ಮಾತಾಡಿದ್ರು. ಓದೋ ಎಷ್ಟೋ ಯುವಕರಿಗೆ ಸಹಾಯ ಮಾಡಿದ್ರು; ರವಿನೂ ಹಾಗೇ ಸಹಾಯ ಯಾಚಿಸಿ ಬಂದಿರಬಹುದೆಂದು ಕೊಂಡೆ. ಆಮೇಲೆ ನನ್ನ ಊಹೆ ಸರಿಯಲ್ಲವೆಂದುಕೊಂಡೆ. ಎಂದೂ ಏನೂ ಬಾಸ್ ರವಿಗೆ ಕೊಟ್ಟಿಲ್ಲ!" ನಿಖರವಾಗಿ ಹೇಳಿದಳು. ರೋಮ ಎದೆಯಲ್ಲಿ ಹೊಯ್ದಾಟ ಆರಂಭ ವಾಗಿತ್ತು. ಶ್ರೀವಾಸ್ತವ ಅಂಥ ಸಂಯಮ, ಪರಿಪೂರ್ಣ ವ್ಯಕ್ತಿಯ ಬಗೆಗೆ ಈ ಹೆಣ್ಣಿಗೆ ಅನುಮಾನ! ಅವಳ ಕಣ್ಣಲ್ಲಿ ಸಹಾನುಭೂತಿ ಇಣುಕಿತು. "ಸಾರಿ, ಮೇಡಮ್, ನೀವು ಹೊರಟಿರೋ ದಾರಿ ಸರಿಯಿಲ್ಲ. ಸ್ವಚ್ಛವಾದ ಹಾಲಿನಲ್ಲಿ ಒಂದು ತೊಟ್ಟು ಹುಳಿ ಬಿದ್ರೂ ಒಡೆದುಹೋಗುತ್ತೆ. ಮತ್ತೆಂದೂ ಸರಿ ಹೋಗೋಲ್ಲ. ದಾಂಪತ್ಯದ ಬದ್ಕು ಹಾಗೆ ನಿಮ್ಗೆ ಬಾಸ್ ಬಗ್ಗೆ ಅನುಮಾನ ಬೇಡ" ಮೇಲೆದ್ದಳು.

ಟೀಪಾಯಿ ಮೇಲಿದ್ದ ಪರ್ಸನ್ನ ಮರೆತು ಬಾಗಿಲವರೆಗೂ ಹೋದವಳು ಹಿಂದಕ್ಕೆ ತಿರುಗಿದಳು. "ಯಾರ್ಗೂ ರವಿಯ ಬಗ್ಗೆ ಏನೇನೂ ಗೊತ್ತಿಲ್ಲ. ಅವರಿವರನ್ನು ವಿಚಾರ್ಸಿ ನಗೆಗೇಡಾಗ್ಬೇಡಿ" ಅಳುಕಿಲ್ಲದೆ ಹೇಳಿದವಳು ಬಾಗಿಲು ತೆರೆದುಕೊಂಡು ಹೊರಟಳು.

ಅಚಲಾ ಕೂಡ ಪರ್ಸನ್ನು ಗಮನಿಸಲಿಲ್ಲ. ಆ ಪರ್ಸೆ ಇವರಿಬ್ಬರ ಮಧ್ಯದ ಕಂದಕ ಮತ್ತಷ್ಟು ದೊಡ್ಡದು ಮಾಡುತ್ತದೆಯೆಂದು ಆ ಕ್ಷಣ ಯಾರಿಗೂ ಅನ್ನಿಸದು. ಆದರೂ ಅಸ್ಪಷ್ಟ ತಿರುವನ್ನು ನೀಡಿತು.

* * *

ಜಾಗಿಂಗ್ ಹೋಗಿದ್ದ ರೋಹಿತ್ ಮನೆಗೆ ಬಂದಾಗ ಪೊಲೀಸ್ ಜೀಪು ಮನೆಯ ಮುಂದೆ ನಿಂತಿದ್ದು ನೋಡಿ ಗಡ್ಡ ಕೆರೆದ. ಒಂದೂವರೆ ಸಾವಿರ ಜನ ಕಾರ್ಮಿಕರು ದುಡಿಯುವ ಶ್ರೀ ಎಲೆಕ್ಟ್ರಾನಿಕ್ಸ್‌ನಲ್ಲಿ ಸಣ್ಣ ಪುಟ್ಟ ಜಗಳ, ಬಡಿದಾಟಗಳು ಇರುತ್ತಿದ್ದವು; ಅವು ಯೂನಿಯನ್, ಮ್ಯಾನೇಜ್‌ಮೆಂಟ್‌ಗೆ ಮೀರಿ ಪೊಲೀಸರ ಕೈಸೇರುತ್ತಿದ್ದವು ಇನ್‌ವೆಸ್ಟಿ-ಗೇಷನ್ ಸಂದರ್ಭದಲ್ಲಿ ಪೊಲೀಸ್ ಇಲಾಖೆಯವರು ಬಂದು ಕಾಣುತ್ತಿದ್ದರು. ಇದೆಲ್ಲ ಆಫೀಸ್ ಮತ್ತು ಫ್ಯಾಕ್ಟರಿಯ ಕಟ್ಟಡದೊಳಗೆ ಮುಗಿಯುತ್ತಿತ್ತು. ಮನೆಯವರೆಗೂ...

ಹಿಂಜರಿಯುತ್ತಲೇ ಒಳಗೆಹೋದ. ವರಾಂಡದಲ್ಲಿ ಕೂತು ಮಾತಾಡುತ್ತಿದ್ದ ಶ್ರೀವಾಸ್ತವ ಮುಖದಲ್ಲಿ ಅಪಾರವಾದ ದುಃಖವಿತ್ತು.

"ವಾಟ್ ಎ ಟ್ರಾಜಿಡಿ! ನಂಗಂತೂ ನಂಬೋಕೆ ಕೂಡ ಆಗ್ತಾ ಇಲ್ಲ" ಹಣೆಯೊತ್ತಿ ನಿಟ್ಟುಸಿರಿಟ್ಟಿದ್ದು ಅವನ ಗಮನಕ್ಕೆ ಬಂತು. ಮುಂದಿನ ಮಾತುಗಳು ರೋಹಿತ್‌ಗೆ ಕೇಳಿಸಲಿಲ್ಲ.

ಇನ್ಸ್‌ಪೆಕ್ಟರ್ ಕೈಕುಲುಕಿ ಬೀಳ್ಕೊಡುವ ಮುನ್ನ ಶ್ರೀವಾಸ್ತವ. "ನಾನಂತು ರೋಮಾಗೆ ಕಳಿಸಿರಲಿಲ್ಲ. ತೀರಾ ಅರ್ಜೆಂಟ್ ಇಲ್ದೇ ಎಂದೂ ಹೇಳಿಕಳಿಸಿರಲಿಲ್ಲ. ನಂಗಂತೂ ಏನೂ ಅರ್ಥವಾಗ್ತಾ ಇಲ್ಲ. ನಮ್ಮ ಡ್ರೈವರ್‌ಗಳನ್ನೆಲ್ಲ ಸ್ಟೇಷನ್‌ಗೆ ಕರ್ಸಿ ವಿಚಾರ್ಸಿ."

ಯಾವುದೋ ಆಕ್ಸಿಡೆಂಟ್ ಇರಬೇಕೆಂದುಕೊಂಡ ರೋಹಿತ್ ಒಳಗೆಹೋದ. ಅವನು ಹಿಂದಿರುಗಿದಾಗ ಹಣೆಯನ್ನು ಒತ್ತಿಡಿದು ಶ್ರೀವಾಸ್ತವ ಕೂತಿದ್ದರು. ಅವರು ಅಪಾರವಾದ ನೋವನ್ನು ನುಂಗುತ್ತಿದ್ದರೆಂದು ಯಾರಿಗಾದರೂ ಅರ್ಥವಾಗುತ್ತಿತ್ತು.

"ಪಪ್ಪ..." ಹತ್ತಿರ ಬಂದ ಮುಖಕ್ಕೆ ಅಡ್ಡ ಹಿಡಿದ ಕೈತೆಗೆದರು. "ರೋಮಾ ಕೊಲೆಯಾಗಿದ್ದಾಳೆ" ರೋಹಿತ್ ಕುಕ್ಕರಿಸಿಬಿಟ್ಟ. ಉಕ್ಕಿ ಬರುವ ದುಃಖವನ್ನು ಹತ್ತಿಕ್ಕಲಾರದೆ ಹೋದ. "ಇದು ನಿಜಾನಾ... ಪಪ್ಪ?" ರೋಮಾ ಮುಕ್ತನಗೆಯನ್ನು ನೆನಪು ಮಾಡಿ ಕೊಂಡ. ಚೆಲುವಿನ ಜೊತೆ ಅವಳ ಕಣ್ಣುಗಳಲ್ಲಿ ದೇವರು ಒಲವನ್ನು ತುಂಬಿದ್ದ. ತನಗಿದ್ದ ಸೌಂದರ್ಯ, ಯೌವನವನ್ನು ದುರುಪಯೋಗಪಡಿಸಿಕೊಂಡ ಹೆಣ್ಣೇ ಅಲ್ಲ. "ವಾಟ್ ಎ ಪಿಟಿ!" ಅವನ ಗಂಟಲು ಹಿಡಿದು ಮಾತುಗಳು ಸರಾಗವಾಗಿ ಬರದೇ ತೊದಲಿದ.

ಬಂದ ಅಚಲಾ ಮೌನವಾಗಿ ನಿಂತರು. "ಹೊರ್ಗಿನ ಯಾವ ಸಂಬಂಧಗಳು ಅವಳನ್ನು ಬಲಿ ತೆಗೆದುಕೊಂಡಿತೋ!" ಆಕೆಯ ಸ್ವರ ಕಂಪಿಸಿದ್ದು ಯಾರ ಗಮನಕ್ಕೂ ಬರಲಿಲ್ಲ.

ಶ್ರೀವಾಸ್ತವ ನಿರ್ಲಕ್ಷ್ಯದಿಂದ ಎದ್ದುಹೋದರು. "ನಿಮ್ಮ ಡ್ರೈವರ್ ಬಂದು ಕರ್ಕೊಂಡ್ಹೋದಾಂತ ಕೆಲ್ಸದವ್ಳು ಹೇಳ್ತಾ ಇದ್ದಾಳೆ" ಇನ್ಸ್‌ಪೆಕ್ಟರ್ ಒತ್ತಿ ನುಡಿದಿದ್ದರು.

ಇದು ವಿಸ್ಮಯದ ಸುದ್ದಿ ಶ್ರೀವಾಸ್ತವರಿಗೆ. "ಆರರಿಂದ ರಾತ್ರಿ ಹತ್ತರವರೆಗೆ ನಾನು ಸಿಟಿ ಕ್ಲಬ್‌ನಲ್ಲಿದ್ದೆ. ನಾನು, ಡಾ॥ ಆರೋರ, ನಿಮ್ಮ ಎಸಿಪಿ ಗುಂಡಾ ದೀಕ್ಷಿತ್ ಎಲ್ಲಾ ಒಟ್ಟಿಗೆ ಹರಟೆ ಹೊಡೆದ್ವಿ. ನಾನು ಡ್ರೈವರ್‌ನ ಕೂಡ ಕರ್ಕೊಂಡ್ಹೋಗಿರಲಿಲ್ಲ. ನಾನೊಬ್ನೇ ಹೋಗಿದ್ದೆ" ತಿಳಿಸಿದ್ದರು. ಹ್ಲೂಗುಟ್ಟಿ ಎದ್ದು ಹೋಗಿದ್ದರೂ ಈ ಜಾಲ ಎಲ್ಲಿಯವರೆಗೆ ಹರಡುತ್ತೋ ಅವರಿಗೆ ಗೊತ್ತಿರಲಿಲ್ಲ.

ಹೊರಗೆ ಬಂದಕೂಡಲೇ ಸೆಲ್ಯೂಟ್ ಹೊಡೆದ ಡ್ರೈವರ್ ಪಾಲ್‌ನ ವಾರೆಗಣ್ಣಿಂದ ನೋಡಿದರು. ಯಾವಾಗಲೂ ಟ್ರಿಮ್ ಆಗಿರುತ್ತಿದ್ದ. ದಪ್ಪ ಮೀಸೆ, ಕಣ್ಣಿನ ಕೆಂಪು ತೀರಾ ಮೃದುವಾದವರನ್ನು ಭಯ ಬೀಳಿಸುತ್ತಿತ್ತು.

"ಪಾಲ್, ರೋಮಾ ಅವರ ಕೊಲೆಯಾಗಿದೆ ಗೊತ್ತಾ?" ಧ್ವನಿಯೇರಿಸದಿದ್ದರೂ ತೀಕ್ಷ್ಣವಾಗಿತ್ತು. ಅವನ ಮುಖದ ರಕ್ತ ಇಂಗಿಹೋಯಿತು. "ಗೊತ್ತಾಯ್ತು ಸರ್... ಪಾರ್ಕ್‌ನಲ್ಲಿ ಹೆಣ ಬಿದ್ದಿದೆ. ನಾನೂ ಹೋಗ್ಬಂದೆ!" ಕಣ್ಣಿನ ಕೆಂಪು ತಗ್ಗಿಹೋಗಿತ್ತು. ಮುಖ ಪಕ್ಕಕ್ಕೆ ತಿರುಗಿ ಕಣ್ಣೀರು ತೊಡೆದುಕೊಂಡ.

"ನಿಮ್ಮ ನಾಲ್ಕು ಜನರಲ್ಲಿ ಯಾರೋ ಒಬ್ರು ನಿನ್ನೆ ಸಂಜೆ ನಾನು ಕರೆದೇಂತ ರೋಮನ ಹೋಗಿ ಕರ್ಕೊಂಡ್ಬಂದಿದ್ದೀರಿ. ಅಪರಾಧಿ ಮುಂದೆ ಬರದಿದ್ರೆ... ನಾಲ್ಕು ಜನಾನ್ನೂ ತಗೊಂಡ್ಹೋಗಿ.. ತಮ್ಮ ಕೈಚಳಕ ತೋರಿಸ್ತಾರೆ ಪೊಲೀಸ್ನೋರು" ಪಾಲ್ ಮುಖ ಮೇಲೆತ್ತಲಿಲ್ಲ.

ಕಾರು ನೇರವಾಗಿ ಪಾರ್ಕಿಗೆ ಹೋಯಿತು. ಅಸಾಧ್ಯ ಜನಸಂದಣಿ ಪೊಲೀಸ್‌ನವರು ಜನರನ್ನು ಕಷ್ಟದಿಂದ ನಿಯಂತ್ರಿಸುತ್ತಿದ್ದರು. ಈ ಜನಕ್ಕೆ ಬರೀ ಕುತೂಹಲ. ಒಂದು ರೀತಿ ಕಾಲ ಕಳೆಯಲು ಪುಕ್ಕಟೆ ಮನರಂಜನೆ. ತಮ್ಮ ಹೆಣವೇ ಅಲ್ಲಿದೆಯೆಂದುಕೊಂಡರೆ...

ಶ್ರೀವಾಸ್ತವ ಬಂದಕೂಡಲೇ ದಾರಿ ಮಾಡಿಕೊಟ್ಟರು. ಬಿಳಿ ವಸ್ತ್ರವನ್ನು ಹೊದ್ದಿಸಲಾಗಿತ್ತು. ನಿನ್ನೆ ಇದೇಹೊತ್ತಿನಲ್ಲಿ ರೋಮಾ ಆಫೀಸ್‌ಗೆ ಹೊರಡುವ ತಯಾರಿ ನಡೆಸಿರಬೇಕು. ಇಂದು ಇಷ್ಟು ಜನರ ಕಣ್ಣಿಗೆ ಕುತೂಹಲವಾಗಿ, ನಾಲಿಗೆಗೆ ಆಹಾರವಾಗಿ ಮಣ್ಣಲ್ಲಿ ಬೆರೆತುಹೋಗುವ ಕ್ಷಣಕ್ಕಾಗಿ ಕಾಯುತ್ತಿದ್ದಾಳೆ.

ಸೌಂದರ್ಯರಾಣಿ ಪ್ರಶಸ್ತಿ ಪಡೆದ ರೋಮಾ ಮುಖದ ಮೇಲಿನ ಬಿಳಿಯ ವಸ್ತ್ರವನ್ನು ಪೇದೆ ಸರಿಸಿದ. ಘೋರ ನೋವಿನ ನಂತರವೇ ಚಿರನಿದ್ರೆಯಲ್ಲಿ ತೇಲಿಹೋಗಿರಬೇಕು. ನೋಡಲಾರದೆ ಹೋದರು.

ಅಫೀಸ್‌ಗೆ ಬಂದ ಶ್ರೀವಾಸ್ತವ ಸೋತಂತೆ ಕೂತುಬಿಟ್ಟರು. ತನ್ನ ಆರೋಗ್ಯದ ಬಗ್ಗೆ ಹೆಚ್ಚು. ಕಳಕಳಿ ವಹಿಸುತ್ತಿದ್ದ ಹೆಣ್ಣು; ಅವರ ಮುಂದೆಯೇ ಕಣ್ಮರೆಯಾಗಿದ್ದಳು.

"ಆಗಾಗ ಸುತ್ತಾಡಿ ಬನ್ನಿ ಸರ್. ಈ ಟೆನ್ಷನ್ ಯಾವಾಗ್ಲೂ ಇದ್ದಿದ್ದೇ. ನಿಮ್ಮ ಆರೋಗ್ಯ ಸರಿಯಾಗಿದ್ರೆ... ಇನ್ನೆರಡು ಶ್ರೀ ಎಲೆಕ್ಟ್ರಾನಿಕ್ಸ್ ಬ್ರಾಂಚ್‌ಗಳ ಹುಟ್ಟುಹಾಕಬಲ್ಲಿರಿ" ಅಭಿಮಾನದ ಜೊತೆ ಕಳಕಳಿಯಿಂದ ರೋಮಾ ಹೇಳುತ್ತಿದ್ದಳು.

ಆಗ ಶ್ರೀವಾಸ್ತವ ಜೋರಾಗಿ ನಗುತ್ತಿದ್ದರು.

"ನಿನ್ನ ಕೈಯಲ್ಲಿ ಗುಲಾಬಿ ಹಾರ ಹಾಕ್ಸಿಕೊಳ್ಳೋಕಾದ್ರೂ ಬೇಗ ಸಾಯ್ಬೇಕೂಂತ ಅನ್ನಿಸುತ್ತೆ" ಶ್ರೀವಾಸ್ತವ ಹಾಸ್ಯ ಮಾಡಿದರೇ, ರೋಮ ಗಾಬರಿಯಿಂದ ಕಣ್ಣೀರುಗರೆಯುತ್ತಿದ್ದಳು.

"ಬೇಡ ಸರ್, ನೀವು ಹೀಗೆಲ್ಲ ಮಾತಾಡಿದ್ರೆ... ನಾನು ರಾಜಿನಾಮೆ ಕೊಟ್ಟು ದೂರ ಹೋಗ್ಬಿಡ್ತೀನಿ. ನಂಗೆ ಏಸು ಶಕ್ತಿ ಕೊಟ್ರೆ... ನನ್ನ ಪೂರ್ಣ ಆಯಸ್ಸನ್ನ ನಿಮ್ಗೆ ಕೊಟ್ಟುಬಿಡ್ತೀನಿ" ಇವು ಚಮಚಾಗಿರಿಯ ಮಾತುಗಳಲ್ಲ, ತುಂಬು ಹೃದಯದಿಂದ ಹೇಳುತ್ತಿದ್ದಳು.

ನೆನಪುಗಳು ಒತ್ತಿ ಬಂದಾಗ ಶ್ರೀವಾಸ್ತವ ಕಣ್ಣೀರು ಸುರಿಸಿದರು. ಇಂದು ಜಗತ್ತು ನಿರ್ಮಾನುಷ್ಯವಾಗಿ ಕಂಡಿತು. ಶೂನ್ಯ... ಶೂನ್ಯ... ಶೂನ್ಯ... ಎಲ್ಲೆಡೆ. ಈಗ ಇದ್ದು ನಿಮಿಷದ ನಂತರ ಇಲ್ಲವಾಗುವ ಬದುಕಿಗಾಗಿ ಹೋರಾಟವೇಕೆ? ವೈರಾಗ್ಯ ಆವರಿಸಿತು. ಅದರ ನಡುವೆ ಒಂದು ಸುಂದರ ಸ್ವಪ್ನ, ತಾನು, ಚಾರು, ರವಿ ಮೂವರ ಪುಟ್ಟ ಸಂಸಾರ.

ಇಡೀ ಫ್ಯಾಕ್ಟರಿ, ಆಫೀಸ್‌ನಲ್ಲಿ ರೋಮಳದೇ ಮಾತುಗಳು. ಒಬ್ಬ ವ್ಯಕ್ತಿ ಬದುಕಿರುವಾಗ ಎಲ್ಲರಿಗೂ ಒಳ್ಳೆಯವರಾಗಲೂ ಸಾಧ್ಯವಿಲ್ಲ. ರೋಮ ಬಗ್ಗೆ ಕೆಲವರಿಗಾದರೂ ಅವಶ್ಯಕವಾಗಿ ಅಸೂಯೆ, ಕೋಪ ಇತ್ತು. ಈಗ ಅವಳು ಎಲ್ಲರಿಗೂ ಒಳ್ಳೆಯವಳೇ ಎಲ್ಲರೂ ಕೂಡಿಯೇ ಹೊಗಳಿ ಕಣ್ಣೀರು ಸುರಿಸಿದರು.

ಪೋಸ್ಟ್‌ಮಾರ್ಟಂ ಮುಗಿಯುವ ವೇಳೆಗೆ ರೋಮಳ ಗಂಡ, ತನ್ನ ಒಂದು ಹೆಣ್ಣು ಮಗುವಿನೊಂದಿಗೆ ಬಂದರು. ಹೊರಟಾಗ ಬಸ್‌ಸ್ಟಾಂಡ್‌ಗೆ ಬಂದು ಬೀಳ್ಕೊಟ್ಟ ಹೆಣ್ಣು ಇಂದು ಶವವಾಗಿದ್ದಳು. ಮುಗುಳ್ನಗೆಯೊಂದಿಗೆ ಸ್ವಾಗತಿಸಬೇಕಾದವಳು ಕೊನೆಯ ಪಯಣಕ್ಕೆ ಸಿದ್ಧವಾಗಿದ್ದಳು.

ದೊಡ್ಡ ಗುಲಾಬಿಯ ಹಾರ ತಂದು ಹೊದ್ದಿಸಿ ತಮ್ಮ ಗೌರವ ಸೂಚಿಸಿದರು ಶ್ರೀವಾಸ್ತವ. 'ರೋಮ ನಂಗೋಸ್ಕರ ನೀನು ಗುಲಾಬಿಯ ಹಾರ ಕಟ್ಟೋ ಕಷ್ಟ ತಪ್ಪಿಹೋಯ್ತು' ಎರಡು ಬಿಂದು ಕಂಬನಿ ಹರಿದು ಕೊನೆಯ ನಮನ ಹೇಳಿತು.

ರೋಮಳ ಗಂಡ ಜಾನ್‌ನ ಅಪ್ಪಿಕೊಂಡರು ಶ್ರೀವಾಸ್ತವ. "ನಿನ್ನ ದುಃಖದಲ್ಲಿ ನಾವೂ ಇದ್ದೇವೆ, ಜನ್. ರೋಮ ನಮಗಾಗಿ ಸುಂದರ ನೆನಪುಗಳನ್ನು ಉಳಿಸಿ ಹೋಗಿದ್ದಾರೆ, ಆದ್ರೆ..." ಅವರ ಮುಖದಲ್ಲಿ ಕೋಪ ಇಣುಕಿತು. "ಇಂಥ ದುರಂತ ಸಾವು ಅವಳಿಗೆ ಬರಬಾರ್ದಿತ್ತು" ಸಂತೈಸಿದರು. ಜಾನ್ ಮಗುವಿನಂತೆ ಬಿಕ್ಕಿ ಬಿಕ್ಕಿ ಅತ್ತರು.

ಆದರೆ ಜನರ ಬಾಯಿಗಳಲ್ಲಿ ಬರುವ ಮಾತುಗಳಿಗೆ ಅಡೆತಡೆ ಇರಲಿಲ್ಲ. ಅವರ ಕ್ರೂರ ದೃಷ್ಟಿ ಸುತ್ತಲು ನಾಲ್ಕು ಕಡೆ. ಶ್ರೀವಾಸ್ತವ ಬಗ್ಗೆಯೂ ಪಿಸುಗುಟ್ಟಿದ್ದುಂಟು. ಜಾನ್ ಅದನ್ನು ಕನಸಿನಲ್ಲೂ ಕಲ್ಪಿಸಿಕೊಳ್ಳಲಾರರು.

ಅನಿರೀಕ್ಷಿತವಾಗಿ ಕೆಲವು ದುರಂತ ಪುಟಗಳು ಶ್ರೀವಾಸ್ತವರ ಬಾಳಿನಲ್ಲಿ ಮೊಗಚಿಕೊಂಡವು.

* * *

ನಾಲ್ಕು ದಿನದ ನಂತರ ಇನ್ಸ್‌ಪೆಕ್ಟರ್ ಪ್ರಭಾಕರ್ ಒಬ್ಬರೇ ಶ್ರೀವಾಸ್ತವರನ್ನ ಹುಡುಕಿಕೊಂಡು ಬಂದರು.

"ಏನಾದ್ರೂ... ಸುಳಿವು ಸಿಕ್ತಾ?" ಮೊದಲು ಶ್ರೀವಾಸ್ತವರೇ ಕೇಳಿದರು. ಇನ್ಸ್‌ಪೆಕ್ಟರ್ ಪ್ರಭಾಕರ್ ಮೇಲಕ್ಕೆ ನೋಟ ಎತ್ತಿ. "ಒಂದು ಹಂತಕ್ಕೆ ಬಂದಿದೆ. ನಾವೇ ಸ್ವಲ್ಪ ಹಿಂದುಮುಂದೂ ನೋಡ್ತಾ ಇದ್ದೀನಿ." ವಿಷಯವನ್ನು ಸಸ್ಪೆನ್ಸ್‌ನಲ್ಲಿಟ್ಟರು. ನೇರವಾಗಿ ಕೆಲವನ್ನ ಹೇಳಲು ಹಿಂಜರಿಯುತ್ತಿದ್ದಂತೆ ಕಂಡಿತು.

"ಕರೀಂ... ಹೇಗೆ?" ಪ್ರಶ್ನಿಸಿದಾಗ ಗೊಂದಲದಲ್ಲಿ ಬಿದ್ದರು. "ಏನಾದ್ರೂ ಕ್ಲೂ ಸಿಕ್ಕಿದ್ಯಾ? ಯಾವ್ದೇ ರಿಮಾರ್ಕ್ಸ್ ಇಲ್ಲ. ಪ್ರಾಮ್ಟ್ ವ್ಯಕ್ತಿ, ಕುಡಿತ ಇದೇಂತಾರೆ. ಆದ್ರೆ ಎಂದೂ ಕುಡಿದು ಬಂದಿದ್ದಿಲ್ಲ."

ಇನ್‌ಸ್ಪೆಕ್ಟರ್ ಪ್ರಭಾಕರ್ ಗಡ್ಡ ಕೆರೆದರು. ಅವನ ಹೊರತು ಉಳಿದ ಮೂವರಲ್ಲಿ ಒಬ್ಬ ಊರಿನಲ್ಲಿರಲಿಲ್ಲ. ಇನ್ನೊಬ್ಬ ಶ್ರೀವಾಸ್ತವರ ಮನೆಯಲ್ಲೇ ಇದ್ದ. ಅವ್ನು ಎಮರ್ಜನ್ಸಿ ಡ್ರೈವರ್ ವಿತ್ ಬಾಡಿಗಾರ್ಡ್. ರಾತ್ರಿ ಕಾರಿನ ಷೆಡ್‌ನಲ್ಲಿಯೇ ಮಲಗುತ್ತಿದ್ದ. ಇನ್ನೊಬ್ಬ ಮನೆಯಲ್ಲಿದ್ದುದಕ್ಕೆ ಸಾಕ್ಷಿ ಪುರಾವೆಗಳು ಸಿಕ್ಕಿದ್ದವು. ಕರೀಂ ಗಡಂಗ್‌ನಲ್ಲಿದ್ದೆ ಎಂದು ಹೇಳುತ್ತಿದ್ದ. ಕುಡಿದವರೇ ಹೆಚ್ಚಾಗಿ ಇರುತ್ತಿದ್ದ ಜಾಗ. ನಾಲ್ಕು ಒದ್ದರೂ ಒಂದೊಂದು ಸಲ ಒಂದೊಂದು ರೀತಿ ಹೇಳುತ್ತಿದ್ದರು ಗಡಂಗ್‌ನ ಯಜಮಾನ ಮತ್ತು ಕೆಲಸ ಮಾಡುವ ಹುಡುಗ, 'ದಿನಾ ಅದೇ ಹೊತ್ತಿಗೆ ಬರ್‍ತಾ ಇದ್ದ. ಬಂದಿರಬಹುದು. ಜನರ ಜೊತೆ ಗಲಾಟೆನೂ ಜಾಸ್ತಿ ಇದ್ದಿದ್ದರಿಂದ ಗಮನಿಸಲಾಗಲಿಲ್ಲ' – ಅವರ ಮಾತುಗಳಿಗೆ ಹೆಚ್ಚು ಪುಷ್ಟಿ ಸಿಕ್ಕಿರಲಿಲ್ಲ. ಏರೋಪ್ಲೇನ್ ಹತ್ತಿಸಿದರೂ ಕರೀಂ ಮಾತಿನಲ್ಲಿ ಬದಲಾವಣೆ ಇಲ್ಲ. ನಾನು ಕರ್ಕೊಂಡ್ಬರ್ಲಿಲ್ಲ. ನಂಗೆ ಗೊತ್ತಿಲ್ಲ. ನನ್ನ ಯಾರು ಕಳಿಸಲೂ ಇಲ್ಲ' ಬೇರೆ ಇನ್ನೊಂದು ಮಾತು ತೆಗೆಸಲು ಅವರಿಂದ ಆಗಿರಲಿಲ್ಲ.

ಟೀ ಕುಡಿದನಂತರ ಇನ್ಸ್‌ಪೆಕ್ಟರ್ ಪ್ರಭಾಕರ್ ಒಂದು ಪ್ರಶ್ನೆ ಕೇಳಿದರು. "ಜಾನ್... ಹೇಗೆ?" ಶ್ರೀವಾಸ್ತವ ತಲೆ ಕೊಡವಿದರು. "ನಂಗೆ ಅಷ್ಟಾಗಿ ಗೊತ್ತಿಲ್ಲ. ಎಂದಾದ್ರೂ ಬರ್‍ತಾ ಇದ್ದರು. ಜಾಲಿಯಾಗಿ ಇರ್‍ತಾ ಇದ್ದರು. ಅಂಥ ಕಂಪ್ಲೇಂಟ್ ಏನೂ ಕಿವಿಗೆ ಬಿದ್ದಿಲ್ಲ."

ಇನ್ಸ್‌ಪೆಕ್ಟರ್ ಪ್ರಭಾಕರ್ ಹೊರಟವರು ಹಿಂದಕ್ಕೆ ಬಂದು "ನಿಮ್ಮ ಒಂದು ಕಾರಣದಲ್ಲೇ ರೋಮ ಮನೆ ಬಿಟ್ಟಿದ್ದಾಳೆ" ಎಂದಕೂಡಲೇ ಶ್ರೀವಾಸ್ತವಗೆ ಎತ್ತಿ ಎಸೆದಂತಾಯಿತು "ವ್ಹಾಟ್? ಇದು ಹೇಗೆ ಸಾಧ್ಯ?" ಸ್ವಲ್ಪ ಬೆವೆತರು.

"ಪ್ಲೀಸ್ ಕಮ್..." ಷೆಡ್‌ಗೆ ಕರೆದೊಯ್ದರು. ಅಂಬಾಸಿಡರ್ ಒಳಗೆ ನಿಂತಿತ್ತು. ಬಲಗಡೆಯ ಡೋರ್‌ನ ತುಸು ಪಕ್ಕಕ್ಕೆ ಕರೆದೊಯ್ದರು. ಸ್ಟಿಕರ್ ಅಂಟಿಸಿ ಕಿತ್ತ ಗುರುತಿತ್ತು. ಅಂಟಿನ ಜೊತೆ ಸ್ವಲ್ಪ ಕಾಗದವು ಉಳಿದು 'ತೆ' ಎನ್ನುವ ಅರ್ಧ ಅಕ್ಷರ ಉಳಿದಿತ್ತು. "ಅನುಮಾನವಿದ್ರೂ ಕಾರು ನಿಮ್ಮ ಷೆಡ್‌ನಲ್ಲಿ ಉಳಿದಿರೋಕೆ ಕೆಲವು ಕಾರಣಗಳಿವೆ."

ಆ ಕ್ಷಣ ಅವರು ಹೃದಯಾಘಾತಕ್ಕೆ ಒಳಗಾಗದೆ ಹೋಗಿದ್ದು ಆಶ್ಚರ್ಯ. ಆದರೂ ಜರ್ಝರಿತರಾಗಿಬಿಟ್ಟರು. ಇಷ್ಟು ದಿನ ವಂಚಕರ ಜಾಲವೊಂದು ತಮ್ಮ ಹೆಸರು ಹೇಳಿ ರೋಮನ ಕರೆದೊಯ್ದು ಕೊಲೆ ಮಾಡಿದ್ದರೆಂದುಕೊಂಡಿದ್ದರು. ನಂತರ ತಮ್ಮ ಡ್ರೈವರ್‌ಗಳು ಯಾರಾದರೂ ಶಾಮೀಲು ಆಗಿದ್ದಾರೆ ಎನ್ನುವ ಅನುಮಾನವು ಇತ್ತು. ತನ್ನಿಂದಲೇ ಈ ಕೊಲೆಯಾಗಿದೆಯೇನೋ ಎನ್ನುವಮಟ್ಟಿಗೆ ಯೋಚಿಸತೊಡಗಿದರು.

ಇನ್ಸ್‌ಪೆಕ್ಟರ್ ಪ್ರಭಾಕರ್ ಹೊರಟ ಎಷ್ಟೋ ಹೊತ್ತಿನವರೆಗೂ ಅದೇ ಗುಂಗಿನಲ್ಲಿದ್ದರು. ಆಮೇಲೆ ಒಂದು ನಿರ್ಧಾರಕ್ಕೆ ಬಂದರು.

ಟೆನ್ನಿಸ್ ಕೋರ್ಟ್‌ನಲ್ಲಿದ್ದ ರೋಹಿತ್‌ಗೆ ಹೇಳಿ ಕಳಿಸಿದವರು ಹೆಂಡತಿಯ ಕಡೆ ತಿರುಗಿದರು. "ಆ ಸಂಜೆ ರೋಮಾ ಏನಾದ್ರೂ ನಮ್ಮ ಮನೆಗೆ ಬಂದಿದ್ಲಾ?"

ಅಚಲಾ ಮುಖ ಪಕ್ಕಕ್ಕೆ ತಿರುಗಿಸಿದರು. "ಯಾಕೆ ಬರ್ತಾಳೆ? ಹೇಳಿ ಕಳ್ಸದ ಹೊರತು ಬರೋ ಅಭ್ಯಾಸ ರೋಮಾಗೆ ಇರ್ಲಿಲ್ಲ" ನಿಷ್ಠುರ ಇತ್ತು ಆಕೆಯ ದನಿಯಲ್ಲಿ. ಸತ್ಯ ಹೇಳಬಹುದಾದ ಒಂದು ಅವಕಾಶವೂ ತಪ್ಪಿಹೋಯಿತು. ಇಲ್ಲದಿದ್ದರೇ ದುರಂತ ವಾಗಬಹುದಾದ ಕತೆಯನ್ನು ಸರಿಪಡಿಸಬಹುದಾಗಿತ್ತೇನೋ! ಸ್ವಲ್ಪದರಲ್ಲಿ ತಪ್ಪಿ ಹೋಯಿತು.

"ಇಲ್ಲಿ ಕೋಪಕ್ಕೆ ಅವಕಾಶವಿಲ್ಲ. ನಮ್ಮ ಕಾರು, ನಮ್ಮ ಡ್ರೈವರ್ ಜೊತೆಯಲ್ಲೇ ರೋಮ ಮನೆಯಿಂದ ಹೊರಬಿದ್ದಂತೆ. ಅದಕ್ಕೆ ಬೇಕಾದ ಎವಿಡೆನ್ಸ್ ಅವ್ರಿಗೆ ಸಿಕ್ಕಿದೆ. ಈ ಸುತ್ತಿನಲ್ಲೇ ಅವ್ರು ಕೊಲೆಗಾರನನ್ನು ಹುಡ್ಕೋದು" ವಿಷಯ ಸ್ಪಷ್ಟಪಡಿಸಿದರು ಶ್ರೀವಾಸ್ತವ. ಹೆದರಿಸುವ ವಿಚಾರವೇನು ಅವರಲ್ಲಿರಲಿಲ್ಲ.

ಅಚಲಾ ಸಿಡಿಮಿಡಿಗೊಂಡರು. "ಹೂಮ್ ಷುಡ್ ಐ ಟ್ರಸ್ಟ್? ಯಾರನ್ನ ನಂಬೋಕೂ ಕಷ್ಟವಾಗ್ತ ಇದೆ. ಆ ವಿಷ್ಯದ ಪ್ರಸ್ತಾಪ ಪದೇಪದೇ ಮನೆಯಲ್ಲಿ ಯಾಕೆ? ಎಲ್ಲಾ ಗೊಂದಲದಲ್ಲಿ ಬೀಳಿಸೋಕೆ... ನೋಡ್ತಾರೆ" ನೇರವಾದ ಆರೋಪಗಳು. ಈ ತರಹ ಮಾತುಗಳನ್ನು ಅಚಲಾ ಆಡುವುದನ್ನು ಜಾಸ್ತಿ ಮಾಡಿದ್ದರು. ಶ್ರೀವಾಸ್ತವ ತಲೆಗೆ ಹಚ್ಚಿಕೊಳ್ಳಲಿಲ್ಲ. "ಥಿಂಕ್ ಯುವರ್ ಸೆಲ್ಫ್. ಕೋಪದಿಂದ ಏನು ಆಗಿಹೋಗೋಲ್ಲ. ಇಡೀ ಪ್ರಕರಣದಲ್ಲಿ ಸಿಕ್ಕಿ ಬಿದ್ದಿರೋದು ನಮ್ಮ ಕಾರು, ಡ್ರೈವರ್... ಕಡೆಗೆ ನಾವೇ."

ಬ್ಯಾಟ್ ಬೀಸಿಕೊಂಡು ಬಂದ ರೋಹಿತ್ ಅವರಿಬ್ಬರ ನಡುವೆ ಕೂತ. "ಪಪ್ಪ. ಹೇಳಿಕಳಿಸಿದ್ರಂತೆ.." ಶ್ರೀವಾಸ್ತವ ಅವನಿಗೂ ವಿಷಯ ತಿಳಿಸಿದರು. "ಆ ದಿನ ಅಂಬ್ಯಾಸಿಡರ್ ಯಾರ ಸುಪರ್ದಿನಲ್ಲಿತ್ತು?" ಒಂದು ತಿಂಗಳಿಂದ ಅದನ್ನು ಹೊರಗೆ ತಂದಿರಲಿಲ್ಲ.

ರೋಹಿತ ತಲೆ ಕೊಡವಿದ. "ನಂಗೆ ಗೊತ್ತಿಲ್ಲ ನಾನಂತೂ ಮಾರುತಿ ಬಂದ್ಮೇಲೆ ಅದ್ನ ಮುಟ್ತಾ ಇರ್ಲಿಲ್ಲ. ಇದೆಲ್ಲ ಯಾರ್ದೋ ಪ್ಲಾನ್ ಅನ್ನಿಸುತ್ತೆ. ನಮ್ಮ ಬಗ್ಗೆ ಯಾರ್ಗೆ ಜಲಸಿ, ದ್ವೇಷ?" ಮಗುವಂತೆ ಕೇಳಿದ ಕರುಣೆಯಿಂದ ನೋಡಿದರು ಶ್ರೀವಾಸ್ತವ. "ನೀನು ಏನೇನೂ ಬೆಳ್ದಿಲ್ಲ. ರೋಹಿತ್ ಆಳವಾಗಿ ಚಿಂತಿಸೋದ್ನ ಕಲೀ, ಇಲ್ದಿದ್ರೆ ಈ ಕಾಂಪಿಟೇಷನ್ ಜಗತ್ತಿನಲ್ಲಿ ಕಷ್ಟವಾಗತ್ತೆ" ಹಿತವಾಗಿ ಬುದ್ಧಿ ಹೇಳಿದರು. ರೋಹಿತ್ ಅಲ್ಲಗಳೆಯಲಿಲ್ಲ.

"ರವಿ ಒಬ್ಬನನ್ನ ಬಿಟ್ಟು ನಿಮ್ಗೆ ಯಾರೂ ಬುದ್ಧಿವಂತರಿಲ್ಲ. ಇದ್ನ ನೇರವಾಗಿ ಹೇಳ್ದೇ ಈ ರೀತಿ ರೋಹಿತ್‌ನ 'ಫಸ್' ಮಾಡ್ತೀರಿ" ಅಚಲಾ ಅಸಹನೆ ಕಕ್ಕಿದರು.

"ಮಮ್ಮಿ..." ಅಬ್ಬರಿಸಿದ ರೋಹಿತ್. "ನಿಂಗೇನಾಗಿದೆ? ರವಿಯ ಸುದ್ದಿ ಯಾಕೆ? ಅವ್ನು ಊರನ್ನೇ ಬಿಟ್ಟುಹೋಗಿದ್ದಾನೆ. ಎಷ್ಟು ಅನ್ಯೋನ್ಯವಾಗಿದ್ರಿ! ಛೇ... ನಂಗೆ ರೋಸಿ ಹೋಗಿದೆ" ಕೂದಲಲ್ಲಿ ಬೆರಳುಗಳನ್ನ ಹಾಕಿ ಕಿತ್ತ.

ಶ್ರೀವಾಸ್ತವ ನಿಜವಾಗಿಯೂ ಹೆದರಿದರು. ಅಮಾಯಕ ರವಿಯ ಬಗ್ಗೆ ಕಿಡಿ ಕಾರುವ ಈ ಹೆಣ್ಣು ಅವನೇ ಕಾರನ್ನ ಒಯ್ದಿದ್ದ ಎಂದರೆ ಗತಿಯೇನು? ಈಚೆಗಿನ ಅಚಲಾ ಮಾತುಗಳನ್ನ ನೆನಪಿಸಿಕೊಂಡರೆ ಅದು ಹೆಚ್ಚಲ್ಲವೆನಿಸಿತು ಅವರಿಗೆ. ತೀರಾ ಸಂಯಮ ಅಗತ್ಯವೆನಿಸಿತು.

ತಾವೇ ಹೊರಗೆದ್ದು ಬಂದರು. ಲಾನ್ ಮೇಲೆ ಕೂತವರು ಸುತ್ತಲ ಪರಿಸರವನ್ನ ವೀಕ್ಷಿಸಿದರು. ಬಣ್ಣಬಣ್ಣದ ಗುಲಾಬಿಗಳು ನಗುತ್ತಿದ್ದವು. ಅದರ ಸೌಂದರ್ಯವನ್ನ ಎಂದಾದರೂ ಸವಿದದ್ದುಂಟೆ?

ಬಂದ ರೋಹಿತ್ ಅವರನ್ನ ನೋಡುತ್ತ ನಿಂತ. "ಪಪ್ಪ ರವಿ ಈಗ ಎಲ್ಲಿದ್ದಾನೆ?" ಕೇಳಿದ. ಗೊತ್ತಿಲ್ಲವೆನ್ನುವಂತೆ ತಲೆಯಾಡಿಸಿದರು. "ಬಹಳ ದೂರ ಇರೋದು ಅವ್ನಿಗೂ ಸೇಫ್, ನಮ್ಗೂ ಸೇಫ್, ರವಿ ಬಗ್ಗೆ ನಿಂಗೂ ದ್ವೇಷನಾ?" ಅವರ ಸ್ವರ ಮೃದುವಾಯಿತು. ರೋಹಿತ್ ಮುಖ ಹಿಂಡಿದ. ಒಮ್ಮೊಮ್ಮೆ ದ್ವೇಷಿಸಬೇಕೆನಿಸುತ್ತೆ. ಆದ್ರೆ... ದ್ವೇಷಿಸೋ ಹಾಗಿಲ್ಲ. ಅವ್ನಿಗೆ ಮುಂಬಯಿಯಲ್ಲಿ ಕೆಲ್ಸ ಸಿಕ್ಕಿದೆ. ಇಡೀ ಫ್ಯಾಮಿಲಿಯೆಲ್ಲ... ಹೋದ್ರೂಂತ ಗೊತ್ತಾಯ್ತು. ಕನಿಷ್ಟ ಒಂದ್ಮಾತು ಕೂಡ ಹೇಳೋಕೆ ಬರ್ಲಿಲ್ಲ. ಅವ್ನು ಹೇಳಿ ಮಮ್ಮಿ ನಮ್ಮ ನೋಟಿಸ್‌ಗೆ ತರಲಿಲ್ವೋ?" ಅಡ್ಡಗೋಡೆಯ ಮೇಲೆ ದೀಪವಿಟ್ಟ. ಅದನ್ನ ಮನಸ್ಸೇನು ತಳ್ಳಿಹಾಕಲಿಲ್ಲ "ಅಫ್‌ಕೋರ್ಸ್..." ಎಂದವರು ಸುಮ್ಮನಾದರು.

ಮರುದಿನ ಶ್ರೀವಾಸ್ತವ ಒಂದು ಲಕ್ಷ ರೂಪಾಯಿಗಳನ್ನು ರೋಮ ಮಗಳ ಹೆಸರಿನಲ್ಲಿ ಬ್ಯಾಂಕ್‌ನಲ್ಲಿ ಫಿಕ್ಸೆಡ್ ಮಾಡಿದರು. ಐದು ವರ್ಷದ ರೀನಾ ಹದಿನೆಂಟು ವರ್ಷ ತುಂಬುವವರೆಗೂ ಆ ಹಣ ಅವಳಿಗೆ ಕ್ಯಾಷಾಗುವಂತಿರಲಿಲ್ಲ. ಬಡ್ಡಿ ಮಾತ್ರ ಸಂದಾಯ ವಾಗುತ್ತಿತ್ತು. ಈ ಏರ್ಪಾಟಿಗೆ ಆಫೀಸ್‌ನವರೆಲ್ಲ ಮೆಚ್ಚಿಗೆ ವ್ಯಕ್ತಪಡಿಸಿದರು.

"ಬಾಸ್ ಒಳ್ಳೆ ಕೆಲ್ಸ ಮಾಡಿದ್ರೂ. ನಾಳೆ ಜಾನ್ ಬೇರೆ ಮದುವೆಯಾಗಿ ರೀನಾನ ಕೈ ಬಿಟ್ಟಿದ್ರೆ..." ಹೆಣ್ಣುಗಳೆಲ್ಲ ಈ ರೀತಿಯಲ್ಲಿ ಯೋಚಿಸಿದರು.

ಇದ್ರಿಂದ ಕೆರಳಿದ್ದು ಅಚಲಾ. ಹಿಂದೆ ಇಂಥ ಸಂದರ್ಭಗಳು ಬಂದಾಗ ಸಮಯ ಸಿಕ್ಕಾಗ ಹೆಂಡತಿಗೆ ವಿವರಿಸುತ್ತಿದ್ದರು. ಈ ದಿನಗಳಲ್ಲಿ ಮಾತು ಕೂಡ ಬೇಸರ; ವಿಮುಕ್ತಿ ಗಾಗಿ ಅವರ ಮನ ಚಡಪಡಿಸುತ್ತಿತ್ತು.

"ಒಂದು ಲಕ್ಷ ರೂಪಾಯಿ ಕೊಡುವಂಥ ಅಗತ್ಯವಿತ್ತೆ?" ಸವಾಲೆಸೆದಂತೆ ಅಚಲಾ ಪ್ರಶ್ನಿಸಿದಾಗ ಕ್ಷಣ ಸುಮ್ಮನಿದ್ದರು. "ಏನೋ ಒಂದಿಷ್ಟು ಕೊಟ್ಟಿದ್ರಾಗಿತ್ತು. ಯೂನಿಯನ್ ಕೂಡ ಈ ವಿಷ್ಯದಲ್ಲಿ ತಲೆ ಹಾಕ್ತ ಇರ್ಲಿಲ್ಲ" ಅವಳು ಯೂನಿಯನ್ ಸದಸ್ಯಳಲ್ಲ ಎನ್ನುವ ಸಂಗತಿಯನ್ನು ನೆನಪಿಸಿದರು. ಇಲ್ಲಿ ಲಾ, ಯೂನಿಯನ್‌ಗಿಂತ ನಂಗೆ ಕರ್ತವ್ಯ ಮುಖ್ಯವಾಗಿತ್ತು. ಅವ್ಳ ಸಂಬಳದಲ್ಲಿ ಹೆಚ್ಚೇನು ಉಳಿಸಿರಲಾರಳು. ಜಾನ್‌ದು ಕೂಡ ಹೇಳಿಕೊಳ್ಳುವಂಥ ಉದ್ಯೋಗವಲ್ಲ. ರೀನಾ ಭವಿಷ್ಯದ ಬಗ್ಗೆ ನಾವೇ ಯೋಚಿಸಬೇಕು."

ಲಕ್ಷ ರೂಪಾಯಿ ಕೊಟ್ಟಿದ್ದಕ್ಕೆ ಆಕೆಗೆ ಸಂಕಟವಿರಲಿಲ್ಲ. ರವಿಗೆ ಸರ, ರೀನಾಗೆ ಲಕ್ಷ–

ಇದು ಮುಗಿಯುವಂತೆ ಆಕೆಗೆ ಕಾಣಲಿಲ್ಲ. ಇದು ಎಲ್ಲಿಗೆ ಹೋಗಿ ಮುಟ್ಟಬಹುದು? ಬೇಕೆಂದೇ ಶ್ರೀವಾಸ್ತವ ಮಾಡುತ್ತಿರಬಹುದೆ? ವೈರಾಗ್ಯ, ಸೇಡು, ಕೋಪದ ಇನ್ನೊಂದು ಮುಖವೆ ಇದು? ಬೇರೊಂದು ರೀತಿಯಲ್ಲಿ ಯೋಚಿಸತೊಡಗಿದರು.

"ನೀವು ಜಗತ್ತಿನಲ್ಲಿರೋ ಜನರ ಭವಿಷ್ಯ ಯೋಚ್ನೋದ್ರಲ್ಲಿ ನಾನು, ರೋಹಿತ್ ಬೀದಿಗೆ ಹೋಗ್ತಿವಿ. ನೀವು ಹಿಮಾಲಯಕ್ಕೆ ಹೋಗಿ, ಇಂದಿನ ಶ್ರೀ ಎಲೆಕ್ಟ್ರಾನಿಕ್ಸ್ ಬಗ್ಗೆ ನಿಮ್ಗೆ ಯಾವ್ದೇ ಅಧಿಕಾರವಿಲ್ಲ. ಅಂದು ನಮ್ತಂದೆ ಹಣ ಕೊಡ್ದೇ ಇದ್ದಿದ್ರೆ..." ಆಕೆಯ ಮಾತನ್ನು ಶ್ರೀವಾಸ್ತವ ಪೂರ್ತಿ ಮಾಡಿದರು. "ಎಂದೂ ನೀನು ನನ್ನ ಹೆಂಡ್ತಿಯಾಗೋ ಅವಕಾಶವಿರ್ಲಿಲ್ಲ. ಈ ಸಂಕೋಲೆಯಲ್ಲಿ ಸಿಕ್ಕಿ ನರಳೋಂಥ ಪರಿಸ್ಥಿತೀನೂ ನಂಗೆ ಬರ್ತಾ ಇರಲಿಲ್ಲ. ಅದ್ಕೆ... ನಾನು ತೆತ್ತ ಬೆಲೆ" ಅವರ ಮುಖದಲ್ಲಿ ಕೋಪದ ಜೊತೆ ನೋವು ಮಿನುಗಿತು.

"ನನ್ನ ಸ್ವಪ್ನಗಳೆಲ್ಲ ಸತ್ತುಹೋದ್ವು."

ಬೀರುವಿನಲ್ಲಿದ್ದ ಆಲ್ಬಮ್ ತಂದು ಅಚಲಾ ಮುಂದೆ ಎಸೆದರು. "ಆಗಿನ ಪರಿಸ್ಥಿತಿ ನಿನ್ನ ಕುತ್ತಿಗೆಯಲ್ಲಿ ತಾಳಿ ಕಟ್ಟುವಂತೆ ಮಾಡಿದ್ದು ಕೃತಜ್ಞತೆಯ ಸಂಕೋಲೆಯ 'ಬೆಸ್ಟ್ ಫೇರ್' ಅವಾರ್ಡ್‌ಗೆ ಕಾರಣವಾಗಿದ್ದು. ನೋಡು ನನ್ನ ಬದ್ಕಿನ ಸ್ವಪ್ನ..."

ಇಡೀ ಆಲ್ಬಮ್‌ನಲ್ಲಿ ಅರ್ಧದಷ್ಟು ಇದ್ದಿದ್ದು ಚಾರುಲತ ಭಾವಚಿತ್ರಗಳು. ಭಾಸ್ಕರ್, ಸುಕನ್ಯ ಫೋಟೋಗಳು ಇದ್ದವು. ನಂತರ ಸರಳವಾದ ಮದುವೆಯಲ್ಲಿ ಕ್ಲಿಕ್ಕಿಸಿದ ಜೋಡಿ. ಚಾರುಲತ ಚೆಲುವೆ ಮಾತ್ರವಲ್ಲ ಅತ್ಯಂತ ಅಮಾಯಕಳಾಗಿ ಕಂಡಳು.

"ಚಾರು ಜೊತೆಯಲ್ಲಿ ನಾನು ಕಳೆದಿದ್ದು ಬರೀ ನಾಲ್ಕೈದು ದಿನಗಳು ಮಾತ್ರ. ನನ್ನ ಸ್ವಪ್ನಭಂಗವಾದಂತೆ ನೀನು ಬಂದೆ ನನ್ನ ಬದ್ಕಿನಲ್ಲಿ. 'ಪ್ರೀತಿ' ಎನ್ನುವುದು ಒಂದು ಭ್ರಮೆಯಾಗಿತ್ತೇ ವಿನಹ ನಾನೆಂದೂ ನಿನ್ನ ಪ್ರೀತಿಸ್ಲಿಲ್ಲ ಅಚಲಾ" ಮುಚ್ಚಿಡದೆ ಹೇಳಿದರು. ಅಚಲಾ ಕೈಯಲ್ಲಿನ ಆಲ್ಬಮ್ ಕೆಳಗೆ ಬಿತ್ತು.

ನಂತರದ ವಿಷಯವನ್ನು ತಿಳಿಸಿದರು: "ರವಿ ಬಗ್ಗೆ ನನಗೆ ವಿಪರೀತ ಪ್ರೀತಿ, ಪ್ರೇಮ. ಯಾಕೆಂದು ಅರ್ಥೈಸಿಕೊಳ್ಳಲಾರದೇ ಹೋದೆ. ಅವ್ನು ನನ್ಮಗ..." ಎದೆ ಒತ್ತಿ ಕಣ್ಣಾಲಿಗಳು ತುಂಬಿದವು. "ರವಿ ನನ್ಮಗ..."

'ರವಿ ನನ್ಮಗ...' 'ರವಿ ನನ್ಮಗ...' ಅಚಲಾ ಸುತ್ತಲೂ ಅದೇ ಮಾತುಗಳು ಪ್ರತಿಧ್ವನಿಸತೊಡಗಿದವು. ಕಾಡಿದ ರವಿ ಭೂತವಾಗಿಯೇ ಕಂಡ 'ಪ್ರೀತಿಸದ ಒಬ್ಬ ವ್ಯಕ್ತಿಯ ಕೈಯಲ್ಲಿ ತನ್ನ ರೋಹಿತ್‌ನ ಭವಿಷ್ಯ ಎಷ್ಟು ಭದ್ರ' ಈಗ ಶ್ರೀವಾಸ್ತವಗಿಂತ ಶ್ರೀ ಎಲೆಕ್ಟ್ರಾನಿಕ್ಸ್ ಬಗ್ಗೆ ಯೋಚಿಸುತ್ತಿದ್ದರು.

ಅಚಲಾನ ಪಾಡಿಗೆ ಅಚಲಾನ ಬಿಟ್ಟು ಶ್ರೀವಾಸ್ತವ ಹೊರಗೆಹೋದರು. ಈಚೆಗಿನ ವಿಪರೀತ ಬದಲಾವಣೆ ಬದುಕಿಗೊಂದು ತಿರುವು ಕೊಡುತ್ತೆ. ಭ್ರಮೆಯ ಬದುಕು ಮುಂದಿಲ್ಲ.

ಅಚಲಾ ಆಲ್ಬಮ್ ತೆಗೆದು ಬೀರುವಿನಲ್ಲಿಟ್ಟರು. ಆದರೆ ಪರ್ಸ್ ಬಿದ್ದಿದ್ದು ಆಕೆ ಗಮನಿಸಲಿಲ್ಲ.

* * *

ಪೊಲೀಸ್‌ನವರು ಕರೀಂ ಜೊತೆ ಕಾರನ್ನು ತಮ್ಮ ಕಸ್ಟಡಿಗೆ ತೆಗೆದುಕೊಂಡರು. ತಪಾಸಣೆ ನಂತರ ಕಾರಿನಲ್ಲಿ ರೋಮ ಕೊಲೆಯಾಗಿಲ್ಲ ಮತ್ತು ಅವಳು ಸತ್ತ ನಂತರ ಕಾರು ಅವಳ ಶವ ಸಾಗಿಸಲು, ಮತ್ತಿತರ ಕೆಲಸಕ್ಕೆ ಉಪಯೋಗವಾಗಿಲ್ಲವೆಂದು ಸಾಬೀತಾಯಿತು.

ಇನ್ಸ್‌ಪೆಕ್ಟರ್ ಪ್ರಭಾಕರ್ ಬಂದಾಗ ಅಚಲಾ ಒಬ್ಬರೇ ಇದ್ದರು. "ಹಲೋ, ಮಿಸೆಸ್ ಶ್ರೀವಾಸ್ತವ... ಸ್ವಲ್ಪ ರೋಮಾ ಕೊಲೆಯ ವಿಷ್ಯವಾಗಿ ಒಂದಿಷ್ಟು ಮಾತಾಡ್ಬೇಕಲ್ಲ" ಎಂದಾಗ ಆಕೆಯ ಹುಬ್ಬುಗಳು ಬಿಗಿದುಕೊಂಡರೂ ಮರುಕ್ಷಣ ಸಡಿಲವಾಯಿತು.

"ಪ್ಲೀಸ್, ಇಂಥ ವಿಷ್ಯಗಳಲ್ಲಿ ನಮ್ಮನ್ನ ಯಾಕೆ ಡಿಸ್ಟರ್ಬ್ ಮಾಡ್ತೀರಾ!" ಬೇಸರ ವ್ಯಕ್ತಪಡಿಸಿದರು. ಇನ್ಸ್‌ಪೆಕ್ಟರ್ ಪ್ರಭಾಕರ್ ನಸುನಕ್ಕರು. "ನಾನು ಡಿಸ್ಟರ್ಬ್ ಮಾಡೋಕೇ ಇರೋದು. ಒಂದು ನಿರ್ದಿಷ್ಟ ಸ್ಥಳದಲ್ಲಿ ಏನೇ ನಡೆದರೂ... ನಮ್ಮ ದೃಷ್ಟಿ ಅಲ್ಲಿ ಮಾತ್ರ ಕೇಂದ್ರೀಕೃತವಾಗೋಲ್ಲ. ಸುತ್ತಮುತ್ತಲಿನ ಮರ ಗಿಡಗಳ ಬಗ್ಗೆಯೂ ನಮ್ಮ ಅನುಮಾನ. ಇಫ್ ಯು ಡೋಂಟ್ ಮೈಂಡ್, ಒಂದಿಷ್ಟು ಡೌಟುಗಳು ಇವೆ. ನಿಮ್ಮಿಂದ್ಲೇ ಕ್ಲಿಯರ್ ಆಗ್ಬೇಕು" ಮತ್ತಷ್ಟು ನಕ್ಕರು. ನಗುತ್ತಾ ಮಾತಾಡುವುದೇ ಇನ್ಸ್‌ಪೆಕ್ಟರ್ ಪ್ರಭಾಕರ್ ಸ್ವಭಾವ.

"ಒಂದ್ತಿಂಗ್ಳಿನಿಂದ ಗ್ಯಾರೇಜ್‌ನಲ್ಲಿದ್ದ ಅಂಬ್ಯಾಸಿಡರ್ ಕಾರು ಹೊರ್ಗೇ ತೆಗೆದಿಲ್ಲಾಂತ ಶ್ರೀವಾಸ್ತವ ಹೇಳಿದ್ರು. ಅದು ಈಗ ಸುಳ್ಳಾಗಿದೆ. ಬೈ ದಿ ಬೈ... ನಿಮ್ಮ ಸ್ವಂತಕ್ಕೆ ಅಂದರೇ ಕ್ಲಬ್, ಫ್ರೆಂಡ್ಸ್ ಫಂಕ್ಷನ್‌ಗೆ ಹೋಗೋವಾಗ ಯಾವ ಕಾರು ಹೆಚ್ಚಾಗಿ ಉಪಯೋಗಿಸ್ತೀರಾ?" ಪುಟ್ಟ ಮಗುವನ್ನು ಪ್ರಶ್ನಿಸುವಂತಿತ್ತು. ಆದರೂ ಆಕೆಯ ಬಿ. ಪಿ. ಹೆಚ್ಚಾಯಿತು.

"ನಾನು ಹಾಗೆ ಒಂಟಿಯಾಗಿ ಹೋಗೋದೇ ಇಲ್ಲ. ಅವ್ರು ನಾನು ಕೂಡಿಯೆ ಹೊರ್ಗೇ ಹೋಗೋದು." ಸಹಜವಾಗಿ ಹೇಳಿದರೂ ಸ್ವರದಲ್ಲಿನ ಕಂಪನವನ್ನ ಇನ್ಸ್‌ಪೆಕ್ಟರ್ ಗುರ್ತಿಸಿದರು. ಇದು ಅವರ ಬುದ್ಧಿಮತ್ತೆಗೆ ಒಂದು ಸೂಕ್ಷ್ಮ ಉದಾಹರಣೆ.

"ಐ ಫರ್‌ಗೆಟ್, ನಿಮ್ಗೆ 'ಬೆಸ್ಟ್ ಪೇರ್' ಎಂದರೆ 'ಆದರ್ಶ ದಂಪತಿಗಳು' ಅವಾರ್ಡ್ ಸಿಕ್ಕಿದೆಯಲ್ಲ. ಕಂಗ್ರಾಜುಲೇಷನ್ ಮೇಡಮ್. ಇದೊಂದು ಇಂಟರೆಸ್ಟಿಂಗ್ ವಿಷ್ಯ" ಮಾತನ್ನು ಎಲ್ಲಿಗೋ ತಗೊಂಡು ಹೋದರು. ಬಹುಶಃ ಇದು ಅಭ್ಯಾಸ ಬಲ.

"ಓಕೆ... ಬೈದಿ ಬೈ... ಅಪರೂಪಕ್ಕೆ ಒಬ್ಬರೇ ಹೋಗ್ಬೇಕಾದ ಸಂದರ್ಭ ಬಂದಾಗ.. ಯಾವ ಕಾರು ಉಪಯೋಗಿಸ್ತೀರಾ?" ಮತ್ತೆ ಅಲ್ಲಿಗೆ ಬಂದರು.

"ಫಿಯಟ್..." ಎಂದರು ಅಚಲಾ.

"ಗುಡ್, ಹೆಚ್ಚಾಗಿ ಫಿಯೆಟ್‌ನ ಹೆಂಗಸರು ಲೈಕ್ ಮಾಡ್ತಾರೆ! ಇದು ನನ್ನ ಸ್ವಂತ ಅನುಭವ, ಅಷ್ಟೆ" ಮಾತು ಪಕ್ಕಕ್ಕೆ ಹೊರಳಿತು.

ರೋಹಿತ್‌ನ ವಿಷಯಕ್ಕೆ ಬಂದರು. ಅವನು ಕಾಲೇಜು ವಿದ್ಯಾಭ್ಯಾಸ ಮೊಟಕು ಗೊಳಿಸಿದರೂ ಅವನ ಡ್ರೈವಿಂಗ್ ಆಸಕ್ತಿ. ಆಮೇಲೆ ಆದ ಸಣ್ಣಪುಟ್ಟ ಆಕ್ಸಿಡೆಂಟ್ ಬಗ್ಗೆ ವಿಶ್ಲೇಷಣೆ ನಡೆಸಿದರು.

"ಇದ್ನೆಲ್ಲ ನೋಡಿದಾಗ ರೋಹಿತ್‌ಗೆ ದೃಢ ವ್ಯಕ್ತಿತ್ವ ಇಲ್ಲ ಅನ್ನಿಸುತ್ತೆ. ಅವ್ನೆ ಯಾಕೆ ರೋಮಾ ಕೊಲೆಯಲ್ಲಿ ಎಂಟರ್ ಆಗಿರ್ಬಾರ್ದು!" ಅನುಮಾನ ವ್ಯಕ್ತಪಡಿಸಿದ ಕೂಡಲೇ ಅಚಲಾ ಎಗರಿಬಿದ್ದರು. ಉಸಿರಾಟದಲ್ಲಿ ಏರುಪೇರಾಯಿತು. "ವಾಟ್, ನೀವು ಈ ತರಹ ಮಾತಾಡಿದ್ರೆ... ನಿಮ್ಮ ಇಮ್ಮಿಡಿಯಟ್ ಆಫೀಸರ್‌ಗೆ ರಿಪೋರ್ಟ್ ಮಾಡ್ಬೇಕಾಗುತ್ತೆ."

ಇನ್ಸ್‌ಪೆಕ್ಟರ್ ಪ್ರಭಾಕರ್ ಮೊದಲು ತೆಳುನಗು ಬೀರಿದವರು ಜೋರಾಗಿಯೇ ನಕ್ಕರು.

"ತಿಳಿಯದ ಜನ ತಾವು ಮುಗ್ಧರೇನೋ ಎಂದು ಯೋಚಿಸ್ತಾರೆ. ವಿದ್ಯಾವಂತ ಜನ ತಾವು ಎಲ್ಲಾ ತಿಳಿದಿದ್ದೀವಿ ಅನ್ಕೊಂಡ್ ಹ್ಞೂಂಕರಿಸುತ್ತಾರೆ. ಅಲ್ಲೇ ಅವ್ರಿಗೆ ವಿವೇಕ ಕೈ ಕೊಡುತ್ತೆ. ನಾನು ಕೇಳಿದಷ್ಟು ಪ್ರಶ್ನೆಗಳಿಗೆ ಉತ್ತರ ಕೊಡಿ. ಆಮೇಲೆ ನಿಮ್ಗೇ ಬೇಕಿದ್ದು ಮಾಡ್ಕೊಳ್ಳಿ. ನಾನು ಸ್ಟೇಷನ್‌ಗೆ ಕರ್ಸಿ ಕೇಳೋಕೆ ಅವಕಾಶ ಕೊಡ್ಬೇಡಿ" ನಿಧಾನವಾಗಿ, ಅಷ್ಟೇ ಮರ್ಯಾದೆಯಾಗಿ ಹೇಳಿದರು.

"ರೋಮ ಎಂದಿನಿಂದ ಶ್ರೀವಾಸ್ತವರಿಗೆ ಪಿ.ಎ. ಆಗಿದ್ದಾರೆ?" ಪ್ರಶ್ನೆ ಎತ್ತಿದಾಗ "ಉಫ್.." ಅಚಲಾ ಉಸಿರು ದಬ್ಬಿದರು. "ಎಕ್ಸ್‌ಕ್ಯೂಸ್ ಮಿ ಇನ್‌ಸ್ಪೆಕ್ಟರ್. ನಿಮ್ಮ ಪ್ರಶ್ನೆಗಳಿಗೆ ಕರಾರುವಾಕ್ಕಾಗಿ ಉತ್ತರ ಕೊಡೋಕಾಗೋಲ್ಲ. ಅಂದಾಜಿನ ಮೇಲೆ ಹೇಳಿ ಇನ್ನಷ್ಟು ಪ್ರಶ್ನೆಗಳಿಗೆ ದಾರಿ ಮಾಡಿಕೊಡೋಕೆ ನಾನು ಇಷ್ಟಪಡೋಲ್ಲ. ನಿಮ್ಗೇ ಬೇಕಾದ ವಿಷ್ಯಗಳಿಗೆ ಆಫೀಸ್ ಕಡತಗಳಿಂದ್ಲೇ ಸಂಗ್ರಹಿಸಿಕೊಳ್ಳಿ" ಕೈ ಮುಗಿದುಬಿಟ್ಟರು.

ಪ್ರಭಾಕರ್ ಮೇಲಿದ್ದರು. "ಪುನಃ ಬರ್ತಿನಿ ನರ್ವಸ್ ಆಗೋದ್ಬೇಡ. ಅನುಮಾನ ವಿದ್ದ ಕಡೆಯಲ್ಲೆಲ್ಲ ಜಾಲಾಡ್ತೀವಿ. ಹಾಗಂತ ಎಲ್ಲರೂ ಅಪರಾಧಿಗಳಲ್ಲ. ಥ್ಯಾಂಕ್ಯೂ ಮೇಡಮ್" ಹೊರಟರು.

ಬಂದ ರೋಹಿತ್ ಕೂಡ ಚಿಂತೆಗೀಡಾಗಿದ್ದ. "ಯಾವುದಾದ್ರೂ ಆಕ್ಸಿಡೆಂಟ್‌ನಲ್ಲಿ ಸತ್ತಿದ್ರೆ... ಚೆನ್ನಾಗಿತ್ತು. ಕೇಳಿದ್ದೇ ಕೇಳೋ ಪ್ರಶ್ನೆಗಳಿಗೆ ನನ್ನಿಂದ ಉತ್ತರಿಸೋಕಾಗೋಲ್ಲ! ಆಮೇಲೆ ಮೊದಲ್ನೇ ಸಲ ಹೀಗೆ ಹೇಳಿದ್ದರಲ್ಲ. ಈಗ ಯಾಕೆ ಈ ತರಹ ಹೇಳ್ತೀರಾ? ಯಾವುದನ್ನ.. ನಂಬೋದು, ಅಂತಾರೆ. ಟೆರಿಬಲ್... ಇನ್ನು ನಾಲ್ಕು ಸಲ ಪ್ರಶ್ನಿಸಿಬಿಟ್ಟರೇ... ನಾನು ನ್ಯೂರೋ ಸೆಂಟರ್ ಸೇರಿಬಿಡ್ತೀನಿ. ನನ್ನ ಅಪರಾಧಿ ಅಂತ ತೀರ್ಮಾನ ಮಾಡಿಬಿಡ್ತಾರೆ. ಡ್ಯಾಮ್... ಇಟ್..." ಮುಂದಿದ್ದ ಟೀಪಾಯಿಯನ್ನು ಜಾಡಿಸಿ ಒದ್ದ. ಅದೇ ಮನಸ್ಥಿತಿಯಲ್ಲಿದ್ದರು ಅಚಲಾ.

ಪೆಚ್ಚಾಗಿ ಕೂತ ರೋಹಿತ್ ತೀಕ್ಷ್ಣವಾಗಿ ತಾಯಿಯ ಕಡೆ ನೋಡಿದ. "ಆ ದಿನ ಕರೀಂ ಕಾರು ತಗೊಂಡ್ ಹೋಗಿದ್ನಾ? ಅವನೇನೋ ಇಲ್ಲಾಂತಾನೆ. ರೋಮ ಮನೆ ಕೆಲಸದವಳ ಮಗ ಕರೀಂನ ಗುರ್ತಿಸಿದ್ದಾನೆ ಅವ್ನೇ 'ಶೆಹನ್ ಷಾ' ಸ್ಟಿಕರ್ ಅಂಟಿಸಿದ ನಂತೆ."

ಅಚಲಾ ಜಂಘಾಬಲವೇ ಉಡುಗಿಹೋಯಿತು.

"ನಂಗೆ ಗೊತ್ತಿಲ್ಲಪ್ಪ. ಈ ಡ್ರೈವರ್‌ಗಳು ಸರ್ವತಂತ್ರ ಸ್ವತಂತ್ರರು. ಯಾವಾಗ ಕಾರು ತಗೊಂಡ್ಹೋಗ್ತಾರೋ... ಬರ್ತಾರೋ ಒಂದೂ ಗೊತ್ತಾಗೋಲ್ಲ!" ಬಡಬಡಿಸಿದರು.

ಇದನ್ನು ರೋಹಿತ್ ಕೂಡ ಒಪ್ಪಲಾರ. ಅವರಿಗೆ ಸ್ವತಂತ್ರ ಇರಬಹುದು, ಒಂದೂ ಮಿತಿಯಿಲ್ಲ. ಸ್ವಂತಕ್ಕೆ ಬಳಸಿದ್ದು. ಎಂದೂ ಕಂಪನಿಯ ನೋಟಿಸ್‌ಗೆ ಬಂದಿರಲಿಲ್ಲ.

ಏನೂ ತನ್ನಿಂದ ಮುಚ್ಚಿಡುತ್ತಿದ್ದಾರೆನಿಸಿತು ರೋಹಿತ್‌ಗೆ. ಸ್ವಚ್ಛ ಮುಖದ ಸಂಯಮ ಬದುಕಿನ ತಂದೆಯ ಬಗ್ಗೆ ಮಾತ್ರ ಅವನು ಅನುಮಾನಪಡಲಾರ.

"ನಂಗೇ ಡೌಟ್..." ಎಂದ ಅಚಲಾ ಬೆಚ್ಚಿದ್ದರು. "ನೀವೇನೋ... ನನ್ನಿಂದ ಮುಚ್ಚಿಡ್ತಾ ಇದ್ದೀರಾ, ಮಮ್ಮಿ ರೋಮಾ ಮೇಲೆ ನಿಮ್ಗೇನಾದ್ರೂ ದ್ವೇಷವಿತ್ತಾ?"

ಅಚಲಾಗೆ ನಿಂತ ನೆಲವೇ ಕುಸಿದಂತಾಯಿತು.

"ನೀನೇನು ಮಾತಾಡ್ತಾ ಇದ್ದೀಯಾ! ಛೇ..." ಕಣ್ತುಂಬಿದಾಗ ರೋಹಿತ್ ಕರಗಿಹೋದ. "ಸಾರಿ ಮಮ್ಮಿ. ಪದೇಪದೇ ಖಾಕಿ ಬಟ್ಟೆಯವರನ್ನ ಕಂಡು... ನಾನು ಕೂಡ ಅವರ ತರಹನೇ ಯೋಚಿಸೋಕೆ ಶುರು ಮಾಡಿಬಿಟ್ಟಿದ್ದೀನಿ" ಸಂತೈಸಿದ.

ಆದರೂ ಅವನಲ್ಲಿನ ಭಯದ ಜೊತೆ ಅನುಮಾನವೂ ಹೆಡೆಯಾಡುತ್ತಿತ್ತು. ಸಂಜೆ ಶ್ರೀವಾಸ್ತವ ಮುಂದೆ ಸ್ವಲ್ಪ ತೋಡಿಕೊಂಡ.

"ಸಂಬಂಧಪಡದ ವಿಷ್ಯಕ್ಕೆ ನಮ್ಮನ್ನು ಎಳೆಯೋದು ಯಾಕೆ, ಪ್ರಶ್ನಿಸೋದು ಯಾಕೆ? ರೋಮಾ ನಮ್ಮ ಆಫೀಸ್‌ನಲ್ಲಿ ಕೆಲ್ಸ ಮಾಡ್ತಾ ಇದ್ಳು ಅನ್ನೋ ಒಂದೇ ಕಾರಣಕ್ಕೆ ನಮ್ಮನ್ನ ಹಿಂಸಿಸ್ತಾ ಇದ್ದಾರೆ" ಆವೇಶಗೊಂಡ.

ಸಹಾನುಭೂತಿಯಿಂದ ಮಗನನ್ನು ನೋಡಿದರು. "ಅಷ್ಟೇ ಅಲ್ಲ ರೋಮ ನಮ್ಮ ಆಫೀಸ್‌ನಲ್ಲಿ ಕೆಲ್ಸ ಮಾಡ್ತಾ ಇದ್ಳು ಅನ್ನೋ ಒಂದು ಕಾರಣಕ್ಕಾದರೆ ಅಷ್ಟಿಷ್ಟು ಸಂಗ್ರಹಿಸಿ ಕೊಂಡು ಸುಮ್ಮನಾಗುತ್ತಿದ್ದರು. ಆದರೆ ಆ ಸಂಜೆ ರೋಮಾ ನಮ್ಮ ಕಾರಿನಲ್ಲಿ ಬಂದಿದ್ದಾಳೆ. ನಾನು ಹೇಳಿಕಳಿಸ್ದೇಂತ ಕರ್ಕೊಂಡ್ಬಂದು ವಂಚಿಸಿದ್ದಾರೆ. ನಮ್ಮ ಕಾರೇ ಎಂದು ಕೆಲಸದವಳು ಸಾಕ್ಷಿ ಹೇಳ್ತಾ ಇದ್ದಾಳೆ. ಮುಂದಿನ ವಿಂಡೋ ಬಳಿ ಜೋತುಹಾಕಿರೋ ಜೋಡಿ ಆನೆಗಳ ಗುರುತು ಹೇಳ್ತಾ ಇದ್ದಾಳೆ. ಹೀಗಿರುವಾಗ ಅವರು ನಮ್ಮನ್ನ ಪ್ರಶ್ನಿಸದೇ ಬೇರೆ ಯಾರನ್ನ ಪ್ರಶ್ನಿಸ್ತಾರೆ? ತೀರಾ ಬಡತನದ ರೇಖೆಯಲ್ಲಿದ್ದ ಜನ ನಾವಾಗಿದ್ದರೇ... ಬೇರೆ ರೀತಿಯಲ್ಲೇ ವಿಚಾರಿಸ್ಕೋತಾ ಇದ್ರು. ಅಪರಾಧಿ ಸಿಕ್ಕಬೇಕಾದ್ರೆ ನಮ್ಮ ಸಹಕಾರ

ಅವ್ರಿಗೆ ಬೇಕಾಗುತ್ತೆ. ಅದಕ್ಕೋಸ್ಕರ ತಲೆ ಕೆಡ್ಸಿಕೊಳ್ಳೋದ್ಬೇಡ" ಸೀರಿಯಸ್ಸಾಗಿ ಹೇಳಿದರು. "ಕಾನೂನು ಚೌಕಟ್ಟಿನಲ್ಲಿ ಯಾರೂ ದೊಡ್ಡೋರಲ್ಲ."

ಅಂದು ರಾತ್ರಿ ಅಚಲಾ ಕೋಣೆಗೆ ಬಂದಾಗ ಶ್ರೀವಾಸ್ತವ ಎರಡು ಕೈಗಳನ್ನು ಬೆಸೆದು ತಲೆಯ ಕೆಳಗಿಟ್ಟುಕೊಂಡು ಮಲಗಿದ್ದವರು ಸೀಲಿಂಗ್ ದಿಟ್ಟಿಸುತ್ತಿದ್ದರು.

ಅವರ ಪಕ್ಕದಲ್ಲಿಯೇ ಕೂತರು ಅಚಲಾ. "ಆತುರಾತುರಾಗಿ ಮದ್ವೆ ಮಾಡಿಕೊಂಡಿದ್ದು ನಿಮ್ಮ ತಪ್ಪು" ನೋಟವನ್ನು ಹೆಂಡತಿಯ ಕಡೆ ಹರಿಸಿದರು. "ಚಾರುಲತನ ಮದ್ವೆಯಾಗಿದ್ದಕ್ಕೆ ನಂಗೆ ಇಂದಿಗೂ ಪಶ್ಚಾತ್ತಾಪವಾಗಿಲ್ಲ. ಆಮೇಲೆ ನಿನ್ನ ಕುತ್ತಿಗೆಗೆ ತಾಳಿ ಕಟ್ಟಿದ್ದಕ್ಕಾಗಿ ಇಂದಿಗೂ ಬೆಂದು ಹೋಗ್ತಾ ಇದ್ದೀನಿ. ಅವ್ಳಿಗೂ ಬದ್ಕು ಕೊಡ್ಲಿಲ್ಲ, ನಿನ್ನ ಪ್ರೀತಿಸಲಾಗಿಲ್ಲ."

ಯಾವ ಹೆಣ್ಣೂ ಸಹಿಸಲಾರದಂಥ ಅವಮಾನ. ಆದರ ಅಚಲಾ ವಿಚಲಿತ ರಾಗಲಿಲ್ಲ.

"ಈಗಿನ ನಿಮ್ಮ ಉದ್ದೇಶವೇನು?" ಎಂದಾಗ ತಲೆಯ ಕೆಳಗಿನ ಎರಡೂ ಕೈಗಳನ್ನು ತೆಗೆದರು. "ಒಂದು ಸುಂದರ ಸ್ವಪ್ನ ನನ್ನ ಬಾಳಪುಟಗಳು ಮುಗಿಯುವ ಮುನ್ನ ಒಂದಿಷ್ಟು ದಿನಗಳಾದ್ರೂ ಚಾರು, ರವಿಯ ಜೊತೆ ಇರ್ಬೇಕು" ಕನಸಿನಲ್ಲಿದ್ದಂತೆ ತೊದಲಿ ಬಿಟ್ಟರು. ಆದರೆ ಅದರ ಪರಿಣಾಮವೇನಾಗಬಹುದೆಂದು ಯೋಚಿಸಲಿಲ್ಲ.

ಅಚಲಾ ಜಾಗ್ರತರಾದರು.

ಅಷ್ಟರಲ್ಲಿ ಪೊಲೀಸ್ ಇನ್ಸ್‌ಪೆಕ್ಟರ್ ಪ್ರಭಾಕರ್ ಬಂದ ವಿಷಯವನ್ನು ಆಳು ಬಂದು ಮುಟ್ಟಿಸಿಹೋದ. ಅಚಲಾ ಕೇಳುವಂತೆಯೇ ಗೊಣಗಿದರು. "ಎಂತೆಂಥ ಕೇಸ್‌ಗಳೋ ಪಾತಾಳ ಸೇರಿಬಿಡುತ್ತೆ. ಏನಾದ್ರೂ ಮಾಡಿ ಕೈತೊಳ್ದುಕೊಳ್ಳೋದ್ಬಿಟ್ಟು ಈ ರೀತಿ ತಲೆ ಕೆಡ್ಸಿಕೊಳ್ಳೋದು ಮೂರ್ಖತನ."

ಬಾಗಿಲವರೆಗೂ ಹೋದ ಶ್ರೀವಾಸ್ತವ ಹಿಂದಿರುಗಿ ನೋಡಿದರು. "ಎಜುಕೇಟೆಡ್ ಆದ ನೀನು ಮಾತಾಡೋ ಅಂಥ ಮಾತುಗಳಲ್ಲ. ಅವ್ಳು ಸತ್ತಿದ್ದಕ್ಕಾಗಿ ಕಾಂಪೆನ್‌ಸೇಷನ್ ಕೊಟ್ಟಿದ್ದೀನಿ. ಆ ಕೇಸು ಮುಚ್ಚಿಹಾಕೋಕೆ ಹಣ ಕೊಡೋಲ್ಲ." ಕಣ್ಣು ಕೆಂಪಗೆ ಮಾಡಿಕೊಂಡೇ ಹೋದರು.

ನಸುನಕ್ಕ ಇನ್ಸ್‌ಪೆಕ್ಟರ್ ಪ್ರಭಾಕರ್, "ಸಾರಿ ಫಾರ್ ದಿ ಡಿಸ್ಟರ್ಬ್, ನಮ್ಮ ಈ ತಿರ್ಗಾಟಕ್ಕಾಗಿ ಮನೆಯವರಿಂದ ಬೈಸಿಕೊಳ್ಳುವುದರ ಜೊತೆಗೆ ಆಚೆಯವರಿಂದ್ಲೂ ಶಾಪ ಹಾಕಿಸ್ಕೋಬೇಕು. ನಿಮ್ಮನ್ನು ಡಿಸ್ಟರ್ಬ್ ಮಾಡ್ದೇ ವಿಧಿಯಿಲ್ಲ" ಕೂತರು.

"ನೋ... ನೋ... ನಿಮ್ಮ ಡ್ಯೂಟಿ ನೀವು ಮಾಡಿ" ಅಲ್ಲೇ ಕೂತರು. "ರೋಮಾ ಜೊತೆ ಕಾಣೆಯಾಗಿರೋದು ಒಂದು ಹ್ಯಾಂಡ್‌ಬ್ಯಾಗ್... ಐ ಮೀನ್ ಪರ್ಸ್. ಮನೆಯಿಂದ ಹೋದಾಗ ಪರ್ಸ್ ಅವರ ಬಳಿಯಲ್ಲೇ ಇರಬೇಕು. ಕೊಲೆಯಾದ ಸಂದರ್ಭದಲ್ಲಿ ಕಾಣೆಯಾಗಿರಬೇಕು ಅಥವಾ ಕೊಲೆಗಾರ ಒಯ್ದಿರಬೇಕು. ಅದರಲ್ಲಿ ಒಂದು ಪುಟ್ಟ

ಡೈರಿ ಇರ್ತಾ ಇತ್ತೂಂತ ಜಾನ್ ತಿಳಿಸಿದ್ದಾರೆ. ಅದ್ನ ನಾವು ನೋಡಿದ್ದೀವಿ ಎಂದು ನಿಮ್ಮ ಆಫೀಸ್‌ನ ಕೆಲವರು ಒಪ್ಪಿಕೊಂಡಿದ್ದಾರೆ. ತೀರಾ ವಿಶೇಷವಾದದ್ದನ್ನು ಆಯಾ ದಿನದಲ್ಲೇ ಗುರುತು ಹಾಕುತ್ತಿದ್ದುದು ರೋಮಾ ಅಭ್ಯಾಸ ಅಂತ ಕೂಡ ಗೊತ್ತಾಗಿದೆ. ಕರೀಂ ಬಾಯಿ ಬಿಡ್ತಾಯಿಲ್ಲ. ಹೆಚ್ಚು ಹಿಂಸೆಗೆ ಒಳಪಡಿಸಿದ್ರೆ ಸತ್ತು ಹೋಗ್ತಾನೆ. ಬೇರೆ ದಾರಿಗಳು ಹುಡುಕ್ತಾ ಇದ್ದೀವಿ. ಅದರಲ್ಲಿ ಇದೊಂದು" ಪೀಠಿಕೆ ಹಾಕಿದರು. ಆ ವಿಷಯದಲ್ಲಿ ಶ್ರೀವಾಸ್ತವ ನಿಸ್ಸಹಾಯಕರು.

"ಐ ಯಾಮ್ ಹೆಲ್ಪ್‌ಲೆಸ್. ಈ ವಿಷ್ಯದಲ್ಲಿ ನಂಗೇನು ಗೊತ್ತಿಲ್ಲ..." ತೋಡಿ ಕೊಂಡರು.

"ಓಕೇ... ಓಕೆ... ಸೀರೆ ಮ್ಯಾಚಿಂಗ್ ಸಲುವಾಗಿ ಪರ್ಸ್‌ನೇನಾದ್ರೂ ಆಗಾಗ ಬದಲಾಯಿಸ್ತಾ.. ಇದ್ರಾ ಲೋಮಾ?" ಕ್ಷಣ ಯೋಚಿಸುತ್ತ ಕೂತ ಶ್ರೀವಾಸ್ತವ. "ನಂಗೆ ನೆನಪಿಲ್ಲ. ಗಮನಿಸೋ ಅವಕಾಶ ಕಮ್ಮಿ. ಗಮನಿಸಿದ್ರೂ... ನೆನಪಿನಲ್ಲಂತೂ ಇಲ್ಲ. ರೋಮಾ ಸಾವಿನ ದುಃಖ ನನ್ನನ್ನು ಇನ್ನ ಕಾಡ್ತಾ ಇದೆ."

ತೀಕ್ಷ್ಣವಾಗಿ ಶ್ರೀವಾಸ್ತವರ ಮುಖಭಾವನೆಗಳನ್ನು ಗಮನಿಸಿದರು ಪ್ರಭಾಕರ್. ಸುಳ್ಳು ಹೇಳುವ ವ್ಯಕ್ತಿಯ ಕಣ್ಣು ಮುಖಭಾವ ಹೇಗಿರುತ್ತದೆಯೆಂದು ಅವರಿಗೆ ಗೊತ್ತು. ಶ್ರೀವಾಸ್ತವ ಮುಖ ಸ್ವಚ್ಛವಾಗಿತ್ತು.

ಇನ್ಸ್‌ಪೆಕ್ಟರ್ ಪ್ರಭಾಕರ್ ಬೀಳ್ಕೊಟ್ಟು ಹೊರಟರು. ಮೇಲಿನ ಕೋಣೆಯ ಬಳಿ ಅಚಲಾ ನರಳಾಡಿದ್ದು ಅವರ ಗಮನಕ್ಕೆ ಬಂದಿತ್ತು.

ಇದುವರೆಗಿನ ಇನ್‌ವೆಸ್ಟಿಗೇಷನ್ ಪ್ರಕಾರ ಸೌಂದರ್ಯ ರಾಣಿ ಕಿರೀಟವಿರಿಸಿ ಕೊಂಡ ರೋಮಾ ಅತ್ಯಂತ ಶೀಲವಂತೆ, ಜಾನ್ ಬಿಟ್ಟು ಬೇರೆ ಪುರುಷರ ಜೊತೆ ಅವಳಿಗೆ ಸ್ನೇಹವಿರಲಿಲ್ಲ. ಅನ್ಯೋನ್ಯವಾಗೇ ಇದ್ದರು. ಶ್ರೀವಾಸ್ತವ ಬಗೆಗೆ ಅಭಿಮಾನವಿತ್ತೇ ವಿನಹ ಯಾವುದೇ ಅನೈತಿಕ ಸಂಬಂಧವಿರಲಿಲ್ಲ. ಸುಂದರ ಹೆಣ್ಣಿನ ಅಂಗಾಂಗಗಳನ್ನು ಕಂಡು ಕೂಡಲೇ ಬಿಸಿಯಾಗುವ ಪುರುಷರಲ್ಲಿ ಶ್ರೀವಾಸ್ತವ. ಸದಾ ತನ್ನ ಇಂಡಸ್ಟ್ರಿಯ ವಿದ್ಯಮಾನ ಗಳಲ್ಲಿ ಮಗ್ನ, ಅಷ್ಟೇ ದಯಾಳು ಕೂಡ. ಕಾರ್ಮಿಕರ ಬಗೆಗೆ ಉದಾರ ನೀತಿ. ಇದರಿಂದ ಬೇರೆ ಇಂಡಸ್ಟ್ರಿಯವರ ಕಣ್ಣು ಕೆಂಪಗಾಗಿರಬೇಕಷ್ಟೆ!

* * *

ಲಾಯರ್ ಚಟರ್ಜಿ ಶ್ರೀವಾಸ್ತವ ಛೇಂಬರ್‌ಗೆ ಬಂದಾಗ ಆಶ್ಚರ್ಯವಾದರೂ ಶ್ರೀವಾಸ್ತವ ತೋರ್ಪಡಿಸಿಕೊಳ್ಳಲಿಲ್ಲ.

"ಹೇಗಿದೆ... ಆರೋಗ್ಯ?" ಪ್ರಶ್ನಿಸಿದಾಗ ಶ್ರೀವಾಸ್ತವ ನಕ್ಕುಬಿಟ್ಟರು. "ನೀವು ಎಂದಿ ನಿಂದ ವೈದ್ಯರಾಗಿದ್ದು? ವಕೀಲಿ ವೃತ್ತಿಗಿಂತ ಡಾಕ್ಟರರ ವೃತ್ತಿನೆ ಆಕರ್ಷಕವಾಗಿದ್ಯಾ?" ತಮಾಷೆ ಮಾಡಿದರು ಶ್ರೀವಾಸ್ತವ.

ಚಟರ್ಜಿ ಹಿರಿಯ ವಕೀಲರು. ಹಲವಾರು ಸಂಘಸಂಸ್ಥೆಗಳಿಗೆ ಅಧ್ಯಕ್ಷರು, ಕಾರ್ಯದರ್ಶಿಗಳು, ಸದಸ್ಯರು. ಅತ್ಯಂತ ಕ್ರಿಯಾಶೀಲ ಮನುಷ್ಯ, ಎಪ್ಪತ್ತು ದಾಟಿದ್ದರೂ ಬದುಕಿನಲ್ಲಿ ಕರೇಜ್ ಕಳೆದುಕೊಳ್ಳದ ವ್ಯಕ್ತಿ. ಸದಾ ಸಂತೋಷ, ಸುಖ, ಸಂತೋಷ, ತೃಪ್ತಿಗಳ ಬಗ್ಗೆ ನಿರರ್ಗಳವಾಗಿ ಮಾತಾಡಬಲ್ಲಂಥ ವ್ಯಕ್ತಿ. ವಿಚಾರ ಜೀವಿ. ಬರ್ಟ್ರಂಡ್ ರಸೆಲ್‌ರವರ 'ದಿ ಕಾನ್‌ಕ್ವೆಸ್ಟ್ ಆಫ್ ಹ್ಯಾಪಿನೆಸ್' ಆಗಾಗ ಉದಾಹರಿಸುತ್ತ ಮಾತಾಡುವ ಮೇಧಾವಿ. ಇವರು ಅಚಲಾ ಅವರ ತಂದೆಯ ಸ್ನೇಹಿತರು.

ಸ್ನೇಹ, ವಿಶ್ವಾಸಕ್ಕಾಗಿ ಆಗಾಗ ಬರುತ್ತಿದ್ದರು. ಇವರು ಇದ್ದಷ್ಟು ಹೊತ್ತು ನಗೆಯ ಮಲ್ಲಿಗೆ ಅರಳುತ್ತಿತ್ತು.

ಈಗ ಚಟರ್ಜಿ ಕೂಡ ಜೋರಾಗಿ ನಕ್ಕರು. ಮತ್ತೆ ತರಾಟೆಗೆ ತೆಗೆದುಕೊಂಡರು.

"ನಿಂಗೆ ಹಾರ್ಟ್ ಅಟ್ಯಾಕ್ ಯಾಕೆ ಆಯ್ತು ಗೊತ್ತಾ?" ಶ್ರೀವಾಸ್ತವ ಮುಖ ಚಿಂತೆಗೊಳಗಾಯಿತು. ಆ ದಿನದ ಘಟನೆಯಿಂದ ಕಾರಣ ಹುಡುಕಬಲ್ಲರು. "ನಿಂಗೆ ಹಾರ್ಟ್ ಇತ್ತು. ಅಟ್ಯಾಕ್ ಆಯ್ತು ಅಷ್ಟೆ" ನಕ್ಕುಬಿಟ್ಟರು. ಗಂಭೀರ ವಿಷಯ ಕೂಡ ಹಾಸ್ಯದಲ್ಲಿ ತೇಲಿಹೋಯಿತು.

ಮಾತುಗಳ ನಡುವೆ ಒಂದು ವಿಷಯಕ್ಕೆ ಬಂದರು. "ಅಚಲಾ, ನನ್ನ ಗೆಳೆಯನ ಮಗ್ಳು ಇರ್‍ಬಹ್ದು. ನಂಗೂ ಅವಳಿಗಿರುವಂಥ ಮಿದುಳು ಇದೆ. ಹೃದಯ ಇಲ್ಲ" ಎಂದು ಶ್ರೀವಾಸ್ತವರನ್ನು ಗೊಂದಲಕ್ಕೆ ಕೆಡವಿದರು.

ಆಮೇಲಿನ ವಿಷಯ ಹಾಸ್ಯವಾಗಿಯೇ ಹೊರಗೆಡವಿದರು. ಒಂದು ಸಲ ಹೃದಯಾಘಾತವಾದ ವ್ಯಕ್ತಿ ಹಾರ್ಟ್ ಪೇಶಂಟ್ ಶ್ರೀ ಎಲೆಕ್ಟ್ರಾನಿಕ್‌ನಂಥ ಕೈಗಾರಿಕಾ ಘಟಕ ಸಮರ್ಥವಾಗಿ ನಿರ್ವಹಿಸಲಾರರು. ಅವರಿಗೆ ಈಗ ರಸ್ಟ್, ಅಗತ್ಯ. ಆದ್ದರಿಂದ ಸಮಸ್ತವನ್ನು ರೋಹಿತ್, ಅಚಲಾಗೆ ವಹಿಸಿಕೊಡಬೇಕೆಂಬ ಬಗೆಗೆ ಅಚಲಾ, ರೋಹಿತ್ ಬಂದಿದ್ದನ್ನು ತಿಳಿಸಿದರು.

ಶ್ರೀವಾಸ್ತವ ಕೂತಲ್ಲಿಯೇ ಶಿಲೆಯಾದರು. ಕಣ್ಣಂಚು ಒದ್ದೆಯಾಯ್ತು. ಅಪ್ಪನ ಆಸ್ತಿ – ಇವಳಪ್ಪ ಕೊಟ್ಟ ಕೆಲವು ಲಕ್ಷಗಳಿಗೆ ಇವಳದಾಗಿ ಹೋಯಿತಾ? ಅದರ ಪ್ರಗತಿಯ ಹಿಂದೆ ತನ್ನ ಶ್ರಮವೆಷ್ಟಿತ್ತು. ಅಲ್ಲಿ ತಯಾರಾದ ಉಪಕರಣಗಳಿಗೆ ಮಾರುಕಟ್ಟೆ ಒದಗಿಸಲು ತಾನೆಷ್ಟು ಶ್ರಮಪಟ್ಟಿಲ್ಲ.

"ಹ್ಯಾವ್ ಎ ಲಿಟಲ್ ಪೇಷನ್ಸ್. ನೊಂದುಕೋಬೇಡ. ಹೃದಯವಿಲ್ಲದ ಜನ ಮಿದುಳಿನ ಸಹಾಯದಿಂದ ಬರೀ ಯೋಚಿಸ್ತಾರೆ. ಅಲ್ಲಿ ಲಾಭನಷ್ಟಗಳ ತರ್ಕ ಅಷ್ಟೆ. ನಾನು ತಮಾಷೆಯಾಗಿ ಬೈದೆ" ಈಗ ಅವರು ಕೂಡ ಮುಕ್ತವಾಗಿ ನಗಲಾರದೆ ಹೋದರು. ಒಳಹೊರಗನ್ನು ಬಲ್ಲ ಹಿರಿಯ.

ಸ್ವಲ್ಪ ಚೇತರಿಸಿಕೊಂಡು ಮೇಲೆದ್ದ ಶ್ರೀವಾಸ್ತವ ಅವರ ಕೈಕುಲುಕಿದರು. "ಥ್ಯಾಂಕ್ಯೂ ಸರ್, ಕೋರ್ಟಿನ ನೋಟಿಸ್ ಮೂಲಕ ವಿಷ್ಯ ತಿಳಿಸ್ದೇ ನಿಮ್ಮ ಮೂಲಕ ಹೇಳಿ ಕಳಿಸಿದ ಅಚಲಾಗೆ ನನ್ನ ಕೃತಜ್ಞತೆಗಳು" ಬೀಳ್ಕೊಟ್ಟರು.

ನೇರವಾಗಿ ಆಫೀಸ್ ಗೆಸ್ಟ್ ಹೌಸಿಗೆ ಹೋಗಿಬಿಟ್ಟರು. "ರೋಹಿತ್ ಕೂಡ ಅಚಲಾ ಜೊತೆ ಬಂದಿದ್ನಾ?" ನೋವಿನಿಂದ ಕೇಳಿದ್ದರು ಚಟರ್ಜಿಯವರನ್ನು. ಮ್ಲಾನವದನ ರಾಗಿದ್ದರು. "ಹೌದು, ಶ್ರೀವಾಸ್ತವ. ತಾಯಿ, ಮಗನದು ಒಂದೇ ಮಾತು. ನೀನು ಎಂ.ಡಿ ಸ್ಥಾನದಲ್ಲಿ ಮುಂದುವರಿಯುವುದಕ್ಕೂ ಅವರ ತೀವ್ರ ಅಸಮಾಧಾನ. ನಿಂಗೆ 'ವಿಶ್ರಾಂತಿ' ಅನ್ನೋ ಶಿಕ್ಷೆ ಮಾತ್ರ" ಆ ಸಂದರ್ಭದಲ್ಲಿ ಹೃದಯಾಘಾತವಾಗಿದ್ದರೆ ತಾವು ಉಳಿಯುತ್ತಿರಲಿಲ್ಲವೆಂದುಕೊಂಡರು ಶ್ರೀವಾಸ್ತವ.

ತನ್ನ ಮನಶ್ಯಾಂತಿಯನ್ನು ಕಾಪಾಡಲು ಭಾಸ್ಕರ್ ತನ್ನ ತಂಗಿಯ ಬದುಕನ್ನೇ ಬಲಿ ಕೊಟ್ಟ? ಯಾಕೆ? ಅವನು ಸಾಮಾನ್ಯ ಮನುಷ್ಯನಲ್ಲವೇ? ಕೋರ್ಟಿಗೆ ಹೋಗಬಹುದಿತ್ತು. ಅವನು ಯಾಕೆ ಹಿಂಜರಿದದ್ದು? ದೈವತ್ವಕ್ಕೆ ಏರುವ ಹಂಬಲ! ನಗಬೇಕೆನಿಸಿತು ಅವರಿಗೆ.

ತಾನು ಹಳ್ಳಿಗೆ ಹೋದಾಗ ಭಾಸ್ಕರ್ ಕುಟುಂಬ ಅಲ್ಲೇ ಉಳಿದಿದ್ದರೆ ಅಂದೇ ಒಂದು ಪರಿಹಾರ ಸಿಗುತ್ತಿತ್ತು. ಇಪ್ಪತ್ತು ವರ್ಷಗಳ ದೀರ್ಘಕಾಲ ಚಾರುಲತನ ನೋಡದೆ ಇರಬೇಕಾಗಿರಲಿಲ್ಲ. ತನ್ನ ಕಣ್ಣುಗಳಿಂದ ಚಾರುಲತನ ಮಾತ್ರವಲ್ಲ. ಅವಳು ತನ್ನ ಹೆಂಡತಿ ಎನ್ನುವುದನ್ನು ಸಮಾಜದ ಕಣ್ಣಿಂದ ಅಡಗಿಸಿಟ್ಟ.

ತನ್ನ ರಕ್ತದ ಕಣವೊಂದು ಚಾರುಲತ ಮಡಿಲು ತುಂಬಿದ ಸಂಭ್ರಮ–ಬೆಳದಿಂಗಳು ಮೂಡಿದಂತಾಯಿತು. ವರ್ಷಗಳು ಹಿಂದಕ್ಕೆ ಓಡಿದವು.

ಹೆಚ್ಚನೆಯ ಮೈಮಾಟ – ತುಸು ಮುಂದಕ್ಕೆ ಬಂದ ಹೊಟ್ಟೆ ಮುಖದಲ್ಲಿ ತಾಯ್ತನದ ಸೊಬಗು. ಗಂಡಿನ ಬದುಕಿನ ಅಮೂಲ್ಯ ಸಂದರ್ಭ. ಸೊಂಟವನ್ನು ಮೃದುವಾಗಿ ಸವರುತ್ತ ಹೊಟ್ಟೆಗೆ ಕಿವಿಯಿಟ್ಟು ಚಲಿಸುವ ತನ್ನ ಕುಡಿಯ ಮಧುರ ಸದ್ದು ಆಲಿಸುವ ಕ್ಷಣ – 'ಆಹ್' ಎನಿಸಿತು.

ಫೋನ್ ಸದ್ದು ವರ್ಷಗಳು ಹಿಂದಕ್ಕೆ ಹೋಗಿದ್ದ ಅವರನ್ನು ವಾಸ್ತವ ಬದುಕಿಗೆ ತಂದಿತು. ಒಂದೇಸಮ ಸದ್ದು ಮಾಡುತ್ತಿತ್ತು. ಇಣುಕಿದ ಆಳನ್ನು ಹೋಗುವಂತೆ ಸನ್ನೆ ಮಾಡಿದರು.

ಕಡೆಗೆ ಸದ್ದು ಅಡಗಿತು. ಆಳು ಒಳಗೆ ಬಂದ "ಯಾರೋ... ಬಂದಿದ್ದಾರೆ" ನಮ್ರತೆಯಿಂದ ಹೇಳಿದ. "ಈಗ ಯಾರನ್ನೂ ಭೇಟಿ ಆಗೋಲ್ಲ."

ಹಿಂದೆಯೇ ಬಂದ ರವಿ ಆಳಿಗೆ ಹೋಗುವಂತೆ ಸನ್ನೆ ಮಾಡಿದ. ಅವನು ಬಾಯಿ ತೆರೆದಾಗ ಮುಚ್ಚಿ ಹೊರಗೆ ಒಯ್ದು ಬಿಟ್ಟು ಬಂದ.

ಮಲಗಿ ಶೂನ್ಯದಲ್ಲಿಯೇ ನೋಟ ನೆಟ್ಟ ಶ್ರೀವಾಸ್ತವರನ್ನು ನೋಡಿ ಹರ್ಷ, ದುಃಖ ಒಟ್ಟಿಗೇ ಆಯಿತು. 'ನೀನು ಶ್ರೀವಾಸ್ತವರನ್ನು ಭೇಟಿಯಾಗ್ಬಾರ್ದು. ಇದ್ರಿಂದ ಯಾರ್ಗೂ ಒಳ್ಳೇದಲ್ಲ' ಭಾಸ್ಕರ್ ತಿಳಿಹೇಳಿದ್ದರು. "ಮಾವ, ಈ ವಿಷ್ಯದಲ್ಲಿ ನಾನು ನಿಮ್ಮ ಮಾತು ಕೇಳೋಲ್ಲ... ಖಂಡಿತ ಕೇಳೋಲ್ಲ. ನಮ್ಮಮ್ಮ ಹೃದಯ, ಮನಸ್ಸು ಆಸೆ, ಆಕಾಂಕ್ಷೆಗಳ ಕೊಂದುಕೊಂಡ್ಳು, ನನ್ನಲ್ಲಿ ಅವೆಲ್ಲ ಇವೆ. ಬೇಕಾದ್ರೆ... ಆತ್ಮಹತ್ಯೆ ಮಾಡ್ಕೊತೀನಿ. ಆದ್ರೆ

ನನ್ನೆದೆಯ ಭಾವನೆಗಳನ್ನು ಕೊಂದುಕೊಳೋಲ್ಲ. ಭಾರತದ ಪ್ರತಿಯೊಬ್ಬ ಪ್ರಜೆಯು ಕರ್ತವ್ಯದ ಜೊತೆ ಅಧಿಕಾರಾನೂ ತಿಳ್ದುಕೊಳ್ಳಿಂತಲೇ ಅಕ್ಷರಾಭ್ಯಾಸಕ್ಕಾಗಿ ಕೋಟಿಗಟ್ಟಲೆ ಚೆಲ್ತ ಇರೋದು. ನನ್ತಂದೆಗೆ ಮಗನಾಗಿರೋದು ಕೂಡ ಅಧಿಕಾರವೇ" ಭಾಸ್ಕರ ಬಾಯಿಯನ್ನು ತನ್ನ ದೃಢ ನಿರ್ಧಾರದಿಂದ ಮುಚ್ಚಿಸಿದ್ದ.

ತೀರಾ ಅವರ ಸನಿಹಕ್ಕೆ ಹೋದ. ಅವನ ನೋಟಹರಿಸಿದ ಶ್ರೀವಾಸ್ತವ ಕಣ್ಣುಗಳು ಪ್ರೀತಿಯ ನಕ್ಷತ್ರಪುಂಜಗಳಂತೆ ಹೊಳೆದವು. "ರವಿ..." ಎಂದಕೂಡಲೆ ಅವರ ಕೈ ಹಿಡಿದುಕೊಂಡ. ಅವ್ಯಕ್ತವಾದ ಸಂತೋಷ, ಉದ್ವೇಗ ಅವೆರಡನ್ನೂ ಮೆಟ್ಟಿಲು ಪ್ರಯತ್ನಿಸಿದ. "ನಾನೇ ಸರ್..." ಶ್ರೀವಾಸ್ತವ ಎದ್ದು ಕೂತರು.

ರವಿಯನ್ನು ಕಣ್ಣುಗಳಲ್ಲಿ ತುಂಬಿಕೊಳ್ಳುವಂತೆ ನೋಡಿದರು. ಅಚಲಾ ತನ್ನ ಪ್ರತಿರೂಪವನ್ನು ಗುರ್ತಿಸಿರಬೇಕು. ಅದಕ್ಕಾಗಿಯೇ ದ್ವೇಷ ಸಾಧನೆ.

"ಹೌ ಆರ್ ಯು, ಮೈ ಬಾಯ್?" ಆವರ ಗಂಟಲು ಕಂಪಿಸಿತು. "ಪಪ್ಪ..." ಅವರ ಭುಜದ ಮೇಲೆ ತಲೆಯಿಟ್ಟ ಶ್ರೀವಾಸ್ತವ ಮಗನನ್ನು ಅಪ್ಪಿಕೊಂಡರು. ಅವರು ಉದ್ವೇಗಗೊಂಡಿರಲಿಲ್ಲ. ಶಾಂತವಾಗಿದ್ದರು. ಎಂದೋ ಅವರ ಹೃದಯ ತಮ್ಮ ವಂಶದ ಕುಡಿಯನ್ನು ಗುರ್ತಿಸಿತ್ತು. ಅದಕ್ಕೆ ಸಾಕ್ಷಿಪುರಾವೆಗಳು ಬೇಕಾಗಿರಲಿಲ್ಲ. ಮೇಲ್ಮುಖದ ಸಮಾಧಾನಕ್ಕೆ ಅಷ್ಟೆ.

ಮುಖ, ಮೈಯನ್ನು ಅತ್ಯಂತ ಪ್ರೀತಿಯಿಂದ ತಡವಿ ಮುಖದ ತುಂಬ ಮುತ್ತಿನ ಮಳೆಗರೆದರು. ತಂದೆಯ ಬದುಕಿನ ಸಾರ್ಥಕ್ಯದ ಕ್ಷಣ. ಇಡೀ ಜಗತ್ತಿನಲ್ಲಿ ತಮ್ಮ ಗೆಲುವೇ ಅಧಿಕವೆನ್ನುವಂಥ ಹೆಮ್ಮೆ.

ನಿಮಿಷಗಳು ಉರುಳಿದ್ದೇ ಗೊತ್ತಾಗಲಿಲ್ಲ. ಬಾಗಿಲವರೆಗೂ ಬಂದ ಆಳು ಹಿಂದಿರುಗಿದ. ಪೂರ್ತಿ ಅರ್ಥವಾಗದಿದ್ದರೂ ಅವನೆದೆ ಭಾರವಾಯಿತು.

"ರವಿ, ನೀನು ಎಲ್ಲೂ ಹೋಗ್ಬೇಡ. ನನ್ನ ಹತ್ತಿರಾನೇ ಇದ್ಬಿಡು. ಭಾಸ್ಕರ, ಅಚಲಾ ಕೈಯಿಂದ್ಲೂ ನಮ್ಮಗಳ್ನ ಅಗಲಿಸೋಕ್ಕಾಗೋಲ್ಲ" ರವಿಗೆ ಅದು ಸರಿಯೆನಿಸಲಿಲ್ಲ.

"ಸಾರಿ ಪಪ್ಪ.. ಒಂದಿಷ್ಟು ದಿನ ಕಾಯೋಣ. ಕೆಲವೇ ಕೆಲವು ದಿನ. ಈಗಾಗ್ಲೆ ರೋಮಾ ಸಾವಿನ ಕತ್ತಿ ತೂಗುಯ್ಯಾಲೆ ಆಡ್ತಾ ಇರೋವಾಗ... ಮತ್ತೊಂದು ಆಘಾತ ಬೇಡ" ಮಗನ ಮಾತಿಗೆ ಶ್ರೀವಾಸ್ತವ ವಿಸ್ಮಿತರಾದರು.

ಬಹಳ ಮಾತಾಡಿದರು. ಶ್ರೀವಾಸ್ತವಗೆ ಇಂದಗೂ ಭಾಸ್ಕರ್ ಮೇಲೆ ಕೋಪ.

"ನಾನು ಚಾರುನ ಭೇಟಿಯಾದ ಕೂಡ್ಲೇ ಇಲ್ಲಿನ ಮನೆ ಮಾರಿ ಕರ್ಕೊಂಡ್ಹೋಗಿದ್ದಾನೆ" ಒಳ್ಳೆಯತನದ ಬಗ್ಗೆ ಶ್ರೀವಾಸ್ತವ ಹಲ್ಲು ಕಡಿದರು. "ತಂಗಿ, ಸೋದರಳಿಯನ ರಕ್ತಸಂಬಂಧಕ್ಕಿಂತ ಅವ್ರು ಸ್ನೇಹಕ್ಕೆ ಹೆಚ್ಚು ಬೆಲೆ ಕೊಡೋದು. ಶಾಂತವಾಗಿದ್ದ ನಿಮ್ಮ ಸಂಸಾರವೆಂಬ ಸಾಗರದಲ್ಲಿ ತುಫಾನು ಏಳುವುದು ಅವರಿಗಿಷ್ಟವಿಲ್ಲ" ಮಾವನನ್ನು ನೆನಪು ಮಾಡಿಕೊಂಡ. ಭಾಸ್ಕರ್ ಸ್ನೇಹ ಸ್ಫಟಿಕದಷ್ಟೇ ಸ್ವಚ್ಛವಾಗಿತ್ತು.

ಮೇಲೆದ್ದವನು ಶ್ರೀವಾಸ್ತವರನ್ನು ಆಳವಾಗಿ ನೋಡಿದ. "ನಂಗೆ ತಾತನ ಆಸ್ತಿಯಾಗಿ ನೀವು ಸಾಕು. ಶ್ರೀ ಎಲೆಕ್ಟ್ರಾನಿಕ್ಸ್ ಅವ್ರಿಗೇ ಇರಲಿ. ನಾನು ಚಟರ್ಜಿಯವರನ್ನು ಭೇಟಿಯಾಗಿದ್ದೆ" ಎಂದ.

ರವಿಯನ್ನು ಗಾಢವಾಗಿ ಪ್ರೀತಿಯಿಂದ ಕಣ್ಣುಗಳಲ್ಲಿ ಹೆಮ್ಮೆಯನೊಸರುತ್ತ ನೋಡಿದರು. "ಐ ಆ್ಯಮ್ ಪ್ರೌಡ್ ಆಫ್ ಯು, ರವಿ" ಮೆಚ್ಚಿಗೆಯಿಂದ ಗದ್ಗದಿತರಾದರು. ತಾವು ತಿಳಿದ್ದಕ್ಕಿಂತ ರವಿ ವಿವೇಕಿ ಮಾತ್ರವಲ್ಲ, ಅತ್ಯಂತ ಸೂಕ್ಷ್ಮಮತಿ ಕೂಡ ಎಂದು ಅವರಿಗೆ ಅರ್ಥವಾಯಿತು.

ಅವನ ಜೊತೆಯೇ ಬಾಲ್ಕನಿಯವರೆಗೂ ಬಂದರು. "ರವಿ..." ಸಂಕಟದಿಂದ ಒದ್ದಾಡಿದರು. "ಪಪ್ಪ, ನಾನು ನಿಮ್ಮನ್ನ ಬಿಟ್ಟು ಎಲ್ಲೂ ಹೋಗೋಲ್ಲ. ಒಂದಿಷ್ಟು ಕಣ್ಣು ಮುಚ್ಚಾಲೆ ಅಷ್ಟೆ" ಅವರ ಮುಂಗೈಯನ್ನು ತುಟಿಗೊತ್ತಿಕೊಂಡು ಹೊರಟವನು ಹಿಂದಕ್ಕೆ ಬಂದ. ಹೇಳಲಾರದ ಸಂದಿಗ್ಧ.

"ನೀವೇನು ಎಕ್ಸೈಟ್ ಆಗ್ಬೇಡಿ, ಪಪ್ಪ. ಅಂದು ರೋಮಾನ ಕರೀಂ ಅಂಬಾಸಿಡರ್ ಕಾರಿನಲ್ಲಿ ಕರೆತಂದಿದ್ದು ನಿಜ; ಹೊರಟಿದ್ದು ಕೂಡ ಸತ್ಯ. ಬರುವಾಗ ಅತ್ಯಂತ ಮಾಮೂಲಿಯಾಗಿದ್ದ ರೋಮಾ ಹೋಗುವಾಗ ತುಂಬ ಬೇಸರ ಮಾಡಿಕೊಂಡಿದ್ದರು. ಹೊರಟಾಗ ಪರ್ಸ್ ಅವರ ಕೈಯಲ್ಲಿರಲಿಲ್ಲ. ಬಹುಶಃ ಮನೆಯಲ್ಲೇ ಬಿಟ್ಟುಹೋಗಿರ ಬೇಕು" ಮೆಲುವಾಗಿ ವಿವರಿಸಿದ. ಮುಂದಾಗುವ ದುರಂತದ ಪರಿಣಾಮದ ಸುಳಿವು, ಸೂಕ್ಷ್ಮ ಕೊಟ್ಟು ಮಾನಸಿಕವಾಗಿ ಅವರನ್ನು ಸಿದ್ಧಗೊಳಿಸುವ ಉದ್ದೇಶದಿಂದಲೇ ಬಂದಿದ್ದ.

ಶ್ರೀವಾಸ್ತವ ನಿಶ್ಚೇಷ್ಟಿತರಾದರು. ಮುಖವನ್ನು ಹಿಂಡಿದರು. ಆದರೂ ಇದೆಲ್ಲವನ್ನು ಪಡೆದುಕೊಳ್ಳುವಷ್ಟು ತಮ್ಮ ಹೃದಯ ಶಕ್ತವಾಗಿದೆಯೆನಿಸಿತು ಅವರಿಗೆ.

"ಕೊಲೆಯ ವಿಷ್ಯವೇನೋ, ಪರ್ಸ್ ನಮ್ಮ ಮನೆಯಲ್ಲಿ ಸಿಕ್ರೆ... ಅನಾಹುತವಾಗುತ್ತೆ ವಿಚಾರ್‍ಸಿ" ಎಂದವನು ಕೈಬೀಸಿ ನಡೆದುಬಿಟ್ಟ.

ಒಳಗೆಬಂದ ಶ್ರೀವಾಸ್ತವ ಕುಸಿದಂತೆ ಕೂತರು. ಪರಿಸ್ಥಿತಿ, ಮದುವೆಗೆ ಕಾರಣ ರಲ್ಲದ ಅಚಲಾ ಬಗ್ಗೆ ದ್ವೇಷವೇನು, ಕೋಪವೂ ಇರಲಿಲ್ಲ ಅವರಿಗೆ. ಸಹಾನುಭೂತಿ, ಸ್ನೇಹದಿಂದಲೇ ನಡೆಸಿಕೊಂಡಿದ್ದರು. ರೋಮ ಕೊಲೆ! ಅವರ ಧಮನಿಗಳಲ್ಲಿನ ರಕ್ತ ಬಿಸಿಯಾಯಿತು.

ಫೋನ್ ಸದ್ದಾಯಿತು. ಜಡತ್ವ ಕೊಡವಿ ಎತ್ತಿದರು. "ಹಲೋ, ಶ್ರೀವಾಸ್ತವ ಹಿಯರ್" ತಂತಿಯ ಕೊನೆಯಲ್ಲಿದ್ದವನು ರೋಹಿತ್. "ಪಪ್ಪ.. ನಾನು ಮಾತಾಡ್ತಾ ಇರೋದು... ಹುಷಾರಾಗಿದ್ದೀರಾ? ಮಮ್ಮಿ ಗಾಬ್ರಿ ಆಗ್ಬಿಟ್ಟಿದ್ದಾರೆ... ನಾನು, ಮಮ್ಮಿ ಬರ್‍ತಾ ಇದ್ದೀವಿ" ಪ್ರತಿಕ್ರಿಯಿಸದೆ ಫೋನ್ ಇಟ್ಟರು.

ಮತ್ತೆ ಅದೇ ಮಾತುಗಳು ಪ್ರತಿಫಲಿಸಿದವು. "ರೋಹಿತ್ ಕೂಡ... ಬಂದಿದ್ನಾ?"

ಚಟರ್ಜಿ ಒಂದು ತರಹ ನಕ್ಕಿದ್ದರು. "ಬಿಸಿರಕ್ತದ ಆವೇಶ. ಅವನು ಕೋರ್ಟಿಗೆ ಕೂಡ ಹೋಗಲು ಸಿದ್ಧ!" ಅದೇ ಮಾತುಗಳು ಇಡೀ ಬಂಗ್ಲೆಯ ಗಾಳಿಯಲ್ಲೆಲ್ಲ ಹರಡಿಬಿಟ್ಟಿದೆಯೆನ್ನಿಸಿ ಮೇಲೆದ್ದರು. ಅವರ ನಿರ್ಧಾರ ಗಟ್ಟಿಯಾಗತೊಡಗಿತು.

ಕಾರು ರಭಸದಿಂದ ಆಫೀಸ್‌ನ ಗೆಸ್ಟ್‌ಹೌಸ್ ಮೈನ್ ಗೇಟು ದಾಟಿತು. ಅದಾದ ಹತ್ತು ನಿಮಿಷಗಳಲ್ಲಿ ಕೆಂಪು ಮಾರುತಿ ಗೇಟಿನೊಳಕ್ಕೆ ಬಂತು. ಅದರಲ್ಲಿ ಅಚಲಾ, ರೋಹಿತ್ ಇದ್ದರು.

ಡೋರ್ ತೆರೆಯುವ ಮುನ್ನವೇ ಆಳು ವಿಷಯ ತಿಳಿಸಿದ. "ಯಜಮಾನ್ರು ಈಗ ತಾನೇ ಹೋದ್ರು" ಕಾಲು ಡೋರ್ ಕಡೆ ಇಟ್ಟ ರೋಹಿತ್ ಸರಿಯಾಗಿ ಎಳೆದುಕೊಂಡು ಮುಷ್ಟಿ ಬಿಗಿಹಿಡಿದು ಸ್ಟೇರಿಂಗ್ ವ್ಹೀಲ್ ಮೇಲೆ ಗುದ್ದಿದ. "ಬ್ಲಡಿ ಬ್ಯಾಸ್ಟರ್ಡ್ ಈ ಕಾರು ನನ್ನ ಹಣೆಬರಹವನ್ನ ಅಪ್‌ಸೆಟ್ ಮಾಡ್ತಾ ಇದೆ" ಗೊಣಗಿದ. ಅಚಲಾ ಮಗನ ಕಡೆ ತಿರುಗಿದರು. "ಏನಾದ್ರೂ ಹೇಳಿದ್ರಾ?" ಉಸಿರು ಚೆಲ್ಲಿ ತಲೆ ಅಡ್ಡಡ್ಡ ಆಡಿಸಿದ.

ಕಾರಿನಿಂದಿಳಿದು ಇಡೀ ಗೆಸ್ಟ್ ಹೌಸ್ ಸುತ್ತಿ ಬಂದರು. "ಯಜಮಾನ್ರು ಒಬ್ಬರೇನಾ ಬಂದಿದ್ದು. ಇನ್ನೊಬ್ಬ ಹುಡ್ಗ ಜೊತೆಯಲ್ಲಿದ್ನಾ?" ಚಾಕಚಕ್ಯತೆಯಿಂದ ಪ್ರಶ್ನಿಸಿದರು. ಓದು ಬರಹವಿಲ್ಲದ ಮುಗ್ಧ. ಗೆಸ್ಟ್‌ಹೌಸ್ ನೋಡಿಕೊಳ್ಳೋದರಲ್ಲಿಯೇ ಹಣ್ಣಾದವ ಇದ್ದಿದ್ದು ಇದ್ದಂತೆ ಉಸುರಿಯಾನೆಂದು ಆಕೆಯ ನಂಬಿಕೆ. ಅವನು ತಲೆ ಕೆರೆದುಕೊಂಡ. "ಇಲ್ಲ ತಾಯಿ, ಅವರೊಬ್ರೇ ಬಂದಿದ್ದು. ಸ್ವಲ್ಪ ಹೊತ್ತು ರೆಸ್ಟ್ ತಗೊಂಡ್ ಹೊರಟುಹೋದ್ರು" ಸತ್ಯವನ್ನು ಮರೆಮಾಚಿದ. ಯಾಕೆಂದು ಪ್ರಶ್ನಿಸಿದರೆ ಅವನು ಖಂಡಿತ ಉತ್ತರ ಹೇಳಲಾರ.

ಕಾರು ಗೇಟು ದಾಟಿದನಂತರ ಜೇಬಿನಲ್ಲಿದ್ದ ನೋಟುಗಳನ್ನು ತೆಗೆದು ನೋಡಿದ. ಶ್ರೀವಾಸ್ತವ ಬಂದ ಹತ್ತು ನಿಮಿಷದ ನಂತರ ಅವನನ್ನು ಕರೆದು ಐದು ಸಾವಿರ ಕೈಯಲ್ಲಿ ಇಟ್ಟಿದ್ದರು.

"ನಿನ್ನ ಮಗ್ಳ ಮದ್ವೆಗೆ ಹಣ ಬೇಕೂಂತ ಅಪ್ಲಿಕೇಷನ್ ಕೊಟ್ಟಿದ್ದೆಯಲ್ಲ, ತಗೋ. ಇದ್ನ ನಿನ್ನ ಸಂಬ್ಳದಲ್ಲಿ ಮುರ್ದುಕೊಳ್ಳೋಲ್ಲ" ಆಶ್ವಾಸನೆ ಕೊಟ್ಟಿದ್ದರು. ಆಗ ಅವರು ಸಾಮಾನ್ಯ ಮನುಷ್ಯರಾಗಿ ಕಂಡಿರಲಿಲ್ಲ, ದೇವರಾಗಿ ಕಂಡಿದ್ದರು. ಅವನ ಕಣ್ಣಂಚು ಒದ್ದೆಯಾಯಿತು.

ವೇಗವಾಗಿ ಹೋಗುತ್ತಿದ್ದ ರೋಹಿತ್ ಕಾರಿಗೆ ಬ್ರೇಕ್ ಬಿದ್ದಾಗ ಅಚಲಾ ಮುಗ್ಗರಿಸಿದರು. "ಇನ್ನು ಯಾವಾಗ್ಲೂ ಸ್ಟೇರಿಂಗ್ ವ್ಹೀಲ್ ಮುಂದೆ ಕೂತ್ಕೋಬೇಡ" ರೇಗಿದರು. ರೋಹಿತ್‌ಗೆ ಇದು ಮಾಮೂಲಿ. ವೆಹಿಕಲ್‌ಗಳನ್ನು ವೇಗವಾಗಿ ಓಡಿಸುವುದು ಅವನಿಗೆ 'ಥ್ರಿಲ್', "ಜಸ್ಟ್ ಎ ಮಿನಿಟ್" ಕಾರಿನಿಂದ ಇಳಿದವನು ಪಾರ್ಕ್‌ನೊಳಕ್ಕೆ ಓಡಿದ. ಹತ್ತು ನಿಮಿಷದ ನಂತರ ಬಂದವನು ಮುಖದ ಬೆವರನ್ನು ತೊಡೆದುಕೊಂಡ. "ರವೀನ ನೋಡಿದಂಗಾಯ್ತು."

ಅಚಲಾ ಎದೆ ಹಾರಿತು. 'ರವಿ, ರವಿ, ರವಿ' ಮುದ್ದಾದ ಎರಡು ಅಕ್ಷರಗಳು

ನೋಡಲು ಚೆಂದ. ಕೂಗಲೂ ಅಷ್ಟೇ ಸಿಹಿ. ಅವನ ವ್ಯಕ್ತಿತ್ವವು ಕೂಡ ಸೊಗಸು, ನಿರಾಯಾಸವಾಗಿ ಶ್ರೀವಾಸ್ತವ ಹೃದಯ ಗೆದ್ದ ಭೂಪ. ಚಡಪಡಿಸತೊಡಗಿತು.

ಮರದ ಮರೆಯಲ್ಲಿ ನಿಂತ ರವಿ ಕಾರು ಹೋಗುವುದನ್ನು ನೋಡಿದ. ರೋಹಿತ್‌ನ ಅನುಮಾನದ ಅರಿವಾಯಿತು. ಮನೆ ಮಾರಿದ ಸುದ್ದಿ ಹರಡಿತಷ್ಟೆ, ಅದು ಈಗಲೂ ಖಾಲಿ ಇತ್ತು. ಅದು ಭಾಸ್ಕರ್ ಇಚ್ಛೆಯಾದರೂ ರವಿ ಬಲವಾಗಿ ವಿರೋಧಿಸಿದ್ದ.

"ಪ್ಲೀಸ್, ಮಾವ, ನಮ್ಮನ್ನ ಅರ್ಥಮಾಡ್ಕೊಳ್ಳಿ. ನಿಮ್ಮ ಆದರ್ಶ, ಒಳ್ಳೆಯತನದ ಮಬ್ಬಿನಲ್ಲಿ ನಮ್ಮಿಬ್ಬರನ್ನು ಸುಡ್ಬೇಡಿ, ಶ್ರೀವಾಸ್ತವ ಮಗನಾಗಿ ನಾನು ಮೆರೆಯದಿದ್ರೂ ಪರ್ವಾಗಿಲ್ಲ; ಆಗಾಗ ಕನಿಷ್ಟ ದೂರದಿಂದ ನೋಡುವ ಅವಕಾಶದಿಂದ ವಂಚಿತನಾಗ್ಲಾರೆ."

ಭಾಸ್ಕರ್ ಮೌನ ವಹಿಸಿದರೂ ಅಲ್ಲಿರಲು ಇಚ್ಛಿಸಲಿಲ್ಲ. ಸುಕನ್ಯ, ಚಾರುಲತ ಅನುಮೋದಿಸಲೇಬೇಕಾಯಿತು. ರವಿ ಸುಳ್ಳು ಹೇಳಿ ಆ ಪ್ರೆಸ್‌ಬಿಟ್ಟು ಬೇರೆ ಕಡೆ ಕೆಲ್ಸಕ್ಕೆ ಸೇರಿಕೊಂಡಿದ್ದ. ಮನೆಗೆ ಬೀಗ. ಅವನಿದ್ದುದು ಸಣ್ಣ ಕೋಣೆಯಲ್ಲಿ.

ಎರಡು ದಿನದ ಹಿಂದೆ ಮನೆಯ ಬಳಿಗೆ ಹೋದಾಗ ಪಕ್ಕದ ಮನೆ ಅಮಲದಾರರ ಹೆಂಡತಿ ಕರೆದು ಹೇಳಿದ್ದರು. "ಇಲ್ಲಿ ನಮಗೆ ಯಾರೂ ನೆಂಟರು, ಸ್ನೇಹಿತರು ಇಲ್ಲಾಂದ್ರೆ, ಎಷ್ಟು ಜನ ಬಂದು ವಿಚಾರಿಕೊಂಡ್ಹೋದ್ರು."

ಇದು ಅಚಲಾ ಅವರ ಪತ್ತೆ ತರದೂದು ಎಂದು ಅವನಿಗೆ ಅರಿವಾಗಿತ್ತು. ಪಾತಾಳ ಭೈರವಿಯನ್ನು ಬಾಯಿಯೊಳಕ್ಕೆ ಎಸೆದು ಇಡೀ ಬಾವಿಯನ್ನೇ ಜಾಲಾಡಿಬಿಡಲು ನಿಶ್ಚಯಿಸಿದ್ದ. ಅಂದು ರೋಮಾನ ಭೇಟಿಯಾಗಬೇಕೆಂದೇ ಅವರ ಮನೆಯ ಬಳಿಗೆ ಹೋದ. ವ್ಹೈಟ್ ಅಂಬಾಸಿಡರ್ MYT 2173 ಅವರ ಮನೆಯ ಮುಂದೆ ನಿಂತಿದ್ದನ್ನು ನೋಡಿದ್ದ. ಅಲ್ಲೇ ಪಕ್ಕಕ್ಕೆ ಸರಿದಿದ್ದ. "ಕರೀಂ... ಒಂದ್ಯೆದು ನಿಮಿಷ" ರೋಮಾ ಹೊರಗೆ ಬಂದು ಹೇಳಿ ಹೋದುದ್ದನ್ನು ಪಕ್ಕಕ್ಕೆ ನಿಂತು ಕೇಳಿದ್ದ.

ಯಾಕೋ ಏನೋ ಆಟೋ ಹಿಡಿದು ಬಂದಾಗ ಶ್ರೀವಾಸ್ತವ ಮನೆಯ ಬಳಿ ನಿಂತಿತ್ತು. ವ್ಹೈಟ್ ಅಂಬಾಸಿಡರ್. ಇದನ್ನು ಸಾಕಷ್ಟು ಜನ ನೋಡಿರಬಹುದು. ಆದರೆ ಯಾರೂ ಸಾಕ್ಷ್ಯ ಹೇಳಲಾರರು. ಪುನಃ ಕಾರನ್ನು ರೋಮಾ ಬರಿಗೈಯಲ್ಲಿ ಹತ್ತಿದ್ದು ನೋಡಿದ್ದ. ಆದರೆ ಮರುದಿನ ಪೇಪರ್‌ನಲ್ಲಿ ನೋಡಿದ್ದು ರೋಮಾಳ ಕೊಲೆಯ ಸುದ್ದಿ. ಅಂದಿನಿಂದ ರವಿಯ ಮನ ಮಾತ್ರವಲ್ಲ. ಅವನೂ ಜಾಗರೂಕನಾದ. ಆದರೆ ಆತಂಕದಿಂದ ಒದ್ದಾಡುತ್ತಿದ್ದ.

ಕಣ್ಣಲ್ಲಿ ಕಣ್ಣಿಟ್ಟು ಎಲ್ಲರ ಚಲನವಲನ ಕಾಯುತ್ತಿದ್ದ. ಏನೋ ನಡೆದಿದೆ, ಮುಂದೇನೋ ನಡೆಯಬಹುದು ಎನ್ನುವ ಗಾಬರಿ.

ಆದರೆ ಚಟರ್ಜಿಯವರನ್ನು ಕಂಡಾಗ ನಿಜವನ್ನೇ ಹೇಳಿದ. "ನಂಗೆ ಶ್ರೀ ಎಲೆಕ್ಟ್ರಾನಿಕ್ಸ್ ಹಣ ಯಾವ್ದೂ ಬೇಡ. ಇಲ್ಲವೇ ಇಲ್ಲದ ನನ್ತಂದೇನ ಪಡ್ದುಕೊಂಡಿದ್ದೀನಿ. ಅವ್ರ ಕ್ಷೇಮ ಬೇಕು, ಆರೋಗ್ಯವಾಗಿರ್ಬೇಕು. ನಂಗ್ಯಾಕೋ ಭಯ."

ಚಟರ್ಜಿಯವರು ಅವನನ್ನು ಕರುಣೆಯಿಂದ ನೋಡಿದ್ದರು. ಪರಿಸ್ಥಿತಿಯನ್ನು ಸೂಕ್ಷ್ಮವಾಗಿ ವಿಮರ್ಶಿಸಿದ್ದರು. ಅಚಲಾ ಪ್ರಶ್ನೆ ಮಾಡಿದ ಎಳೆ ಇಲ್ಲಿ ಅವರಿಗೆ ಸಿಕ್ಕಿತ್ತು.

"ಡೋಂಟ್ ವರೀ ಮೈ ಬಾಯ್, ಹಣ, ಅಂತಸ್ತಿನ ಜೊತೆ ಅಸೂಯೆ ಸೇರ್ಕೊಂಡ್ರೆ... ಭಯದ ಪರಿಸರವನ್ನೇ ನಿರ್ಮಿಸಿಬಿಡುತ್ತೆ. ಈಗ ಅಚಲಾ ಸ್ಥಿತಿ ಇದೆ. ಅವಳು ನನ್ನ ಸ್ನೇಹಿತನ ಮಗಳು ಆಗಿದ್ದರೇನು? ನಿನ್ನ ತಾತ, ನಾನು ಒಟ್ಟಿಗೆ ಓದಿದ್ರೆ ಇನ್ನಷ್ಟು ಗೆಳೆಯರಾಗಿಬಿಡ್ತಾಯಿದ್ವಿ" ಜೋಕ್ ಹಾರಿಸಿ ನಕ್ಕಿದ್ದರು.

"ಅವಳಪ್ಪನಿಗೂ ನಿನ್ನ ತಾತನ ವಯಸ್ಸೇ ಇರುತ್ತೆ. ಅವಳು ಮಗಳಾದ್ರೆ... ನೀನು ಮೊಮ್ಮಗ" ಭುಜ ತಟ್ಟಿ, 'ಓಹೋ' ಎಂದು ನಕ್ಕವರು ಎದ್ದರು. "ಹಲ್ಲಿನ ಸೆಟ್ಟು ಹಾಕ್ಕೊಂಡ್ ಬರ್ತಿನಿ, ಇರು. ನಂಗೆ ಪೂರ್ತಿ ಮುದ್ಕನಾಗಿ ಕಾಣೋಕೆ ಇಷ್ಟವಿಲ್ಲ" ಒಳಕ್ಕೆ ಹೋದರು.

ಚಟರ್ಜಿಯವರ ಬಗ್ಗೆ ಅವನ ಗೌರವ ನೂರು ಪಟ್ಟು ಹೆಚ್ಚಾಗಿತ್ತು. ಹೊರಬಂದವರು ತಮ್ಮ ಹೆಂಡತಿಯನ್ನು ಕರೆತಂದು ಪರಿಚಯಿಸಿದರು. "ನಮ್ಮ ಶ್ರೀವಾಸ್ತವ ಮಗ ಹೇಗಿದ್ದಾನೆ, ನೋಡು" ನಟನೆಯಿಲ್ಲ. ಮುಕ್ತಮನದ ದರ್ಶನ.

"ನೋಡೋಣ..." ಎಂದು ಭುಜತಟ್ಟಿ ಕಳಿಸಿದರು. ನೇರವಾಗಿ ಸತ್ಯವನ್ನು ತಿಳಿಸುವುದು ಅವನು ಭಾಸ್ಕರರಿಂದ ಕಲಿತಿದ್ದು. ಶ್ರೀವಾಸ್ತವರಿಗಾಗಿ ಒಂದಿಷ್ಟು ಮಾಡಲು ನಿಶ್ಚಯಿಸಿದರು.

* * *

ಶ್ರೀವಾಸ್ತವ ಎರಡು ದಿನದಿಂದ ಏನೋ ಹುಡುಕುತ್ತಿದ್ದರು. ಅಚಲಾ ಪ್ರಶ್ನೆಯ ಜೊತೆ ಬೇಸರವನ್ನು ವ್ಯಕ್ತಪಡಿಸಿದರು. "ಇಲ್ಲೇನು ಹುಡುಕ್ತಾ ಇದ್ದೀರಾ?" ಅದಕ್ಕೆ ಅವರೇನು ಪ್ರತಿಕ್ರಿಯೆ ವ್ಯಕ್ತಪಡಿಸಲು ಹೋಗಿರಲಿಲ್ಲ.

"ಒಂದಿಷ್ಟು ದಿನ ಎಲ್ಲಾದ್ರೂ ಹೋಗಿ ಆರಾಮಾಗಿರೋಣ" ಪ್ರೀತಿಯಿಂದ ತೋಳಿಡಿದಾಗ ಬೆಂಕಿ ಸೋಕಿದಂತಾಗಿತ್ತು. ರೋಮಾ ಅಂದು ಸಂಜೆ ಮನೆಗೆ ಬಂದಿದ್ದನ್ನು ಕರೀಂ ಹೋಗಿ ವೈಟ್ ಅಂಬಾಸಿಡರ್ ಕಾರಿನಲ್ಲಿ ಕರೆ ತಂದಿದ್ದನ್ನು ರವಿ ಹೇಳಿದ್ದ. ದಿಗ್ಭ್ರಮೆಯಾಗಿತ್ತು. ಸುಳ್ಳೆನ್ನಲು ಕೂಡ ಆಧಾರ ಇರಲಿಲ್ಲ. ರೋಮಾ ಮನೆ ಕೆಲಸದವಳೇ ಹೇಳಿದ್ದಳು. "ಹೌದು, ಯಜಮಾನ್ರೆ... ನೀವು ಕರೀತೀರೀಂತ್ಲೇ ಕರ್ಕೊಂಡ್ಹೋಗಿದ್ದು. 'ಈಗ ಬಂದ್ಬಿಡ್ತೀನಿ ಬನ್ನಿ, ಫಿಲಂಗೆ ಹೋಗೋಣ' ಎಂದಿದ್ದು ಈಗ ಹೇಳಿದ ಹಾಗಿದೆ. ಅಮ್ಮಾವರ ಪರ್ಸ್‌ನಲ್ಲಿ 'ಶಾಂತಿ' ಥಿಯೇಟರ್‌ನ ಎರಡು ಟಿಕೆಟ್ ಇತ್ತು" ಆ ಮುಗ್ಧೆ ಸುಳ್ಳು ಹೇಳಲು ಕಾರಣವಿರಲಿಲ್ಲ.

"ಖಂಡಿತ ಹೋಗೋಣ, ಈ ರೋಮಾದೊಂದು ಕೇಸ್ ಮುಗಿದುಹೋಗ್ಲಿ" ಎಂದವರು ಅಚಲಾ ಕೈಹಿಡಿದುಕೊಂಡು "ಇಫ್ ಯು ಡೋಂಟ್ ಮೈಂಡ್... ಆ ದಿನ ರೋಮಾ ನಮ್ಮ ಮನೆಗೆ ಬಂದಿದ್ಲಾ?" ಎಂದು ಕೇಳಿದರು. ಅಚಲಾ ಕೈ ಕಿತ್ತುಕೊಂಡರು.

"ನಿಮಗೆ ಯಾರು ಹೇಳಿದ್ದು? ಅವಳು ಮನೆಗೆ ಯಾಕೆ ಬರ್ತಾಳೆ? ಅನವಶ್ಯಕವಾಗಿ ಬರೋ ಹೆಣ್ಣಲ್ಲ" ಮಾತು ಬಿರುಸಾದರೂ ಅಳುಕಿತ್ತು.

ನೋಟ ಎದುರಿಸಲಾರದೆ ಅಚಲಾ ಹೊರಗೆ ಬಂದರು. ರವಿಯ ಜೊತೆ ರೋಮ ಸಾವು ಕೂಡ ಅವರನ್ನು ಹೆದರಿಸುತ್ತಿತ್ತು. ದಢದಢನೆ ಮೆಟ್ಟಿಲು ಇಳಿದು ಕೆಳಗೆ ಬಂದರು.

ಕಾರಿನ ಕೀ ತಿರುಗಿಸುತ್ತ ಬಂದ ರೋಹಿತ್ ನಿಂತ. "ಮಮ್ಮಿ.. ಯಾಕೆ ಒಂದು ತರಹ ಇದ್ದೀರಾ? ಆ ಇನ್ಸ್‌ಪೆಕ್ಟರ್ ಏನಾದ್ರೂ... ಬಂದಿದ್ರಾ?" ಅಚಲಾ ಮೌನ ವಹಿಸಿದರು.

ತಾಯಿ, ಮಗ ಟೆನ್ನಿಸ್ ಕೋರ್ಟಿಗೆ ಬಂದರು. ನೆನಪಿಸಿಕೊಂಡವನಂತೆ ಹೇಳಿದ: "ಮಮ್ಮಿ ರವಿ ಇಲ್ಲೇ ಇದ್ದಾನೇಂತ ಅನ್ನಿಸುತ್ತೆ. ಬರೀ ಕನ್‌ಫ್ಯೂಷನ್. ಅವನ, ಬೇರೆಯವನ ಅಂತ ಗೊತ್ತಾಗ್ತಾ ಇಲ್ಲ" ಕ್ರಾಫ್ ಸರಿಮಾಡಿಕೊಂಡ. ಅಚಲಾ ತುಟಿ ಕಚ್ಚಿದರು.

"ರೋಮಾ ನಮ್ಮನೆಗೆ ಅಂದು ಬಂದಿರಬೇಕೂಂತ ನಿನ್ನ ಪಪ್ಪನಿಗೆ ಅನುಮಾನ! ಅದಕ್ಕೆ ನಾನೇನು ಹೇಳ್ಲಿ?" ರೋಹಿತ್ ಚಿಟಿಕೆ ಹೊಡೆದ. "ನಂಗೂ ಅನುಮಾನವೇ!"

ಅಚಲಾ ಬಿಳಿಚಿಕೊಂಡರು. ಸ್ವರ ಉಡುಗಿತು. ಇದೇ ಮಾತನ್ನು ನೇರವಾಗಿ ಯಾರ ಮುಂದೆ ಬೇಕಾದರೂ ಹೇಳಲು ಹಿಂಜರಿಯಲಾರ. ಪೂರ್ತಿ ಹೆದರಿದರು.

"ಹುಚ್ಚುಚ್ಚಾಗಿ ಮಾತಾಡ್ಬೇಡ! ನಿಂಗೆ ಯೋಚ್ನೆ ಮಾಡೋ ಶಕ್ತಿನೇ ಇಲ್ಲ" ರೇಗಿಕೊಂಡರು. ಅವನಿಗೆ ತಮ್ಮ ಬಗೆಗೆ ಪ್ರೀತಿ, ಸಲಿಗೆ ಇದ್ದರೂ ಅಭಿಮಾನ ತಂದೆಯ ಕಡೆಗೇನೇ! ಆದರೆ 'ರವಿ' ಮಾತ್ರ ಅವನನ್ನು ಹುಚ್ಚೆಬ್ಬಿಸುತ್ತಿದ್ದ.

"ನಾನು ಚಟರ್ಜಿಯವರ ಬಳಿ ಬಂದು ವಿಷಯ ಪ್ರಸ್ತಾಪ ಮಾಡ್ದೇ... ನೆನಪಿದ್ಯಾ?" ರೋಹಿತ್ ತಲೆ ಕೊಡವಿದ. ಆಗ ಅವನು ಟಿ.ವಿ.ಯಲ್ಲಿ ವರ್ಲ್ಡ್ ಆಫ್ ಸ್ಪೋರ್ಟ್ಸ್ ನೋಡುವಲ್ಲಿ ಮಗ್ನವಾಗಿದ್ದ. "ನಂಗೊಂದೂ... ಕೇಳಿಸ್ಲಿಲ್ಲ."

ಅಚಲಾ ಚಿಂತಿತರಾದರು. "ನಂಗೆ ಚಾರುಲತನ ನೋಡೋವರ್ಗೂ ರವಿ ನನ್ಮಗಾಂತ ಗೊತ್ತಿರಲಿಲ್ಲ" ಶ್ರೀವಾಸ್ತವ ಸತ್ಯವನ್ನೇ ಹೇಳಿದ್ದರು. ಅನುಮಾನ ಅದನ್ನು ನಂಬಲು ಬಿಟ್ಟಿರಲಿಲ್ಲ. ಚಾರುಲತ ಕೂಡ ತನಗಿಂತ ಮೊದಲು ಶ್ರೀವಾಸ್ತವರಲ್ಲಿ ತಾಳಿ ಕಟ್ಟಿಸಿಕೊಂಡವಳು. ಅನೈತಿಕ ಸಂಬಂಧವಲ್ಲ. ಸಾಕಷ್ಟು ಸಾಕ್ಷಿ ಪುರಾವೆಗಳು ಸಿಕ್ಕಬಹುದು. ಅದೆಲ್ಲ ಸುಳ್ಳೆಂದು ಸಾಬೀತುಪಡಿಸಲು ಸಾಧ್ಯವಿಲ್ಲ. ಶ್ರೀವಾಸ್ತವ ಬೇಕಾದರೆ ಸಾರ್ವಜನಿಕವಾಗಿ ಹೆಂಡತಿ ಮಗನನ್ನು ಒಪ್ಪಿಸಿಕೊಳ್ಳಬಹುದು. ರವಿ ಅವರಿಬ್ಬರ ಮಗ ಅವನು ಒಂದು ಪಾರ್ಶ್ವದಿಂದ ಶ್ರೀವಾಸ್ತವರ ಪಡಿಯಚ್ಚು. ಬಹುಶಃ ರವಿ ಕೋರ್ಟಿಗೆ ಹೋದರೆ ಏನಾಗಬಹುದು? ಚಟರ್ಜಿಯವರೊಂದಿಗೆ ಪ್ರಸ್ತಾಪಿಸಿದ್ದರು.

ಅಂತಹ ಸಂದರ್ಭದಲ್ಲೂ ನಕ್ಕಿದ್ದರು. "ಅವರ ಅಗತ್ಯ ಅವನಿಗೇನಿದೆ? ಶ್ರೀ ಎಲೆಕ್ಟ್ರಾನಿಕ್ಸ್‌ನ ನ್ಯಾಯವಾದ ಹಕ್ಕುದಾರ ಅವನೇ. ಈಗ ಬೃಹತ್ತಾಗಿ ಬೆಳೆದಿದ್ದರೂ ತಾತನ

ಆಸ್ತಿಯ ವಿಷಯ ಸ್ಪಷ್ಟಪಡಿಸಿದ್ದರು. ಅಚಲಾ ಭವಿಷ್ಯ ನೆನಪಿಸಿಕೊಂಡು ನಡುಗಿದ್ದರು. ಆಗ ನಿಶ್ಚಿಂತೆಯಿಂದ ರೋಹಿತ್ ಟೆನ್ನಿಸ್ ನೋಡುತ್ತಿದ್ದ ನಿಶ್ಚಿಂತೆ, ಉದ್ವೇಗ ಅವನಲ್ಲಿ ಸಮ ಸಮ.

ಶ್ರೀವಾಸ್ತವ ಹುಡುಕತೊಡಗಿದರು. ಅವರದು ಆಂದೋಲನದ ಸ್ಥಿತಿ. ಕರೀಂ ಆ ದಿನ ಕರೆತಂದಿದ್ದಕ್ಕೆ ಇನ್ನಷ್ಟು ಸಾಕ್ಷಿಗಳು ಸಿಕ್ಕಿದ್ದವು ಇನ್ಸ್‌ಪೆಕ್ಟರ್ ಪ್ರಭಾಕರ್‌ಗೆ. ಆದರೆ ಏನೇ ಉಪಯೋಗಿಸಿದರೂ ಕರೀಂದು ಒಂದೇ ಉತ್ತರ 'ನಂಗೆ ಗೊತ್ತಿಲ್ಲ' ಮೇಲಿನ ಸಾಕ್ಷಿಗಳಿಂದಲೇ ಏನು ಮಾಡುವುದೂ ಸಾಧ್ಯವಿರಲಿಲ್ಲ.

ರ್‍ಯಾಕ್, ಡ್ರಾಯರ್‌ನೊಳಗೆ ತಡಕುತ್ತಿದ್ದಾಗ ಆಳು ಬಂದ. "ಸಾಬ್, ಬೀರು ಹತ್ರ ಬಿದ್ದಿದ್ದ ಪರ್ಸ್‌ನ ನಾನೇ ಡ್ರಾಯರ್‌ನೊಳಕ್ಕೆ ಹಾಕಿದ್ದೀನಿ" ಎಂದವ ಕೆಳಡ್ರಾಯರ್ ತೆಗೆದು ಪರ್ಸ್ ಅವರ ಮುಂದಿಡಿದ.

ಅವರೇನು ಗಮನಿಸದಿದ್ದರೂ ರೋಮಾದೆ ಅನ್ನಿಸಿತು. "ನೀನ್ಹೋಗು" ಅವನನ್ನು ಕಳಿಸಿ ಪರ್ಸ್ ಕೈಗೆತ್ತಿಕೊಂಡರು. ರೋಮ ವಿಶ್ವಾಸವಿಡಬಹುದಾದ ಹೆಣ್ಣು ಕಣ್ಣಂಚು ಒದ್ದೆಯಾಯಿತು.

ಒಂದು ಸಣ್ಣ ಲೇಡೀಸ್ ಕರ್ಚೀಫ್. ಪುಟ್ಟ ಸೆಂಟಿನ ಸೀಸೆ, ಕಾಸ್ಮಾಟಿಕ್ಸ್ ಸೆಟ್, ಅದರ ಜೊತೆ ಪುಟ್ಟ ಬಾಪ್‌ಪೆನ್. ಜಪಾನಿಗೆ ಹೋದಾಗ ಅವರೇ ಒಂದು ಡಜನ್ ಪೆನ್ ಸೆಟ್ಟು ತಂದು ಒಂದನ್ನು ಉಡುಗೊರೆಯಾಗಿ ಅವಳಿಗೆ ಕೊಟ್ಟಿದ್ದರು. "ಇದು ಸದಾ ನನ್ಹತ್ರ ಇರುತ್ತೆ ಸರ್" ಎಂದಿದ್ದಳು ರೋಮ. ಸ್ನೇಹದ ನಕ್ಷತ್ರಗಳು ಅವಳ ಕಣ್ಣುಗಳಲ್ಲಿ ಮಿನುಗಿದ್ದವು. ಅಂದಿನ ಶಾಂತಿ ಚಿತ್ರಮಂದಿರದ ಎರಡು ಟಿಕೆಟ್‌ಗಳಿದ್ದವು. ಚಿಲ್ಲರೆ ಜೊತೆ ನೂರರ ಎರಡು ನೋಟುಗಳು. ಪರ್ಸ್‌ಗೆ ಜಿಪ್ ಹಾಕಿದರು.

ಸ್ತಬ್ಧರಾಗಿಬಿಟ್ಟರು. ಅಂದರೆ ಅಚಲಾ ಕೈವಾಡ ರೋಮ ಕೊಲೆಯಲ್ಲಿ – ಅವರ ಮೈನ ನರಗಳೆಲ್ಲ ಬಿಗಿದುಕೊಂಡವು. ಈಗ ಅವರ ಕಣ್ಮುಂದೆ ತೇಲಿದ್ದು ಪುಟ್ಟ ರೀನಾ, ಕೋಪ, ಉದ್ವೇಗದ ನಂತರ ನಿರ್ಲಿಪ್ತತೆ ಮೂಡಿತು. ಚಟರ್ಜಿಯವರ ಮಾತುಗಳ ನೆನಪಾಯಿತು.

ಅಚಲಾ ಬರುವವರೆಗೂ ಹಾಗೆಯೇ ಕೂತಿದ್ದರು.

"ಅಚಲಾ, ಈ ಪರ್ಸ್ ಯಾರು?" ಮೆಲ್ಲಗೆ ಕೇಳಿದರು. ಪಕ್ಕದಲ್ಲಿ ಬಾಂಬ್ ಸಿಡಿದಂತಾಯಿತು ಆಕೆಗೆ ಬಾಯಿಗೆ ಕೈ ಅಡ್ಡ ಇಟ್ಟು ಕೆಮ್ಮಿದರು. "ನಂಗೊತ್ತಿಲ್ಲ.." ಎಂದರು. ಬೆವರು ಮುತ್ತಿನ ಮಣಿಗಳಂತೆ ಆಕೆಯ ಹಣೆಯಲ್ಲಿ ಸಾಲುಗಟ್ಟಿದವು.

ಮತ್ತೆ ಕೈಗೆತ್ತಿಕೊಂಡು ಪರ್ಸ್‌ನ ಅತ್ತಿತ್ತ ತಿರುಗಿಸಿ ಟೀಪಾಯಿ ಮೇಲಕ್ಕೆ ಎಸೆದರು. "ಗೊತ್ತಿಲ್ಲ.. ಗೊತ್ತಿಲ್ಲ... ಈ ಉತ್ತರ ನಂಗೆ ಕೊಡ್ಬಹ್ದು. ಪೊಲೀಸ್ ಸ್ಟೇಷನ್‌ನಲ್ಲಿ ಕೊಡೋಕಾಗೋಲ್ಲ ಬಿ ಕೇರ್‌ಫುಲ್" ಎಚ್ಚರಿಸಿದರು. ಅಚಲಾ ಗಂಟಲು, ನಾಲಿಗೆ ಸಂಪೂರ್ಣವಾಗಿ ಒಣಗಿತು.

ಅಷ್ಟರಲ್ಲಿ ಫೋನ್ ಬಂತು. ಇನ್ಸ್‌ಪೆಕ್ಟರ್ ಪ್ರಭಾಕರ್ ಒಂದು ಸುದ್ದಿ ತಿಳಿಸಿದರು. "ಸೋ ಸಾರಿ... ಆಸ್ಪತ್ರೆಗೆ ಕರ್ಕೊಂಡ್ಹೋಗ್ತ ಇರೋವಾಗ ವ್ಯಾನ್ ಆಕ್ಸಿಡೆಂಟಾಗಿ ಕರೀಂ ಸ್ಪಾಟಲ್ಲೇ ಸತ್ತ. ಅವ್ರ ಮನೆಗೆ ಇನ್‌ಫರ್‌ಮೇಷನ್ ಕಳ್ಸಿದೆ..." ಮುಂದೆ ಹೇಳಿದ ಒಂದು ಮಾತು ಕೂಡ ಅವರಿಗೆ ಕೇಳಲಿಲ್ಲ.

ದೀನಾ ಅಳುವಿನ ಜೊತೆ ಕರೀಂ ಕುಟುಂಬ ರೋದಿಸುತ್ತಿರುವ ಚಿತ್ರ ಅವರ ಕಣ್ಮುಂದೆ ತೇಲಿತು. ದುಃಖ ಕೋಪದಿಂದ ಅವರ ಮೈ ಕಂಪಿಸಿತು.

"ಅಚಲಾ... ನೀನು ಅಪರಾಧಿ ಹೌದೋ, ಅಲ್ಲವೋ ನಂಗೆ ಸರ್‍ಯಾಗಿ ಗೊತ್ತಿಲ್ಲ. ಕಾನೂನಿನ ಕೈಯಿಂದ ತಪ್ಪಿಸ್ಕೋಬಹುದು. ಆದ್ರೆ... ನಾನು ವಿಧಿಸೋ ಶಿಕ್ಷೆಯಿಂದ ನೀನು ತಪ್ಪಿಸಿಕೊಳ್ಳಲಾರೆ" ಹೊರ ನಡೆದರು.

ಅವರನ್ನೊತ್ತ ಕಾರು ಆಸ್ಪತ್ರೆಯತ್ತ ಧಾವಿಸಿತು. ಮೊದಲೇ ಫೋನ್ ಮಾಡಿದ್ದರಿಂದ ಆಫೀಸ್ ಪಿ.ಎ. ಮ್ಯಾನೇಜರ್ ಅಜಿತ್ ಎಲ್ಲರೂ ಆಸ್ಪತ್ರೆಯ ಬಳಿ ಬಾಸ್ ಹಾದಿ ಕಾಯುತ್ತ ನಿಂತಿದ್ದರು.

ಬಡತನದ ಪ್ರೇತಗಳಂತೆ ಕಾಣುತ್ತಿದ್ದ ಕರೀಂ ಕುಟುಂಬದ ಗೋಳು ಗಗನಕ್ಕೆ ಮುಟ್ಟಿತ್ತು. ಶ್ರೀವಾಸ್ತವ ನೋಡಲಾರದೆ ಕಣ್ಣೀರು ಮಿಡಿದರು.

ತಕ್ಷಣ ಹತ್ತು ಸಾವಿರದ ಜೊತೆ ಬೇರೆ ಏರ್ಪಾಟುಗಳನ್ನು ಮಾಡಬೇಕೆಂದು ಮ್ಯಾನೇಜರ್‌ಗೂ ತಿಳಿಸಿ ಹೊರಬಂದರು. ಎಲ್ಲಿಂದ... ಎಲ್ಲಿಗೆ? ಮುಖ ಮೇಲೆತ್ತಿ ದಿಟ್ಟಿಸಿದರು. ಸೃಷ್ಟಿಯ ಮಹಾನ್ ಕೃತಿಯಾಗಿ ಕಾಣುತ್ತಿದ್ದ ಆಕಾಶವನ್ನ ದಟ್ಟವಾಗಿ ಮೋಡಗಳು ಆವರಿಸಿಕೊಂಡು ಭೀತಿಯನ್ನು ಹುಟ್ಟಿಸುತ್ತಿದ್ದವು. ಭಾರವಾದ ಉಸಿರು ಚೆಲ್ಲಿ ಕಾರಿನತ್ತ ನಡೆದರು.

ಆಮೇಲಿನ ಎರಡು ದಿನಗಳು ರೋಹಿತ್, ಅಚಲಾ ಬಳಿ ಒಂದೂ ಮಾತಾಡಲಿಲ್ಲ. ಮಗನ ನೆನಪಾದಾಗಲೆಲ್ಲ ಪ್ರೀತಿಯ ಮಗ ರೋಹಿತ್‌ನ ನೆನಪಾಗುತ್ತಿರಲಿಲ್ಲ. ಶ್ರೀ ಎಲೆಕ್ಟ್ರಾನಿಕ್ಸ್‌ನ ಏಕೈಕ ಒಡೆಯನಾಗಿ ಮೆರೆಯಲು ಹೊರಟ ಅಚಲಾ ಮಗನ ನೆನಪಾಗುತ್ತಿತ್ತು. ಸಂಕೋಲೆಗಳನ್ನ ಕಿತ್ತೊಗೆದಿದ್ದರು. ಆ ಜಾಗ ಬಿಡವುದಷ್ಟೇ ಬಾಕಿ ಇತ್ತು.

ಕರೀಂನ ಮಗನಿಗೆ ಕೆಲಸ ಕೊಟ್ಟಿದ್ದಲ್ಲದೇ ಲಕ್ಷ ರೂಪಾಯಿ ನಗದಾಗಿ ಕೊಟ್ಟರು. ಕರೀಂ ಸ್ವಾಮಿ ಭಕ್ತಿಗೆ ಇನ್ನೊಂದು ಮುಖ್ಯವಾಗಿ ಕಂಡ.

"ಸ್ವಲ್ಪ.. ಕೇಳಿ!" ಅಚಲಾ ಹೇಳಲು ಬಂದಾಗ ಬೇರೆ ಕಡೆ ತಿರುಗಿಕೊಂಡರು. "ನಂಗೆ ನೀನೇನು ಹೇಳೋದು ಬೇಡ ನಿನ್ಮಾತುಗಳ ಬಗ್ಗೆ ನಂಗೆ ನಂಬ್ಕೇ ಇಲ್ಲ. ರೋಮಾ ಕೊಲೆಗಾರ ಪತ್ತೆಯಾಗ್ಲಿಲ್ಲ! ಕಾನೂನುಪ್ರಕಾರ ಶಿಕ್ಷೆ ಆಗದಿರಬಹುದು..." ಮುಂದೆ ಹೇಳಲು ಇಚ್ಛಿಸಲಿಲ್ಲ. ಅವರು ಅಚಲಾ ಮಾತುಗಳಿಗೆ ಕಲ್ಲಾಗಿದ್ದರು.

ಒಂದು ತಿಂಗಳು ಮೊದಲೇ ಶ್ರೀ ಎಲೆಕ್ಟ್ರಾನಿಕ್‌ನ ಕಾರ್ಮಿಕ ನೌಕರ ವರ್ಗದವರಿಗೆ ಬೋನಸ್ ಸ್ಯಾಂಕ್ಷನ್ ಆಯಿತು. ಎರಡು ಸಲ ಹೋಗಿ ಚಟರ್ಜಿಯವರನ್ನು ಭೇಟಿ ಮಾಡಿ ಬಂದರು.

"ಸ್ವಲ್ಪ ಯೋಚ್ನೇ ಮಾಡೋದು ಒಳ್ಳೇದು" ಚಟರ್ಜಿಯ ಸಲಹೆಯನ್ನ ನಯವಾಗಿ ತಿರಸ್ಕರಿಸಿದರು. "ಆ ಪ್ರಶ್ನೆನೇ ಬರೋಲ್ಲ. ಭ್ರಮೆಯಲ್ಲೇ ಸಾಕಷ್ಟು ವರ್ಷ ಬದುಕ್ದೇ. ಉಳಿದ ದಿನಗಳಾದ್ರೂ..." ಚಾರುಲತ, ರವಿಯ ಮುಖಗಳು ಕಣ್ಮುಂದೆ ತೇಲಿದವು. ಸುಂದರ ಸ್ವಪ್ನದ ಸಂಭ್ರಮ ಮೂಡಿತು.

"ಥ್ಯಾಂಕ್ಯೂ..." ಕೈಕುಲುಕಿ ಹಿಂದಿರುಗಿದ ಶ್ರೀವಾಸ್ತವ ಅವಾರ್ಡ್ ರೂಪದಲ್ಲಿ ಬಂದ ಶಿವಪಾರ್ವತಿ ವಿಗ್ರಹವನ್ನು ನೋಡಿದರು. ಲೆಟರ್ ಪ್ಯಾಡ್‌ನಲ್ಲಿ ಹಿಂದಿರುಗಿಸುತ್ತಿದ್ದಕ್ಕೆ ಕಾರಣ ವಿವರಿಸಿ 'ನಮ್ಗೇ ಕೊಟ್ಟಿದ್ದು ಪ್ರಸ್ತುತವಲ್ಲ. ಇಪ್ಪತ್ತು ವರ್ಷ ಭ್ರಮೆಯಲ್ಲಿದ್ದೆ. ಜೀತದ ಆಳಾಗಿದ್ದೆ. ನಾನು ಒಂದು ದಿನವೂ ಅಚಲಾನ ಪ್ರೀತಿಸಲಿಲ್ಲ. ಅದಕ್ಕಾಗಿ ಹಿಂದಿರುಗಿಸುತ್ತಿದ್ದೇನೆ, ಕ್ಷಮಿಸಿ' ಬರೆದಿಟ್ಟ ಕವರ್, ವಿಗ್ರಹವನ್ನು ಡ್ರೈವರ್ ಕೈಯಲ್ಲಿ ಕೊಟ್ಟು ತಲುಪಿಸಿಬಿಡುವಂತೆ ಹೇಳಿದರು.

ಅಚಲಾ ಬೆಚ್ಚಿಬಿದ್ದರು. "ಇದೇನು ನೀವು ಮಾಡ್ತಾ ಇರೋದು? ಸಮಾಜದಲ್ಲಿ ನಮ್ಮ ಗೌರವದ ಗತಿಯೇನು?" ಶ್ರೀವಾಸ್ತವರ ಮುಖದಲ್ಲಿ ವಿಷಾದ ಮಿನುಗಿತು. "ಮುಂದೆ ಸಮಾಜಕ್ಕಾಗಿ ಬದುಕೋ ಇಷ್ಟವಿಲ್ಲ" ಹೊರಗೆ ಹೋದರು.

ಶ್ರೀವಾಸ್ತವ ವಿಧಿಸಿದ ಶಿಕ್ಷೆ! ಮುಂದೆ ಒದಗಬಹುದಾದ ಸ್ಥಿತಿಗೆ ಹೆದರಿದರು. ಪೇಪರ್ ಹೆಚ್ಚು ಒತ್ತು ಕೊಟ್ಟು ಬರೆಯಬಹುದು, ರಂಗುರಂಗಿನ ಸಮಾಚಾರ. ಬರುವ ಫೋನ್‌ಗಳನ್ನು ಹೇಗೆ ಎದುರಿಸುವುದು?

ಶ್ರೀವಾಸ್ತವರನ್ನು ಈ ಬಗ್ಗೆ ಕೇಳಿದ್ದರೇ ನಕ್ಕುಬಿಡುತ್ತಿದ್ದರು. "ಪಬ್ಲಿಕ್ ಮೆಮೊರಿ ಈಸ್ ಶಾರ್ಟ್. ಬೇಗ ಮರ‍್ತುಬಿಡ್ತಾರೆ. ವಿಷ್ಯಗಳು ಎಷ್ಟು ರಂಗುರಂಗಾಗಿ ಹರಡುತ್ತೋ, ಅಷ್ಟೇ ಬೇಗ ಸತ್ತು ಬಿಡುತ್ವೆ" ಎನ್ನುತ್ತಿದ್ದರೇನೋ.

ಅಂದು ಆಫೀಸ್‌ಗೆ ಹೋಗೊ ಯೋಚನೆಯನ್ನ ಬಿಟ್ಟು ಮನೆಯಲ್ಲಿ ಉಳಿದವರು ಇಂಟರ್‌ಕಾಮ್ ಎತ್ತಿ. "ಸ್ವಲ್ಪ ಮಾತಾಡೋದಿದೆ. ಮನೆಯಲ್ಲೇ ಇರು" ಎಂದರು.

ರೋಹಿತ್ ಸಣ್ಣಗೆ ಹಾಡುತ್ತ ಹಾಲ್‌ಗೆ ಬರುವ ವೇಳೆಗೆ ಶ್ರೀವಾಸ್ತವ ಕೂಡ ಬಂದರು. ಆಳುಕಾಳುಗಳು ಇರಲೇ ಇಲ್ಲ.

ಕೈಯಲ್ಲಿಡಿದು ಬಂದ ಕವರ್‌ನ ರೋಹಿತ್‌ಗೆ ಕೊಟ್ಟು ಭುಜ ತಟ್ಟಿದರು. "ಶ್ರೀ ಎಲೆಕ್ಟ್ರಾನಿಕ್ಸ್‌ನಿಂದ ಹಿಡಿದು ಷೇರ್ಸ್, ಬಂಗ್ಲೆ, ಬ್ಯಾಂಕ್ ಅಕೌಂಟ್, ಬಂಗ್ಲೆಯೆಲ್ಲಾ ನಿನ್ನ, ಅಚಲಾ ಹೆಸರಿಗೆ ಮಾಡಿದ್ದೀನಿ." ಅವನು ಏನೋ ಹೇಳಲು ಬಾಯಿ ತೆರೆದಾಗ ಸುಮ್ಮನಾಗಿಸಿದರು. "ಇನ್ನು ಏನು ಹೇಳೋದು ಕೇಳೋದು ಇಲ್ಲ. ಅಂದು ಬಿಗಿದ

ಸಂಕೋಲೆಯಿಂದ ಇಂದು ನಾನು ಮುಕ್ತ. ನಾನು ಹಾರ್ಟ್ ಪೇಶಂಟ್. ಬದುಕು ತೀರಾ ಕಮ್ಮಿ. ವಿಶ್ರಾಂತಿ..." ಒಂದು ತರಹ ನಗು ಬೀರಿದರು.

ಅಚಲಾ ದಿಜ್ಞೂಢರಾದರು. ಶ್ರೀವಾಸ್ತವರನ್ನು ಅಸಹಾಯರಾಗಿಸಿಬಿಟ್ಟರೇ ಇಲ್ಲಿಂದ ಎಲ್ಲೂ ಹೋಗಲಾರರೆಂಬುದು ಆಕೆಯ ಮತ. ಆದರೆ ಈಗ ಪರಿಸ್ಥಿತಿ ಪೂರ್ತಿಯಾಗಿ ಬದಲಾಗಿತ್ತು.

"ನನ್ನ ನೀವು ಅರ್ಥಮಾಡಿಕೊಳ್ಳಿಲ್ಲ!" ಅಚಲಾ ಕಣ್ಣೀರಿನಿಂದ ತೋಳು ಹಿಡಿದಾಗ ಮಲ್ಲಗೆ ಬಿಡಿಸಿಕೊಂಡರು. "ಪ್ಲೀಸ್ ಅಚಲಾ, ನನ್ನ ಸ್ವಪ್ನದಲ್ಲಿ ಕೆಲವು ದಿನಗಳಾದ್ರೂ ಬದ್ಕೋ ಆಸೆ. ಮಿದುಳು ಇದೆ. ಆತ್ಮವಿಶ್ವಾಸ ಇದೆ. ಏನಾದ್ರೂ ಮಾಡೋಕೆ ಸಾಧ್ಯಾನಾ ನೋಡ್ತೀನಿ, ಗುಡ್ ಬೈ..." ಅಲ್ಲೇ ಇದ್ದ ಸೂಟ್‌ಕೇಸ್ ಎತ್ತಿಕೊಂಡರು.

ರೋಹಿತ್ ಅಪ್ಪಿ ಬಿಕ್ಕಿದಾಗ ಸಂತೈಸಿದರು. "ನೀನು ಅಂದು ಕೇಳಿದ್ದೆ. ಪೂರ್ತಿ ಶ್ರೀ ಎಲೆಕ್ಟ್ರಾನಿಕ್ಸ್‌ನಿಂದೇ. ಅಲ್ಲಿ ಹಣ ಕಳೆದುಕೊಂಡು ದಿಕ್ಕು ತಪ್ಪಿ ಬರುವ ನಿನ್ನ ಸೋದರ ಮಾವನ ಕುಟುಂಬದ ಬಗ್ಗೆ ನಿರ್ದಯನಾಗ್ಬೇಡ" ಪಕ್ಕಕ್ಕೆ ಸರಿಸಿದರು.

ಅಷ್ಟರಲ್ಲಿ ಟ್ಯಾಕ್ಸಿಯ ಹಾರನ್ ಆಯಿತು. ನಾಲ್ಕು ಕಾರಿನ ಒಡೆಯ ಇಂದು ಎಲ್ಲಾ ಒಪ್ಪಿಸಿ ಟ್ಯಾಕ್ಸಿ ಹತ್ತಲು ಸಿದ್ಧವಾಗಿದ್ದರು. ಬಾಗಿಲವರೆಗೂ ಹೋದವರು ಹಿಂದಿರುಗಿದರು. ಅಚಲಾ ಕಣ್ಣಲ್ಲಿ ಕಂಬನಿ. ಇಪ್ಪತ್ತು ವರ್ಷಗಳಷ್ಟು ದೀರ್ಘಕಾಲ ಜೊತೆಯಾಗಿದ್ದವರು. ಸಮಾಜದ ಕಣ್ಣಿಗೆ ಅವರದು ಆದರ್ಶ ದಾಂಪತ್ಯ. ಭಾವನಾತ್ಮಕ ಸಂಬಂಧ ಹೇಗೆಯೇ ಇರಲಿ ಅಚಲಾ ಪ್ರೀತಿ, ಸ್ನೇಹವನ್ನು ಹಂಚಿಕೊಂಡಿದ್ದರು.

ಶ್ರೀವಾಸ್ತವ ಹೃದಯ ಕೂಡ ಎರಡು ತೊಟ್ಟು ಕಂಬನಿಯನ್ನು ಸುರಿಸಿತು. ಆದರೂ ಭ್ರಮೆಯ ಬದುಕು ಅವರಿಗೆ ಬೇಡವಾಗಿತ್ತು. ತಮ್ಮ ಇಪ್ಪತ್ತು ವರ್ಷದ ಹಿಂದಿನ ಕನಸ್ಸಿನತ್ತ ನಡೆದಿದ್ದರು.

ಬಾಲ್ಕನಿ ಇಳಿಯುವ ವೇಳೆಗೆ ರವಿ ಟ್ಯಾಕ್ಸಿಯಿಂದ ಇಳಿದ. ಚಟರ್ಜಿ ಅವನಿಗೆ ವಿಷಯವನ್ನು ಮುಟ್ಟಿಸಿದ್ದರು. "ಶ್ರೀವಾಸ್ತವ ತುಂಬು ಹೃದಯದಿಂದ ಬರೀ ಕೈಯಿಂದ ಹೊರಟಿದ್ದಾರೆ. ಅವರ ನೆನಪಿನಲ್ಲಿ ನೀನು ಇನ್ನೊಂದು ಶ್ರೀ ಎಲೆಕ್ಟ್ರಾನಿಕ್ ಪ್ರಾರಂಭಿಸ್ಬಹ್ದು. ವಿಶ್ ಯೂ ಬೆಸ್ಟ್ ಆಫ್ ಲಕ್" ಶುಭ ಕೋರಿದ್ದರು.

ಮುಂದಕ್ಕೆ ಬಂದು ತಂದೆಯ ಕೈನಲ್ಲಿನ ಸೂಟ್‌ಕೇಸ್ ಇಸ್ಕೊಂಡ. ಸಂಭ್ರಮದಿಂದ ತುಂಬಿ ಹೋಗಿತ್ತು. ಅವನ ಮೈ, ಮನ "ಬನ್ನಿ... ಪಪ್ಪ" ಸಂತೋಷದಿಂದ ಅವನ ಸ್ವರ ಕಂಪಿಸಿತು. ಶ್ರೀವಾಸ್ತವರ ಮನ ಹಕ್ಕಿಯಂತೆ ಹಾರಿತು. "ಯೂ ಫೂಲ್... ನೋಡೀಗ" ಭಾಸ್ಕರನ ನೆನಪಿಸಿಕೊಂಡರು. ಸ್ವಲ್ಪ ಪ್ರಪಂಚ ತೇಲಿತು. ವಿಭಿನ್ನವಾದದ್ದು.

ಟ್ಯಾಕ್ಸಿ ಹತ್ತಿದರು. ರವಿ ಹಿಂದಕ್ಕೆ ತಿರುಗಿ ಕೈಬೀಸಿದ ಅಚಲಾ, ರೋಹಿತ್ ಮ್ಲಾನವದನರಾಗಿದ್ದರು. ಒಡೆದ ಕನ್ನಡಿಯಾಗಿತ್ತು ಅಚಲಾ ದಾಂಪತ್ಯ ಬದುಕು. ಇಣಕಿದ ಸ್ವಾರ್ಥ ಅಪಾರ ಆಸ್ತಿಯೊಂದಿಗೆ ಶ್ರೀ ಎಲೆಕ್ಟ್ರಾನಿಕ್ಸ್ ಅವರ ಮಡಿಲಿಗೆ ಹಾಕಿತ್ತು,

ನಿಧಾನವಾಗಿ ಚಲಿಸಿದ ಟ್ಯಾಕ್ಸಿ ಕಣ್ಮರೆಯಾಯಿತು. ತಮ್ಮ ಸ್ವಪ್ನ ಸಂಭ್ರಮದಲ್ಲಿ ಶ್ರೀವಾಸ್ತವ ನಿಂತಿರುವ ರೋಹಿತ್, ಅಚಲಾಗೆ ಕೈ ಬೀಸುವುದನ್ನು ಮರೆತುಬಿಟ್ಟರು.

ರೋಮಾನ ರವಿಯ ಬಗ್ಗೆ ವಿಚಾರಿಸಲು ಅಚಲಾ ಕರೆಸಿದ್ದರೂ ಯಾವುದೇ ದುರುದ್ದೇಶವಿರಲಿಲ್ಲ. ಅದೊಂದು ಆಕಸ್ಮಿಕ. ಆದರೆ... ಅಚಲಾ ಕಣ್ಣಲ್ಲಿ ಕಂಬನಿ ಇಳಿಯಿತು. ಶ್ರೀವಾಸ್ತವ ದೊಡ್ಡ ಶಿಕ್ಷೆಯನ್ನೇ ವಿಧಿಸಿ ಹೋಗಿದ್ದರು.